साक्षी

डॉ. एस. एल. भैरप्पा

अनुवाद
उमा कुलकर्णी

मेहता पब्लिशिंग हाऊस

Please contact us at **Mehta Publishing House Pvt. Ltd.,** Pune 411030.
✆ +91 020-24476924 / 24460313 / Mob. No. 9545000513
Email : production@mehtapublishinghouse.com
Website : www.mehtapublishinghouse.com

- *या पुस्तकातील लेखकाची मते, घटना, वर्णने ही त्या लेखकाची असून त्याच्याशी प्रकाशक सहमत असतीलच असे नाही.*

SAKSHI by **Dr. S. L. BHYRAPPA**

Translated into Marathi Language by Uma Kulkarni

साक्षी / अनुवादित कादंबरी

अनुवाद : उमा कुलकर्णी

Email : author@mehtapublishinghouse.com

मराठी अनुवादाचे व प्रकाशनाचे हक्क : मेहता पब्लिशिंग हाऊस प्रा. लि., पुणे.

प्रकाशक : सुनील अनिल मेहता

प्रकाशक : अखिल सुनील मेहता, मेहता पब्लिशिंग हाऊस प्रा. लि.,
१९४१, सदाशिव पेठ, माडीवाले कॉलनी, पुणे - ४११०३०.

मुद्रक : पार्कसन्स ग्राफिक्स

मुखपृष्ठ : चंद्रमोहन कुलकर्णी

प्रकाशनकाल : जानेवारी, २०२० / पुनर्मुद्रण : जून, २०२२

किंमत : ₹ ४३०

P Book ISBN 9789353173951
E Book ISBN 9789353173968
E Books available on : amazonkindle Apple Books Google Play Books

---

कृतज्ञता...

सात-आठ वर्षांपासून हा विषय मनात खळबळ माजवत होता. १९७९मध्ये लंडनमध्ये असणाऱ्या मत्तूर कृष्णमूर्तींना ही कथावस्तू स्थूलपणानं सांगत असताना थोडं माझ्या मनात स्पष्ट होऊ लागलं. त्याला साकार रूप देऊन त्यातून मोकळं व्हायच्या गडबडीत १९८२च्या मे, जून, जुलै या कालावधीत पहिला खर्डा लिहून एम. एस. के. प्रभू आणि प्रभूशंकर यांच्या हातात ठेवला. दोघांनीही वाचून त्यावर चर्चा केली. त्यातही प्रभू तर ही आपलीच समस्या असावी अशाप्रकारे यात रमून गेले. त्या नंतर प्रत्येक भेटीत ते याच विषयावर अधिक कल्पनाशीलपणे चर्चा करत होते. १९८४च्या मार्च, एप्रिल, मे महिन्यात दुसरा खर्डा लिहून पुन्हा प्रभूंच्या हाती ठेवला. वाचल्यानंतर त्यांची तळमळ काहीशी शांत झाली. दुसरा खर्डा एन. एस. बालसुब्रह्मण्य, डी. ए. शंकर आणि शंकर मोकाशी पुणेकर यांना वाचायला दिला. त्या तिघांनीही आपापल्या दृष्टिकोनातून मला या तळमळीतून बाहेर यायला मदत केली. त्यानंतर ८४च्या ऑक्टोबरमध्ये अधूनमधून वाचून थोडं पुनर्लेखन केलं. हे सारे मनात तळमळ निर्माण करणाऱ्या कथावस्तूला स्वरूप देणाऱ्या पायऱ्या.

स्वरूप देणं म्हणजे आणखी आणखी अर्थ शोधणं. कलाकारही त्याचा एक साक्षीदार असतो. कलेच्या परिघात याहून जास्ती काहीच साधणं शक्य नसतं. 'याहून जास्तीचं काहीही साधणार नाही' ही हताशा आणि वेदना प्रत्येक कलाकृतीच्या समाप्तीनंतर मनाला छळत राहते.

नरक, यमधर्माची धर्मसभा या कल्पना कन्नड साहित्यात, कुठल्यातरी नाटकात या आधीही वापरल्या गेल्या आहेत. नेमकं कुठं ते आठवत नाही, पण वाचल्याचं आठवतं. ही मूळची पुराणांत वापरली गेलेली कल्पना मी का वापरली, हे सुज्ञ वाचकांच्या आपोआप लक्षात येईल.

माझे मित्र श्री. एच. एस. तारानाथ आणि श्री. एस. एन. शारदाप्रसाद यांनीही हे लेखन पाहून आपले अभिप्राय दिले.

१९८६

– डॉ. एस. एल. भैरप्पा

एक

चक्षूंना अपरिचित, वेगळाच प्रकाश. नेत्रांना सहकार्य देऊन प्रत्यक्ष पाहायची पद्धतच वेगळी. या आधी अशा प्रकारचा प्रकाश कधीच दिसला नव्हता, असंही नाही. कुठल्यातरी एखाद्या क्षणार्धात चमकून नाहीसा होणारा, काही लक्षात यायच्या आधीच पुन्हा मूळच्या अंधकारात बुडून जाणारा...

अशा उजेडात संपूर्ण चेहरातरी कसा दिसणार?

अंगुष्ठाकाराच्या सूक्ष्म शरीरानं सभोवतालची चाहूल घेतली.

यमलोक म्हणतात तो हाच असेल का? की हा यमलोकाचा मार्ग आहे? प्रश्न उमटला, तरी त्यापाठोपाठ कुठलंही भय किंवा उद्विग्नता उमटली नाही. व्यापून राहिलेल्या उजेडाची रात्र. हा आपल्यालाच दशदिशांनी वेढलेला बाहेरचा उजेड? की ही आपली अंत:स्थिती? कुतूहल मात्र जन्मलं. पण ते शमवण्याचा मार्ग सुचला नाही. उलट ते कुतूहलच अधिक स्पष्ट होऊन उभं राहिलं. विचार, स्मृती, निरीक्षण यांच्या चालकत्वाखाली काहीतरी उत्तर सामोरं येईल, असं वाटलं... यातच कितीतरी काळ तसाच स्तब्ध राहिल्यासारखा झाला. हा यमलोक की यमपूर्व-लोक?

त्या शंकेसरशी त्या अंगुष्टदेहानं सभोवतालचा पुन्हा वेध घेतला.

या विलक्षण उजेडाचं अस्तित्व वगळता प्रश्नाचं उत्तर सुचवणारं दुसरं कुठलंही चिन्ह किंवा वस्तू जाणवली नाही. एक प्रश्न मात्र ऐकू आला,

"तू परमेश्वरय्या या व्यक्तीचा सूक्ष्मदेह आहेस की नाही?"

प्रश्न कुठल्या विशिष्ट दिशेनं आला, तेही समजलं नाही. सगळ्या दिशांनी एकाच क्षणी ऐकू आलेल्या त्या आवाजात किंचितही चढ-उतारांना जागा नव्हती. संपूर्ण भावरहित, स्पष्ट असा हलका आवाज.

हा प्रश्न आपल्यालाच उद्देशून आहे, हे समजलं. पण कुणाला होकारार्थी उत्तर

द्यायचं? सभोवताली किंवा खाली-वर कुणीही नाही. कुणीही नसताना 'मी' म्हणत कुणाशी बोलायचं? कसं शक्य आहे हे?

या कुतूहलाबरोबरच, आतल्याच एका परमेश्वरय्या नावाच्या सूक्ष्म देहाला... त्या व्यक्तीच्या सूक्ष्म मनाला तिथलं स्मृती-पात्र म्हणजे 'मी' याचं भान आलं. त्या भानाकडे पाहिलं असता डोळ्याला दिसण्यासाठी आवश्यक असलेल्या उजेडाच्या जगात परमेश्वरय्याचं शरीर दिसू लागलं. तिथल्या विलक्षण उजेडात हीच जाणीव आधार म्हणून उभी राहिली.

''यमाच्या सान्निध्यात आलेल्यांना स्पष्टपणे प्रश्न विचारले जात नाहीत. प्रत्येकाच्या पाप-पुण्याची नोंद करायला चित्रगुप्ताला सांगायची इथली पद्धत. इथं येणारे प्रेतात्मा रडतात, विनवतात, आपण काही केलं नाही असं खोटं सांगतात. जे काही केलं-न केलं, त्याविषयी क्षमा मागतात; अनुकंपा दाखवायची विनंती करतात. त्यामुळे प्रत्येक जीवाच्या देहात स्थित असलेल्या चित्रगुप्ताच्या साक्षीदाराला वर्दी देण्याची आज्ञा केली जाते. या साक्षीदारांना सुख-दु:ख नसतं. ईर्षा-असूया नसते. जे घडलं, ते आठवणीत ठेवून या जागी सांगणं, हे त्यांचं कर्तव्य. ते कधीच खोटं सांगत नसल्यामुळे त्यांच्या बोलण्यावर इथे संपूर्ण विश्वास ठेवला जातो. अखेरीस, त्यांच्या सांगण्यात काही कमी-जास्त किंवा खोटं आहे का हे सूक्ष्मदेहाला विचारण्याचीही इथे प्रथा आहे.''

बोलणं ऐकू येत असताना परमेश्वरय्याच्या अंगुष्ठाकार सूक्ष्मदेहाचे डोळे आणि कान बोलणाऱ्याचा वेध घेत होते. कुठंच कुठलीही व्यक्ती दिसत नव्हती. सगळ्या दिशांमधून तोच चढ-उतार नसलेला, संथ लयीतला, सांत्वना किंवा निर्भर्त्सना नसलेला, सौम्य, भावरहित, हलका पण स्पष्ट आणि दृढ आवाज पाझरत होता.

''तुझ्यासाठी वेगळी पद्धत अनुसरली जात आहे. तिथं एक खोटं सांगितल्याचा पश्चात्ताप वाटून जगणंच नको वाटण्याइतका मनस्ताप अनुभवून तू आत्महत्या केलीस आणि इथं आला आहेस. यमसान्निध्यात खोटं बोलू शकणार नाही, याची खात्री असल्यामुळे चित्रगुप्ताऐवजी तू स्वत:च तुझी बाजू मांडू शकतोस. स्मृतिभ्रंश किंवा मधूनच उद्‌भवणारी लज्जा किंवा संकोच यामुळे तू सत्यापासून दूर होऊन खोट्याची निर्मिती करू लागशील, तर तेव्हा मात्र चित्रगुप्त बोलतील. स्वत:ची बाजू मांडायची संधी यमधर्मानं तुला प्रदान केली आहे. ही तुला देण्यात आलेली विशेष संधी आहे, हे ध्यानात घे.''

आवाज शांत झाला.

सूक्ष्मदेह परमेश्वरय्यांच्या दृश्यरूपाशी मिसळून गेला. आता आपण सगळं जीवन इथं मांडलं पाहिजे, अशी आज्ञा झाली आहे. ज्यांना सांगायचं आहे, ते तर

समोर दिसत नाहीत. समोर नसलेल्यांबरोबर कसं काय बोलायचं? शिवाय परमेश्वरय्याचं जीवन सांगायचं म्हणजे काय काय सांगायचं? कुठून सुरुवात करायची? कुठला तपशील आत ठेवायचा आणि कुठला प्रकटपणे सांगायचा? कुठं संपवायचं? एका माणसाच्या संपूर्ण जीवनाचं निरूपण करायचं कसं? कुणाला शक्य आहे?

पुन्हा तोच आवाज, ''सौम्य किंवा भयानक, कसं का असेना, एखादं रूप समोर नसेल तर सर्वसाधारण माणसांना बोलणं शक्य नसतं. तुलाही तीच अडचण असेल तर सांग. तुला हव्या त्या रूपात साकार होईन.''

स्मृती मागे मागे चालल्या. परमेश्वरय्याच्या रूपात अंगी बाणवलेली सवय इथं खेचून आणण्यात यश आलं.

तेव्हाही मी बहुतेक वेळा मौनच असायचो ना. व्यवहारासाठी अत्यावश्यक असेल तेवढ्यापुरताच इतरांबरोबर बोलत होतो. बाकीचं सगळं बोलणं स्वत:शीच चाले. माझा मीच मला सगळी वर्दी देत होतो. विरोध करत होतो. अनुमोदनही देत होतो. तोलून पाहत होतो. दूर जाऊन एखाद्या पर्वतशिखरावर बसून खालची दरी निरखावी, तसा माझ्याच वागण्याबोलण्याकडे शक्य तितक्या अलिप्तपणे पाहत होतो. तेच मला सुलभ वाटत होतं. तेच अंगवळणी पडलं होतं. आता यमसान्निध्यात, कुठलीही स्थिती गोचर होत नसताना ते का नाही जमणार?

पुन्हा तोच आवाज ऐकू आला, ''सुरुवात कुठून करायची, काय आत ठेवायचं आणि काय सांगायचं, हाच प्रश्न आहे ना? तू का खोटं बोललास? एकदा खोटं बोलला म्हणून आत्महत्या! का? आधी या दोन प्रश्नांची उत्तरं दे.''

''यमधर्मा! तू यम. तू नियंता. तुझ्या प्रश्नाला उत्तर देण्याआधी माझ्यामध्ये होत गेलेल्या परिवर्तनाविषयी सांगून टाकतो. तू बोलण्याआधी मी सोडून आलेल्या जिवाशी माझ्या इथल्या अस्तित्वाचा काहीही संबंध नाही, असा भाव होता. नंतर वाटलं, या दोन्हीचा परस्पराशी केवळ स्मृती-संबंध असावा. पण आता त्या सोडून आलेल्या जीवनाची नैतिक जबाबदारी वाहत असल्याचा भाव मनात दाटून आला आहे. या जबाबदारीलाच प्रश्न विचारायचा अधिकार तुझा आणि उत्तर द्यायची जबाबदारी माझ्यावर आहे, असं वाटतं! मला वाटतं, हे बरोबर आहे का?''

''शंकाच नको!''

आता प्रेतात्म्याचं समाधान झालं. आपण म्हणजे आत्महत्या करून इथं आलेला परमेश्वरय्या असल्याची पूर्णपणे खात्री झाली. त्यामुळे उत्तर सांगणं सोपं झालं. संभाषण सोयीचं झालं. संवाद सुरू झाला...

"मी केवळ खोटं बोललो, असं नाही. खोटी साक्ष दिली मी! न्यायालयात, न्यायमूर्तींच्या पुढ्यात उभा राहिलो. माझ्यातल्या साक्षीत्वाला आव्हान देऊन त्याला बोलतं करेन, अशी शपथ घेतली आणि खोटं बोललो. न्यायालयात उपस्थित असलेल्या समस्त लोकांसमोर, त्याचबरोबर प्रभावित अशा इतर साक्षीदार असलेल्यांसमोर मी खोटं बोललो.

"मी खोटं का बोललो, या प्रश्नाकडे येतो. कुणासाठी? का? कुठल्या संदर्भात? हे सगळं सांगत बसण्याऐवजी केवळ एक-दोन मुद्द्यांविषयी सांगितलं असतं, पण मग सगळी वस्तुस्थिती सांगितल्यासारखं होणार नाही. ते सगळं ऐकणं तुझ्यासाठी अनावश्यक असेल, असं वाटून थोडा संकोच वाटतो. तुला कदाचित एका शब्दात उत्तर हवं असेल."

"विवरण नसताना शुष्क मुद्द्यांमध्ये सत्याच्या सारांशाचं सत्त्व नसतं. सांग."

तसाच आवाज. चढ-उतार नाहीत. भावभावना नाही. भावनांचं दडपण नाही. निरपेक्ष सूत्रधारासारखा... तरीही सूक्ष्मदेहाला आपण त्याच्या जवळ असल्यासारखं वाटलं. उलट त्याचा परिणाम होऊन आपण स्वत:ला अधिक योग्य प्रकारे तोलून पाहू शकू, असा आत्मविश्वास वाटू लागला. आत्मानुकंपा आणि स्वसमर्थनाला वाव न देता, स्वत:कडे अधिक परखडपणे पाहता येईल अशी खात्री वाटली.

"या घटनेचा दोष मी मंजय्यावर लादला नाही. आताही लादणार नाही. त्यानं मी खोटं बोलावं म्हणून प्रलोभनं दाखवली, पण त्यामुळे माझी जीभ खोटं बोलली नाही. त्यानं तसं दडपण आणलं नाही. नंतर, यावर तुमची इच्छा... असं म्हणून त्यानं मळ्यातल्या भेटीचा समारोप केला होता. भूलोकाचे वकील खोटं बोलायला, बोलायला लावायला तयारच असतात, हे तर सगळेच म्हणतात. मलाही हे ठाऊक आहे. त्यामुळे मंजय्यानं समोर ठेवलेली प्रलोभनं न्याय-अन्यायाच्या भाषेत पटण्यासारखी, अत्यंत गोड शब्दात मांडलेली होती.

ॲडव्होकेट वेंकटरामय्यांवर हा दोष लादण्याचीही माझी तयारी नाही. प्रलोभनं समोर ठेवणारे खोटारडे होते हे तर खरंच, पण त्याला बळी पडणारा त्याच्यापेक्षा मोठा खोटारडा असतो, हे मनाशी स्पष्टपणे मान्य केल्यानंतरच मी आत्महत्येचा विचार केला. रात्रीची वेळ साधून नारळ चोरायला गेलेला कंची अचानक नारळाच्या झाडावरून घसरून पडला आणि त्यातच त्याचा मृत्यू झाला, हे खरं नाही, हे मला तेव्हाही माहीत होतं. तसंच मंजय्यानंच त्याला ठार मारलंय, याविषयीही माझ्या मनात संशय नव्हता. सत्यामागे असणारं धैर्य, धारिष्ट खोटारड्यापाशी नसतं, असं म्हटलं जातं. हे कदाचित सर्वसाधारण सत्य असेल. पण त्या दिवशी संध्याकाळी सूर्यास्ताच्या वेळी मी माझ्या मळ्यातल्या तलावापाशी असताना मंजय्या किती

बेधडकपणे आला! त्याच्या चेहऱ्यावरचे भावही काहीच घडलेलं नसावं, असे बेदरकारीचे होते.

जवळ आल्यावरही माझ्या डोळ्याला डोळा भिडवून तो बोलत होता. त्या बोलण्यात कुठंही दैन्य नव्हतं, याचना नव्हती. सरळच, 'तुम्हाला पटलं तर तसं करा. नाहीतर तुमची मर्जी. कुठलीही जबरदस्ती नाही', असे भाव होते. आपण जो खून केलाय, त्यासाठी दहा वर्षांची तर शिक्षा सहजच होईल, हे ठाऊक असतानाही काय आत्मविश्वासानं बोलत होता तो!

तेव्हाही आधी तो शेतीशी संबंधितच बोलला.

"तुमच्या तिकडच्या कुंपणालगत सहा झाडं खराब होताहेत हं! दोन-दोन शेर मीठ मुळाशी घालून पाणी द्यायला पाहिजे..." असं म्हणत त्यानं माझ्या मनात विस्मय निर्माण केला. त्यातून स्वतःला सावरत असतानाच त्यानं सांगितलं, "आता नवं औषध आलंय. ते घातलं की हा आजार जवळही फिरकत नाही. हासन किंवा तिपटूर जाईन, तेव्हा मीच घेऊन येईन तुमच्यासाठी!.."

मी उभाच होतो.

याच्याचमुळे नवऱ्याला सोडून चनरायपट्टणात शिक्षिकेची नोकरी करत एकटीच राहत असलेल्या माझ्या मुलीच्या संदर्भातही जे काही घडलं होतं, त्यातलं काहीच घडलेलं नाही, असं दाखवत तलावाच्या पलीकडच्या फरशीवर नंतर मांडी घालून बसला. मीही बसावं, अशी त्याची इच्छा होती. पण मी बसलो नाही. त्यानं थेट विषयाला हात घातला,

"हे पहा, मला वेळ नाही. कंची हा भुरटा चोर होता, हे सगळ्या गावाला ठाऊक आहे. सगळी माणसं आपापल्या शेतात मरणाचे कष्ट करून रोपं लावतात, जिवाचं पाणी करून त्यांना मोठं करतात. फळं आली की हा त्यांचा मालक असल्यासारखा नारळ उतरवून घेऊन निघून जाणार! या गावातल्या एकाही मर्दानं त्याला पकडलं नाही. चनरायपट्टणात दरबार चालवणाऱ्या पोलिसांपैकीही कुणी त्याला शहाणपण शिकवलं नाही! आपल्या अडचणींचा विचार केला नाही. किती दिवस चालवून घ्यायचा हा अन्याय? मी त्याचा काटा काढला हे तर खरंच. पोलीस माझा शोध घेत आहेत, हेही खरं. त्यांनी मला अटक करायच्या आधी मी स्वतःच चनरायपट्टणला जाऊन हजर होतोय. तुम्ही कोर्टात येऊन माझ्या बाजूनं एक साक्ष द्या. माझा बचाव करा. त्यानंतर मी तुमच्यासमोरच सावित्रीपुढे माझी चूक मान्य करून तिचं आयुष्य मार्गी लागेल, असं करेन. मागं जसा वागत आलोय, तसा पुढं कधीही वागणार नाही."

एवढं सांगून तो गप्प बसला. त्याची तीक्ष्ण नजर माझ्या नजरेला भिडली होती. त्यानं त्याच वेळी माझ्या अंतरंगातल्या दुर्बल भागाचा वेध घेतला होता का? की

त्याचा तो प्रयत्न आधीपासूनच चालू होता?

पण मी दुर्बल नव्हतो. मला आत हसू फुटलं. ते मी दाखवू दिलं नाही.

माझ्याकडून कुठलीही प्रतिक्रिया येत नाही हे पाहून ...की माझ्याही नकळत काही प्रतिक्रिया माझ्या चेहऱ्यावर उमटली? पण तो पुढं म्हणाला, "मी तर पोलीस स्टेशनवर जाऊन स्वत:ला अटक करून घेणार हे नक्की. त्यानंतर माझा बचाव करणं, हा तुमचा धर्म! होय की नाही? केवळ तुमच्या संसाराचा प्रश्न आहे म्हणून हे मी म्हणत नाही. सगळ्या गावाचा छळवाद मांडलेल्या एका दुष्ट पातक्याचा नायनाट करणाऱ्याला वाचवणं, हा तुमचा धर्म आहे म्हणून! हा केवळ व्यवहाराचा भाग आहे. खून झाला दिवशी तुम्ही तिपटूरला गेला होता. त्या रात्री तुम्ही आणि मी तुमचे मेहुणे नागप्पा यांच्या घरी मुक्काम केला होता. दुसरे दिवशी संध्याकाळपर्यंत आपण दोघेही त्याच घरी एकत्र होतो. तिथून कामानिमित्त मी अरसीकेरेला गेलो. तुम्ही गावी परतलात. कोर्टात येऊन तुम्ही एवढी साक्ष सांगितली तर पुरे. तुमचे मेहुणेही तशीच साक्ष देतील."

नागप्पा कदाचित खोटी साक्ष देईलही. पण मीही खोटी साक्ष द्यायला तयार होईन, असं कसं याला वाटलं? मी गोंधळलो. तो पुढं म्हणाला,

"ते तर तशी साक्ष देणार आहेत, हे पक्कं ठरलंय. तरीही सोबत तुमची साक्ष असेल तर वजन येईल, असं आमचे वकील म्हणतात. तुमच्यासमोर कशाला लपवाछपवी? तुमचा शब्द म्हणजे धर्माचा शब्द, म्हणून न्यायाधीशही मान्य करतील, असं त्यांचं म्हणणं. तुमचं नाव न्यायधीशांना ठाऊक आहे म्हणे. म्हणूनच तुमची साक्ष ही इतर दहा साक्षींच्या बरोबरीची आहे. मला शिक्षा होणं न्यायाचं आहे, असं तुमचं म्हणणं आहे? की दररोज रात्री गावकऱ्यांची झोप उडवून छळवाद मांडलेल्याचा कायमचा काटा काढून गावकऱ्यांना सुखाची झोप घेऊ देणाऱ्या माझ्यासारख्याचं रक्षण करणं न्यायाचं आहे? तुम्हाला मी धर्म सांगायची गरज नाही. काही बाबतीत मीही वाईट वागलोय. ते मी नाकारतच नाही. पण कंचीला मारलं, यात माझं काहीही चुकलेलं नाही. त्यानं कदाचित तुमच्या शेतात काहीही चोरलेलं नसेलही. पण गावाला त्याचा उपद्रव होता हे नाकारता येणार नाही."

तो बोलायचा थांबला. 'या उप्पर तुम्हाला वाटेल तसं करा...' म्हटल्यासारखे भाव त्याच्या चेहऱ्यावर उमटले होते..

"हे पहा, मळलि वेंकटरामय्यांनी सांगितलंय, हा काही आधी ठरवून, कट करून केलेला खून नाही. आपल्या जमिनीवर कष्टानं घाम गाळून उभारलेलं पीक चोर चोरू लागला म्हणून अडवायला गेलो असता अपघातानं झालेला तो मृत्यू आहे. त्या झटापटीत मीही मरू शकलो असतो. त्यामुळे मला शिक्षा झालीच तर फार फारतर पाच वर्षांची होईल. माझं काय! इथं राहायचा, तो तिथं राहून येईन.

पण माझा प्रश्न आहे, मला वाचवणं तुमचा धर्म आहे की नाही? की कंचीसारख्या चोरानं गावाला लुटत राहणं, हा धर्म आहे? तुम्ही याचा विचार करा. इतक्या दिवसांत तुम्ही कधी कंचीला या त्याच्या पापकर्मापासून रोखायचा प्रयत्न केला होता काय? 'तुझं वागणं चुकीचं आहे', असं सांगून त्याचं मतपरिवर्तन करायचा प्रयत्न केला काय? तुमच्या स्वभावाप्रमाणे तुम्ही त्याच्यामधल्या वाईट प्रवृत्तीला नष्ट करायला हवं होतं. निदान तसे काहीतरी प्रयत्न तरी करायला हवे होते. ते तुम्ही केलं नाही. ही तुमची चूकच! आता मी माझ्या स्वभावाप्रमाणे त्याच्यातल्या चोराला नष्ट केलं. जर तुम्ही मला वाचवलं नाही, तर तुम्ही कंचीच्या चौर्यकर्माचं समर्थन केल्यासारखं होईल!''

एवढं बोलून तो उठून उभा राहिला. उभ्या उभ्या म्हणाला, ''मी तुम्हाला विनवायला आलो नाही. तुमचा काय धर्म आहे, हे तुम्हीच ठरवा. माझ्या शब्दाला मी जागणार आहे.''

नंतर वळला आणि ढांगा टाकत नारळीच्या मधल्या पाऊलवाटेनं तिथून निघून ओढ्याकडच्या फाटकाकडून बाहेर पडला.

त्या दिवसापासून, गुरुवार-अमावस्या...मला स्पष्ट आठवतंय...माझ्या मनात पराकोटीचं धर्मसंकट उभं राहिलं. माझं मन त्या काळात कुठल्या प्रकारे धर्माचा विचार करत होतं, त्याविषयी मला विस्तारानंच सांगितलं पाहिजे.

त्यानं माझ्यासमोर चकचकीत असं काहीतरी मोह पडण्यासाठी ठेवलं होतं. मी पुढं होऊन त्याचा स्वीकार करावा म्हणून! आपण कंचीला जनहितासाठी मारलं, असं सांगितलं, तो एक प्रलोभ. सुटका झाल्यानंतर माझ्या घरी येऊन तुमच्या मुलीची तुमच्यासमक्ष क्षमा मागतो, तिला घरी घेऊन जाऊन तिच्याशी संसार करेन, अशासारखं आतड्याला डिवचणारं प्रलोभन समोर ठेवलं. दुसरे दिवशी, म्हणजे शुक्रवारी तो खरोखरच चनरायपट्टणला जाऊन तिथल्या पोलीस स्टेशनमध्ये दाखल झाला. तेही त्यांना गंभीरपणे सांगत, ''तुम्ही मला शोधत होता, असं समजलं. म्हणून लगोलग येऊन दाखल झालोय. न्यायचक्राच्या चलनाला प्रारंभ करा! कायद्याप्रमाणे मी आपण होऊन हजर झालोय. तुम्हीही आता कायद्याप्रमाणे वागलं पाहिजे. कारण माझं नाव मंजय्या.'' वर आत्मविश्वासपूर्ण मंद स्मित.

यानंतर दोन आठवडे गेले. त्याही दिवशी गुरुवार होता. त्या दिवशी आमच्या जिल्ह्यातले भारी मानले जाणारे वकील मळलि वेंकटरामय्या आमच्या गावी आले. कंचीचा खून झालेला मंजय्याचा मळा नजरेखालून घालायला. सुमारे आठ तास त्यांनी तिथलं निरीक्षण केलं, असंही समजलं. कंचीची बायको लक्कूच्या घरी जाऊन तिच्याशीही काही खासगी बोलणं केलं. दुपारच्या जेवणासाठी ते माझ्या घरी आले. घरी आलेल्या अतिथीचं माझ्या मुलानं, रामकृष्णानं मोठ्या अदबीनं स्वागत

केलं. त्यानं मला बोलवायला गड्याला मळ्यावर पाठवलं. मोठे पाहुणे आल्यामुळे सुनेनं, सुकन्येनं विशेष स्वयंपाक केला होता. जेवणानंतर चटईवर बसून पान खाताना वकील महाशयांनीही मंजय्यानं माझ्यापुढे जी दोन प्रलोभनं टाकली होती, तीच समोर ठेवली. फरक एवढाच होता, रामकृष्ण समोर होताच. शिवाय त्यांच्या आवाजाची पट्टी स्वयंपाकघरात काम करणाऱ्या सुकन्येलाही ऐकू जाईल एवढी होती.

काहीतरी गुपित सांगत असल्यासारख्या सुरात ते म्हणाले, ‘‘मंजय्याचा कासोटा ढिला आहे, यात काहीच खोटं नाही. आत्मसन्मान असणारी कुठली स्त्री हे सहन करेल? त्यातही सत्कुल-प्रसूता, महालक्ष्मीसारखी सुंदर, सुलक्षणी अशी तुमची मुलगी कसं सहन करेल? तिनं का सहन करायचं? म्हणूनच विचारतोय. माझ्या मुलीच्या नवऱ्यानं असं काही केलं असतं, तर मी सोडणार नाही. पण परमेश्वरय्या, एक गोष्ट लक्षात असू द्या. कितीही नीच माणूस असला तरी प्रचंड संकट आलेलं असताना आत्मनिरीक्षण करतोच. आपली सगळी पापं धुवून टाकायची इच्छा होते. माझं निरीक्षण सांगतो. मंजय्याला लॉकअपमध्ये मी एकूण पाच वेळा जाऊन भेटलो. पाचही वेळा त्याच्या डोळ्यांत पाणी होतं. मी त्याचा बचाव करावा म्हणून नाही, पश्चात्तापामुळे वाहणारे ते अश्रू होते. अशा बायकोशी, अशा सासऱ्यांशी, अशा मेहुण्याशी असा वागल्यामुळेच मला खून करायची दुर्बुद्धी झाली, मला शिक्षा झालीच पाहिजे, तुम्ही मला सोडवू नका... म्हणून विनवत होता मला! लॉकअपमध्ये जाईपर्यंत तो पहिला मंजय्याच होता. पण तिथल्या वातावरणात त्याच्या मनात नैतिक बदल झालेला दिसतोय.’’

या बोलण्याचा रामकृष्णावर परिणाम झालेला दिसला. स्वयंपाकघरात असलेल्या सुकन्येच्या मनावरही झाला असल्याचं नंतरच्या तिच्या बोलण्यावरून समजलं. पण मंजय्याच्या संदर्भात वकिलांनी केलेल्या शिफारशीवर विश्वास ठेवणं मलातरी शक्य नव्हतं.

वकील मुद्द्यावर आले. म्हणाले, ‘‘हे पहा, मी चाळीस वर्षं वकिली करतोय. केवळ याच भागात नाही. क्लिष्ट केस असेल तर सल्ला विचारायला वेगवेगळ्या सेशनकोर्टचे वकीलही माझ्यापाशी येत असतात. आणखी महत्त्वाची केस असेल तर दूरदूरची अशिलं येऊन मीच केस चालवावी म्हणून आग्रह धरतात. माझ्या अनुभवावरून सांगतो, जी काही खुनाची प्रकरणं असतात, त्यातल्या नव्वद टक्के प्रकरणांमध्ये न्यायच झालेला असतो. शिक्षा काय होईल याची कल्पना असतानाही खुनापर्यंत पोचणाऱ्यावर तेवढाच अन्याय झाला असेल ना! कायद्यानुसार तो अन्याय सहन करणं अशक्य झाल्यामुळेच माणसं स्वत: शिक्षा करायला प्रवृत्त होतात. कंची प्रत्येक मळ्यावर आणि बागेत शिरून चोरी करायचा, हे तुम्हालाही

ठाऊक आहेच. गावकऱ्यांनी पोलिसांकडे तक्रार केली असती तर त्यांनी म्हटलं असतं, यानंच चोरी केलीय याला साक्ष काय? मालासमवेत चोराला कधी पकडलंय का? यांसारखे अशक्य कोटीतले सतराशे साठ प्रश्न विचारतात! अशा परिस्थितीत या चोराला कसं पकडायचं आणि चोरी कशी थांबवायची?''

यावर मीही निरुत्तर झालो. तेच पुढं म्हणाले,

''यात मनाशी संबंधित आणखी एक गोष्ट आहे. तुमच्या बागेतून पन्नास नारळ गेले, तर तो फक्त पन्नास नारळांच्या किमतीएवढ्या रकमेचा प्रश्न नाही. माझी बाग, माझी जमीन. तिला मी कुंपण घालून, कुलूप लावून बंदोबस्तात ठेवलं असतानाही राखू शकत नसेन, तर मी कसला पुरुष? हा अपमान कुणाच्याही जिव्हारी लागणाराच आहे! या अपमानापोटीच चोरांचे खून होतात. पन्नास-साठ रुपये गेले म्हणून माणूस खून करायला प्रवृत्त होत नाही. त्यात मंजय्या गरम रक्ताचा! दोन दिवस आधी कंचीनं त्याच्या बागेत चोरी केली होती म्हणे. त्याच दिवशी यानं त्याला बजावलं होतं आणि पाळतही ठेवून होता. कंचीची समजूत झाली, मंजय्या गावात नाही. मध्यरात्रीच्या अंधारात तो शिरला, यानं झडप घातली. एकट्यानं कंचीसारख्यावर झेप घेणं, हे तर मोठ्या धैर्याचंच म्हणावं लागेल! आणखी कुणाकडे हे धैर्य होतं या गावात? त्या झटापटीत कंचीऐवजी कदाचित मंजय्याही मरू शकला असता, नाही का? मग याला खून कसं म्हणायचं? तिसरी गोष्ट म्हणजे आमच्या न्यायपद्धतीच्या दृष्टीनं बघू या. कंची चोर होता म्हणून तक्रार नोंदवली असती, तर साक्षी-पुरावे मागितले गेले असते. त्यांना स्थानिक माहिती कुठं काय ठाऊक असते?''

ते पुढे सूर बदलून म्हणाले, ''मी काही मंजय्याची चौकशीच होऊ नये, असं म्हणत नाही. माझं म्हणणं एवढंच आहे, इथं खरा न्याय मिळाला पाहिजे. या गावात. या खेड्यात. इथल्या चावडीच्या समोरच्या मोकळ्या पटांगणात, समस्त गावकऱ्यांच्या समोर. तुमच्यासारख्या, एकदाही ज्यांच्या जिभेला खोट्यानं स्पर्श केलेला नाही, अशा ऋजू स्वभावाच्या सात्त्विक व्यक्तीच्या पुढाकारानं! असं झालं तर चुका व्हायचं प्रमाण आणि शिक्षा झालीच तर त्या शिक्षेचं मोजमाप या सगळ्याच गोष्टी न्यायसंमत आणि जनसंमत असतील. त्यात तफावत राहणार नाही. त्या वेळी जर त्याला गावच्या शिवालयाच्या समोर असलेल्या वडाच्या झाडावर फाशीला लटकवायची शिक्षा फर्मावली, तरी ते ग्राह्य ठरेल. काहीही ठाऊक नसलेल्या, दूरच्या शहरातल्या कोर्टात बसून, केवळ रेकॉर्ड बघून शिक्षा करणाऱ्या या कोर्टांची निर्मिती कुणी केली? सातासमुद्रापलीकडून आलेल्या साहेबानं! त्या कोर्टात बोललं जाणारं सत्य हे सत्य नसतं आणि खोटं हे खोटंही नसतं. आमच्यासारख्या वकिलांची पोटं भरायचा तो एक मार्ग, एवढंच! महात्मा गांधीही

हेच तर म्हणत होते.''

तेव्हा मला जाणवलं, या मोठ्या वकिलांच्या अंगावर शुभ्र खादीचं धोतर होतं. अंगावरचा सदराही शुभ्र खादीचा होता. मी कधीच गांधींचा अनुयायी नव्हतो. पण तो सत्याचा पुजारी आहे, एवढं मीही मानत होतो. त्या गांधींच्या प्रभावामुळेच माझा थोरला जावई, मत्तीकेरे सत्यनारायण, इंद्रियनिग्रहाच्या मार्गानं चालत विवेकानं वागत होता. एवढं बोलून वकील महाशय आपल्या काळ्याभोर, चमकदार गाडीच्या मागच्या सीटवर बसून निघून गेले.

त्यानंतर माझ्या मनात मंजय्यानं कंचीला मारलं, ते बरोबर केलं की चूक, हे द्वंद्व सुरू झालं. होय. कंचीला सुधारण्यासाठी मी काहीही केलं नाही. त्याच्यामुळे गावातल्या इतरांना होणाऱ्या त्रासाचा मी विचारही केला नव्हता. हेही खरं, माझ्या जागी माझा थोरला गांधीवादी जावई असता, तर त्यानं प्रयत्न केले असते. तो कंचीच्या घरी गेला असता, त्याच्या बायकोला आणि त्याला उपदेशही केला असता. भर दुपारी त्याच्या घरी गेला असता, तो जेवायला बसला असताना त्याला समोरच्या अन्नाच्या घासाची शपथ घ्यायला लावली असती! तसं केलं नाही, तर स्वत: उपवास करायची धमकीही दिली असती! खरोखरच सत्याग्रहही केला असता! कंची नावाचा एक चोर आपल्या गावात आहे, याची जाणीवही नसलेल्या माझ्यासारख्याला यातलं काहीच करावंसं वाटलं नव्हतं. कंचीनंही कधीच माझ्या मळ्यात किंवा बागेत पाऊल ठेवलं नव्हतं. शिवाय मी तर दिवसभर इथंच राहत होतो. दिवसा टेहाळणी करायची संधीच मिळाली नाही, तर रात्रीच्या अंधारात येऊन चोरी करायला कसं जमणार?

कदाचित या कारणासाठीही त्यानं माझ्याकडे कधी चोरी केली नसावी. याचा अर्थ असाही होतो, मी इतरांच्या सुख-दु:खाला जाणून न घेता स्वत:पुरताच जगत होतो. मंजय्या स्वत:च्या समस्येच्या निमित्तानं इतरांच्या समस्यांतही सहभागी झाला. त्यानं काढलेला उपाय कदाचित चुकीचा असू शकेल.

अशाप्रकारे माझ्या मनातला न्यायाचा तराजू मंजय्याकडे झुकत होता. माझ्यापेक्षा सत्यनारायण उत्तमप्रकारे जगत असल्याचं जाणवू लागलं. मुलगी सीता मरण पावल्यानंतर तो फारसा इकडं येतही नाही. तो तालुकाही वेगळाच पडतो ना!

चार-पाच दिवस मी आत्मनिर्भर्त्सनेतच होतो. कंचीला सुधारण्यासाठी मी काहीच केलं नाही, या विचारानं मी अधिकच खचत होतो. कंचीचा त्रास आपल्या मार्गानं संपवणाऱ्या मंजय्याचं काय करायचं? त्याला मदत केली नाही, तर माझ्यासारख्या धर्मनिष्ठाचं अध:पतन. आणि मदत केली, तर माझ्या सरळमार्गी आयुष्यात ढवळाढवळ करणाऱ्या, माझ्या मुलीच्या आयुष्याचा बट्ट्याबोळ करणाऱ्याला शिक्षा होऊ दे, असं म्हटल्यासारखं होणार नाही का? ते माझं अध:पतन नाही का?

असा विचार करून मी त्याला तिपटूरच्या न्यायालयात जाऊन भेटलो, असं म्हणणं हे सत्य नाही. तसं म्हणणं माझ्या सत्यप्रवृत्तीला झेपणार नाही. सत्य आणि असत्य या दोन्ही गोष्टी न्याय-अन्यायाप्रमाणे ठरवण्यात आलेल्या गोष्टी नाहीत. प्रत्येकाच्या अंतर्मनानं विवेकाच्या उजेडात पाहायच्या गोष्टी आहेत, हे मला ठाऊक नव्हतं काय? अशा प्रसंगी काहीही न बोलता मौन बाळगलं, तर माझ्या सत्याची काय किंमत राहील, ही चिंता आत भरून राहिली.

आधीच मी लोकांमध्ये मिसळून गप्पा मारायचं प्रमाण कमी होतं. तीस वर्षांपूर्वी बायको वारली. तेव्हापासून मला माझ्यापुरता राहायची सवय झाली होती. कुणाशी मोकळेपणानं बोलणार? कुणाशी बोललं तर मन हलकं होईल? आतच टोचत असलेल्या दुखण्यातून मोकळं करायची शक्ती भगवंतालाही नसते. त्यामुळे माझ्यापुरता मी राहत होतो. सत्य म्हणजे काय, या एकाच प्रश्नाभोवती माझं सगळं जीवन मी वेढून टाकलं होतं. माझं जीवन म्हणजे हा शोध... बस्स! त्या सत्याचा शोध घ्यायचा, त्याचं पालन करायचं याशिवाय जीवनाला वेगळा आधारच राहिला नव्हता. पण आता वकील महाशय आले आणि बोलून गेले. त्यानंतर सत्यनारायणाची आठवण. वैयक्तिक दुःखामुळे अंतर्मुख होण्याऐवजी जनसेवेला वाहून घेतलं असतं, तर सत्य हाती लागलं असतं की काय कोण जाणे! ते जमलं नसतं तरी जीवन थोडं तरी सार्थकी लागलं असतं कदाचित! असे काहीसे विचार मनात घोळू लागले. माझं इतक्या वर्षांचं मौन, अंतर्मुखता ही निरर्थक निष्क्रियता आहे, हे जाणवून मन निराशेनं भरून गेलं.

हळूहळू झोप लागेनाशी झाली. आधीच बायको मरण पावल्यानंतर माझी गाढ झोप नष्ट झाली होती. रात्री जेवण करून झोपी गेलं की पहाटे कोंबडा आरवायच्या वेळीच जाग आली, हे तर कधीच थांबलं होतं. अंथरुणावर पडल्यानंतर कितीतरी वेळ अर्धवट झोप असायची. खूपच दमणूक झाली असली तर पडल्या पडल्या झोप लागायची, पण मध्यरात्री जाग यायची. जाग यायला बाहेरचं काहीही कारण नसायचं. परसातल्या कुसुंबाच्या झाडामधून वाहणारी वाऱ्याची झुळुक नसताना, डासांची गुणगुण नसताना, सगळीकडे व्यापून राहिलेल्या बाहेरच्या शांततेत अचानक आतून काहीतरी दाटून येऊन जाग येत होती. त्यानंतर काहीही केलं तरी जवळपास न फिरकणारी झोप.

चाळिसाव्या वर्षापासून असंच चाललंय काय? बायको वारल्यानंतर छळणाऱ्या कामतृष्णेमुळे मला असं होत नव्हतं. ती गेली, तशी मनातली कामभावनाही जळून गेली होती. कधीच, केव्हाही, जागृतीत किंवा स्वप्नावस्थेतही ती जवळपास फिरकली नाही.

या निद्राहीनतेचं काय कारण असावं, सत्य-असत्याचं मूळ कुठलं, असत्य का

अस्तित्वात असतं, त्याचा जन्म कुठं आणि कसा होतो, या प्रश्नाचं समर्पक उत्तर मिळत नव्हतं. चिरंतन छळणारा प्रश्न हा.

अशा अंतर्मुख अवस्थेतच मुलांना वाढवलं. सीतेचं सत्यनारायणाशी लग्न लावून दिलं. तिचं मरणही पाहिलं. रामकृष्णाला हासनमध्ये ठेवून शिकवलं. सावित्रीलाही शिक्षण दिलं.

घरी येणाऱ्यांना विन्मुख न पाठवता जमेल तेवढं जेवायला घालणं, ही आजोबांच्या काळापासून आमच्या घराची पद्धत. सगळ्या पाऊलवाटांवरून बस धावू लागली, प्रत्येक गावागावांपर्यंत बस पोचली, ही अगदी अलीकडची गोष्ट. त्या आधी पूर्वेकडून, ईशान्येकडून येणारे, पश्चिमेच्या बेलूर-सकलेशपूरकडून येणारे इकडच्या गावांकडे जाताना आमच्या बिळीकेरे गावावरूनच जायचे. कुणीही वाटसरू गावच्या शिवालयापाशी थांबला की त्याला दुपारी घरी बोलावून आणायचं, त्याला जेवू घालायचं; त्यानंतर आपण जेवायचं, ही आमच्या घरची कायमचीच पद्धत. अप्पांनीही मरताना सांगितलं होतं, 'हे एवढं पुढं चालू ठेवलं तरी पुरेसं आहे! तुला मी आणखी काहीही करायला सांगणार नाही.' तसं त्यांनी माझा हात हातात घेऊन वचन घेतलं होतं. मीही हेच अन्नदान मोठ्या श्रद्धा-भक्तीनं चालवत राहिलो. आता बस सुरू झाल्यानंतर चालत येणारे प्रवासीच नाहीत आणि त्यामुळे जेवायला येणारेही कमी झालेत. तरीही अजूनही रामकृष्णानं तेवढ्याच श्रद्धेनं हे चालू ठेवलं आहे. यासाठी स्वयंपाक करायला एक बायको पाहिजे, असं कुणी म्हणत असेल तर ती खोटी सबब आहे, हे अनुभवांती माझ्या लक्षात आलं आहे. या एका अनुष्ठानाचा आधार नसता तर मला उभं राहायला कुठला आधार होता?

ती वारली, तेव्हा रामकृष्ण एकोणीस वर्षांचा होता, सीता पंधरा वर्षांची, त्यानंतरची दोन मुलं जन्मताच मरण पावली आणि धाकटी सावित्री पाच वर्षांची होती. घरात कितीही काम असलं आणि अतिथींसाठी स्वयंपाक करावा लागत असला तरी सगळं मीच करत होतो. मुलांचं शिक्षणही तसंच सुरू ठेवलं. काहीतरी अंदाजानं स्वयंपाक करायचा, तपेलं आणि गंज झाकून घराच्या दाराला कडी घालायची, शिवालयाकडे जायचं. कधी भरपूर माणसं असायची. त्यांना घरी बोलावून आणायचं, केलेला स्वयंपाक त्यांना वाढायचा, सगळं अन्न संपलं तर पुन्हा माझ्यासाठी आणि मुलांसाठी भात शिजवायचा. सोबत चिंचेचं सार करून घ्यायचं. याचा मनाला आनंद वाटायचा. जगायला काहीतरी अर्थ आहे, असं वाटून समाधान वाटायचं.

तरीही रात्री गाढ झोप अशी लागायची नाही. रामकृष्ण, सीता अभ्यास करत असायचे. वरच्या माडीवर झोपायचे. सावित्रीला सोबत घेऊन मी खालच्या बाजूला झोपत होतो.

मळलि वेंकटरामय्या येऊन गेल्यानंतर सहाव्या-सातव्या दिवशी रामकृष्ण म्हणाला, "त्या नालायकाकडे पाहिलं तर शिक्षा, त्यातही फाशी होणंच योग्य वाटतंय. पण, सावित्रीचा संसार वाचवायचीही ही एकच संधी आहे! शिक्षा झाली तर पुन्हा त्यांचं जुळवायचा प्रश्नच नाही. नाहीतरी आता तो पश्चात्तापानं दग्ध झालाय. त्याच्या बोलण्यावर विश्वास ठेवणं कठीण आहे, हेही खरंच. तरीही एवढे मोठे वकील सांगताहेत, त्यावर विश्वास ठेवायला हरकत नाही."

एवढं बोलताना त्याच्या आवाजात भय दाटलं होतं. आपल्या बोलण्यात मला कोर्टात खोटी साक्ष द्यायची सूचना आहे, आणि तो माझ्या संपूर्ण जीवनाचं अनुष्ठान हलवून टाकणारा सल्ला आहे, हे त्याच्याही लक्षात आलं असावं.

मी काहीच उत्तर दिलं नाही. त्याच्याकडे एकवार पाहिलं. त्याची मान फासावर लटकवल्यासारखी खाली लुळी पडली होती. नंतर म्हणाला, "आपल्या सावित्रीच्या जीवनाचा प्रश्न असल्यामुळे मी तसं बोललो." त्याच्या आवाजात क्षमायाचना होती.

मला खऱ्या अर्थानं नरम केलं ते सावित्रीनंच. मनात एखादा हट्ट धरला की सोडायची नाही. लहान असल्यापासून हाच स्वभाव. सीता तिच्यापेक्षा दहा वर्षांनी मोठी, तर रामकृष्ण सोळा वर्षांनी मोठा. आईच्या माघारी त्या दोघांनीही तिचे विशेष लाड केले होते. तिच्यावर कुठल्याही प्रकारे अन्याय होऊ नये, म्हणून मीही तिची कुठलीच मागणी डावलली नाही. मुलांचं सगळंच पालकांनी ऐकल्यामुळेच मुलांचा स्वभाव हट्टी बनतो असं नाही. पण सावित्रीचा स्वभाव मात्र पहिल्यापासूनच हट्टी. नाहीतर आपल्यापेक्षा वयानं बारा वर्षांनी मोठा असलेल्या आणि गावठी कुत्र्यापेक्षा नीतिहीन असलेल्या...अर्थात कुत्र्याच्या संदर्भात असे नैतिक प्रश्न कुणीच उभे करत नाहीत म्हणा...मंजय्याशीच लग्न करायचा का हट्ट धरला असता? सतरा वर्षांच्या मुलीला त्या वेळी रामकृष्णानं हातापायावर वळ उठतील अशा प्रकारे फोडून काढलं होतं...मी मळ्यातून घरी जाऊन पोचण्याआधी...तिला मागच्या गवतावर घेऊन जाऊन...शिक्षेची ती पद्धत असेल...आपल्या मनावर अशा प्रकारे हिंसेचा पगडा येऊ देणं योग्य आहे का?

हे मी त्यालाही विचारलं, तेव्हा तो म्हणाला, "हिच्या बालबुद्धीवर विसंबून त्याच्याशी हिचं लग्न लावून द्यायचं का? तुम्ही तर सगळ्यातून अलिप्त असता. म्हणून मी बापाच्या जागी बसून हिचं त्या नराधमाशी लग्न लावून देऊ का? तसल्या माणसाशी लग्न लावून देऊन हिच्या आयुष्याचं मातेरं करण्यापेक्षा चार लगावल्या तर कमी पातक लागेल."

यावर मीही काही बोललो नाही. कारण ठाऊक नाही, पण मला कुणावरही हात उगारता येत नाही. काहीही ठरवता न आल्यामुळे हातापायांतली शक्ती नाहीशी

झाली होती. माझ्या मुलानं तर मला अलिप्त ठरवलं होतं. आता तो माझ्या चेहऱ्याकडे बघत होता. सावरल्यावर मी म्हटलं, "चारच नव्हे, दहावेळा ठेवून दे. हे लग्न रहित झालं, तर माझ्याइतकं कुणाला हायसं होणाराय? एकूणच हट्ट हे हिच्या प्रारब्धाचं कर्म होऊन आलेलं दिसतंय. मी मध्ये पडणार नाही. किती केलं तरी या संदर्भात जे काही करायचंय, ते तुलाच करावं लागणार आहे!"

आत आल्यावर मी पुन्हा तिच्याकडे पाहिलं नाही. मी आणि रामकृष्ण जेवलो. नंतर खोलीत एकटीच पडून राहिलेल्या सावित्रीला सुकन्या जेवायचा आग्रह करत असल्याचं ऐकू आलं. पण भावजयीनं विविध शब्दांत समजूत काढली तरी ही तशीच पडून राहिली. सुकन्येनं आपणही उपाशी राहायची धमकी दिली तरी काही उपयोग झाला नाही. सुकन्या पाठीवरून हात फिरवून समजावू लागली, तेव्हा तिचा हात झिडकारत, "तुम्ही मला त्रास देऊ नका बघू!..." म्हणत असल्याचं ऐकू येत होतं. ही का करतेय असं? पडवीच्या खांबाला मी टेकून बसलो होतो.

संताप अनावर होऊन मी तिथं गेलो. सुकन्येला "तू जा बघू! मी बघतो हिच्याकडे!..." म्हणत पाठ-दंड-चेहरा काहीही न बघता तिला फाडफाड मारू लागलो. नंतर लाथांनी तिला कधी बुकलून काढायला सुरुवात केली, ते माझं मलाही समजलं नाही. रामकृष्णानं आवरलं नसतं, तर मी मारायचा थांबलोच नसतो की काय कोण जाणे! मी तसाच अविरत मारत-लाथा हाणत राहिलो असतो, तर ती त्यातच मेली असती यात शंकाच नव्हती! रामकृष्ण मला तिथून ओढू घेऊन गेला. मी पुन्हा मारायला धावेन, असा विचार करून सुकन्येनं आतून कडी लावली.

त्या रात्री मला एरवी यायची, तेवढी एक-दोन तास झोपही आली नाही. रामकृष्णही जागाच असल्याचं समजत होतं. त्याची झोप म्हणजे जोरजोरात घोरणं. घोरण्याचा आवाज ऐकू आला की समजायचं तो गाढ झोपलाय. तो आवाज आला नाही की समजायचं, त्यालाही झोप लागलेली नाही. घरात सगळ्यांनाच ठाऊक होतं हे.

संपूर्ण रात्री घरात, घराबाहेर, गावात, गावाबाहेरच्या माळावर, मळ्यात, तळ्यात, आकाशात...सगळीकडेच नि:शब्दता दाटली होती. नेहमीप्रमाणे मी पहाटे कोंबडा आरवायच्या वेळेला मळ्यात गेलो. तिथंही काय काम करावं, हे सुचेना. तिथल्या कुंडाच्या जवळ असलेल्या फरशीवर तसाच बसून राहिलो. हे लग्न चुकवता येईल की हाही प्रारब्धाचाच एक भाग म्हणून गप्प राहायचं; या द्वंद्वात मन गुरफटून गेलं होतं. अकराच्या सुमारास रामकृष्ण तिथं आला. बहुतेक तो मळ्यात यायचा नाही. शेताकडे पाहायची जबाबदारी त्याच्याकडे होती. झोप न झाल्यामुळे त्याच्या चेहऱ्यावर भरपूर थकवा दिसत होता.

माझ्याजवळच्या फरशीवर बसून तो म्हणाला, "रात्रभर मी विचार करत होतो.

ती हट्ट सोडेल, असं वाटत नाही. काल दिवसभरात ती घासभरही जेवलेली नाही. आजही मी घराबाहेर पडेपर्यंत तिनं अन्नाला स्पर्शही केला नव्हता. हीही सांगून-सांगून दमून गेलीय. आता गप्प बसलीय. आपण हे मान्य करतोय की नाही, ही वेगळी गोष्ट आहे. तुम्ही हे माझ्यावर सोडून द्या. तुम्ही त्या निर्णयामध्ये पडलात तर संताप येणं स्वाभाविक आहे. तिला आणखी शंभर वेळा फोडून काढावंसं वाटतंय! मला आठवतंय तसं तुम्ही आजवर कधीही आपलं मन संतापाच्या ताब्यात दिलेलं नाही. एका जनावरावरही कधी हात उगारला नाही! काल मात्र तुम्ही तिचं कंबरडं मोडेल अशा प्रकारे लाथाबुक्क्यांनी मारझोड केली! मी मध्ये पडलो नसतो, तर तुम्ही तिचा जीवच घेतला असता! तुमचा तिच्यावर किती जीव आहे, हे मला चांगलंच ठाऊक आहे. त्यामुळे ती अशा कुठल्यातरी अवमार्गानं जायला लागली, तर तुम्हाला राग येणं स्वाभाविकच आहे. पण तुमची बुद्धी क्षणभर जरी अशाप्रकारे संतापाच्या हातात गेली, तर आपल्या घराचा पायाच ढासळल्यासारखं मला वाटतं. त्यामुळे यानंतर तिला शिक्षा करायची असेल तरी ते माझ्यावर सोडा. तिच्या हट्टाप्रमाणे तिचं त्याच्याशीच लग्न लावून द्यायचं असेल, तरीही माझ्यावरच सोडा. त्याची बरीवाईट सगळी जबाबदारी माझी राहील. मी काय करणार आहे, हे मी तुम्हाला सांगणारही नाही.''

नंतर पुढे म्हणाला, ''आता मी काय ठरवलं, ते सांगतो. तुम्ही त्यावर हं-अंहं काहीच म्हणू नका...''

रामकृष्णानं सगळ्या जबाबदारीचं ओझं माझ्या खांद्यावरून उचलून आपल्या डोक्यावर घेतलं. पण म्हणून माझी जबाबदारी संपेल काय? अशा परिस्थितीत मी काय करू शकतो? त्याचाही धाकट्या बहिणीवर तेवढाच जीव होता. आईच्या माघारी पाच वर्षांच्या धाकट्या बहिणीला एकोणीस वर्षांचा तो मुलीसारखंच सांभाळत होता.

तो आणि सीता हिला 'अम्मा' म्हणायचे. कारण रूप, हसणं-बोलणं, वागणं, चेहरा, नाक, गालाची ठेवण... सगळ्याच बाबतीत ती थेट आपल्या आईचंच दुसरं रूप होती. उंची-बांध्याची ठेवणही तशीच. रामकृष्ण माझ्यासारखा. पुरुषी बांधा-गंभीर स्वभाव. सीता मात्र माझ्यासारखीही नव्हती आणि आईसारखीही नव्हती. दोघांचंही काहीतरी घेऊन जन्मली होती. शिवाय तिच्या मामासारखं जरा मोठंच कपाळ.

पण दैहिक साम्य असलं म्हणून स्वभावही सारखा असेल का? सावित्रीच्या आईच्या स्वभावात हा इतका हट्टीपणा नव्हता. तरीही मुलीमध्ये का हा स्वभाव आला असेल?

रामकृष्ण घराकडे परतला. बारा वाजून गेल्यानंतर मीही शिवालयाकडे गेलो.

चार अतिथी होते. त्यांना घरी घेऊन जाऊन जेवायला घातल्यानंतर माझं मन काहीसं शांत झालं. आजोबांचा काळापासून चालत आलेलं हे अन्नदान नसतं, तर माझ्या जिवाला आणखी कुठला आधार होता?

सावित्री जेवली की नाही, याची मी चौकशी केली नाही.

यानंतर तिसऱ्या दिवशी संध्याकाळी रामकृष्ण मळ्यावर आला. सावित्रीचं मंजय्याशी लग्न करायचं पक्कं केल्याचं त्यानं माझ्या कानांवर घातलं. यावर मी काहीच प्रतिक्रिया दिली नाही. मंजय्याविषयी संपूर्ण गावात सगळ्यांनाच ठाऊक होतं. चौतीस वर्षांचा मंजय्या! माझी सावित्री एवढी लहान. खरंतर याचं बारा वर्षांपूर्वीच लग्न व्हायला हवं होतं. लहान वयातच आई-वडील वारले होते. हातात भरपूर संपत्ती होती. अर्जुनाच्या पात्रासाठी मुद्दाम बनवल्यासारखा असलेला चेहरा आणि देह. काळेभोर काहीसे कुरळे केस. कुठलीही मुलगी त्याच्याकडे सहज आकृष्ट होऊ शकेल! लहान वयातच वाईट मार्गाला लागलेल्या या मंजय्याला कोण मुलगी देणार?

त्याला तर लग्नाची गरजच नव्हती! गृहस्थाश्रमातल्या मर्यादित सुखापेक्षा कुठलंही बंधन नसलेलं सुख शोधून-शोधून भोगणाऱ्याला लग्नाची अडचणच होणार ना! त्याचा इतिहास ठाऊक असूनही ती लग्नाला कशी तयार झाली? त्याच्याशीच लग्न करण्यासाठी अन्नपाणी सोडून हट्टीपणा करत का राहिली? ही कपडे धुवायला, गावच्या तळ्यातल्या डोहापाशी असलेल्या कातळावर गेली असता, तो तिथंच पोहायला येत होता म्हणे. त्या निर्जन जागी तीन-चार दिवस रोज येऊन नंतर त्यानं तिच्याशी संवाद सुरू केला म्हणे. तिथं या सगळ्याची सुरुवात झाली. असा त्याचा चालूपणा! लग्न झाल्यानंतर तरी हा नीट वागेल, याची काय खात्री? रामकृष्णानं हा प्रश्न विचारला. यावर सावित्री म्हणाली, ‘‘तसं त्यांनी वचन दिलंय!’’ असल्या माणसाच्या वचनाला काय किंमत?

यावर ती म्हणाली, ‘‘सतत संशय घेत राहिलं तर कशाला काय किंमत आहे? ते कसेही असले तरी मी त्यांना ताब्यात ठेवेन, याची मला खात्री आहे. लोकांनीच त्यांच्या बाबतीत पराचा कावळा केलाय. काही नाही! त्यांच्या घरच्या मुलींना यांनी नकार दिलाय ना, म्हणून त्यांच्यावर गावाचा राग आहे!’’

काय करणार? अखेर लग्न झालं. तो चौतीस वर्षांचा म्हणून कोण विश्वास ठेवेल? परगावाहून लग्नाला आलेल्यांना तर तो तेवीस-चोवीस वर्षांचा कोवळा युवकच वाटला! आता तो बावन्न वर्षांचा आहे, पण बघणारे त्याला पंचविशी जेमतेम ओलांडलेला तरुणच समजतील. गेलेली वर्षं दडवून ठेवायची माया त्याच्या दैहिक रूपात आहे.

आम्हाला वाटलं होतं, तसंच घडलं. लग्नानंतर तीन महिने तो बायको आणि घर सोडून कुठंही बाहेर गेला नाही. नंतर हळूहळू त्याचे बाहेरचे चाळे सुरू झाले. लवकरच हे सावित्रीला समजलं. नंतर दोन-तीन महिने तिनं त्याच्यावर ताबा मिळवण्यासाठी धडपड केली. अखेर एक दिवस त्याला सोडून संध्याकाळच्या वेळी माहेरी निघून आली. कुणाशीही न बोलता, अपमान झेलत खालच्या मानेनं वर्षभर राहिली. भावजयीनं काही सांगितलं नसलं, तरी दिवसभर घरच्या मोलकरणीसारखी राबत राहायची. नंतर जगण्यासाठी आपल्याला एखादी नोकरी पाहिजे, असा तिनं हट्ट धरला. रामकृष्णानं समजावायचा प्रयत्न केला, तिला पदोपदी समजावलं, 'हे तुझंच घर नाही काय? तुला इथं दोन घास अन्न खायचा आणि राहायचा हक्क नाही काय?' मीही समजावलं. पण तिनं ऐकलं नाही. तोच हट्टी स्वभाव! या खेपेला स्वतःवर हट्ट! शेवटी मी चनरायपट्टणच्या चलपती शेट्टींना भेटलो, आणखीही काही जणांना भेटलो आणि तिला माध्यमिक शाळेत नोकरी मिळवून दिली. तिथे शिक्षिकेची नोकरी करत सावित्री राहू लागली. तिथंच दोन खोल्यांचं घर घेऊन राहू लागली.

"नियंत्या!.. माझ्या आत्महत्येविषयी सांगायला जाऊन कुठं कुठं भरकटलो मी! पण मी सांगतोय, त्यात काहीही खोटं नाही. मला समजतंय तसं कुठलंही असत्य मी बोलत नाही. माझ्या जाणिवेत आणि सांगण्यात कुठलीही विसंगती नसते, हे मात्र मी खात्रीनं सांगू शकतो."

आता अंगुष्ठदेह बोलायचा थांबला.

कुठल्याही चढ-उताराशिवाय तो स्वर पुन्हा बोलू लागला... "तुझ्या बोलण्यात असत्य असतं, तर चित्रगुप्तांनी त्यात खंड पाडला असता. ती काळजी नको. पुढचं बोल!"

"तिनं कितीही हट्ट केला, तरी रामकृष्णाचा या छोट्या बहिणीवर पराकोटीचा जीव आहे. तिच्याविषयी वात्सल्य आहे. त्यामुळेच त्यानं तिच्यासाठी मी खोटी साक्ष सांगावी म्हणून सूचना केली." पण मनात संकोच भरून राहिला होता. तो म्हणाला, "अप्पा, मी चनरायपट्टणला जाऊन सावित्रीशी बोललो. माझ्या मनात शंका होती, याला वाचवलं तरी ही त्याच्याशी पुन्हा संसार करायला तयार होईल की नाही? मी विषय काढताच ती म्हणाली, अप्पांच्या मनात नसेल तर राहू दे! हे बोलताना तिच्या डोळ्यांत पाणी होतं."

यानंतर दोन आठवड्यांनी हासनच्या कोर्टाकडून समन्स आलं. म्हणजे मला न्यायालयात जाणं आवश्यक होतं. ते चुकवता येण्यासारखं नव्हतं. न्यायाधीशांसमोर

उभं राहिल्यानंतर खरं किंवा खोटं सांगायचं स्वातंत्र्य तेवढं असतं. अशा वेळी जाणं टाळणं हाही एक प्रकारचा खोटेपणाच, असं वाटलं. साक्षीचा दिवस जवळ येऊ लागला, तसा मला मी माझं आंतरिक सत्त्व गमावत असल्याचा अनुभव येऊ लागला. रात्रीची झोप जेमतेम अर्ध्या तासावर आली. एकदा चनरायपट्टणला जाऊन सावित्रीला भेटून यावं, असंही वाटलं. हा निर्धार मलाच करायचा होता. तिला भेटून काय करायचं, असं वाटून गप्प बसलो.

रामकृष्ण सांगत होता, "अप्पा, कंची मेल्यानंतर गावात कुणाच्याही मळ्यावर किंवा बागेतल्या एकाही नारळाच्या झावळीची चोरी झाली नाही, म्हणतात." मळ्याच्या वाटेवर गावातला दानप्पा, चिगरीगौडा, चिक्केगौडा, केंगय्या आणि इतर कितीतरी जण मला थांबवून माझ्याशी बोलत होते. सांगत होते, 'तुमचा जावई सैल कासोट्याचा असेल, पण खरा मर्द! कंचीचा काटा काढायची छाती आणखी कुणाची हाय या गावात? आता आमच्या कष्टाचं फळ आमालाच मिळायलं बगा!...'

या सगळ्या मला खोट्या साक्षीच्या दिशेनं लोटणाऱ्या संज्ञा होत्या.

बसमधून मी आणि रामकृष्ण चनरायपट्टणला गेलो, तिथून संध्याकाळी हासनला गेलो. चनरायपट्टणात सावित्रीला भेटायचं नाही, हा माझाच निर्णय होता. रात्री वेंकटराम वकिलांच्या घरीच उतरलो. तिथं रामकृष्णचे सासरे, आमचे पाहुणे मंडि नागप्पाही आले होते. वकिलांनी आम्हाला दुसरे दिवशी आम्हाला काय विचारलं जाईल, त्यावर काय उत्तर द्यायचं, उलटतपासणीत काय प्रश्न उद्भवू शकतात, तेव्हा काय सावधगिरी बाळगायची याविषयी तपशिलानं सांगितलं. या बाबतीत नागप्पा भारी चलाख! त्यांना तशी बरीच सवयही असल्यामुळे वकीलसाहेबांनी सांगण्याआधीच ते उत्तर देऊन मोकळे व्हायचे. रात्री मी, रामकृष्ण आणि नागप्पा माडीवरच्या ओसरीत झोपलो. रामकृष्ण किंचितही घोरला नाही. उगाच कूस पालटत होता. बापाच्या तोंडून खोटी साक्ष वदवून घेताना त्याच्या जिवाची तळमळ होत नसेल काय? नागप्पा मात्र गाढ झोपी गेले होते. त्या आधी मला म्हणाले, "तुम्हाला कोर्टकचेरीची सवय नाहीये ना, म्हणून सांगतो. दोन फॉर्म असतात. त्यावर सही करायचं अजिबात विसरू नका! इथं येऊन साक्ष दिल्याबद्दल प्रवासाचा भत्ता देतात. इथं राहायचा खर्च, खाण्यापिण्याचा खर्च, राहायचा हॉटेलचा खर्च वसूल करायला पाहिजे. विसरून चालणार नाही. मी असतोच म्हणा! मी करेन आठवण."

"नागप्पाचा जीव नेहमीच पैशापैशात अडकलेला असतो हे ठाऊक असल्यामुळे मी काहीच बोललो नाही. तसाच मुकाट्यानं झोपलो होतो. दुसरे दिवशी सकाळी उठून अंघोळ केली. वकील त्यांच्या मोठ्या व्हरांड्यात बसून कागदपत्रं पाहत होते.

त्या दिवसाच्या परीक्षेत मला पास कर, म्हणून मी देवाची मनोमन प्रार्थना करत होतो.

"दहा वाजता मी, नागप्पा आणि रामकृष्ण कोर्टात जायला निघालो. तिथं गेल्यावर आधी मलाच पुकारण्यात आलं. थरथरत्या पायांनी मी आत गेलो. कठड्यात उभा राहून मी न्यायमूर्तींकडे पाहिलं."

एवढं बोलून तो अंगुष्ठीमात्र देह खदखदून हसू लागला. आपल्या पाप-पुण्याच्या या गंभीर पद्धतीच्या, गंभीर परिस्थितीचा एकाएकी विसर पडून वांतीप्रमाणे अनावर होत असलेलं हसू बाहेर फेकू लागला. आधी त्यानं हसू आवरायचा प्रयत्न केला. पण ते अशक्य झाल्यामुळे तो प्रयत्न सोडून ते अनावर हास्य समस्त प्रेतलोकाला व्यापून राहिलं.

पुन्हा तो घनगंभीर आवाज ऐकू आला, "हे पाहा! हसू असो वा रडू... इथलं निरूपण गंभीरपणे नियंत्रित स्वरात आलं पाहिजे. हा इथला नियम आहे. एवढ्या काळात हे तुझ्या लक्षात यायला हवं. हसू थांबव आणि पुढचं सांग."

अंगुष्ठीमात्र देह लगेच गंभीर झाला. काही क्षण आठवून पुढे बोलू लागला,

"मी न्यायालयात प्रवेश केला म्हणून सांगत होतो ना... मला तिथलं वातावरण, तिथले गंभीरपणे चाललेले विधी आणि तेवढ्याच गंभीरपणे बसलेले न्यायाधीश या सगळ्याची आठवण होऊन हसू आलं. दोन खोटे एकमेकांना भिडल्यावरच त्यातून सत्य बाहेर पडेल, अशा अपेक्षेनं तिथं न्यायमूर्ती दबा धरून बसलेले असतात! त्यांची अवस्था पाहिली तर दया येते! इथं मला चित्रगुप्त आणि या श्रवणाचा आधार तरी आहे! त्या बिचाऱ्याला तोही नाही. तिथले वादी-प्रतिवादी आपापल्या मागण्या खोट्याच्या आधारानंच मांडत असतात..."

"इथं येऊन प्रेतकायाही खोटं बोलतात. म्हणूनच इथं चित्रगुप्तांवर सगळी जबाबदारी असते. चित्रगुप्तांना कुणाविषयीही ममता नसते आणि कुणाविषयीही द्वेष नसतो. जे घडलं असेल तेच टिपणी करून सादर करणं, हेच त्यांचं काम असतं."

"याचा अर्थ खोटं बोलणं, हा मानवप्राण्याचा मूलभूत स्वभाव. जन्मायच्या आधी, जिवंत असेपर्यंत आणि मेल्यानंतरही हेच दिसतं. तिथं प्रचलित असलेली शास्त्रं याच खोट्याचा पाठपुरावा करत असतात, हे खरंय का?"

"नंतर मीमांसा होऊ दे. अजून तुझी वर्दी पूर्ण झालेली नाही. न्यायालयात काय झालं सांग." आवाज पूर्ववत शांत-गंभीर होता. आपल्या बोलण्यावर नियंत्रण ठेवून योग्य तो आदेश द्यायची शक्ती त्या आवाजात असल्याचा संपूर्ण अर्थ अंगुष्ठदेहाला झाला. तो पुढं बोलू लागला.

"आणखी एका कठड्यात मंजय्याला उभं केलं होतं. वरच्या बाजूला मोठ्या मेजामागं थोड्या उंचीवर काळ्या डगल्यातले न्यायमूर्ती बसले होते. खालच्या

ओळीत वकील वेंकटरामय्या होते. माझ्याशी कुठल्याही प्रकारे ओळख नसल्यासारखे ते बसले होते. असली तरी या संदर्भात, या आधी काहीही बोललो नसल्याचा त्यांचा आविर्भाव होता. न्यायमूर्तींनी मला शपथ घ्यायला सांगितली, 'या न्यायदानाच्या प्रकरणात मी सत्य आणि केवळ सत्यच सांगेन. सत्याशिवाय आणखी काहीही बोलणार नाही. वर राहणारा परमात्मा माझ्या आत असलेल्या अंत:साक्षीचा साक्षीदार असेल. मी केवळ सत्यच बोलेन...' वगैरे...

अखेरचं वाक्य बोलून झाल्यावर न्यायाधीशांनी वेंकटरामय्यांना खूण केली. ते माझ्याजवळ येताच मला चटके बसू लागले. सौम्यपणे जळणारी ज्योत भडकून सगळं भस्मसात करत असल्याची भावना. पण वेंकटरामय्यांनी मला लिहून दिलेली आणि पाठ करवून घेतलेली वाक्यं नजरेसमोर ठेवून बोलायला सुरुवात केली. एका पात्राचे संवाद बोलून झाल्यावर पुढच्याचे संवाद सुरू करणं, ही नाटकाची पद्धत. तशा प्रकारे वेंकटरामय्यांनी मंजय्याकडे हात करून विचारलं, "याला तुम्ही ओळखता काय?"

याला मी जितका ओळखतो, तेवढं या जगात आणखी कोण ओळखतं? मनातला तपशील आपोआप वर येऊ लागला. त्यांनी माझ्याकडून पाठ करून घेतलेलं वाक्य होतं, "हो..ओळखतो. मंजय्या नाव. आमच्या बिळीकेरे गावचे." ते मी व्यवस्थित सांगितलं. त्यांनी पुढं विचारलं, "तीस तारखेला शनिवारी रात्री तुम्ही कुठं होता? तिपटूरमध्ये कुणाच्या घरी होता? तिथं हा का आला होता?" या सगळ्या तपशिलाविषयी ते बोलले. त्यांनी जे पाठ करवून घेतलं होतं, तेच माझी जीभ बोलत होती. "दॅट्स ऑल माय ऑनर..." म्हणत अल्पविराम सुचवून ते पडद्यामागे सरले. नंतर सरकारी वकील माझ्यापुढे आले आणि माझी उलटतपासणी घेऊ लागले. त्यांनी विचारलं, "कुठंतरी असणारा परमात्मा, तुमच्या मनात असणारा अंत:साक्षी परमात्मा यांच्या साक्षीनं सांगा, केवळ शुद्ध सत्यच सांगा, कणभरही असत्य सांगणार नाही अशी प्रतिज्ञा करून सांगा!...आतापर्यंत केवळ धर्मसत्यच सांगितलं ना?"

नियंत्या! धर्मसत्याचा उल्लेख झाला, तेव्हा मला आत कुठंतरी तुझी आठवण झाली. त्याआधी मी कधी तुला पाहिलं होतं, म्हणून नव्हे. प्रत्येक मानवाच्या अंतरंगात तुझं अस्तित्व असतं, हे मीही ऐकलं होतं. जेवताना चित्राहुती घालतानाही आम्ही सगळेच तुझ्या अस्तित्वाचं स्मरण करत असायचो. न्यायपीठानंही मला अंत:साक्षीच्या साक्षीनं वचनपूर्वक सांगायचा आदेश दिला, तेव्हा सौम्यपणे जळणारी ज्योती प्रखर होऊन सगळं जाळत असल्याचा भाव निर्माण झाला म्हटलं ना. त्याचं असं झालं. न्यायमूर्तींनी अंत:साक्षीला आवाहन केलं, तेव्हा त्या प्रखर ज्वालेमुळे आतल्या आत धूर जमायला सुरुवात झाली. काळाकुट्ट धूर! सरकारी वकिलांनीही

पुन्हा तिथंच शरसंधान केलं, तेव्हा त्याचा भडका उडाला. माझ्या डोळ्यांपुढे अंधारी आली. पायांतली शक्ती नाहीशी झाली. कसाबसा कठड्याचा आधार घेऊन उभा राहिलो. कानांत दडे बसल्यासारखे होऊन काहीच ऐकू येईनासं झालं. डोळ्यांत पाणी भरल्यामुळे समोरचं काही दिसेनासं झालं. त्यातच इथून पळून जावं, अशी तीव्र इच्छा निर्माण झाली. पण ते शक्य नाही, हेही समजत होतं.

नियंत्या! तुझ्या परिघात आलेल्याला बाहेर जाणं कसं शक्य आहे? कुणालाही आत-बाहेर करता येऊ नये, अशा प्रकारचे द्वारपालक तू नेमले आहेत का? माझं अस्तित्वच बुडून गेल्याच्या त्या स्थितीत सरकारी वकिलांच्या समोर उभं राहून मी काय बोललो, मला काय विचारण्यात आलं, न्यायालयानं काय शोधक प्रश्न विचारले, यातलं काहीच मला ठाऊक नाही. 'तुम्ही आता जाऊ शकता...' असं वाक्य कानांवर पडलं, तरी ते आत पोचलं नव्हतं. पुन्हा एकदा तेच सांगितल्यावर मात्र सुटका झाल्यासारखं वाटून मी कठड्यातून झरझर बाहेर आलो. झपाझप पावलं टाकत तिथल्या मोठ्या दरवाज्यातून बाहेर आलो. "तुमचा प्रवासखर्च, भत्त्याच्या फॉर्मवर सही केलीत का?" पाठोपाठ धावत येणारे नागप्पा मला विचारत होते. मृत कंचीची बायको लक्कू दगडी पायरीवर मांडी घालून बसून पान खात होती.

मी कोर्टाच्या कंपाउंडच्या बाहेर येऊन धावू लागलो. कुत्रं मागं लागल्यावर जसे दिशा न पाहता पळायला लागतात, तसं. कुठं ते समजत नव्हतं. सर्वांग घामाघूम झालं होतं. न थांबता धावल्यामुळे धाप लागली होती. पळणं अशक्य झालं, तसा वेगानं चालू लागलो. तेही शक्य होईना, तेव्हा हळूहळू पावलं टाकू लागलो. एका झाडाची सावली दिसताच तिथल्या एका फरशीवर आडवा झालो. अतिश्रमानं डोळे आपोआप मिटू लागले. गहन-गाढ झोप आली. इतकी गाढ झोप तर बायको मेल्यानंतर एकदाही आली नव्हती! बाहेरची सगळी दृश्यं स्वप्नवत वाटू लागली, माझं सगळं अस्तित्व आत-आत सरकल्याचा भास होऊ लागला, एवढी गाढ झोप.

जाग आली, तेव्हा अंधार पडला होता. झोप लागूनही पूर्वीचा उत्साह राहिला नव्हता. नंतर पडल्या-पडल्या त्या झाडाच्या आडोशातून बाजूला होऊन चांदण्यांनी भरलेलं आकाश दिसण्याची जागा शोधली. तशी एक जागाही मिळाली. ही कुठली जागा? कुठल्या गावाच्या जवळ येऊन पोचलोय? आपलं गाव किती दूर राहिलंय? काहीही सुचेना. कुणाला विचारणार? भोवतालच्या गाढ अंधारात कुणाचीही चाहूल नव्हती. अगदी एकटा होतो मी. ना कुठून मेंढ्या-बकऱ्यांचे आवाज येत होते, ना कुत्र्या-मांजरांचे, ना लांडग्या-कोल्ह्यांचे. त्यामुळे मी नेमका कुठं आहे, तेच समजत नव्हतं. पानगळीचाही आवाज ऐकू येत नव्हता आणि सरड्याची सुकलेल्या पानांवरून जाताना होणारी सळसळ.

मी उठलो. मांडी घालून बसून राहिलो. काही वेळानं वाऱ्याची एक मंद झुळूक

जाणवली. जमिनीवरचा पाचोळा थोडाफार हलल्याचा आवाज ऐकू आला. घनघोर अंधार. पण जवळच्या वडाच्या झाडाच्या फांद्या काही हलल्या नाहीत. तिकडून काही आवाजही आला नाही. इतकी हलकी झुळूक. त्या झुळकेत सुकलेल्या पाचोळ्याप्रमाणे तरंगत असल्याचा अनुभव आला. मी वजनरहित अवस्थेत होतो. माझी ओळख सांगणाऱ्या गुरुत्वमध्याच्या ढळण्यामुळे माझा तोलच पूर्णपणे नष्ट झाला होता. या भूमीवर रोवून राहण्यासाठी आधाराला एखादा दगड तरी हाती लागेल का, असा विचार करत मी भोवताली हात फिरवला. काहीच सापडलं नाही. पाचोळा उचलू पाहणाऱ्या या झुळकेला शरीराचा अडसर घालण्याचं साहस केलं तर कुठंतरी उडून जाईन, असं वाटून शरीराची काळजी वाटू लागली. पुन्हा आडवा झालो. उताणा.

अचानक आगीसारखा संतापाचा भडका उडाला. रामकृष्णावर, वेंकय्या वकिलांवर, सावित्रीवर. या तिघांनाही, त्यातही सावित्रीला जाळून भस्म करावं, असं तीव्रपणे वाटलं. डोळे उघडून पाहिलं, तर कोटी-कोटी नक्षत्रांनी चमकणारं आकाश अग्नीचा गोळा झाला होता. वारं, जवळच वाऱ्यानं डुलणारी मोठाली वडाची झाडंही त्या आगीत चटचट आवाज करत जळत होती. त्या आगीतून सावित्रीच्या किंकाळ्या ऐकू येत होत्या.

पण मंजय्या मात्र कुठंच दिसत नव्हता. मंजय्या! त्यालाही या आगीत टाकून भस्मसात करायचा कितीही प्रयत्न केला, तरी माझ्या मनाला ते शक्य झालं नाही. म्हणजे शेवटी माझा सगळा राग माझ्याच माणसांवर का? त्यातही माझ्या मुलीवर? मागं कधीही न पाहिलेल्या, कल्पना करणंही शक्य नसलेल्या अग्नीच्या क्रूर गूढतेला घाबरून मी डोळे मिटून घेतले. पण तरीही आग शांत झाली नाही, तिची धगही कमी झाली नाही.

तशीच झोप आली. बायको गेल्यानंतर सतत छळत असलेली, सतत दगा देत असलेली झोप. ही झोप मात्र बाहेरची कुठलीही दृश्यं न दाखवणारी, स्वप्नविरहित, सुषुप्ती अवस्थेची भावना जागवणारी झोप नव्हे. माझ्यामध्ये सतत चटचट आवाज करत जळत असलेल्या अग्नीच्या स्वप्नात सतत जाणवणारी निद्रा. आणखी कुणीही नाही. कुणाला जाळतही नाही. मीच त्या आगीत जळून जातोय. पण वेदना जाणवत नाही. विव्हळणं नाही. किंचाळणं नाही. स्वप्न भग्न व्हायचं भय नाही. झोपेचा काळ आणि स्वप्नाचा काळ वेगवेगळा असतो, हे खरं. पण मी संपूर्ण स्वप्नच पाहत होतो. ते कदाचित स्पष्ट नसेलही. झोप सुरू होण्याआधीच भूमी-आकाश जळत असलेलं पाहतोय ना! झोप लागण्याआधी मी त्यात जळत नव्हतो.

जाग आली, तेव्हा दुपार झाली होती. डोळे-चेहरा-सर्वांगाला टोचून काढणाऱ्या उन्हात एवढा वेळ मला गाढ झोप लागली होती. माझ्या भोवताली तीन-चार कुत्री,

दहा-पंधरा कुत्री माझ्यावर नजर ठेवून भोवताली घोटाळत होती. वरच्या वडाच्या झाडाच्या अगदी टोकाच्या फांदीवर दोन गिधाडंही बसली होती. पण त्यातलं कुणीही माझ्या जवळ येऊन मला टोकलं नाही. प्राण गेला नाही हे त्यांना समजलं होतं की ते सगळे त्याची वाट पाहत होते कोण जाणे!

उठून बसलो. जमिनीवरचे कावळे उडाले. कुत्रीही निराश होऊन मागं सरली. दूरदृष्टीची गिधाडं मात्र त्या फांदीवर बसूनच होती. मला भुकेची जाणीव झाली. उठून कुठल्यातरी खेड्यात जाऊन कुणाकडेतरी काहीतरी खायला मागायला पाहिजे. नाहीतर जवळ एखादी बाग असेल तर दोन शहाळी काढून प्यायला पाहिजे, त्यातलं खोबरं खाल्लं तरी तेवढाच पोटाला आधार मिळेल, असं वाटलं. भोवताली नजर टाकली. सुमारे दोन मैलांवर एक खेडं दिसलं. सूर्य डोक्यावर असल्यामुळे गाव कुठल्या दिशेला आहे, ते समजलं नाही. तरी दिसणाऱ्या खेड्याच्या दिशेनं मी पावलं टाकायला सुरुवात केली. रामकृष्ण, वकील आणि सावित्रीवर संतापलो होतो, ते आठवून वाईट वाटलं. मी नाही म्हटलं असतं, तर कुणी माझ्यावर जबरदस्ती करून माझ्याकडून वदवून घेतलं नसतं. त्यांनी मला खोटं बोलायला सांगितलं असेल, पण प्रत्यक्ष सांगणारा मीच होतो ना, या विचारानं मन थोडं हलकं झालं. इतरांवर दोषारोप करून, त्यांच्याविषयी संताप व्यक्त करण्यापेक्षा मन मुक्त केल्यामुळे जो विश्वास वाढतो, तो विश्वास मनात दाटून आला. माझी चूक माझ्याकडे घेतली. त्यामुळे गेलेल्या मूलशक्तीचा नाश पूर्णपणे भरून येणं तर शक्य नव्हतं. तो भरून येण्याचा मार्गही दृष्टोत्पत्तीस येत नव्हता.

मी मधल्या रस्त्यानं सुमारे आठ मैल चालत गेलो होतो. ते दिसणारं खेडं दक्षिणेला होतं. समोर आलेल्या पहिल्याच घराचा दरवाजा वाजवला. त्यांनी दिलेलं दोन पसे पीठ कालवून दोन रोट्या भुकेल्या पोटी घातल्या आणि दोन सोबत बांधून घेतल्या. नंतर गावाकडे निघालो. दोन दिवसांची वाट.

रामकृष्ण गावी पोचला होता. मी गावी न पोचलेला बघून घाबरा झाला होता. नंतर चनरायपट्टण, तिथून पुन्हा हासनला जाऊन वकिलांच्या घरी चौकशी करून हासनमध्ये शिकणाऱ्या गणेशला 'अण्णांना शोध...' असं सांगून पुन्हा गावी येऊन पोचला होता. त्याची तडफड चालूच होती. मला पाहताच उद्वेगानं 'कुठं गेला होतात?...' असं विचारता विचारता त्यानं जीभ चावली आणि गप्प बसला. माझ्या चेहऱ्यावर कुठले भाव होते कोण जाणे!

वाटेत चालताना इकडंतिकडं पाहणं हे माझ्या स्वभावातच नव्हतं. पायाखालची वाट तुडवत आपल्यापुरतं घरातून मळ्याकडे, बागेकडे जायचं आणि तसंच तिथून घरी परतायचं, अशी माझी कितीतरी वर्षांची सवय. वाटेत कोण दिसलं, कोण भेटलं, घराच्या ओसरीवर कोण कोण बसलं होतं याकडे माझं कधीच लक्ष

नसायचं. तशी मला कधीच सवय नव्हती. पण हासनहून आल्याच्या दुसऱ्या दिवशी मी निघालो, तेव्हा सगळे गावकरी रस्त्याच्या दोन्ही बाजूला उभे राहून 'खोटारडा परमेश्वरय्या! खोटी साक्ष देणारा परमेश्वरय्या!' असं म्हणत असल्याचं मला ऐकू येऊ लागलं. मी मान वर करून पाहत होतो. तेव्हा मात्र कुणीच दिसायचं नाही. आपल्याला भास होतोय, असं वाटून मी पुन्हा माझं लक्ष रस्त्याकडे वळवत होतो.

नियंत्या, तेव्हा मला कळत नव्हतं, मी 'परमेश्वरय्या खोटं बोलला' या लोकांच्या बोलण्याला घाबरत होतो की माझ्या अंत:साक्षीला? मी स्वत:कडे त्या दृष्टीनं परखडपणे बघायला सुरुवात केली. लोकांच्या अभिप्रायाची मला अजिबात फिकीर नव्हती, असंही नाही. माझ्याविषयी अनुकंपेनं 'बिचारे! मुलीसाठी यांना खोटी साक्ष द्यावी लागली! काय करणार?' असं म्हणणारे काही कमी नव्हते. त्यात गावातल्या सगळ्या बायका तर माझ्या या साक्षीमुळे अतिशयच खूश होऊन मला अनुमोदन देत होत्या. त्यांना माझ्याविषयी भरपूर अनुकंपा होती. पुरुषांपैकीही बहुतेक सगळे माझ्या बाजूनंच विचार करत होते. पण लोकांच्या पाठिंब्यावर किंवा विरोधावर आपल्या वागण्याचा सारासार विचार ठरवणं योग्य आहे का?

मुख्य म्हणजे माझ्या जगण्याचा आधार आणि बळकट पाया असलेला आधार म्हणजे सत्य. माझं खोटेपणाचा स्पर्श न झालेलं वर्तन. मी करत असलेलं प्रत्येक काम याच मानदंडावर तोलून मी ठरवत होतो. माझ्यातला हा साक्षीभाव दिवसेंदिवस प्रखर होत चालला होता. त्याला काजळी धरू नये, त्याचं तेज कमी होऊ नये, म्हणून मी अत्यंत जागरूकतेनं काळजी घेत होतो. महिने-वर्षं जात होती, तसा याचा प्रकाश उजळवण्यात, अंतर्द्वंद्व न करता शांतपणे मी यशस्वी होत होतो. ते माझ्या स्थिरपणाचं स्थान झाल होतं. हे नसतं तर बायको मरण पावल्यावर जगायला मला तरी दुसरा कुठला आधार होता? मुलांचं संगोपनासारखं सामान्य काम काही वेळा जीवनप्रेरणा होऊ शकतं, पण ते जीवनसमर्थनही होऊ शकत नाही. मला सापडलं होतं, ते इतर कुणाकडूनही न मिळणारं आणि इतर कुणावरही सोपवता न येणारं, केवळ माझ्यातल्या त्या प्रकाशालाच साक्षी ठेवून असलेलं समर्थन. ती काही रक्ताच्या नात्यानं येणारी किंवा देता येणारी प्रेरणा नाही.

पण आता न्यायालयात जाऊन हे समर्थन माझं मीच नष्ट करून आलो होतो! माझ्या हातानं मी माझ्या जगण्याचा आधारच नष्ट करून घेतला होता! आता जगायचं तरी कशासाठी? का जगायचं? जगण्यात काहीच औचित्य दिसेनासं झालं.

त्याच क्षणी आत्महत्येचा विचार मनात स्पष्ट झाला.

नियंत्या, विशेष म्हणजे या काळात माझं जेवणखाण कमी झालं नाही. झोपही कमी झाली नाही. न्यायालयानं मला जायची परवानगी देताक्षणी तिथून पळून जाऊन गावाबाहेरच्या वडाच्या झाडाखाली झोपलो होतो ना तशी झोप, गेल्या तीस वर्षांत

एकदाही आली नव्हती इतकी गाढ झोप. तशीच गाढ झोप आता येऊ लागली. रात्री झोपल्यावर सकाळचा सूर्य वर आला तरी जाग येणार नाही, इतकी गाढ झोप. झोपेतच फक्त अंतर्मानस शांत असायचं. जाग आली की समर्थन नसलेल्या जीवनाचा भाग घेरून टाकत होता. जेवणाचंही तसंच झालं होतं. जेवण पुरेसं वाटायची संवेदनाच नष्ट होऊन गेली. दररोज शिवालयापाशी जाऊन अतिथींची प्रतीक्षा करणंही अर्थहीन होऊन गेलं. परिणामी मळ्यातून थेट घरीच निघून येऊ लागलो. हे लक्षात घेऊन रामकृष्णनं ते काम आपल्याकडे घेतलं.

एवढं जेवण आणि झोप होत असली, तरी दिवसेंदिवस माझा देह खंगत चालला होता. रामकृष्णनं मला गावच्या दवाखान्यात नेऊन आणलं. एका आठवड्यात चार पाउंड वजन कमी झालं होतं. पुढच्या आठवड्यात आणखी चार पाउंड उतरलं. तिथल्या डॉक्टरांना काही समजलं नाही. त्यांनी टॉनिक लिहून दिलं.

एका संध्याकाळी मळ्यातल्या विहिरीपाशी बसलो असता आत्महत्येचा विचार स्पष्टपणे साकार झाला. परिमित झोप येतेय, त्या अवस्थेत मनात द्वंद्व नसतं, खंत नसते, कुठल्याही समर्थनाची गरज नसते. जागं झालं की समर्थनाचा आधारही डळमळू लागतो. यातून सुटका करून घेण्यासाठी झोपी जाणं हा एकच परिहार आहे! मग ज्याला जागृतीच नाही, अशा अंतिम निद्रेला का शरण जाऊ नये?

हा निश्चय साकार होताच पुढचा विचार त्यासाठी कुठला मार्ग अनुसरावा, हा होता. शेतकऱ्याचंच घर असल्यामुळे घरात हवे तेवढे दोरखंड होते. त्यातला एक पारखून माझ्या उशाशी आणून ठेवून घेतला. सकाळी माझं अंथरूण मीच गुंडाळून ठेवत असल्यामुळे कुणाच्याच लक्षात येण्याची शक्यता नव्हती. आश्चर्य म्हणजे प्राणत्यागाचा निश्चय करून दोरखंड काढून ठेवल्यावर झोप उडून गेली. सुरुवातीला रात्रभरात जी दोन-तीन तास झोप यायची, तीही थांबली. अलीकडे डोळेभरून येणाऱ्या झोपेत काहीच समजायचं नाही. संपूर्ण रात्रभर जागृतीनं छळवाद मांडला. मृत्यूचं भय वाटू लागलं. आत्महत्या करणं म्हणजे जगातलं सगळ्यात भयाण पाऊल, असं वाटू लागलं. एका रात्री उठून दोरखंडाची चुंबळ बाहेर काढली, शाल पांघरून तिच्या आडोशानं दोरखंड गावाबाहेर नेला. शिवालयाच्या समोरच्या वडाच्या झाडाखाली दोन तास बसून राहिलो. नंतर माघारी फिरलो. परतल्यावर एक प्रकारचा विश्वास वाटला. शांत वाटलं. हलकंही वाटलं. पण ही भावना फक्त घटकाभरच टिकली. त्यानंतर पुन्हा आयुष्याचा भार वाटू लागला. मी भेकड झालो, असं वाटून स्वत:चा तिरस्कार वाटला. लगेच पुन्हा त्या झाडापाशी जायचा विचार आला तरी, त्याच क्षणी गावात कुठंतरी कोंबडा आरवल्याचा आवाज आला. आता लोकांचा वावर सुरू होईल; गावाबाहेर जाणाऱ्या, तळ्याकाठी जाणाऱ्या, शेतावर जाणाऱ्या गावकऱ्यांचा वावर सुरू होईल, असं लक्षात येऊन तसाच बसून राहिलो.

नंतर मनात आलं, आत्महत्या चोरून का करायची? सगळे आत्महत्या करणारे का कुणाच्याही नकळत जीव देतात? कुणीतरी पुढं होऊन जीव वाचवेल, म्हणून? पण माझ्यासारख्याला जबरदस्तीनं जगायला लावायचा कुणाला कसला अधिकार आहे, या विचारात गढल्यामुळे आणखी थोडा वेळ गेला. आता कावळ्यांचेही आवाज येऊ लागले. त्या आवाजानं मृत्यूची चाहूल लागल्यासारखं वाटलं. उठून दोरखंडाची चुंबळ उशाशी असलेल्या खुंटीशी ठेवली. अंथरूण गुंडाळून मळ्याकडे गेलो. दिवसभर मन संपूर्णपणे निर्लिप्त स्थितीत होतं. या जगातला, या देहातला, या जीवनातला हा अखेरचा दिवस. त्यामुळे हा मळा, या इथल्या वाऱ्यानं डुलणाऱ्या नारळी, दररोज बसत असलेला हा कुंडाचा काठ, दररोज माझ्या डोक्यावरून पश्चिमेच्या खोलगट भागाकडे निःशब्दपणे सरकणारा हा चंद्र, कुंपणापाशी माजून वातावरणात सुगंध पसरवणारी फिक्या पिवळ्या रंगाची कस्तुरी-जाई...वगैरे कुठंही अखेरचं प्रेमानं बघून घ्यावं, असं अजिबात वाटलं नाही. हे अखेरचं जेवण, असं वाटून ते विशेष रुचकरही वाटलं नाही.

नेहमीसारखं रात्रीचं जेवण केलं. एका कागदावर लिहून ठेवलं, 'जीवनाचा अर्थ गमावल्यामुळे मी आत्महत्या करत आहे. यासाठी आणखी कुणीही जबाबदार नाही. कुणीही मला प्रवृत्त केलेलं नाही.' असं लिहून ती चिठी माझ्या अंगावरच्या धोतराच्या एका टोकाला बांधून ठेवली. नेहमीप्रमाणे बाहेरच्या ओसरीत अंथरूण टाकून झोपलो. प्रवासाला निघायची वाट पाहावी, तसा वाट पाहत राहिलो. मध्यरात्र झाल्याचा अंदाज घेतला. चाहूल न लागू देता हलकेच उठलो. दोरखंड घेतला, वरून शाल पांघरली. आवाज न करता दरवाजा उघडला. बाहेर येऊन हलकेच दरवाजा लावून घेतला. न्यायालयात जाऊन आल्यानंतर पुन्हा रामकृष्णच्या घोरण्याचा आवाज कमी झाला होता. पण पूर्ण बंद झाला नव्हता.

वाटेत कुठलीही कुत्री भुंकली नाहीत. मधला रस्ता मागं पडला, गावातला मुख्य रस्ताही गेला. किल्ल्याजवळून गावाबाहेर आलो, तेव्हा अंधूक प्रकाशात शिवालय, त्याच्यासमोरचं वडाचं झाड गोठल्यासारखं स्तब्ध उभं असलेलं दिसलं. मी सावकाश झाडावर चढलो. झाडावर चढायची सवय मोडल्यामुळे धाप लागली होती. शिवालयाच्या दिशेनं पसरलेल्या पहिल्याच जाडजूड फांदीपाशी पोचलो. दोरखंडाचं एक टोक त्या फांदीला करकचून बांधलं. दुसऱ्या टोकाचा फास तयार केला. फास गळ्याभोवती टाकला. शालीची दोन्ही टोकं पुढं घेऊन त्यात हात बांधले आणि फांदीवरून खाली झेप घेतली. माझ्या अपेक्षेप्रमाणे फास गळ्याभोवती नीट बसला. हातांनी स्वयंप्रेरणेनं गळ्यापाशी जाऊन फास सोडवण्याची काही क्षण धडपड केली. पण बांधलेल्या शालीमुळे ते जमलं नाही. श्वास कोंडून भान इकडंतिकडं होत असतानाही मला माझ्या निर्णयाचा खेद झाला नाही. दुःख झालं

नाही. कुणाला शाप द्यावा, असा संतापही आला नाही. काही क्षण शरीर तडफडलं, हे खरंय. शरीराच्या दृष्टीनं ते स्वाभाविकच म्हणा! मी मात्र निश्चल होऊन आधार नसलेल्या जीवनाचा बुडबुडा संपवला.

त्यानंतर तिथं काय झालं, मला ठाऊक नाही. हे, नियंत्या, मी तुझ्या प्रश्नाचं उत्तर दिलं आहे.''

एवढं बोलून तो अंगुष्टमात्र देह बोलायचा थांबला.

सगळीकडे मौन भरून राहिलं. गाढ मौन. कुठल्याही गुहेच्या गर्भात असणार नाही इतकं गाढ मौन. एवढा वेळ भरून राहिलेले शब्द त्यातल्या खऱ्या-खोट्याचा निवाडा होण्यासाठी पसरलेलं मौन. त्या मौनात ते शब्दही कुठं विरून गेले कोणजाणे.

एक आवाज आला,

''प्रभू, हे सांगणं जेवढं सांगितलं गेलंय, तेवढ्या प्रमाणात सत्य आहे. पण अपूर्ण आहे. अपूर्ण सत्याचा परिणाम असत्यासारखाच असू शकतो. न्यायालयात यानं उपस्थिती लावली. पण तिथलं इतर वर्तमान समजून घ्यायचा, यानं प्रयत्नही केला नाही. मंजय्याची सुटका झाली, हे सत्य आहे. पण ती याच्या साक्षीनं झालेली नाही. उलट याच्या साक्षीमुळे त्याची सुटका व्हायला थोडा त्रासच झालाय.''

हा यमधर्माचा आवाज नव्हता. आपल्यापलीकडे कुठलीही शक्ती नाही, या विश्वासानं परिपूर्ण अशी नियंत्रक भावरहित शक्ती त्या आधीच्या आवाजात होती. या आवाजात ती सर्वव्यापकता नव्हती. यात सर्वाधिकाराची जरबही नव्हती. मऊ, नम्र आणि विनंती करणारा भाव होता. स्वराला भावाचा भार जोडला जाऊन तागडीत काहीही फेरफार होऊ नये, याविषयी जागरूक असणारा विनम्रपणा त्यात होता. हा चित्रगुप्ताचा आवाज! हा एका चित्रगुप्ताचा आवाज? की दोघांचा मिळून असा ऐकू येत आहे? कितीही लक्ष दिलं, तरी फरक समजला नाही.

''आपल्या साक्षीनं सुटका झाली, याचा विषाद याच्यामध्ये आहे.'' चित्रगुप्तांचा वाटणारा आवाज थांबला. पुन्हा निःशब्दता. कुणीतरी बोलण्याची वाट पाहणारी निःशब्दता. होणारा आरोप स्वीकारावा की नाकारावा हे कळेना.

थोड्या वेळानं पुन्हा पहिला, यमधर्माचा भासणारा आवाज ऐकू आला,

''तीस वर्षांपासून अंतर्मुख होऊन जगतो आहेस! साक्ष देऊन आल्यानंतर तर मंजय्याची सुटका झाली एवढंच समजून घेतलंस. पण हे कसं झालं, का झालं, हा सगळा तपशील जाणून घ्यायचा उत्साह न दाखवता जगलास. या संदर्भात तुझ्या रामकृष्णनं जे काही सांगितलं, तेही तुझ्या बुद्धीपर्यंत पोचलं नाही. होय की नाही?''

काही वेळ विचार केल्यावर उत्तर सुचलं, "होय."

"एका क्रियेचा अनेकांशी संबंध असतो. त्या सगळ्यांचं मन समजेपर्यंत त्या घटनेचा नेमका अर्थ समजत नाही. नीट परिस्थिती न बघता, संपूर्ण परिणाम न पाहता, तसंच सगळी पार्श्वभूमी लक्षात न घेता काही करू नये. मंजय्याची सुटका तुझ्या साक्षीमुळे झालेली नाही, हे तर चित्रगुप्त सांगतातच. त्यांची साक्ष हेच अंतिम सत्य असतं. तुला एक संधी दिली जाईल. तुला पूर्ण सत्य जाणून घ्यायचं आहे का?"

यावर काय उत्तर द्यावं, ते सुचेना. काहीही समजून घ्यायचा उत्साह नसताना तिथं जगत होतो, हे अगदी सत्य आहे. आता तरी पूर्णसत्य समजून घेऊन काय करायचं?

"नियंत्या, हे सगळं समजून माझं काय होणार आहे? मला आज्ञा झाली म्हणून मी हे सगळं सांगितलं. माझ्या वागणुकीवर आपणच निर्णय देऊन हा विषय संपवावा."

"चित्रगुप्त म्हणजे साक्षीशुद्ध साक्षी. तुझा तूच साक्षी होण्यासाठी आत्महत्येआधी तुझी तळमळ होती. बायको मरण पावल्यानंतर केवळ साक्षीभावानं जगायचं, असं ठरवून जीवनात कुठल्याही बाबतीत न अडकता तू जगायचा प्रयत्न केलास. आता क्रियेचा संपर्कच नसताना सगळ्यांच्या मनाचे व्यापार समजण्याची विशेष शक्ती तुला प्रदान करेन. चित्रगुप्तांमध्ये असणारी ही विशेष शक्ती. तिच्या आधारानं सत्य जाणून घेऊन पुन्हा इथं वर्दी करशील काय? इतर कुणालाही लाभणार नाही, अशी विशेष संधी आहे ही. विचार करून सांग."

पुन्हा सगळीकडे मौन पसरलं. अखेर त्यानं होकार दिला.

"तू देहविरहित स्थितीत पुन्हा भूलोकात जाशील. तिथं तू कुणाच्याही मनात प्रवेश करू शकशील. एकाच वेळी अनेकांच्या मनातही शिरून तुला पाहता येईल. पण कुणाचंही मन प्रभावित किंवा परिवर्तित करण्याची शक्ती तुझ्यात असणार नाही. साक्षीदाराला फक्त जाणून घ्यायचीच शक्ती असते. तुझं अस्तित्व तिथल्या कुणालाही समजणार नाही. त्यामुळे तुला भय, संकोच, अवघडलेपण यांचा स्पर्श होऊ शकणार नाही. माझ्या चित्रगुप्तांकडेही हीच शक्ती असते. फरक एवढाच. त्यांचा कुणाशीच संबंध नसतो. त्यांना आत्मरक्षणाचा प्रश्नच येत नाही. तुला पाठवतोय, तू तुझ्या जवळपासच्या माणसांचा मनोव्यापार समजून घ्यावास म्हणून. त्यामुळे तुझ्यात आत्मनिरीक्षण आणि तुलना सुरू झाली, तर काहीच चुकीचं नाही. अखेर पुन्हा मला तू वर्दी कर. जा. निघ तू."

आवाज थांबला.

दोन

तिपटूरमधलं हॉटेल. रूममध्ये मंजय्याच्या डाव्या दंडावर मान ठेवून झोपलेल्या लक्कूच्या नाकात झोपण्याआधी अंघोळ करताना अंगाला लावलेल्या साबणाचा सुगंध अजूनही जाणवत होता. मंजय्यानं दिलेला चंदनाचा साबण तीन वेळा लावून तिनं अंग धुतलं होतं. त्यानं आणलेलं नवं लुगडं नेसून दोघांसाठी त्यानं खोलीवर मागवलेलं मोठ्या ताटातलं जेवण केल्यानंतर दोघंही शांतपणे काही न बोलता झोपले होते. बाई आणि पुरुषाचं एकत्र येणं इतक्या सुखाचं, इतक्या आरामात, गोड बोलत, अगदी सिनेमात दाखवतात असं असतं, याची कल्पना करणंही लक्कूला शक्य नव्हतं. अधूनमधून लाज वाटून तीच मागं सरत असली तरी मंजय्यानं आपली लाज बाजूला सारावी, अशी अपेक्षाही तीच दर्शवत होती. 'यानंतर मरेपोत्तर आयुष्य असंच असेल, असंच संसारसुख, असंच भाग्य!...' अशी भावना एकीकडे मनात भरून राहिली असली तरी क्षणभर का होईना, आपण करतोय ते बरोबर की चूक, अशी आशंका येऊन जात होती.

आपण याच्याशी संग करायची ही दुसरी वेळ. पहिली वेळ आठवली तरी तिच्या छातीत धस्स होत होतं! हा काहीही समजणार नाही असं करून... बाईला लोचट कुत्री करून टाकत असल्याचा अनुभव तिनं घेतला होताच... कोटेपाशीच्या नागीला एकदा ती म्हणाली, तेव्हा तीही म्हणाली होती, 'द्येवा रे! त्या कुटल्या कुनाच्या गळ्यात पडलीस गं बाई तू!' का म्हनून विचारलं तर म्हणतेय, 'बये! येकदा त्याच्या हातात सापडलीस की संपलंच! फुडं सात सात जल्म त्याची गुलाम होऊन ऱ्हावंसं वाटतंय बग!'

तेव्हा लक्कूला नीट समजलं नव्हतं.

यानंतर आनखी कुणाकडं बी जायचं नाय, असं पक्कं करून घ्यायला पायजे. येकदा याच्यासंग पाट लावला, तर कोन कशाला कुनापाशी जाईल झोपायला?

लक्कूनं मनाशीच निश्चय केला.

उताणा झोपून लक्कूच्या बाईपणाची तुलना करत असलेला मंजय्या मनाशीच विचार करत एका निर्णयापाशी आला होता. हिचा बांधा चांगला असला तरी सगळं सोडून केवळ हिच्याच मागं राहावं एवढाही काही पुरेसा नाही! हा काही बाहेरून घालायचा गुण नाही, तो अंगभूत असतो आणि त्याचा घमघमाट दर्दी पुरुषाला आपोआप जाणवत असतो, हे त्याला गेल्या अनेक वर्षांच्या अनुभवानं समजलं होतं. तरीही हिला का आज इथं बोलवून घेऊन आलो? माल नवा आहे, म्हणून नक्कीच नाही. कारण त्या रात्री किल्ल्यामागच्या झाडीच्या आडोशाला अंधारात पाहिल्यानंतर... हेही खरं नाही. त्या वेळी मीही घाबरलेला होतो. नीट पाहिलं नाही तेव्हा. काही का असेना, नवा माल! शिवाय कोर्टातून माझा बचाव केला होता हिनं! मग किमान कृतज्ञता तरी नको का दाखवायला? हा मंजय्या कधीच कृतघ्न नाही. मनात समर्थन निर्माण झालं. त्याचबरोबर, ठार केलेल्याच्या बायकोचा संग, याचीही विचित्र तृप्ती! एव्हाना ही पार हरली आहे! यानंतर आयुष्यभर ही आपली दासी होऊन राहील! याविषयी त्याच्या मनात किंचितही शंका नव्हती.

तरीही एकदा कुशीवर वळून तिच्या ओठांचं दीर्घ चुंबन घेऊन तिच्या कानांशी 'माझी राणा...' म्हणत कुजबुजला. लक्कूला पुन्हा एकदा नशा चढल्यासारखं झालं. एकाएकी नवऱ्याची, कंचीची, आठवण झाली. त्याच्या आणि या मंजय्याच्या वागण्यातला फरकही तीव्रपणे जाणवला. 'कंचु' हे त्याचं ठेवलेलं नाव. हातापायांना, मांड्यांना ठोकलं तर कंचु म्हणजे काशावर मारल्यासारखा आवाज यायचा, इतका काटक. शिकारी कुत्र्यासारखं शरीर. लांब हातपाय. लोखंडी गजासारखं अंग. धावायला लागला तर कुंदूर मठाच्या घोड्यांनाही मागं टाकेल. कुठलंही माकड त्याच्या वेगानं नारळीवर चढू शकणार नाही! कितीही भारी झाड असलं तरी रात्रीच्या अंधारात एका दमात सरसर चढून नारळीचे घोस उतरवून तेवढ्याच वेगानं खाली उतरून, तेवढ्याच वेगानं घरी येऊन झोपी जायचा. बायकोजवळ गेल्यावरही तेवढीच घाई! सगळीच घाई आणि तेवढ्याच घाईनं झोपी जाऊन घोरायचीही घाई! या मंजय्याचं तसं नाय. सगळं निवांत. चवीचवीनं घेणार. आन लोखंडासारखा कठोर बी नाय. आसं पायजे बाईला! घट्ट, तरीबी मऊ, हळुवार... कंचीचं तसं नाय. नारळीचे घोस वाहून वाहून फक्त टणक झाला तर त्यात कसलं सुख?

तरीही, कंची भूत होऊन आला तर आपली काय गत, या विचारानं मनात भय तरळून गेलं. त्याला मरायला आपणच पाठवून दिलं होतं, याविषयी तिच्या मनात शंका आली नव्हती. तो काही नारळी चोरायला कुणाच्या बागेत जातो, हे सांगून

जायचा नाही. त्या दिवशीबी मंजय्याच्या मळ्यात गेला आन तीन घोस घेऊन आला. आल्यावर तरी मला कुटं सांगितलं होतं? मलाबी विचारायची बुद्धी झाली नाही. चोरी करायला गेलाय न्हवं रातच्याला, रातभर वाट बगायची. नवऱ्याचं किती काय विचारत ऱ्हायचं म्हनून मीबी गप्प ऱ्हायले. नायतरी काय केलं असतं म्हना! हा गावात न्हवता. चार दिवसांनंतर हा घरी आला, तवा मीच बसायला चटई घातली. पान-सुपारी-चुना-तमाखू समोर ठेवला. कंची म्हैस धुवायला म्हनून गेला व्हता. हा आला, पान-सुपारी बगून म्हनला, 'पान लई आवडतंय, पन देठ खुडून चुना लावायला येत नाय बग! काय करायचं?' त्याचा इशारा माज्याबी ध्यानात आला. तेवढ्यात कंची म्हशीला घेऊन माघारी आला. म्हशीला गोठ्यात बांधलं आन खांबाला टेकून बसला. याला बगताच त्याला सगळं लक्षात आलं असनार. शिकारी कुत्र्यागत सावध झाला.

हा त्याला म्हनला, "माज्या मळ्यात पाय टाकलायस! कुटून आलं हे धैर्य?"

तो बाकीचा तरतरीत असला तरी भेजा येवडा चलाख नव्हता. चार आणे जरी भेजात अक्कल असती, तरी मी का याला बळी पडले असते? उत्तर सुचलं नाही. तसाच टकामका बगत ऱ्हायला. पुन्हा इचारलं तसं काय वाटलं काय ठाव, तो म्हन्ला, "मी काय सगल्या गावच्या बायांना मळ्यातल्या खोपीत बोलवत ऱ्हाय घ्या!"

तो आसं म्हनल्यावर हा कसा गप्प ऱ्हाईल?

तिपटूरला हा मला काय म्हन्ला व्हता? तवा मी खोबरं विकायला गेले होते. पोटाला भूक लागली म्हनून दोसे खायला गेले, तर समोर हा भेटला. "ये लक्कू, खायला ये." म्हनला. समोरच्या बाकावर बशिवलं मला. लई शरम वाटली. नको म्हन्लं तरी मला समोर बसवून मैसूरपाक, खोबऱ्याची वडी, बंबई बोंडा, मसाला-दोसा मागवून मला खाऊ घातलं. भायेर आल्यावर म्हन्ला, "लक्कू, एक सांगू काय?"

म्हन्लं आता हा काय बोलतंय? जीव घाबरा झाला. पन तोंडानं म्हन्लं, "बोला की!"

"तू लगीन करून आमच्या गावी आलीस, तवापासून माझी झोपच उडालीय बघ! तुला माजी बायको करायला पायजे होतं बग देवानं. तसं झालं नाही! काय करनार? तुलाबी काय करायला होनार नाय आन मला बी! जाऊ दे! तू असं कर, आज इथंच हॉटेलात ऱ्हा! कुणाला समजणार नाही."

मला राग आला, काय समजतोय हा मला? "लगीन झाल्यापासून मी दुसऱ्या पुरुषाकडं डोळा वर करून बगितलं नाय! गरतीला आसलं काय विचारता?" मी म्हन्लं.

"लग्नाआधी?" यानं इचारलं.

लग्नाआधी हासनमध्ये मी कुनाबरोबर काय का करेना? याला काय करायचं? तेवा कदी हाच आला होता काय माज्याकडं? लग्न करून या गावात आल्यानंतर ही लक्कू गरतीपेक्षा कायबी कमी नाही! आन तसं काही केलं असतं, तर कंचीनंबी मला जिती ठेवली आसती काय?

तेवढ्यात चन्नय्यनहळ्ळी तिप्पेगौडा जवळ आले. याच्यापाशी खोबऱ्याच्या व्यवहाराची चौकशी करू लागले. मी तिकडून बाहेर आले. नंतर कदीबी हा माज्यासंगं बोलायला आला नाही. समोरून आला की उगीच 'बरी हायस?' म्हनून इचारत होता. त्या दिवशी मात्र म्हनाला, "लक्कू, मी कदी याच्या बायकोवर नजर टाकली नाही. मी काय गावातल्या सगळ्या बायकांना मळ्यावर बोलवत नाही."

माझा चेहरा दाशाळाच्या फुलागत लालबुंद झाला. नंतर म्हन्ला, "समजलं की नाही? यानं माज्या मळ्यावर नजर ठेवता कामा नये! तूच तुज्या नवऱ्याला सांग. समजलं?" आन निघून गेला.

या गाढवाला कायबी समजलं नाही. मी पाठवलं नसतं, तर तो पुन्हा याच्या मळ्यात चोरी करायला गेला नसता. मला तवा राग आला व्हता. याच्या मळ्यात माजा नवरा शिरला म्हनून हा तर माज्यातच शिरायची भाशा करतोय! नाय का राग येनार? नवरा म्हनवनाऱ्यानं येवढं तर समजून घ्यायला नगं काय? आन त्याचंबी चुकलंच. माज्या मळ्यात का शिरलास म्हनून यानं विचारलं, तर त्यानं तरी येवढं का वाकड्यात शिरायचं? त्याच्या चोरीचा आन याच्या भानगडींचा काय संबंध?

पन रात्री जेवून झोपायच्या वेळी माज्याबी मनात हट्ट जल्मला. तुज्या बायकोपाशी आलो नाही, म्हनला न्हवं का! आजच रातच्याला पुन्ना माज्या नवऱ्याकडून याच्या मळ्यात चोरी करायला लावली नाय तर नाव नाय सांगनार ...लक्कू म्हनजे काय, ते समजू दे याला...

त्याला तर भुईला पाठ लागल्या लागल्या ढाराढूर झोपायची सवय. मध्यरात्री चोरी करायच्या वेळी जागा व्हायचा. मलाबी तशीच सवय लागलेली. रातच्याला उठायचं आन पहाटं तो यायच्या वेळी हळूच दार उगडायचं. माल आत घ्यायचा आन नंतर पुन्ना झोपायचं. आसं कायतरी पंदरा वर्षं चाललं होतं.

त्या रात्री मात्र डोळ्याला डोळा लागलाच नाही. मध्यरातीला तो उठून बसला. इचारलं, "आज कुनीकडं?"

"वडेर शिद्धलिंगप्पाचा मळा. उगवतीकडचा."

"नगं. मंजय्याच्या मळ्यात घूस.."

"चारच दिवसाआदी गेल्तो न्हवं का... आज संध्याकाळी येऊनबी गेलंय ते. आन बगितलंबी नाय काय काडून आणायचंय ते. शिद्धलिंगप्पाच्या मळ्यात फिरून

बगून आलोय.''

"ते काय नाय! खोबऱ्याचे नारळ नसले तरी चालंल. पन मंजय्याच्या मळ्यातून शहाळ्याचे दोन नारळ तरी आणच! उद्या सकाळी मळ्यात गेल्यावर त्यालाबी समजू दे कंची म्हनजे कसला मर्द हाय ते!'' मी म्हन्लं. त्याच्या मनात न्हवतंच. तरी बी माझ्या सांगन्याखातर तो दोरखंड, बॅट्री, कोयता घेऊन जायला निगाला.

मंजय्याशी पाट लावायचं पक्कं केल्यावर कंची खरोखर कसा मेला, ह्ये मंजय्याच्या तोंडूनच ऐकायला पायजे. व्हायचं ते झालंय. ते काय बदलायला येनार नाय, हे ठाऊक असलं तरी मनात अनावर कुतूहल जागं झालं. मंजय्याच्या छातीवर हात ठेवून तिनं विचारलं, "एक इचारते. सांगता काय?''

"देवाची आण घेऊन सांगतो. काय? विचार.''

"घेवाची कसली आण? मला सांगा. कंची झाडावरून पडून मेला, अशी कोर्टात साक्ष द्यायचं काम झालंय. तुमचा बचाव करायचा म्हनून मी फार इचार न करता साक्ष देऊन मोकळी झाले. आता सांगा, तो कसा मेला? तो कसाबी मेला तरी आता काय तो माजा नवरा नाही. यानंतर तुमीच माजे घेव..''

"लक्कू! या मंजय्याला एकच जीभ हाय, हे लक्षात ठेव! तुला खरं तेच सांगतो. मी रात्री मळ्यातच झोपलो होतो. पण तसं सांगितलं तर पोलीस सगळं कसं फिरवतील, तुला बी ठाऊक आहे. म्हणून तिपटूरला गेलौ होतो म्हणून सांगितलं. समजलं की नाही? तो घसरून पडलाय हेच खरं असणार. नायतर पोलिसांना समजलं नसतं काय? पोलीस म्हणजे काय वाटलं? दिव्यदृष्टी असणारी माणसं ती! शंकराला कपाळावरचा डोळा असतो तसा.''

लक्कूला हे पूर्णपणे पटलं की नाही कोण जाणे, पण तिचा प्रश्न मात्र नाहीसा झाला. मंजय्या म्हणाला, "झोप तू...''

सवय नसतानाही आपोआप डोळा लागला. काही वेळातच तोंडावाटे श्वासोच्छ्वास सुरू झाला.

पण मंजय्याला मात्र झोप लागली नाही.

मंजय्याला आठवू लागलं. आपण कंचीला मारलं हे खरं. वेंकटरामय्या वकिलांना कंचीला कसं कसं मारलं, तो सगळा तपशील सांगून झाला. तिपटूर नागप्पा, बिळीकेरे परमेश्वरय्या या दोघांची साक्ष पक्की केली असली, तरी त्यांना सगळा तपशील सांगितला नव्हता. त्यांनीही तो विचारला नव्हता. नंतरच्या गडबडीत आपल्याला तरी कुठं ते सगळं तपशिलानं आठवत बसायला जमलंय? लॉकअपमध्ये असतानाही मन पुढं काय करायचं, या विचारात गढून गेलं होतं. सतत आठवणीत

रमणारा माणूस कधीच आयुष्यात यशस्वी होत नाही. आता लक्कूच्या प्रश्नानंतर त्या घटनेतला प्रत्येक तपशील विस्तारानं आठवू लागला. लक्कूला मिठीत घेऊन शरीरसुखात डुंबत असताना तिच्या नवऱ्याच्या खुनाचा तपशील आठवणं त्याला रोमांचकारी वाटलं.

त्या दिवशी जे सांगायचं, ते लक्कूला कळेल अशा भाषेत सांगितल्यानंतर माघारी आल्यानंतर घरी जेवण केलं. रात्री दहा वाजता पुट्टल्लय्याला घराचा दरवाजा बंद करून घ्यायला सांगून मळा गाठला. नेहमीसारखा टॉर्च हातात होता. कमरेला कोयता. हातात दंडाएवढ्या जाडीचा सोटा. मळ्याच्या कुंपणाच्या फाटकापाशी आडोशाला उकिडवा बसून वाट पाहू लागलो. परसाकडे बसावं तसा! या विचारानं फिस्सकन हसू आलं.

त्यानं वळून पाहिलं, लक्कूला जाग आली नाही.

गावापासून दोन फर्लांगावर मळा. आधी एक कालवा ओलांडून यायला पाहिजे. सगळीकडे किर्र अंधार. आकाशात लांबवर दिसणारी नक्षत्रं. सुरुवातीला कंची चोरीसाठी येताना कुत्रं घेऊन यायचा म्हणे. पण किडे-बेडूक बघून ते भुंकून गोंधळ करायचं. म्हणून नंतर एकटाच येऊ लागला. हे तर सगळ्या गावालाच ठाऊक होतं. जर कंची मर्द असेल, आणि त्याला माझं बोलणं नीट समजलं असेल, तर तो आजच आला पाहिजे! या मूर्खाला समजलं नसलं तरी त्याची बायको त्याला समजावून सांगेल. की सांगणार नाही? तसं असेल तर आणखी उत्तम! त्या भडव्यानं माझ्या मळ्यात शिरून नारळाचा घोस उतरवला, तसं मीही त्याच्या घरात घुसून त्याच्या बायकोची मस्ती उतरवेन! म्हणजे न्याय झाल्यासारखं होईल!

आणखीही वाटलं, तो आता आला नाही, तर यानंतर कधीही इकडं येणार नाही! नंतर कधीतरी संधी बघून मीच लक्कूशी संधान जुळवलं पाहिजे!

पण माझा तर्क खोटा करणं कुठल्याही देवाला शक्य नाही! मला ठाऊक होतं ते!

या विचारानं मनात उल्हास वाटून एक सिगारेट ओढायची इच्छा झाली. पण तसं केलं तर या बयेला जाग येईल आणि माझ्या आठवणींचा फुलोरा गळून जाईल, असंही वाटलं. आपल्या मळ्यात चोरी करायला शिरलेल्या कंचीला ठार केल्याची आठवण गोंजारण्यात सुख वाटू लागलं. या सुखासाठी सिगारेटचा त्याग करण्यात शहाणपणा असल्यासारखं वाटून मनाच्या इच्छेवर आवर घालण्यात यश आलं.

थोडा वेळ गेला. वाटलं, इथं बसणं योग्य नाही. इथून बाहेर पडताना ऐंशी-नव्वद नारळांचा घोस वाहून नेताना त्याला ओढ्याकडच्याच फाटकानं जावं लागेल.

येताना मात्र कुंपणाच्या कुठल्यातरी सांदीतून घुसू शकेल. नुकतंच कुंपणाचं काम केल्यामुळे तेही तितकंसं सोपं जाणार नाही. पण धनगरी कुत्र्यासारखा सडपातळ आणि चपळ देह असलेल्या कंचीला काहीही अशक्य नाही! जागा बदलून नारळीच्या झाडांपाशी असलेल्या गोब्बळीच्या झाडाच्या आडोशाला राहणं योग्य वाटलं. नजर मात्र नारळीच्या झाडांवरून इकडून तिकडं फिरत होती. कंचीकडे एक बारीक टॉर्च असल्याचं गावात सगळ्यांना ठाऊक होतं. त्याचा उजेडही सगळीकडे न पसरता केवळ नारळाच्या एकाच घोसावर पडतो, हेही ठाऊक होतं. त्या टॉर्चशिवाय तो कुठंही जात नाही, हेही ठाऊक असल्यामुळे माझी नजर नारळीवरून जराही हटू न देता पाहत राहिलो. दोन-तीन तास गेले तरी तो आल्याची चाहूल लागली नाही. माझं घड्याळच नव्हे, आकाशातली नक्षत्रंही मध्यरात्र उलटल्याचं सांगत होती. तरी आला नव्हता. या मंजय्याच्या भूमीवर पाऊल टाकायचं धैर्य नसल्यानं आला नसेल भडवा, असं वाटलं. या विचारानं एकीकडे समाधान वाटत असलं, तरी मी वाट बघत राहिलो. हा आला तर आजच येईल, या माझ्या तर्कावर शंका घ्यायची गरजच नव्हती.

मध्यरात्र उलटून तासभर गेल्यानंतर नारळाचं एक झाड खालपासून वरपर्यंत उजेडानं उजळून पुन्हा अंधारात मिसळून गेल्यासारखं वाटलं. माझा अंदाज बरोबर ठरला. या भावनेनं माझ्या हातापायांना सूक्ष्म कंप सुटला. भीतीनं नव्हे. या मंजय्याचा आणि भीतीचा दुरान्वयानंही काही संबंध नाही. माझं बोलणं या हलकटाला समजलं वाटतं!

मी पट्कन बाजूला झालो आणि आणखी थोड्या आडोशाला उभा राहिलो. नंतर पुन्हा काही दिसलं नाही. कंचीला पुन्हा टॉर्च लावायची गरज नाही, एवढं जबरी निरीक्षण आहे याचं! मी कमरेच्या कोयत्याला एकवार चाचपून पाहिलं. वेळेचा अंदाज घेऊ लागलो. एवढ्या उंच झाडावर चढून घोस उतरवायला किती वेळ लागेल? एकाच झाडावर त्याला पुरेसे नारळ मिळतील काय? की आणखी दोन-तीन झाडांवर हा चढेल? मी लक्ष देऊन पाहत असताना आणखी एक झाडही प्रकाशाच्या झोतात क्षणभर भिजून पुन्हा नाहीसं झालं. हे फणसाच्या शेजारचं झाड. याच्या एकेका घोसात किमान पन्नास तरी नारळ होते. शंभरपेक्षा जास्त नारळ एकाच वेळी वाहून नेणं कुणालाही शक्य नाही. तो आणखी कुठल्याही झाडावर चढणार नाही, आणखी फारतर सात-आठ मिनिटं! टॉर्च सोडून घड्याळ बघायची गरज नव्हती. मी अंदाजानं वेळ मोजू लागलो. तो अगदी हलक्या पावलानं वावरत असला, तरी दोन झाडं चढून उतरल्यामुळे दम लागलेला ऐकू येत होता. मी मात्र श्वासही न घेता उभा होतो.

डाव्या खांद्यावर मागं-पुढं नारळांचे घोस लटकवून तो माझ्या अंदाजाप्रमाणे

ओढ्याकडच्या फाटकापाशी आला. मी मुद्दामच उघड्या ठेवलेल्या फाटकातून तो बाहेर पडत असताना त्याच्या मागं धावलो. पावलांचा आवाज ऐकताच तो मागं वळला. पण ओझ्यामुळे त्याच्या हालचालीचा वेग मंदावला होता. एव्हाना माझ्या उगारलेल्या जाडजूड सोट्याचा आघात त्याच्या मस्तकावर पडला. तो कोसळला. मी टॉर्च लावून पाहिलं. कवटी फुटून रक्त येत होतं. खांद्यावरचे नारळ विखरून पडले होते. तो हातपाय झाडत होता. टॉर्चच्या उजेडात मी काही क्षण त्याच्या हालचाली पाहिल्या. हळूहळू त्याच्या हालचाली मंद होत गेल्या. विव्हळणं थांबलं, काही क्षण नुसतेच हातपाय झाडत राहिला. त्याला तसंच उचलून खांद्यावर घेतलं आणि खोपीकडं गेलो. सडपातळ असला, तरी किती जड होता लोखंडासारखा! भडव्याला का हट्ट सुचला आजच माझ्या मळ्यात शिरायचा? त्याला एका नारळीच्या खाली आणून टाकेपर्यंत उरलासुरला जीव निघून गेला होता. खोपीजवळचा एक बऱ्यापैकी मोठा दगड आणून तिथं जमिनीत रोवून ठेवला. प्रेताचं डोकं त्या दगडापाशी येईल असं ठेवलं. तिथं आणखी एकदा सोटा मारला. अंगावरचे कपडे बदलले. त्याचा दोरखंड, टॉर्च योग्य जागा बघून ठेवली. झाडावरचे आणखी चार-दोन नारळ प्रेताच्या बाजूला पडतील, असं केलं. नंतर तिथून बाहेर आलो. तिथून सरळ घरी आलो. पुट्टललय्यानं दार उघडलं. सोबत आणलेले नारळ माडीवर ठेवून माझे कपडे पाहिले. रक्तानं माखलेले कपडे एका पिशवीत ठेवून ती पुट्टल्लय्याच्या हातात दिली आणि म्हटलं, "माझ्या घरचं अन्न खावून माजलीस! नारळ आणल्याचं कुणालाही सांगायचं नाही! उद्या हे सगळे नारळ सोलून त्याची सालं कुठंतरी नेऊन जाळून टाक. लक्षात ठेव. मी दोन दिवसांपासून गावात नाही. कुणीही विचारलं, तरी हेच उत्तर द्यायचं. समजलं? तुझ्या आईची शपत्त!" असं सांगून अंधारातच गाव सोडून निघालो.

मंजय्यानं हे दृश्य एकदा, दोनदा, नव्हे तीनदा मनातल्या मनात आठवून पाहिलं. का ठार मारलं याला? डोक्याला मारण्याऐवजी पायावर हाणलं असतं आणि नंतर पोलिसांकडे दिलं असतं तर? किंवा गावात पंचायत बसवली असती तरी चाललं नसतं का? पायाची नगड तोडली असती तर आयुष्यात पुन्हा झाडावर चढणंच काय, नुसतं चालणंही अशक्य झालं असतं. जीवच घ्यायचा निश्चय का झाला असावा? कंची माझ्या मळ्यात घुसला, याचा अर्थ माझी काय किंमत राहिली? या मंजय्याच्या नादाला लागलं तर कुणीही वाचणार नाही, असं भोवतालच्या छप्पन गावांना समजलं म्हणायचं काय? होय! या विचारासरशी त्याला आपल्या कृतीचं समर्थन जाणवलं.

एवढ्यात लक्कूच्या श्वासाची गती थांबल्यासारखी झाली. तिनं त्याला बोटानं डिवचून जागं करत म्हटलं, "दिवस बुडायलाय. अंधार पडायला लागलाय. उठ."

मंजय्याला याचा अर्थ समजला नाही. त्यानं विचारलं, "का? काय झालं?"

"आज रंगसेट्टींच्या मळ्यात जानार व्हतास न्हवं? उशीर होतोय. उठ लौकर!" ती धाड्कन उठून बसत म्हणाली. शेजारी कंची नव्हता. निमिषार्धात तिला परिस्थितीचं भान आलं. एकवार अंग मोडून आळस देऊन ती पुन्हा झोपली.

मंजय्याला मंद हसू आलं.

परमेश्वरय्याशी बोलतानाच त्यानं विचार केला होता, एकदा लक्कूला जिंकलं तर केस जिंकायची शंभर टक्के गॅरंटी! त्याच रात्री, तिथंच हिला भेटायचा निश्चय केला होता! परमेश्वरय्याला जिंकायची पूर्ण खात्री नव्हती, जिंकलं. त्यानं मुलगी दिली असल्यामुळे. त्यात काय विशेष? त्याच रात्री हिच्याकडे जाऊन हिला कब्जात घेतलं, हेच उत्तम झालं! हा तर वेंकटरामय्यालाही न सुचलेला पॉइंट! त्याला मी खून झालेल्याच्या बायकोलाच माझ्याकडे वळवून घेतलंय असं सांगितलं, तेव्हा तोच चुटकी वाजवत म्हणतो कसा, "तर मग पोलिसांकडून रिमार्क मारून घेऊन या.."

या विचारासरशी मंजय्या कंचीला मारलेल्या घटनेपेक्षा त्याच्या बायकोला कब्जात घेतलेल्या घटनेचं रवंथ करत राहिला.

कंचीला मारल्याच्या पाचव्या रात्री आठ वाजता. अमावस्येचा अंधार. गुरुवार. हिच्या घरी हासनहून हिची थोरली बहीण आणि तिची दोन मुलं आली होती. हासनमध्ये शिकणारी हिची मुलगीही आली होती. बापाच्या दुःखात असलेल्या आपल्या आईचं सांत्वन करायला. सोळा वर्षांची मुलगी. बहिणीचा नवरा हासनमधल्या सॉ-मिलमध्ये कुली होता आणि बहीण कॉफीप्युरीत नोकरीला होती.

रात्री आठ वाजले होते. लक्कू एकटीच घराच्या मागच्या बाजूच्या गोठ्यात दूध काढत होती. मी गोठ्यात शिरताच कंदिलाच्या प्रकाशात तिनं मागं वळून पाहिलं. मला पाहताच तिचा चेहरा पांढराफटक पडला. तिला कंप सुटला. ती ओरडायच्या आधीच मी तिच्या जवळ जाऊन तिच्या तोंडावर हात ठेवला. तिच्या कानापाशी कुजबुजलो, "लक्कू! तुझा माझ्यावर राग आहे, हे मला ठाऊक आहे! पाहिजे तेवढं रागाव. पाहिजेतर पायातलं खेटर काढून बडव. तुझ्याशी थोडं बोलायचंय, म्हणून आलोय. तुझ्या घरात बहीण-मुलगी आहेत. तिकडं बोलता येणार नाही. माझ्या घरी तुला बोलवायचं म्हटलं, तर लोकांना समजेल. तुझ्या छातीवर हात ठेवून सांगतो, पाहिजे तर मारम्माच्या पायांना हात लावून सांगतो, मी कंचीला मारलं नाही. झाडावरून पडला, जीव गेला! पोलिसांचा माझ्यावर आधीपासूनच राग आहे. म्हणून ते मला पकडायला डाव टाकतायत. तेच सांगायला आलोय. आणखी कुणापुढं बोलू नकोस. या मंजय्यावर विश्वास ठेव. दूध ठेवून परसाकडेचं कारण

सांगून कत्ताळे गल्लीकडे ये. तिकडं धुपाचं झाड आहे, तिकडं. माझं ऐकल्यानंतर तुला काय करायचं, ते कर. मंजय्याची जीभ म्हणजे एकदम पक्की आहे. माझ्याकडे बघ. म्हणजे तुला पटेल!''

असं म्हणत तिचा दंड धरून माझ्याकडे वळवलं. ती माझ्याकडे पाहत होती. तिच्या चेहऱ्यावर भय, आशंका होती. मी तिच्या नजरेत नजर मिसळली. तिच्या मनात गोंधळ उसळलेला माझ्या लक्षात आला. मी पुन्हा म्हटलं, ''तुला आलंच पाहिजे! माझा हात हातात घेऊन हो म्हण!''

मीच तिचा हात हातात घेऊन दाबत म्हटलं, ''हे बघ! माझं काहीच नाही. सगळं तुझंच आहे. देवाचीपण काहीतरी इच्छा दिसते! त्यानं तुझा नवरा नेला आणि माझी बायको मला सोडून गेली. तेच सगळं बोलायचंय. मी वाट बघतो. लौकर ये.''

मागच्या भिंतीवरून हलकेच उडी मारून, कुणालाही कळू न देता तिथून निघालो. कत्ताळे गल्लीकडच्या धुपाच्या झाडाआड जाऊन उभा राहिलो, तेव्हा ती निश्चित येईल, याची मला खात्री होती. अशा संदर्भात आजवर माझ्या मनानं कधीच मला दगा दिला नव्हता. मी विशिष्ट जागी विशिष्ट वेळेला ये म्हटलं तर आली नाही, अशी एक तरी बाई आहे काय या गावात, या पंचक्रोशीत? त्या दिवशी कंची मळ्यात येईल, लक्कू त्याला नक्की पाठवेल, हे माझं निरीक्षण तरी कुठं खोटं ठरलं? तरीही लक्कूची वाट बघताना छातीत धडधडत होतं, हे काही खोटं नाही. अशा वेळी कुणाला माझ्याइतकं धैर्य असतं?

दूध काढून झाल्यानंतर जेवण झाल्यावरच हिला परसाकडे जायचं निमित्त मिळणार ना? त्यात घरी असलेल्या बहिणीची नजर चुकवून यायचं. उशीर होणारच. हे ठाऊक असतानाही एकदा टॉर्च पेटवून घड्याळावर नजर टाकली. वास पसरू नये म्हणून सिगारेटही पेटवली नाही. एकदा मनात आलं, ही पोलिसांना कळवून मला पकडून द्यायचा डाव तर करणार नाही? या विचारासरशी हात कमरेला अडकवलेल्या कोयत्यापाशी गेला. जिवात जीव आला.

असाच किती वेळ गेला कोण जाणे. होय... वहाणांचा आवाज. पावलं बाईची. उठून उभा राहिलो. दूरवर ती दिसली. तिच्यापाशी जाऊन तिला म्हटलं, ''चल, धुपाच्या झाडापाशी जाऊ या.''

''माझ्या नवऱ्याचा जीव घेऊन आता मला मारायला आलायंस काय!..'' म्हणत तिनं हात उगारल्याचं अंधारातही माझ्या लक्षात आलं. मी तो कुऱ्हाडीचा हात धरला नसता, तर तिथल्या तिथं माझंच रक्त वाहिलं असतं! तिचा हात पिरगाळला, तेव्हा ती 'अय्यय्यो..' म्हणून विव्हळली. ती किंचाळणार, तेवढ्यात मी तिच्या तोंडावर हात ठेवला आणि म्हणालो, ''तेच सांगायला तुला हिकड

बोलावलंय. इकडं बोलायला नको. तिकडं धुपाच्या झाडामागं चल. आणि तुला मारायचंच असतं तर तुझ्या गोठ्यातच तुझा जीव घेऊन पळून गेलो असतो की! संतापानं बोललो, तर खरं काय ते समजणार नाही. चल!''

तिला जवळ घेऊन, मिठीत घेऊनच मी झाडापाशी आलो. शरीराला शरीर जुळलं तर मनही करंट जावा तसं बदलतं, हा तर माझा नेहमीचा अनुभव. खरोखरच आताही तोच अनुभव आला. ती माझ्या मिठीतून दूर झाली नाही. तिनं तसा प्रयत्नही केला नाही. मुकाट्यानं हुंदके देत देत सोबत आली. पारापाशी गेल्यावर 'बस' म्हटलं तर ताठ्यात म्हणाली, ''नाय बसनार! तुज्यापाशी मला काय बी बोलायचं नाय! माजी कुऱ्हाड दे हिकडं! तुजं मुंडकं छाटते आन माज्या नवऱ्याला रगात पाजते!''

''देतो थांब. ती तिकडंच शेतात पडली! तू इथंच थांब. कुऱ्हाड आणतो आन तुज्या पुढ्यात मान वाकवून बसतो. मारम्मासमोर कोकरू उभं राहावं तसं! छाटून टाक! नंतर काय करशील?''

तिनं हातातलं पाण्याचं डबडं माझ्या अंगावर फेकून मारलं. डोक्यावर बसायच्याऐवजी ते खांद्यावर आदळलं. त्यातलं पाणी अंगावर ओघळलं. तोंडानं ती माझ्यावर शेलक्या शिव्यांचा भडिमार करत होती, ''मढं बशिवलं तुजं! तुला नाय म्हसणात धाडलं तर लक्कू नाव नाय सांगनार!''

एकीकडे मला दोन्ही हातांनी फटाफटा बडवत होती. तो सगळा मार शांतपणे सहन करत राहिलो, हा केवढा शहाणपणा झाला! भरपूर काम केल्यामुळे राठ झालेल्या तळहाताचा मार खाणं काही कमी त्रासाचं नव्हतं. नंतर तिनं पायातली व्हाण हातात घेऊन झोडपायला सुरुवात केली. काही कडक पायांच्या लाथाही बसल्या. वेदना असह्य होऊन 'हाय्...' म्हणत असतानाही ती मारत राहिली. शेवटी हातातली व्हाण गळून पडली, तेव्हा काय करावं ते न सुचून ती हुंदके देऊन रडू लागली. भोवतालच्या अंधारात फक्त तिच्या हुंदक्याचांच आवाज ऐकू येत होता.

मीच म्हटलं, ''दुसरी व्हाण हाय ना? त्यानं हाण मला! तू किती मारलंस, तरी मी तुझ्यावर हात उगारणार नाही! माझा हात उठणारच नाय तुझ्यावर! कधीच नाही उठणार!''

ती एव्हाना बधिर अवस्थेला पोचली होती. तिच्या डोळ्यांत पाणी भरल्याचं मला समजत होतं. काही वेळ जाऊ दिल्यावर तिचा दंड पकडून थोडा दाबत मी म्हटलं, ''बॅटरी लावून कुऱ्हाड शोधून आणून देतो थांब. मार मला! मान काप माझी! तुझ्या हातून मेलो तरी मला राग येणार नाय. पण मरायच्या आधी तुझ्यासंगं थोडं बोलायचंय. इकडं बैस. मी काय विचारतो, त्याला उत्तर दे. नंतर तुझ्या हातात कुऱ्हाड देतो.''

तिला एका जागी बसवली. तिच्या डबड्यातल्या पाण्यानं जमीन थोडी ओली झाली होती. ती बसली. समोर मीही बसलो. खिशातला रुमाल काढून आधी तिचे डोळे पुसले.

"डोळे का पुसले ठाऊक आहे? तुला माझा चेहरा नीट दिसावा म्हणून! माझ्याकडे नीट पाहा. म्हणजे माझं मन तुला समजंल." बोलता बोलता सहज तिचा हात हातात घ्यायला गेलो, तर तिनं माझा हात झिडकारला. पण त्याला दाद न देता मी तो पुन्हा घट्ट धरला आणि विचारलं, "त्याच रात्री तू कंचीला का पाठवलंस?"

ती काही बोलली नाही. ती माझ्याकडे रोखून पाहत असल्याचं माझ्या लक्षात आलं. मी पुन्हा विचारलं, "सांग, का पाठवलंस? मला ठाऊक आहे, तो आपणहोऊन नव्हता आला! हेच विचारायला मी तुला इकडं बोलावलंय. का पाठवलंस? सांग बघू!"

"असं का इचारतोयस मला?"

"का विचारलं? मला ठाऊक आहे, त्या दिवशी मी बोललो, ते त्याला समजलं नव्हतं. समजणार नाही, हे मलाही ठाऊक होतं! तो ढ आहे, हे मलाही ठाऊक होतं. पण तू हुशार आहेस! तू कशाला त्याला सगळं समजावून सांगत बसलीस? गप्प का राहिली नाहीस? जे विचारायचं, ते नंतर संधी बघून मला विचारायचं! खासगीत बोललो असतं आपण!"

"तुज्याशी काय बोलायचं खासगी?"

"जे बोलायचं, तेच बोललो असतो. त्याला पाठवून दिलंस, ही तुझीच चूक आहे! ते पण जाऊ दे. मी त्याला मारलं म्हणून तू पोलिसांना सांगितलंस ना? मी मारल्याचं तू बघितलंस काय? अंधारात झाडावर चढला तो. हात भरून आले नसतील कशावरून? ते जाऊ दे. आपली चूक तू माझ्यावर घातलीस! हे बरोबर आहे काय? हा न्याय आहे?"

"माजं काय चुकलं?"

"बरं! ना तुझी चुकी, ना माझी चुकी! एक सांगतो. ऐकतीस?"

"लौकर बोल! माझी आक्का वाट बगतीय घरी! आणखी उशीर झाला तर हिकडं शोधायला येईल."

मी तिच्या अगदी जवळ सरकलो. तिच्या मांडीला माझी मांडी भिडेल अशा प्रकारे शेजारी बसत तिचा हात घट्ट हातात धरला आणि म्हटलं, "हा मंजय्या म्हणजे अगदी वाया गेलेला माणूस आहे म्हणून समजू नकोस! पाहिजे तर विश्वास ठेव, नाही तर नको ठेवूस. पण मला खरं सांगायलाच पाहिजे. मला का वाईट माणूस म्हणतात? लग्नाच्या बायकोला मी सोडलंय, म्हणून! पण मी का तिला

सोडलं? मी जमीनदार. शेतकरी माणूस. बायको म्हणून आलेल्या बाईनं म्हशीची देखभाल नको का करायला? शेणगोठा नको का करायला? मी शेतावर गेलो तर माझं जेवणखाण घेऊन यायला नको? जत्रेत मिळणाऱ्या कचकड्याच्या भावलीसारखी बायको असल तर संसार कसा होणार? तिला हे सांगायला गेलो, तर माहेरी जाते म्हणाली! म्हंटलं, जा! मला तुझ्याविषयी आशा निर्माण झाली, हे खोटं नाही. अजूनही मनात आहे. नंतरही राहील. तुझ्यासारखी बायको मिळायला पायजे, असं वाटलं तर काय चुकलं? तू बघ! किती म्हशी राखतेस! किती दुभतं काढतेस! किती लोणी विकतेस! अशी बायको असेल, तर माझ्याएवढी जमीन असणारा काय काय करल! वैतागलोय मी या बायकोला! एक सांगतो, ऐकशील काय?''

हिला काय बोलावं, ते समजलं नाही. तेव्हा मीच म्हटलं, ''हं, म्हणशील तर सांगतो.''

''हं...''

एव्हाना तिचा ताठा निम्म्यापेक्षा कमी झाल्याचं माझ्या लक्षात आलं होतं. तिच्या मांडीवरचा दाब आणखी वाढवत म्हटलं, ''या केसमधून कोर्टातून सोडवून घेऊन येतो, तू काही काळजी करू नकोस! पोलीस मला कायबी करू शकत नाहीत. मी बाहेर आल्यानंतर तू आणि मी पाट लावू या. नवरा-बायको होऊन राहू या! तुझी मुलगी, ती माझी मुलगी! तुला-मला पुढं होणाऱ्या मुलांची ती आक्का! मोठी बहीण! एवढ्यात हे कुणापाशी बोलू नकोस! तुझ्या बहिणीलापण सांगू नकोस! माझ्या तुझ्यातच हे गुपित राहू दे. माज्या मनात जातीबिती काय बी नाही. सगळं व्यवस्थित झाल्यावर मीच सगळ्या गावात डांगोरा पिटून सांगेन, लक्कू माझी बायको, म्हणून! हे मोठं झाडच माझ्या बोलण्याला साक्षी आहे! तू नाही म्हणायचं नाही!''

तिनं माझ्या हातातून आपला हात सोडवून घेतला. ''काय ह्ये तुजं बोलनं!''

''काय झालं? पाट लावू या म्हंटलं तर काय चुकलं माझं? पायजे तर ताशे वाजवून व्यवस्थित लग्न करू या. बायकोला घालायचं तसं गळ्यात डोरलं, बोरमाळ, सरी; दंडात वाक्या, हातात पाटल्या-तोडे-गोट; पायात तोरड्या-मासोळ्या सगळं घालतो! नाहीतरी तू माझ्या लग्नाच्या बायकोसारखीच असणार आहेस तेव्हा! आधी माझ्याकडे बघ!..'' म्हणताना मी हातातल्या टॉर्चचा झोत आम्हा दोघांच्याही चेहऱ्यावर पडेल असा धरला, ''माझ्याबरोबर लग्न झालं, तर तुझ्या पोटीही माझ्यासारखा लेक जन्माला येईल!''

या वाक्यासरशी ती पूर्णपणे वितळून गेल्याचं माझ्या लक्षात आलं. तिची नजर खाली गेली. ही संधी पकडून मी खिशात हात घातला, खिशातून एक तीन पदरी सोन्याचा हार बाहेर काढला. त्यावर बॅटरीचा झोत टाकला. तिचं तिकडं लक्ष वेधून

म्हणालो, ''परमेश्वरय्याच्या लेकीसाठी म्हणून केला होता. माझ्या घरातली शेतीची कामं करणार नाही, असं सांगून निघून गेली! तसाच ठेवून दिला होता. हेच मंगळसूत्र समज! या झाडाची आण, ग्रामदेवता लक्कम्माची आण! तुझी आण, माझी आण..'' म्हणत तो हार तिच्या गळ्यात घालून तिला कवटाळलं.

ती गोंधळून गेल्याचं तिच्या अस्थिर श्वासोच्छ्वासावरून समजत होतं. तिला न सोडता म्हटलं, ''लक्कू! आजपासून तू माझी बायको झालीस! मी तुझा नवरा झालो!'' पाठोपाठ तिला तिथल्या तिथं जमिनीवर झोपवलं. तिला कसलाही विचार करायची, धडपड करायची संधी न देता मी माझा हेतू साध्य केला. ती फक्त पुटपुटत राहिली, ''नको..नको...सुतक हाय...नको...'' जबरदस्तीनं तिच्या तोंडावर माझं तोंड दाबून धरत मी तिला पुढं बोलायची संधी दिली नाही.

या आठवणीसरशी मंजय्यानं शेजारी वळून पाहिलं. लक्कू त्याच्या दंडावर डोकं ठेवून गाढ झोपली होती. बाईवर तेवढी जबरदस्ती करून संपवलं की नंतर ती हूं का चूं करत नाही! बाईला संपूर्णपणे कह्यात घ्यायला हेच एक जबरदस्त औषध आहे! या आपल्या निष्कर्षावर तो स्वत:शीच खूश झाला. तेव्हाही सुरुवातीला खूप धडपडली. पण नंतर सावकाश शांतही झाली. विविध क्लृप्त्या वापरल्यावर तर पूर्णपणे वश झाली! तिला संपूर्णपणे वश केल्यावर तिच्या कानात पुटपुटलो, ''तुझी शपथ लक्कू! कंची झाडावरून घसरून पडला. मी लाच दिली नाही म्हणून पोलीस माझ्यावर चिडलेत. माझी बायको आहेस तू! खरं काय ते तुला समजायला पायजे की नको?''

त्याच वेळी माझी खात्री झाली होती, यानंतर ही माझ्याच बाजूनं साक्ष देणार! कर्दनकाळ म्हणवला जाणारा पोलीस इन्स्पेक्टर डी. एस. नारायणमूर्तीचा युक्तिवाद पूर्णपणे उलटापालटा होणार!

'पोलिसांनी आपलं कर्तव्य व्यवस्थित निभावलं नाही. हा मृत्यू रात्रीच्या अंधारात चोरी करताना पाय घसरून पडल्यामुळे झाला की त्याचा कुणी जाणीवपूर्वक खून केला, याचा निर्णय होणं कठीण आहे. जरी हा खून मानला, तरी मृताच्या पत्नीच्या साक्षीमुळे मंजय्यानंच तो केला असावा, असं मान्य करता येणार नाही. शिवाय कंची गावातल्या सगळ्या मळ्यांमध्ये चोरी करत होता, असं पोलीसच सांगताहेत. त्यामुळे इतर कुणीतरी खून करून मृतदेह मंजय्याच्या मळ्यात टाकण्याचीही शक्यता नाकारता येत नाही. पोलिसांनी या दृष्टीनं तपास करणं आवश्यक आहे...' असा न्यायालयाचा निर्णय झाला.

आता ते आठवताच मंजय्याला अनावर हसू आलं.

त्या आवाजानं लक्कूला जाग आली. दचवून ती उठून बसली. सभोवताली बघून तिनं आपण कुठं आहोत, याचा अंदाज घेतला. मंजय्यानं विचारलं, ''का?

रोज मध्यरात्री अशीच दचकून जाग येते?''

"व्हय! इतक्या दिवसांची सवय हाय जी!'' ती उठून बसली. यानंतर दोन तास तरी आपल्याला झोप येणार नाही, हे तिला ठाऊक होतं. त्याचं मन पुन्हा लंपट झालं. तरीही हिच्या बाबतीत थोडं सावध राहायला पाहिजे, असं वाटून तो डोळे मिटून पडून राहिला. त्यालाही झोप येतच होती. तिला मात्र कंटाळा आला होता. कोर्टातून मंजय्या सुटून आल्यानंतर दोघांची या प्रकारे पहिल्यांदाच भेट होत होती. दोघांनाही पहिल्यांदाच आरामात गप्पा मारायला मिळत होत्या. त्यामुळे महत्त्वाचं बोलायलाच पाहिजे, असं ठरवून तिनं विचारलं, "हासनला जाऊन माज्या लेकीला सांगून टाकते.''

"काय सांगणार?''

"तुमच्यासंगं लगीन करनार हाय, म्हनून! पाट लावनार, ह्ये तिलाबी सांगायला होवं.''

"एवढ्या घाईनं?'' मंजय्यानं विचारलं.

"आपलं लगीन तर झालंच न्हवं का त्या रात्री झाडाच्या साक्षीनं? हा सरबी घातला न्हवं का? आता तुमी माज्याकडं आन मी तुमच्या घरी यायला कशापायी घाबरायचं? नवरा-बायको म्हन्लं की आसंच पायजे एका हंतरुनात! मी शिजवलेलं तुमी खायला पायजे. हिकडं तिपटूरला हाटिलात चोरासारकं कशाला पैशे खर्च करून ऱ्हायचं?''

"मीही तोच विचार करतोय. आता लोक काय म्हणताहेत ठाऊक आहे? दोघांना लगीन करायचं होतं, म्हणून दोघांनी मिळून कंचीला मारलंय! लगेच आपण लगीन केलं, नाय तर एकत्र ऱ्हायला लागलो, तर लोकांना तेच खरं वाटायला लागेल! आणि कंचीची वर्षाची तिथी झाल्याशिवाय करायचं नसतं म्हणे. शास्त्र हाय तसं. मी विचारलंय. माझं काही नाही. जर शास्त्र बघायचं नाही म्हणत असशील, तर माजं काय बी नाही.''

याला मात्र लक्कू घाबरली. लोक काय म्हणतील, हा प्रश्न तर होताच. त्याहीपेक्षा महत्त्वाचं म्हणजे कंचीचं भूत काय करंल, याचं तिला भय वाटलं. भुताला सगळंच समजतंय म्हनतात!

तिनं विचारलं, "भूत किती दिवस आसतंय?''

'वर्षाच्या तिथीचं जेवल्यावर जातंय म्हणं!''

"त्याला सगलं समजतंय?''

"सगलं म्हन्जे?''

तिनं त्याच्याकडे सूचक नजर टाकली. ते जाणून तो म्हणाला, "ए गाढव! एकदा मेल्यावर हे सगळं कशाला समजंल? मी शास्त्र सांगितलं. वर्षाच्या आत

लगीन किंवा पाट लावायचा नाही एवढंच. बाकी भूत वगैरे सगळं खोटं असतंय.''

त्याच्या बोलण्यानं तिच्या मनातला गोंधळ आणखी वाढला. तिनं विचार केला, भूत नाय तर वर्षाच्या तिथीला काय जेवायला येईल? आन बायको मेली तर नवरा लगेच लगीन करतोय, ते कसं? पण खरंच बायकांनी एवढ्या लवकर पाट लावल्याचं तिनंही बघितलं नव्हतं. त्यामुळे ती गप्प बसली.

मंजय्याच म्हणाला, "आन दुसरं म्हणजे लगेच पाट लावला, तर तुझी लेक लता काय म्हणल? शाळेत जातेय न्हवं का? आधीच गावातले काय पण बोलायला लागलेत. पाट लावल्यावर तिलाबी तेच खरं वाटायला लागंल! तू तिला सांग, मंजय्या आन तुज्या बापाची आधीपासून दोस्तीच होती, रात्रीच्या अंधारात चुकून त्यांच्या मळ्यात शिरला आन झाडावरून पडून मेला. मंजय्यावर राग असलेले नारायणमूर्तीसारखे पोलीस त्यांच्यावर आळ घ्यायला लागलेत. ते खरं असल्यामुळे कोर्टानं त्यांना सोडलं. आता तुजा बाप मेल्यावर तेच मला जगायला वाट करून देताहेत. तू असं सांग, तिला माज्याविषयी माया वाटायला पायजे बग! थोडे दिवस जाऊ दे. तिचं मन तयार झालं की मग आपण पाट लावू या. गडबड केली, तर तुजी पोर तुज्या हातून जाईल बग!''

हे तर तिला अगदी पटलं. कंचीला कुणीच मारलं नाय, तो पाय घसरून पडला आन जीव गेला, हे तर तिनं आधीच सांगितलं होतं. यानंतर तिच्या मनात मंजय्याविषयीबी प्रेम वाटल आसं बोलायला पायजे!

तरीही यानंतर जगायच्या इतर व्यवस्थेविषयीही त्याच्याशी बोलायचं होतं. किल्ल्याच्या बाजूला कंचीची अर्धा एकर जमीन होती. गावात दहा गुंठे बाग. म्हणजे दहा नारळी सोडली तर वेगळी कुठंही जमीन नव्हती. केवळ दहा नारळींपासून तो वर्षाकाठी किती खोबरं विकत होता, हे कुणालाच ठाऊक नव्हतं.

कंचीलाही ते सांगता आलं नसतं. अंधाऱ्या रात्री कधी पन्नास-साठ, कधी सत्तर-ऐंशी, क्वचित कधी शंभरही नारळ चोरून आणून घरी टाकायचे, एवढंच त्याला ठाऊक होतं. ते माळ्यावर साठवून ठेवणं, त्यांचा हिशेब ठेवणं, योग्य वेळी सोलून त्यातलं खोबरं काढणं, गोणीत भरून ट्रकमध्ये लादणं, तिपटूरला घेऊन जाऊन तिथं योग्य तो भाव बघून विकणं, आलेला पैसा कर्जाऊ देणं, त्याची वसुली करणं हे सगळे उद्योग लक्कूचेच असत. आपल्यापेक्षा बायको हुशार आहे, ही वस्तुस्थिती कंचीनं कुठल्याही वादाशिवाय मान्य केली होती. टीचभरच जमीन असल्यामुळे तो शेतीच्या कामासाठीही जायचा नाही. बैलगाडीही सांभाळली नव्हती. म्हशींची देखभालाची जबाबदारी लक्कूच बघायची. अशा प्रकारे अंधाऱ्या रात्री झाडावर चढून नारळ चोरण्याव्यतिरिक्त त्याला आणखी काहीही काम नव्हतं. नारळ उतरवण्याचं काम तो मोलानं करू शकत असला तरी त्यात त्याला अजिबात

रस नव्हता. दररोज असली मजुरी करून झाडाला एक या प्रकारे तीस-चाळीस नारळ कमावून अंग दुखवून घ्यायची त्याची तयारी नव्हती. दिवसभर चटईवर अंग टाकून झोप काढायची किंवा गावाच्या तळ्यात पोहायला जायचं, याव्यतिरिक्त तो दुसरं काहीही करत नव्हता. सगळ्या गावाला हे ठाऊक होतं. तरीही त्याला चोरी करताना पकडणं किंवा ठोक द्यायची ताकद गावात कुणालाही नव्हती. चारचौघांनी एकत्र येऊन पकडलं तरी सुटका करून घ्यायचा चपळपणा आणि शक्ती त्याच्याकडे होती. काहीजण तर असहाय होऊन गयावया करत त्याला म्हणायचे, 'कंचंण्णा, परवा आमच्या मळ्यापाशी चाहूल लागली. तू असल्याचं समजलं. यानंतर सहा महिने आमच्या मळ्याकडे फिरकू नकोस! आम्ही गरीब माणसं!'

अशा कंचीला मंजय्यानं संपवलं होतं! शिवाय कोर्टातूनही सुटून आलेला मंजय्या त्या गावातच नव्हे, संपूर्ण पंचक्रोशीत शूरवीर म्हणून प्रसिद्धी पावला होता! हे मंजय्यालाही चांगलंच ठाऊक होतं. त्यात नारायणमूर्ती चनरायपट्टणला आल्यापासून वाघ म्हणून परिचित झाला होता. लाचलुचपत तर त्याच्या जवळपासही फिरकत नव्हती. सरकारी कामासाठी तो कुठल्याही गावी गेला तरी सार्वजनिक विहिरीचं पाणी ओढून प्यायचा, पण कुणाच्या घरी शहाळ्याला हात लावायचा नाही. तोच नव्हे तर इतर सबइन्स्पेक्टर, फौजदार, शिपाई हे करत असतील तर पंचनाम्याच्याच वेळी मंजय्यासारखी माणसं सगळी केस उलटीपालटी करून टाकायचे. पण आता हा नारायणमूर्ती आल्यामुळे मंजय्याला फाशी किंवा जन्मठेपेची शिक्षा होणार, याची गावकऱ्यांना खात्री होती. अशा नारायणमूर्तीला न्यायाधीशांनी 'योग्य तपास केला नाही' असा शेरा दिला म्हटल्यावर मंजय्या आणि वकील वेंकटरामय्या यांची शक्ती काय असेल, याची कल्पना करणंही गावकऱ्यांना अशक्य होत होतं!

सगळ्यात महत्त्वाचं म्हणजे कंचीच्या बायकोची कोर्टात साक्ष फिरवणारा माणूस हा! गावात अफवा पसरल्या होत्या, कोर्टात मंजय्याचा चेहरा पाहताच लक्कू त्याच्यावर भाळली म्हणे! गेलेला नवरा काही परत येणार नाही! याला जगवलं तर आज ना उद्या हा माझ्याकडे बघेल, अशी आशा वाटली म्हणून लक्कूनं आयत्या वेळी साक्ष बदलली म्हणे! गावातल्या रसिक गावकऱ्यांनी अशा प्रकारच्या कितीतरी कथा जन्माला घातल्या आणि तोंडातोंडी त्यांचा प्रसारही झाला.

ज्या बायकांचा मंजय्याशी संपर्क होता, त्यातल्या अनेकींच्या कानांवरही हे आलं होतं. त्यांना एकीकडे मंजय्याविषयी अभिमान वाटला, तर दुसरीकडे पोटशूळही उठला! इतके दिवस त्याच्याकडे तुच्छतेनं बघणाऱ्या गरतीही ही कथा ऐकल्यानंतर त्याच्याकडे कुतूहलानं पाहू लागल्या. त्याचे शत्रूही त्याचा देखणेपणा आणि रुबाबदार व्यक्तिमत्त्व मान्य करत होते. पण त्याच्या वागण्याविषयी बोलताना मात्र मतभिन्नता दिसत होती. त्याच्यासारखा रंग, बांधा आणि रूप असणारे आणखीही

कितीतरी जण पंचक्रोशीत होते. पण त्या सगळ्याचा विशिष्ट हेतू मनात ठेवून वापर करायची वृत्ती असणारं मात्र कुणी नव्हतं. केवळ दिसण्यापेक्षा त्या रूपाचा वापर कसा केला जातो, यावरच ते व्यक्तिमत्त्व ठरतं ना! कीर्ती आणि अपकीर्ती या एकाच गोष्टीच्या दोन बाजू असतात ना!

जिंकून परतल्यानंतर राजरोसपणे लक्कूच्या घरी जा-ये ठेवताना तरुणांमध्ये आपल्याविषयी कुतूहल निर्माण व्हावं, अशी त्याची इच्छा होती. पण पाट लावण्यासारख्या प्रकरणात अडकून राहायची त्याची अजिबात तयारी नव्हती. लक्कू ही तशी कर्तबगार बाई आहे, हे त्यालाही ठाऊक होतं. तिला समाजामध्ये बायकोचं स्थान दिलं तर ती आपल्या स्वातंत्र्यावर पूर्णपणे बंदी आणू शकते, याविषयी तो जागरूक होता. ती आपल्याला वश झाल्याची बातमी सगळीकडे पसरली पाहिजे, पण त्याचबरोबर तिला कुठल्याही प्रकारचे अधिकार मिळता कामा नयेत, याविषयी तो जागरूक होता. सुटका झाल्यानंतर ते दोघे जवळ यायची ती पहिलीच वेळ असल्यामुळे ती दोघांमधल्या पुढच्या संबंधांविषयी प्रस्ताव मांडेल, याची त्याला अपेक्षा होती. अशा वेळी आपण काय उत्तर द्यायचं, याचा त्यानं आधीच विचार करून ठेवला होता.

"यानंतर मी पोट भरायला काय करू?"

"अर्धा एकर शेत, दहा नारळाची झाडं, एवढ्या म्हशी आहेत की पोटासाठी!"

"मी एकटीच असते, तर कायबी इचार केला नसता. पोर शाळंत शिकतीय न्हवं! कायबी होऊ दे, शिकनारच म्हनून हट्ट हाय तिचा. थोरल्या बहिणीकडं ठेवलंय. तीबी गरीब हाय. नाचनी, वाल, नारळ, मीठ, मिरची सगळं मीच पाठविते. पोरीचा कपडा, साबून, पावडर, पुस्तकं, बुकं सगळ्यासाठी महिन्याला वीस रुपये द्यायला लागतात."

मंजय्यानं या गोष्टीचाही आधीच विचार केला होता. तो म्हणाला, "आतापर्यंत तू किती रक्कम वाचवलीयस? त्यातली किती व्याजानं दिलीस?"

"ए! माज्यापाशी कुटून ऱ्हानार व्याजानं द्यायला?" ती म्हणाली. तरीही याला आपले हे व्यवहार ठाऊक असल्याचं लक्षात येऊन ती चांगलीच गडबडली होती. अंधारात चेहरा दिसत नसला तरी आवाजावरून त्याच्या हे लक्षात आलं होतं.

"हे बघ! माझ्यापाशी खोटं नाय बोलायचं! एकूण किती पैशे आहेत, ते सांगून मोकळी हो बघू! पुरत नसतील तर मी पैशे देईन."

आठवत असल्यासारखं करत लक्कू स्वत:शीच विचार करू लागली. सावध झाली. सगळा हिशेब एवढ्यात याला सांगायचा नाही, हे तिलाही समजत होतं. नंतर म्हणाली, "फार काय नाय. दोन-तीन हजार असतील."

"तू असं कर. तुझ्या गळ्यातला तो हार गहाण ठेवून मी तुला तीन हजार

आणून देतो. एकूण पाच हजारांत गावातल्या पेठेत एक लहान दुकान ठेव. मी तुला चनरायपट्टणमधल्या दुकानांमधून कमी किमतीत सामान मिळवून देतो. नाय तरी मी जात-येत असतोच. सामान संपलं की मला सांगायचं. बसल्या ठिकाणी दुकान चालंल. तसंच पायजेतर खोबरं विकत घेत राहायचं. तेही शहरात विकायचं. गरीब माणसं भेटली तर डबल फायदा मिळेल. तिपटूर मार्केटमध्ये रेट जास्त होईल, तेव्हा विकायचं.''

दुकानाचा विचार तिला आकर्षक वाटला. नारळाचा व्यवहार तर तिला परिचितच होता. पण तीन हजारांसाठी त्यानं गळ्यातला सर मागावा, याचा तिला राग आला. तो दाखवत ती म्हणाली, ''तू जिवंत असताना गळ्यातलं डोरलं काढून गहाण ठेवायचं काय?''

''याला डोरलं कोण म्हणेल? त्या दिवशी मी फक्त म्हंटलं, यालाच मंगळसूत्र समज म्हणून! त्या वेळी कुठं दुसरा सोनार शोधत जायला जमणार होतं? वर्ष संपल्यावर खरंखुरं मंगळसूत्र करून गळ्यात घालंन. आता धंद्याला भांडवल नाही म्हणून तसं मी म्हटलं.'' एवढं बोलताना त्याला जांभई आली.

''भांडवल म्हनजे...'' तिचं वाक्य पुरं व्हायच्या आधीच त्याचा संथ लयीत श्वासोच्छ्वास सुरू झाला. त्याला गाढ झोप लागलेली बघून ती गप्प झाली.

तीन

यमसान्निध्यात असला तरी त्या प्रेतात्म्यात यमप्रज्ञा सदा जागृत होती. आपली प्रत्येक जाणीव त्या प्रज्ञेतून तो विवेचन करत होता.

"नियंत्या, आत शिरून राहणाऱ्या, स्वतःत गाडून घेतलेल्या मनाला काहीच समजत नाही, हे खरं आहे. मंजय्याची सुटका झाली ही बातमी मी स्थूलपणे समजून घेतली खरी, पण या निर्णयातले आतले धागेदोरे समजून घ्यायला गेलो नाही. माझा चेहरा बघून रामकृष्ण असो वा इतर कुणी मला तपशील सांगायला आले नसावेत. संध्याकाळी माझ्याशी बोलत असतानाच मंजय्याचं मन त्याच रात्री... होय... त्याच रात्री लक्कूचा उपभोग घेऊन तिला पटवायचा विचार करत असलं पाहिजे. हा खून केवळ मळ्यातल्या चोरीच्या हेतूनं घडलेला नाही, हे सत्य मला कसं समजणार? तीस वर्षांत तो या विषयात अधिक हुशार झाला आहे! लक्कूबरोबरच्या संबंधांच्या संदर्भात त्याच्या मनात येणारे कितीतरी विचार माझ्या लक्षात येऊ लागले आहेत. याची परिणती आणखी घोर अन्यायात होणार, हे दिसत असल्यामुळे मला दुःख होतंय! पण केवळ साक्षीभावानं राहायची अनुमती देऊन तू माझ्यावर बंधन घातलं आहेस! कुणालाही काही सांगून, सावध करून त्यापासून वाचवण्याची शक्ती माझ्यामध्ये नाही. तसं करणं, हा शुद्ध साक्षीचा गुणही नाही. तरीही आता माझ्या मनात कुतूहल निर्माण होऊन राहिलंय! पुढचं जाणून घ्यायचं अदम्य कुतूहल! तुझे चित्रगुप्त असल्या कुतूहलातूनही मुक्त झाले असतील. माझं तसं नाही. ही माझ्या जीवनाशी संबंधित कथा आहे! याचाच परिणाम म्हणून मी कदाचित तुझ्या चित्रगुप्तांसारखा निर्लिप्त साक्षी झालो नसेन."

चार

बातमी कुठूनतरी समजून, वर्तमानपत्रात वाचूनच बरेच जण परमेश्वरय्यांच्या वैकुंठसमाराधनेसाठी जमले होते. त्यांनी खोटं बोलल्याची चूक केल्यामुळे आत्महत्या केली, ही बातमी वृत्तपत्रांना अतिशय रुचकर बातमी वाटल्यामुळे त्यावर भर देऊनच संपूर्ण बातमी दिली गेली होती. त्या घरी जेवून गेलेले यात्रिक ज्या ज्या गावात होते, त्या सगळ्यांना बातमी समजली. परमेश्वरय्या दररोज जे अन्नदान करत होते, त्यात जातिभेद मानला जात नसे. त्या घरी जेवलेल्या लिंगायत, जैन समाजातल्या लोकांनाही दूध-फळं देऊन भुकेचं शमन करत असल्यामुळे ते सगळेही आले होते. त्यामुळे फार मोठ्या प्रमाणात माणसं जेवायला जमली. अन्नदान हेच आपल्या घराण्याचं वैशिष्ट्य आहे, असं जाणणाऱ्या रामकृष्णनं चनरायपट्टणच्या चलपती शेट्टींकडून कर्ज काढून शिवालयाच्या ओसरीत जमलेल्या सगळ्यांना पोटभर जेवायला घातलं. देवालयासमोरच्या भल्यामोठ्या वडाच्या झाडाच्या देवळाकडच्या फांदीवरच लटकून त्यांनी जीव दिला होता ना! जमलेले सगळेच त्या फांदीकडे पुन्हा पुन्हा वळून हात जोडत होते.

नवव्या दिवशी येऊन दहाव्या दिवशी धर्मोदक सोडून चौदाव्या दिवशी सगळे विधी यथासांग पार पडेपर्यंत थोरले जावई मत्तिकेरे सत्यनारायण, व्याही सुकन्येचे वडील तिपटूरचे मंडि नागप्पा मुक्कामाला राहिले होते. सत्यनारायणप्पा तर फारच क्वचित सासुरवाडीला यायचे. लग्नानंतर एक मूल झाल्यावर पत्नी मरण पावली होती. त्यानंतर सासू नसलेल्या सासुरवाडीशी कसला संबंध राहणार म्हणा! त्यांचा तालुकाच वेगळा. व्यापार आणि इतर व्यवहाराची केंद्रंही वेगवेगळी. त्यामुळेही संपर्क जेवढ्यास तेवढाच होता. परस्परांविषयी आस्था कमी होती, असंही नव्हे. तसं पाहिलं, तर सासरे आणि मेहुण्याविषयी सत्यप्पाच्या मनात भरपूर आदर होता. या दोघांनाही थोरल्या जावयांविषयी विशेष अगत्य होतं. त्या आदरापोटीच सत्यप्पानं

या घराशी संबंध जोडले होते.

सत्यप्पा आधीपासूनच गांधीवादी. स्वातंत्र्य-चळवळीत मनापासून भाग घेणारा. चरख्यावर सूत कातून खादीचे कपडे वापरणारा. आजही खादीव्यतिरिक्त दुसरा कपडा तो वापरत नव्हता. खेड्यात शिवलेल्या चामड्याच्या वहाणा घालून गावोगावी फिरून गांधीतत्त्वाचा प्रचार करायचा. फिरता-फिरता एकदा त्यानंही या घरी जेवण केलं होतं. घरात बाईमाणूस नसताना स्वत: दररोज स्वयंपाक करून अतिथींना जेवू घालणारे आणि आयुष्यात कधीही खोटं न बोललेले, अशी ख्याती असणाऱ्या परमेश्वरय्यांविषयी तोही ऐकून होता. सात्त्विक व्यक्तिमत्त्वाच्या परमेश्वरय्यांना पाहताक्षणीच सत्यप्पाला साबरमती आश्रमात पाहिलेल्या महात्मांशी साम्य जाणवलं. तिसऱ्यांदा आला असता सीता त्याच्या नजरेला पडली. एव्हाना त्याच्या मनातही गृहस्थाश्रमात प्रवेश करायची इच्छा होऊ लागली होती. लग्न करायचं असेल तर याच मुलीशी करायचं, असा विचारही मनात पक्का झाला. त्यासाठी तो आपणहोऊन पाहुण्यांकडे आला. अन्नदान करणाऱ्या या घरातली मुलगी करून घेतली, तर अशा मुलीला मी-माझं अशी स्वार्थी बुद्धी नसते. स्वार्थ असलाच, तर तो कमी प्रमाणात असेल. असे संस्कार असणाऱ्या मुलीला गांधीमार्गावरून वाटचाल करणं कष्टाचं जाणार नाही, या विचाराबरोबरच, सोळा वर्षांची झाली तरी उत्तम वर्ण-बांधा आणि देखणी असलेल्या या मुलीची आकृती त्याच्या मनात भरली होती, हेही तितकंच खरं.

तो त्या घरी आला, तेव्हा घरात आणखी चार पाहुणे होते. या आधी तीनवेळा येऊन गेल्यामुळे ओळख पटून परमेश्वरय्यांनी त्याचं उत्साहानं स्वागत केलं. तसा तो बसला. दहा मिनिटं झाली. आतून येणारा अन्नाचा घमघमाट त्याच्या नाकात भरला. हा तिनं बनवलेल्या स्वयंपाकाचाच सुगंध हेही जाणवलं. तो उठला. हातपाय धुवून खांद्यावरच्या टॉवेलनं हात पुसून बाहेर येऊन परमेश्वरय्यांना म्हणाला, ''तुमच्याशी थोडं खासगी बोलायचं होतं.''

इतरांनाही हातपाय धुवून घ्यायला सांगून परमेश्वरय्या त्याला घरामागच्या तुळशीकट्ट्याशी घेऊन गेले. तिथल्या जाईच्या मांडवाखालच्या दगडी कट्ट्यावर त्याला बसायला सांगितलं. त्यांच्या पायांना स्पर्श करून नम्रपणे नमस्कार केल्यानंतर त्यांच्या शेजारी थोड्या अंतरावर बसून त्यानं विचारलं, ''तुमच्या घरी दररोज चार-पाच माणसं तरी जेवून जातात. तुम्हाला माझा चेहरा परिचयाचा वाटत असला, तरी माझी सगळी माहिती तुम्हाला असायचं कारण नाही. तिपटूर तालुक्यातलं मत्तीकेरे माझं गाव. लहानपणी आई-वडील वारले. ताळकेरेचे चिक्कप्पण्णा आमचे दूरचे नातेवाईक. त्यांच्या प्रभावामुळे मी गांधी-चळवळीकडे वळलो. केंगेरीच्या गुरुकुलात काही दिवस शिकलो. तिथं, कन्नड लेखक ठाऊक आहेत ना, गोरूरु

रामस्वामी अय्यंगार, त्यांचा शिष्य होतो. पण फार दिवस तिथं राहिलो नाही. गावाकडं माझी जमीन पड राहिली होती. म्हणून गावी परतलो. तरीही मन गांधी-चळवळीकडे ओढ घ्यायचं थांबलं नाही. गावातही त्याच पद्धतीचं साहित्य वाचत होतो. मध्यंतरी सवड काढून दोनदा साबरमती आश्रमात आणि एकदा वर्धा आश्रमात महिना-महिनाभर राहून आलो. तिथल्या कार्यपद्धतीचा अभ्यास करून गावी परतलो. त्याच प्रकारे कार्य करत राहिलं तर आपल्या आजूबाजूच्या खेड्यांतही सुधारणा होईल, असं वाटून गावोगावी फिरत असतो. महात्मा गांधींसारखं होणं सगळ्यांनाच शक्य नाही. पण जन्मल्यानंतर आपल्याला जमेल तेवढं आपल्या समाजासाठी काहीतरी करून शक्य तेवढी सुधारणा करणं आपलं कर्तव्य आहे, अशी माझी भावना आहे. आता गृहस्थ व्हायची इच्छा आहे. गावाकडे उत्तम फळं देणारी तीनशे झाडं आहेत. पंचवीस-तीस हजार येतात. साडेचार एकर शेती आहे. दोन एकर बागाईत. पावसाळ्यात तलाव भरला तर भात काढतो. नाहीतर इतर तूर, वाल, हरबरा यांसारखी कमी पाण्याची पिकं काढतो. मला वाटतं, तुम्ही आमच्या गावी येऊन सगळं तुमच्या डोळ्यांनी पाहून घ्यावं. माझं वय सव्वीस. माझ्याविषयी तुम्ही आमच्या गावात चौकशी करू शकता. ताळेकेरे सुब्रह्मण्यांकडेही हवीतर चौकशी करू शकता. गोरूरु रामस्वामी अय्यंगार असोत वा केंगेरी गुरुकुलातही चौकशी करा. दररोज अन्नदान करणाऱ्या तुमच्या घरातली मुलगी माझी बायको झाली तर माझ्या जीवनमानाला योग्य होईल, असं वाटल्यामुळे मी आपणहोऊन विचारायला आलो. गेल्या खेपेला मी तुमच्या मुलीलाही पाहिलंय. माझी पुरती चौकशी केल्यानंतर जर तुम्हाला आणि तुमच्या मुलीला पटलं, तर तुम्ही तुमची मुलगी देऊन मला गृहस्थाश्रमी बनवावं.''

तो या घराचा जावई झाला. सीतेच्या बाबतीतही त्याची अपेक्षा पुरी झाली.

त्यांच्या मत्तीकेरेच्या घरी दररोज अतिथी नसले, तरी त्याच्या ग्रामोद्धाराच्या कामासाठी घरात येणाऱ्यांचा बऱ्यापैकी वावर होता. सभोवतालच्या कितीतरी गावांच्या पंचायतींच्या कामासाठी आणि इतर कामांसाठी परगावहून येणारे घरातल्या पडवीवर झोपायला येत असल्यामुळे ते नंतर जेवणखाणासाठी याच घरी थांबत. वडिलांच्या घरात नियमितपणे होणाऱ्या अन्नदानापुढे इथं अधूनमधून येणाऱ्या पाहुण्यांचं सीतेला काहीच विशेष वाटत नसे. भोवतालच्या गावांचं क्षेम पाहणाऱ्या नवऱ्याकडून स्वत:च्या जमिनीकडे होणारं दुर्लक्ष बघून सुरुवातीला सीता अस्वस्थ होत असली, तरी लवकरच तिला त्याच्या स्वभावाचा परिचय झाला. कन्नडमध्ये लिहिलेली आणि कन्नडमध्ये अनुवादित झालेली गांधींच्यावरची पुस्तकं वाचताना तिला नवऱ्याच्या ध्येयधोरणांचा अधिकाधिक परिचय तर झालाच, शिवाय त्याविषयी तिच्या मनातला आदरही वाढला. सत्यप्पा स्वत:ही काही काही बोलत राहायचा,

पण त्यानं बायकोवर कुठल्याही प्रकारची जबरदस्ती केली नाही. फक्त संदर्भ येईल, तेव्हा त्यामागील नैतिकतेविषयी मात्र बोलायचा. हळूहळू सीताही चरख्यावर सूत काढू लागली. सत्यप्पानं त्याविषयी विचारलं, तेव्हा ती हसत म्हणाली होती, "वेळ जायला हा उत्तम उपाय आहे!" दहा लड्या झाल्यावर तिनं नवऱ्याला खादीची साडी आणून द्यायला सांगितली. वर चमकदार डोळ्यांनी त्याच्याकडे पाहत म्हणाली होती, "बघू या तर कशी असते ते!"

लग्नानंतर सुरुवातीला संकोचानं गप्प राहणारी सीता हळूहळू नवऱ्याची हलकेच थट्टा करू लागली. धुवायला जड असणाऱ्या त्याच्या धोतराची थट्टा करता करता ती स्वत:ही तितकीच जाडीभरडी साडी वापरू लागली. पण म्हणून तिनं आपल्याकडच्या मिलच्या साड्या काही जाळल्या नाहीत. डांबराच्या गोळ्या घालून त्याही तिनं पेटीत सांभाळून ठेवल्या. जनसंपर्क हाच जीवन-व्यवसाय करून घेतल्यामुळे त्याचा स्वभावच बोलका झाला होता. विषय कुठलाही असला तरी त्याला आपल्या उद्धाराच्या उद्दिष्टाकडे वळवून घ्यायची हातोटी त्याच्याकडे होती. विषय कंटाळवाणा होणार नाही, यासाठी मध्ये विनोदी किस्सेही घालत होता, पण आपल्याला निरुत्तर करण्याइतकी वाक्शक्ती आणि विनोदशक्ती आपल्या बायकोमध्ये आहे, हे तोही जाणून होता.

अशी बायको सत्यप्पाला गृहस्थाश्रमात आणून अडीच वर्षांतच मरण पावली. दिवस राहिले, तिपटूरच्या हॉस्पिटलमध्ये बाळंतपणात गेली. नवजात मुलगा जिवंत राहिला.

लग्न करून नवऱ्याच्या घरी येताना तिनं सोबत आपल्या पाच वर्षांच्या बहिणीला, सावित्रीला सोबत नेण्याची अपेक्षा व्यक्त केली होती. नवरा घराबाहेर असताना कुणाचीतरी सोबत असावी म्हणून. अनोळखी सासरी कुणीतरी जिवाभावाचं असावं म्हणून. सत्यप्पानंही मोठ्या आनंदात तशी आपल्या सासऱ्यांकडे विनंती केली. इथंही तिच्याकडे लक्ष ठेवायला कुणीच नव्हतं. रामकृष्णला सकाळी उठल्यावर शेतात जावं लागायचं. अप्पा, परमेश्वरय्या साडेनऊच्या नंतर रात्रीची राखण करून घरी यायचे. दुपारीही दोघं आपापल्या कामावर निघून जायचे. शाळेचा वेळ वगळता सावित्रीला एकटीलाच घरात राहावं लागे.

सगळा विचार करून परमेश्वरय्यांनी तिला घेऊन जायची परवानगी दिली. तिथं गेल्यावर सावित्रीचं वडिलांपेक्षा या भाऊजींशी जास्त जमू लागलं. वडिलांचा सुरुवातीपासूनच गंभीर स्वभाव. बोलणं तर अगदी कमी. त्यात अम्मा जिवंत असताना थोडं तरी बोलायचे. कधी मूड लागला तर चेष्टामस्करीही चालायची. अम्माच्या मृत्यूनंतर मात्र ते इतके गंभीर झाले की त्यानंतर ते कधी हसलेच नाहीत. रामकृष्णअण्णाही तसाच. आधीपासूनच बोलणं कमी. छोटी बहीण म्हणून कौतुकानं

कपडे आणून द्यायचा, चिरडी नेसवायचा, फळं कापली की आपल्या वाटणीतलीही तिलाच भरवायचा. कधीकधी तिला 'अम्मा' म्हणून हाकही मारायचा. तरीही बोलणं कमीच.

पण भाऊजींचं तसं नव्हतं. लग्नातच त्यांनी छेडछाड करणं, वेणी ओढून चिडवणं, थट्टा करणं वगैरे करायला सुरुवात केली होती. गावी गेल्यानंतरही ते सुरेख गोष्टी सांगायचे. उडत्या घोड्याची, पंखवाल्या परीची गोष्ट इतक्या छान सांगायचे की ती ऐकता ऐकता छोटी सावित्री गुंग होऊन जायची. उडत्या घोड्यावर स्वार होऊन आकाशातून फिरून येताना घोडा नेमका त्यांच्या घरापाशी उतरायचा आणि सीतक्का तिच्यासाठी चकली, कडबोळी, लाडू, शंकरपाळ्या करून वाट पाहत असायची. भाऊजींच्या खांद्यावर स्वार होऊन भटकणं, त्यांच्या ताटात हक्कानं जेवायचं, गाढ झोप आली की हट्टानं त्या दोघांच्या मध्ये झोपी जायचं. यातलं काहीही सावित्री आताही विसरली नव्हती.

सीतक्का वारली, त्या वेळेपर्यंत गावाकडं रामकृष्णाचं लग्न होऊन घरात भावजय-सुकन्या आली होती. जन्मतः आईवेगळ्या लेकराला तिच्याकडे आणून ठेवायचा सासऱ्यांचा विचार असला तरी त्याला सत्यप्पानं मान्यता दिली नाही. कामाला एक बाई ठेवून त्यानंच बाळाचा सांभाळ केला. पण साडेनऊ वर्षांची सावित्री मात्र माघारी पित्याच्या घरी परतली.

तशी सुकन्याही काही वाईट नव्हती. पण तिनं कधी सावित्रीला सीतक्कासारखं जवळ झोपवून घेतलं नाही, हेही तितकंच खरं!

सावित्रीला वडिलांच्या आत्महत्येची बातमी समजली. त्यासाठी आपण जबाबदार आहोत, या भावनेनं रामकृष्णाचं मन अपराधगंडानं पछाडल्यासारखं झालं होतं. आपण खोटी साक्ष द्यायला सुचवलं नसतं तर त्यांनी तशी दिली नसती, याची त्याला खात्री होती. कोर्टात साक्ष देऊन परतल्यावर त्यांची जी अवस्था झाली होती ती तो पाहत होता, ते भोगत असलेली मानसिक यमयातना तोही भोगत होता. त्यांचं कसं समाधान करावं, हे त्याला समजत नव्हतं. लक्कूनं मंजय्याच्या बाजूनं खोटी साक्ष दिल्यामुळे मनावर झालेल्या आश्चर्य-आघातानं मन थक्क झालं होतं. त्याचा परिणाम म्हणून त्याची खऱ्यावरची श्रद्धा आणखी प्रखर झाली होती. त्यापुढे अप्पांना काहीही समाधान सांगितलं असतं, तरी तुच्छच होतं. याविषयी स्वतःच्याच मनात तिरस्कार भरला असता तोंड उघडून सांगणं तरी कसं शक्य होणार?

त्याचा स्वभावही मूलतः अबोल. त्यात या मानसिकतेमुळे त्याच्या जिभेला लकवा मारल्यासारखं झालं होतं.

त्यानं सावित्रीचं मंजय्याशी लग्न लावून द्यायला टोकाचा विरोध केला होता. अप्पा तर 'याला जावई म्हणणं अशक्य आहे...' असं एका वाक्यात सांगून मोकळे

झाले होते. पण सावित्रीचा पराकोटीचा हट्ट पाहिल्यावर मात्र 'तिच्या नशिबात असेल ते होईल, आपण काय करणार?' असंही हताशपणे त्यानंच सांगितलं होतं. हेही आठवताच अप्पांच्या आत्महत्येला आपणच कारणीभूत असल्याची नैतिक टोचणी त्याला पुन्हा पुन्हा छळू लागली. ते असं काही करतील असं आधीच ठाऊक असतं, तर आणखी काय कारण सांगून त्यांचं मन बदलता आलं असतं? या प्रश्नाचं त्याला कोणतंच उत्तर सुचलं नाही. त्यापेक्षा सरळच त्यांचे दोन्ही पाय घट्ट धरून त्यांना, 'तुम्ही असं काही केलं तर आयुष्यभर मला टोचणी लागेल; तुम्हाला कितीही मनस्ताप झाला तरी तुम्ही जगलं पाहिजे! तसा शब्द देईपर्यंत तुमचे पाय सोडणार नाही...' असं सांगितलं असतं, तर त्यांनी ऐकलं असतं का? पण त्यांच्या मनात काय चाललं होतं, त्याबद्दल कणभरही शंका जाणवली नाही.

मनस्तापाच्या वेदनेनं रामकृष्ण आणखी अंतर्मुखी झाला. त्याच्या चेहऱ्यावर काहीही न जाणवणारं मौन कायमचं पसरून राहिलं.

केवळ आपल्यामुळेच नाही, आपल्यासाठी खोटं बोलावं लागल्यामुळे अप्पांनी जीव दिला, या विचारानं सावित्रीही आतल्या आत तळमळत होती. बातमी समजताक्षणी ती गावी आली. ज्या झाडाच्या ज्या फांदीवर लटकून अप्पांनी जीव सोडला, त्याच फांदीवर लटकून आपणही प्राणत्याग करायची दुर्दम्य इच्छा तिला ग्रासून टाकत होती. तिनं तशी धावही घेतली. पण रामकृष्णअण्णा आणि सुकन्यावहिनीनं तिला मोठ्या कष्टानं आवरलं होतं. अण्णानं दंड धरून आवरलं, तेव्हा तिला त्याच्या आधारानं आपण वाचलो की आपल्यात तो आधार शोधत होता, तेच कळेनासं झालं. त्यानं दंड धरला नसता तर आपली जीव द्यायची इच्छा कमी झाली नसती, असं तिला वाटलं. त्या रात्री वहिनीही आपल्याजवळून हलली नाही. रात्रभर ती जागीच राहिली. सतत सावित्रीची समजूत काढत राहिली.

गणेश आल्यानंतरही अण्णाच दहनसंस्कारासाठी धावपळ करत होता. क्षणिक खोटं बोलणं नव्हे, आपण त्या नराधमाशी अप्पांच्या मनाविरुद्ध लग्न केलं, तेच या सगळ्या घटनेच्या मुळाशी होतं. कधीही कुणावरही हात न उगारलेल्या, वांड जनावरांनाही कधी पाच बोटं न लावणारे अप्पा! त्यांनी मला ठोकून काढलं, एवढंच नव्हे, लाथा-बुक्क्यांनी बुकलून काढलं! त्या वेळी काय झालं होतं मला? मी का तो पराकोटीचा हट्ट धरला? मला ग्रहणासारखी ग्रासून टाकणारी ती मोहाची शक्ती याला कारणीभूत होती का? की माझ्या हट्टी स्वभावाचा तो परिपाक होता?

त्या रात्री मात्र सुचलं, हट्ट हे अहंकाराचंच एक रूप आहे. थोड्या वेळानंतर, त्याच्याशी लग्न करायला नको म्हणताना अप्पा जे काही म्हणत होते, ते या क्षणी उमजलं आणि पटलंही. हट्टानं मंजय्याशी लग्न केल्यानंतर जेव्हा त्याचा व्यभिचार प्रत्यक्ष पाहिला, तेव्हाच नव्हे, त्याचं घर सोडून आल्यानंतरही तिचा अपमानानं

तिळपापड होत होता. नंतरही कधीही अप्पा किंवा अण्णानं तुझं कसं चुकलं, यावर अवाक्षर काढलं नाही. अप्रत्यक्षपणेही सुचवलं नाही. सुकन्या वहिनीनं मात्र संधी मिळताच बोलून दाखवलं. पुढं अप्पा-अण्णांनी किती नको म्हटलं तरी न ऐकता चनरायपट्टणात नोकरी शोधून वेगळं घर केलं, तेव्हाही मनात कुठंतरी सुडाची भावना होती. केवळ माझ्यावरच नव्हे, आपण हट्ट केलेल्या अप्पा-अण्णावरही. आता अप्पा वारले, त्यामुळे त्यांच्यावरच नव्हे, स्वत:वरही सूड उगवण्यामागचा पायाच ढासळून गेल्यासारखं झालं होतं.

त्यामुळे ती कोलमडून गेली होती. तिला कुठली दिशाच दिसेनाशी झाली होती. कुणीतरी आत्मीय, आईसारखं वाटू शकेल असं भेटलं, तर त्यांच्या मांडीवर चेहरा ठेवून पोटभर रडून घ्यावंसं वाटलं, तरी जवळपास तसं कुणीच नव्हतं. या क्षणी आई हवी होती. अम्मा! देवासारखा पती निघून गेला असला तरी तिनं लेकीचं मन जाणलं असतं. जवळ घेऊन सांत्वन केलं असतं. ती तर गेलीच. निदान सीतक्का असती तर! तिच्या मनात बालपणीच्या आठवणी तरळून गेल्या. तीही गेली. निदान भाऊजी तरी...

पण भाऊजी का दूर-दूर राहताहेत? पत्नी वारल्यानंतर, सासूही नसलेल्या सासुरवाडीत काय राहिलंय, असं वाटून? मला इतक्या मायेनं ज्यांनी सांभाळलं, जीव लावला... हे काही फक्त बायकोमार्फत आलेलं नातं होतं का? का नाही त्यांनी स्वतंत्रपणे नंतरही नातं टिकवलं? वाटलं, आताच्या आता मत्तिकेरेला जावं, आणि प्रत्यक्ष त्यांच्यासमोर उभं राहून जाब विचारावा!

पण तरीही, नवव्या दिवशी भाऊजी आले तेव्हा ती त्यांच्याशी बोलायला गेली नाही. मध्ये पंचवीस वर्षं गेल्यामुळे सत्यप्पालाही तिच्याशी बोलायचा संकोच वाटला. तो ओसरीत एका खांबाला टेकून एकटाच बसला होता. पांढरी खादीची लुंगी, पांढरा अंगरखा, मागं फिरवलेले पांढरे केस. घरात कुणी पुरुषमाणसं नव्हती. रामकृष्ण जोईसांशी विचारविनिमय करायला आणि त्याच आळीत राहणाऱ्या हिरण्णय्यांबरोबर स्मशानातही जाऊन येण्यासाठी बाहेर पडला होता. गणेश गाडी जुंपून तिथीचं सामान आणायला चनरायपट्टणला गेला होता. सुकन्या जुजबी बोलून आत गेली होती. एक स्वयंपाकी दोनदा ओसरीवर येऊन निघून गेल्याचं सत्यप्पानं पाहिलं होतं. त्याच्याशीही काही बोलावं, कुठल्या गावचे वगैरे चौकशी करावी असं त्याला वाटलं नाही. सासऱ्यांनी खोटं बोलायचं प्रायश्चित्त म्हणून किंवा अपमानामुळे आत्महत्या करून घेतल्याचं त्याला ऐकून माहीत होतं. पण वाटेत चालत येत असताना या गावातल्या लंकप्पेगौडांनी त्यांना ओळखून म्हटलं, "आमच्या गावी येणं अपरूपचं झालंय तुमचं!" नंतर परमेश्वरय्यांच्या सत्यवचनाचाही गौरव केला

होता. वर म्हणाले, "यानंतर आमच्या गावात वेळोवेळी पाऊस होणार नाही, चांगलं पीकपाणी येणार नाही!"

पण इतक्या वर्षांत गांधीजींनी सांगितलेल्या ग्रामोद्धाराच्या मार्गानं धावपळ करून लोकांचं मतपरिवर्तन करून थकून गेलेल्या सत्यप्पाचा यावर विश्वास बसला नाही. आपले सासरे किती सत्यवचनी होते याविषयी त्याला अनुभव होता, तसा विश्वासही होता. त्यानं गांधीजींना पाहिलं असल्यामुळे सासऱ्यांची शिस्त, स्वयंशिक्षा या गोष्टींचं आश्चर्य वाटलं नव्हतं. पण लंकप्पगौडा किंवा इतरांनी या कारणासाठी देवाची अवकृपा होऊन गावावर संकट ओढवेल, या प्रकारचं बोलायला सुरुवात केली तर त्याच्या मनात तिरस्कारच निर्माण होत असे. देशाला स्वातंत्र्य मिळाल्यानंतर ते विश्वासाचं युग नाहीसं झालंय, हे त्याला स्पष्टपणे ठाऊक होतं. त्याचा तसा अनुभव होता.

आता खांबाला टेकून बसून त्याचाच विचार करत असताना सावित्री भराभरा त्याच्याजवळ आली आणि म्हणाली, "जरा सरपणाच्या खोलीत येता का? थोडं बोलायचंय."

सत्यप्पा उठला आणि तिच्यापाठोपाठ निघाला. घराच्या परसात वर्षभराला पुरेल एवढं सरपण ठेवलेल्या, चुलाण आणि हंडा असलेल्या खोलीत गेल्यावर तिथं दोरखंड आणि जास्तीच्या घागरी ठेवण्यासाठी असलेल्या ओट्यावर त्याला बसायला सांगून ती त्याच्यासमोर उभी राहिली. नंतर म्हणाली, "बायकोच्या माघारी सासुरवाडीची काय मात्तबरी, अशी म्हण आहे. तुम्ही ती सार्थ केलीत!"

सत्यप्पानं मान वर करून तिच्याकडे पाहिलं. दुःख, संताप, उदासीनता; कुठलीही भावना मनात असली तरी तिच्या चेहऱ्यावरची चमक कमी होत नाही, हे त्याला ठाऊक होतं. त्याच्या चेहऱ्यावर अपराधीपणाची भावना व्यक्त होत असताना ती म्हणाली, "अप्पांच्या मरणाला मी कारणीभूत आहे, ठाऊक आहे?"

त्याची नजर तिच्या चेहऱ्यावरच खिळली होती. घडलेल्या सगळ्या घटनांचा भार आपल्या शिरावर घेताना तिचे डोळे भरून आले. बघता-बघता अश्रूंचा बांध फुटून ते गालांवरून ओघळू लागले.

अगदी छोटीशा, सात वर्षांच्या, त्याच्या अंगाखांद्यावर बागडणाऱ्या छोट्या सावित्रीची आठवण सत्यप्पाच्या मनात दाटून आली. तो उठून तिच्या जवळ जाऊन उभा राहिला. काय बोलून तिचं समाधान करावं, हे त्याला समजलं नाही. ती हुंदके देऊन रडू लागली. आता ती काही छोटी साती राहिली नव्हती. मोठी, तरुण, पस्तिशीची बाई. याची जाणीव असल्यामुळे तो तसाच उभा होता.

ही लहान असताना अशीच रडू लागली की कितीतरी वेळा त्यानं तिला जवळ घेऊन, तिचे मुके घेऊन तिच्या कानात काहीतरी गमतीशीर सांगून तिला खदाखदा

हसवलं होतं. तेव्हा बहुतेक वेळा तिला वाईट वाटण्यामागचं कारण तिची अक्का असे. कारण हिचं काही चुकलं तर तीच हिला रागावून चूक सुधारायला लावत असे. त्यामुळे हिला आपल्या स्वातंत्र्यावर आच आल्यासारखं वाटून दोघींमध्ये वाद होत. अशा वेळी जर हिनं भाऊजींपाशी तक्रार सांगितली, तर तेही 'नंतर आपण दोघं मिळून तुझ्या अक्काला चांगलाच धडा शिकवू या..' असं सांगत. तेवढ्यानं हिचं समाधान होई. नंतर खरं तर अक्काचं ऐकून भाऊजीही काहीतरी समजूतीच्याच गोष्टी सांगत. पण त्याचा तिला कधी रागही यायचा नाही आणि रडूही यायचं नाही.

सगळं आठवून सत्यप्पाला तीव्रपणे वाटलं, या मुलीच्या वाट्याला हे सगळं यायला नको होतं. मंजय्यासारख्याच्या मोहाला बळी पडून त्याच्याशी लग्न केलं, पुढं त्याच्या संसारातून बाहेर पडली. आता तर अप्पाच्या मृत्यूला आपणच सर्वार्थानं कारणीभूत आहोत, या अपराधगंडानं हिच्या जिवाची घालमेल होऊ नये. पण यातून तिला मुक्त करायचा मार्ग त्यांना सुचेना.

विचार करत राहिलं तर एखादा मार्ग सुचेलही, असा विचार करत तो म्हणाला, ''तू माझ्याबरोबर चल बघू! काही दिवस आमच्या गावी राहा. तिथं विस्तारानं बोलता येईल.''

ती काहीच बोलली नाही. रडूही थांबलं नव्हतं. तिचा हात धरून सत्यप्पानं तिला शेजारी बसवलं. स्वतःही तिच्या शेजारी बसला. तिचं डोकं बळेच आपल्या खांद्यावर टेकवून तिच्या कपाळावरून हात फिरवत राहिला. बराच वेळ रडून-रडून त्याची बाही ओली झाल्याचं भान येऊन ती बाजूला सरकून बसली. तो म्हणाला, ''माझा पांढरा खादीचा शर्ट डोळ्यांतल्या पाण्यानं किती भिजवलास, पाहिलंस ना?''

लहान असताना तिच्या डोळ्यांतल्या पाण्यानं भिजलेला शर्ट बघून अक्का हेच म्हणत असल्याचं तिला आठवलं. मग अक्काच हट्टानं शर्टाचा भिजलेला भाग तिला धुवायला लावायची. शर्ट स्वच्छ झाल्यावर तीच समजून काढायची, ''आता सगळं स्वच्छ झालं की नाही?''

हे आठवताच तिचा चेहरा थोडा सैल झाल्यासारखा वाटला.

काहीतरी करून हिचं दुःख कमी करायलाच पाहिजे, असा सत्यप्पाच्या मनाचा निश्चय झाला. पण म्हणजे काय करायचं? पित्याच्या मृत्यूला आपण कारणीभूत आहोत, हे तिचं वाटणं काही बिनबुडाचं नाही. जे घडून गेलंय, ते नाहीसं करणं तर शक्य नाही. पण काहीतरी करून माणसाच्या चुकीचा त्याला विसर पाडून त्याचं समाधान करून सत्य-असत्यातला फरक काही काळ तरी त्याच्यापासून अदृश्य करू शकलो– मंजय्या बायकोला स्वीकारून संसार करू शकेल, असा एक मार्ग दिसला– तरच तिचं दुःख काही प्रमाणात का होईना, कमी होईल असा विश्वास

वाटून मनाला थोडं समाधान वाटलं.

सावित्री त्या खोलीबाहेर येऊन घरात गेल्यानंतर तोही पुन्हा ओसरीत येऊन बसला. याच परिस्थितीवर विचार करत असताना केवळ या मुलीच्या आयुष्याला जोडीदार आणि दिशा देण्याचंच नव्हे, मंजय्यासारख्याला सुधारण्याचं श्रेयही आपल्याला मिळेल, अशी आकांक्षा मनात निर्माण झाली. कितीही क्रूर, नीच आणि पापी व्यक्तीच्या अंतर्यामीही परमात्मा वसत असतो. त्याला जागृत करायचं काम आपण करायचं असतं, हाच खरा सत्याग्रह! त्या महात्म्यांनीही हेच सांगितल्याचं त्याला आठवलं. आपण सत्याची कास सोडल्याचं दुःख असह्य होऊन जीव दिल्याची घटना समोर असताना तर मंजय्यासारखा माणूसही कणभरतरी विरघळला असेलच ना! अशा वेळी त्याच्यावर सत्य आणि प्रेमाचं दडपण आणलं तर तो नक्कीच मार्गावर येईल, असा विश्वास त्याच्या मनात दृढ झाला. गेल्या दहा-पंधरा वर्षांत जड झालेल्या सत्यप्पाच्या सुधारणावादी मनाला नवा उल्हास प्राप्त झाला. तो काहीसा उत्तेजित झाला.

दिवसकर्म संपवल्यानंतर रामकृष्णला सगळा तपशील विचारून, नंतर नेमकं काय करायचं ते ठरवता येईल, असा त्यानं विचार केला. तसं पाहिलं तर रामकृष्ण आणि सासऱ्यांपेक्षा आपल्याला परिस्थितीची जास्त कल्पना आहे. मंजय्या खोटारडा, व्यभिचारी आहे हे आपल्याला माहीत नाही, असं अजिबात नाही. हा त्याचा प्रधान गुण म्हणता येत नसला तरी वेळ आली तर तो यातलं काहीही करू शकतो. पण त्यातही फसवणूक म्हणजे कमी म्हणता येईल, असंही त्याला वाटलं. हे एकाच प्रवृत्तीचे वेगवेगळे चेहरे की स्वतंत्र गुण आहेत, या विचारात काही काळ त्याचं मन बुडालं. खोटं असेल, तर व्यभिचार चालणार नाही. पण सगळे खोटारडे व्यभिचारी असत नाहीत. व्यभिचार करणारे फसवणूक न करता व्यभिचार करू शकतील. व्यभिचाराचा स्पर्शही नसणारा फसवणूक करू शकेल. खोटं आणि फसवणूक यांचं जे काही साम्य आहे, ते आणखी कशाशीही असलंच पाहिजे, असं नाही. पाठोपाठ आठवलं, फसवणुकीचा स्पर्शही नसणारे खोटारडे असतातच ना! तशी काही उदाहरणंही आठवली. याचा अर्थ फसवणूक मूलभूत आहे, असत्य नाही. मग मंजय्या कसल्या प्रकारचा माणूस आहे? या वर्गीकरणात त्याची बुद्धी गर्क झाली.

मंजय्याशी बोलणं जमेल काय? खोटं बोलत असला तरी तो भरपूर बोलणारा माणूस आहे. लोकानुभव भरपूर असल्यामुळे त्याच्याकडे सांगण्यासारखंही भरपूर असतं. भरगच्च बातम्या ठाऊक असल्यामुळे त्यातली प्रत्येक कथा उपकथानकांनी समृद्ध असते. समयानुसार तो त्यात गांभीर्यही भरत असतो. त्या बाबतीतलं त्याचं चातुर्य वाखाणण्याजोगंच म्हणावं लागेल! त्यामुळे त्याच्या बोलण्याचा कधीच कंटाळा येत नाही. मंजय्या बऱ्याच दिवसांत आला नाही, अशी त्याची आठवण

आवर्जून निघत असते. आपल्या गावीही तो अधूनमधून यायचा. किती दिवस झाले? दोन-तीन... नाही. रामचंद्राच्या लग्नानंतर तो आला नाही. आला असता तर त्याच्या बायकोला, सुशीलेला 'बाहेर येऊन त्याच्याशी बोलत बसू नकोस..' अशी सूचना द्यावी लागली असती.

त्याला एक आठवलं. बायको मरण पावल्यावर सासऱ्याच्या घरची काय मातब्बरी, या विचारानं मी इथं यायचं सोडून दिलं, असं नाही. सीतेची आठवण झाली, तेव्हा मी स्वत:हून तीनवेळा आलो होतो. पण या घरात गप्पा मारायला कुणी माणसंच नाहीत. सासरेबुवा सतत गंभीर. रामकृष्णही बहुधा मौनाचरण करणारा! दररोज इतक्या लोकांना अन्नदान करणाऱ्या या मंडळींच्या मनात अंत:करणच नाही, असं कोण म्हणेल? पण भावना आणि विचार बोलण्यातून व्यक्त करण्याची सवय किंवा पद्धत मात्र अजिबात नाही, हे त्यालाही ठाऊक होतं. 'आता आलात का? या...बसा...' एवढं म्हटलं तर पुरेसं आहे का? तासाभरानं 'काय म्हणतंय तुमच्याकडचं पीकपाणी?' यासारखं आणखी एखादं वाक्य येणार. एवढ्या घुम्या लोकांच्या घरी कशाला यायचं? जे काही बोलायचं, ते सावित्रीच्या बरोबर! ती तेव्हा शाळेला जाणारी, वयात येणारी मुलगी! तिच्याशी तरी बोलून बोलून किती बोलणार? काय बोलणार? या तुलनेत लोकसंचारी मंजय्या घरी यायचा, स्वयंपाकघरात घुसायचा, चांगलंचुंगलं बनवायचा, स्वत: जेवायचा, मलाही खाऊ घालायचा. सोबत मनोरंजन करणाऱ्या मोकळ्याढाकळ्या गप्पा चालायच्या.

त्याचं सावित्रीशी लग्न झाल्यावर मी त्याचा साडू झालो, तसा थोरला भाऊच म्हणायला पाहिजे. पण हा तर मला त्या आधीपासूनच 'अण्णय्या' म्हणायचा. बोलता बोलता समोरच्याला काबीज करायची त्याला हातोटी आहे. कार्यव्याप्तीही भरपूर. योग्य असो वा नसो...

दहा वर्षांपूर्वीची एक आठवण ताजी झाली. तेव्हा... अरसीकेरे तालुक्यातल्या बीरगुंडमध्ये केलेला उद्योग आठवला. कुणी सांगितलं होतं मला? हो...आठवलं... गंडसी गुरुनिंगय्यानं सांगितलं होतं.

बीरगुंड सर्कलला एक ढ शानभोग होता. मंजुनाथय्या. मी पाहिलंय त्याला. पाहताक्षणी हा ढ आहे, हे ओळखू शकत होतो. काहीतरी चूक करून तो सस्पेंड झाला होता. वर चार पैसे चारून नोकरी राखायचा प्रयत्न केला होता. त्यामुळे चार-पाच महिने हातात दमडीही येत नव्हती. हा मंजुनाथय्या गावात इकडंतिकडं चरत चरबी वाढवत राहत होता. ही बातमी या मंजय्याला समजली. कशी समजली? कोण जाणे! मग हासनच्या डिस्ट्रिक्ट ऑफिसमध्ये काहीतरी लटपटी करून ती शानभोगकी आपल्याकडे घेऊन या मंजय्यानं ठाण मांडलं.

गाव म्हटला की विरोध तर असणारच. ढ मंजुनाथाला घेऊन कुणीतरी वरपर्यंत गेलं. सगळा अहवाल सुपूर्द केला. चौकशी करावी, असा आग्रह धरला. डीसीखालच्या लोकांना ऑर्डर येईल, असं केलं. अखेर रेव्हेन्यू इन्स्पेक्टरनं रिपोर्ट लिहिला, 'मंजुनाथ कर्तव्य न केल्यामुळे सस्पेंड झाला असून त्याला केवळ दम देऊन तीच नोकरी मिळेल असं करून तिथं कुणीतरी तोतया मंजुनाथ असल्याचं चित्र उभं केलं होतं आणि फसवणूक झाल्याचं वरच्यांच्या नजरेस आणून दिलं होतं. तेव्हा तर या मंजय्यानं त्या मंजुनाथाच्या बायकोलाही वश करून घेऊन 'परकाया प्रवेश' सर्वार्थानं पूर्ण केला होता म्हणे! तिच्याबरोबर तीन महिने काढल्यानंतर तिचा कंटाळा आल्यावर त्याच रेव्हेन्यू इन्स्पेक्टरला पुन्हा लाच देऊन मूळ मंजुनाथाला शानभोगकी परत करून हा माघारी परतला होता. या अवधीत त्या संपूर्ण गावात यानं अक्षरश: धुमाकूळ घातला होता! ही बातमी तेव्हाही बरीच गाजली होती!

ही सगळी हकिकत समजल्यानंतर दोन महिन्यांनी तो आमच्या गावी आला होता. जेव्हा हा विषय निघाला, तेव्हा त्यानं नजरेनंच सगळी घटना खरी असल्याचं सुचवलं होतं. आमच्या मळ्यात शहाळं पीत असताना हा विषय आला होता. तेव्हा मी म्हटलं होतं, "अरे! तुला खायला-प्यायला काही कमी नाही. अशा वेळी त्या ढ माणसाला तर तू फसवलंसच, शिवाय त्याच्या बायकोचं पातिव्रत्यही नष्ट केलंस! हा धर्म आहे काय?"

यावर त्यानं काय म्हणावं? तो म्हणाला होता, "अण्णय्या! तो खरोखरच पराकोटीचा ढ असता, तर मी त्याच्याशी असा वागलोच नसतो. मला या सरकारचा डाव साधायचा होता. वरच्या सगळ्या अधिकाऱ्यांना धडा शिकवायचा होता. तुमच्या गांधीनं स्वातंत्र्य मिळवून दिलं ना! त्या खादी सरकारला मला फसवायचं होतं. या सगळ्यांना असं खेळवायला मजा येत नाही काय? दुसरं म्हणजे पातिव्रत्याच्या संदर्भात मी काही केलेलं नाही. बाईनंच पातिव्रत्याचा ठेका घेतलेला असतो, असं तुमच्यासारख्यांना वाटतं! पण ते खरं नाही! एक लक्षात घ्या. बाईच्या मनातही आपल्यासारख्या आशा-आकांक्षा नसतात काय? एखाद्या देखण्या पुरुषाला पाहिलं, तर तिच्या मनातही आशा निर्माण होतेच. तुमच्यासारख्यांना नाही समजणार! मला समजतं ते! मी कधीच कुठल्याही बाईवर बलात्कार केलेला नाही. मी तिथून गावी यायला निघालो, तेव्हाही त्या ढ मंजुनाथाची बायको गयावया करून मला थांबायला सांगत होती. हे समजून घ्या!"

त्याच्या समोर बसून त्याचं बोलणं ऐकू लागलं की तो सांगतोय, तेच आणि तेवढंच सत्य आहे, असं भासायला लागतं! अशा माणसाला सत्य-असत्यातला सूक्ष्म भेद पटवून देणं तितकंसं सोपं नाही, याची सत्यप्पाच्या मनानं पुन्हा एकदा

ग्वाही दिली. तरीही ही आपल्या जीवनात मिळालेली एक संधी आहे! प्रयत्न करून आपण त्याचा अंतरात्मा किंचित का होईना, जागृत करण्यात यश मिळवलं तर इतक्या वर्षांत मनाला आलेलं जडत्व नाहीसं होऊन जगण्याला एक नवा अर्थ लाभेल, नवी दिशा दिसेल! सत्यप्पाच्या मनात आशा निर्माण झाली.

साडेतीन वाजायच्या सुमारास क्रियाकर्म चाललेल्या जागेकडून रामकृष्ण माघारी परतला. सोबत त्याच गावचे सुब्बण्णय्या, हिरिअण्णय्या, नागाजोईसही होते. यातले दोघे सत्यप्पाच्या परिचयाचेच होते. 'केव्हा आलात?' अशी रामकृष्णनं चौकशी केली. रामचंद्र, त्याची बायको, मुलांचीही खुशाली विचारली. एवढं बोलणं झाल्यावर त्याचं बोलणं संपल्यात जमा झालं. आधीच गंभीर असलेल्या त्याच्या चेहऱ्यावरचं मृत्यूचं सावट आणखी गंभीर करत होतं. मृत्यूचा अनुभव यानं स्वत: वाहिल्याचं दिसत होतं. त्याला पाहताच सत्यप्पाचं मन मृत्यूत सुटका शोधणाऱ्या सासऱ्यांच्या मन:स्थितीचा विचार करण्यात गुंतलं.

जेवताना फक्त हिरियण्णय्या-सुब्बण्णय्याच बोलत होते, "उद्या धर्मोदक म्हणजे सुमारे शंभर माणसं तरी जमतील." त्यानंतर विषय त्यासाठी लागणाऱ्या सामानाकडे वळला. त्यानंतर नागाजोईस बोलत राहिले. "या गावात, याच घरात यांनीच आपलं लग्न लावून दिलं..." वगैरे बरंच काही सांगत राहिले.

जेवण झाल्यावर सत्यप्पा सुब्बण्णय्यांच्या घरी गेला. पाठोपाठ हिरिअण्णय्याही गेले. परमेश्वरय्यांनी फास लावून घेतल्याच्या पार्श्वभूमीविषयी त्यांना जसं काही दिसलं, त्याविषयी संपूर्ण अनुकंपा आणि सहृदयतेनं ते दोघं विस्तारानं बोलत होते. सुब्बण्णय्यांच्या पत्नी विशालम्मा या परमेश्वरय्यांच्या पत्नीच्या वयाच्या होत्या. त्याही बोलण्यात सामील झाल्या. सगळ्या बोलण्याचा अर्थ एकच होता.

'अप्पा-अण्णा सगळे मिळून किती परीनं मंजय्याशी लग्न करू नकोस म्हणून सांगत असताना या सावित्रीनं कसं हट्टानं त्याच्याशीच लग्न केलं, हेच कसं सगळ्यामागचं मूळ कारण आहे. त्याचे सगळे उद्योग ठाऊक असून तिनं कसं हे लग्न केलं, त्यानंतर त्यानं बाहेर काहीही केलं तरी हिनं कशाला त्यात लक्ष घालायचं? घरात तो नीट वागतोय की नाही तेवढं बघून तिनं गप्प राहायला पाहिजे होतं. हेही तिनं सहन केलं नाही. माहेरी निघून आली. इथंही मुकाट्यानं खालच्या मानेनं राहायला तयार झाली नाही. चनरायपट्टणला जाऊन तिकडं नोकरी करायला लागली! हेही राहू दे. एवढं सगळं घडल्यावर तरी त्याच्यावरचा मोह सोडावा? त्याला फाशी झाली, तरी मला काही वाटणार नाही, असं तरी ठरवावं? तेही केलं नाही. नाहीतर तिचे अप्पा मुलीसाठी कसे, खोटी साक्ष द्यायला गेले असते? आपले वडील कसे आहेत, हे तिला ठाऊक नव्हतं काय? तोंडून चुकून जरी खोटा शब्द

गेला तरी ते जगणार नाहीत, हे ठाऊक असूनही तिनं यांना भरीला पाडलं!'

बोलता बोलता त्यांनी सगळा दोष सावित्रीवर टाकला.

सावित्रीच्या लग्नाला सत्यप्पा आला होता, तेवढंच. त्यानंतर या गावी तो अजिबात आला नव्हता. सावित्री माघारी आल्याची आणि ती नोकरीला लागल्याची बातमी त्याला एखाद्या दूरच्या नात्यातली घटना उशिरा केव्हातरी समजावी, तशी समजली होती. त्यातला तपशील तर त्याला आजही ठाऊक नव्हता. मंजय्याची भेट घेऊन त्याच्याशी बोलण्याआधी हा सगळा तपशील समजून घेणं आवश्यक असल्याचं त्याला जाणवलं.

सत्यप्पा घरी परतला. त्या वेळेपर्यंत तिपटूरहून रामकृष्णचे सासरे मंडी नागप्पा आले होते. शुभ्र मलमलचं धोतर; पोटावर आणि छातीवर तीन चोरखिसे आणि एक बाहेरच्या बाजूला खिसा असलेला, मनगटापर्यंत बाह्या असलेला आणि कॉलर नसलेला पांढरा अंगरखा. शेजारीच चटईवर त्याच्या हाताशी येईल अशा अंतरावर काळी गदगची टोपी ठेवली होती. शिवाय जाजमाच्या कापडाची एक पिशवीही होती. सगळा व्यवहार मुलाच्या हाती सोपवून, खोबऱ्याच्या व्यवहारासाठी तिपटूरला जाणं थांबवण्याआधी तिथं गेला असता तो यांना भेटून यायचा. पण ते तेव्हा आपलं खोबरं चन्नवीरप्पाच्या गुदामात द्यायचे. दोघांची गुदामं वेगवेगळी असल्यामुळे व्यवहाराच्या संदर्भातही त्या दोघांची वैचारिक देवाण-घेवाण कमीच व्हायची. शिवाय दोघांच्या स्वभावातही बराच फरक होता.

तरीही ते उद्या धर्मोदक द्यायला आले आहेत. मृताचा स्वयंअर्जित धर्म पुरेसा नसल्यामुळे हा लग्नाचा धर्महीं जमा होऊन त्यांना वैतरणी ओलांडणं सुलभ व्हावं आणि त्यांना पुढची गती प्राप्त व्हायला सुलभ व्हावं म्हणून... हा सगळा तपशील सुब्बण्णय्याच्या घरात ऐकला होता. खुनाच्या दिवशी मंजय्या तिपटूरला आपल्याबरोबर होता अशी न्यायालयात साक्ष दिली, त्यातले हे! ही साक्ष देण्यासाठी त्यांनी मंजय्याकडून आगाऊ हजार रुपये घेतले होते! म्हणजे, या माणसानं आतापर्यंत जे काही पुण्य गोळा केलं होतं, तेच उद्या धर्म म्हणून दान देणार!

हा विचारही सत्यप्पाला असह्य वाटत होता. तरीही काही न बोलता चटईवर बसून होता. आता मंडी नागप्पा त्याला विचारू लागले, "तुमच्याकडे जमिनींचे काय भाव चाललेत?"

"मला ठाऊक नाही. अलीकडे सगळा व्यवहार मुलगाच बघतोय." एवढं सांगून विषय संपवायचा प्रयत्न करत असतानाही ते काही गप्प बसायला तयार नव्हते. त्याच वेळी बाहेर एक बैलगाडी उभी राहिल्याचा आवाज आला. रामकृष्ण बाहेर गेला. त्याचा मुलगा गणेश चनरायपट्टणहून आवश्यक ते सामान घेऊन

आला होता. बाप-लेक गाडी सोडून त्यातलं सामान घरात आणायच्या कामाला लागले. रामकृष्ण नको म्हणत असताना सत्यप्पाही मदतीला लागला. मंडी नागप्पा मात्र "इकडंच एकीकडे जाऊन येतो..." असं सांगून तिथून बाहेर पडले. ते चालू लागले, तेव्हा त्यांच्या उजव्या पायावर पांढरी पट्टी बांधलेली दिसत होती. काहीतरी किरकोळ जखम झाली असावी, हे सत्यप्पाच्या लक्षात आलं.

सावित्री परसातल्या कट्ट्यावर आपल्याच नादात कपडे धुवत होती. पाठीमागून आलेले भाऊजी तिला दिसले नाहीत. त्यानं 'साती..' अशी हाक मारताच ती आश्चर्यानं मागं वळली. तिला भाऊजी वगळता आणखी कुणीच साती या नावानं हाक मारत नव्हतं. ती अडीच वर्षांची असताना त्यांच्या घरी राहत होती, तेव्हाची ही भाऊजींची सवय. क्षणभरातच तिला भान आलं. अनेक आठवणी जाग्या झाल्या आणि चेहऱ्यावर प्रसन्नता पसरली.

सत्यप्पा म्हणाला, "तुझ्याशी भरपूर बोलायचंय. एकटीशी. सगळं विचारायचं आहे. त्यासाठी मी आलोय. कधी भेटशील?"

"रात्री सगळ्यांची जेवणं होऊ दे. उद्याच्या तयारीसाठी कामाच्या बायका येतील. रात्रभर त्यांची त्यांच्यापुरती कामं चालतील. तेव्हा आपल्याला बोलता येईल." क्षणभर थांबून तीच म्हणाली, "बोलण्यासारखं काय राहिलंय, भाऊजी? सगळं संपून गेलंय!"

"तेच मला समजून घ्यायचंय तुझ्याकडून! उगाच इतरांकडून ऐकण्यात मला तरी रस नाही."

ती काहीच बोलली नाही. हातातलं लुगडं ती कुस्करू लागली. सत्यप्पा तिथंच उभा राहिला. तिनं विचारलं, "रामचंद्र आणि त्याची बायको येणार नाहीत काय?"

"तो एका दिवसासाठी येऊन संध्याकाळी परतणार आहे. सुशीला बाळंतीण आहे ना! त्याच्या सासुबाई आल्या आहेत. तरीही घरात कुणीतरी पुरुषमाणूस हवाच ना! घरात बाळंतीण असताना? बाळंतपणाची सगळी जबाबदारी त्यांच्यावरच आहे."

बाहेर गेलेले नागप्पा जरा उशिराच परतले. त्यामुळे जेवायला उशीर झाला. मधुमेह असल्यामुळे त्यांच्यासाठी नाचणीचे उंडे केले होते. तेच डाळीबरोबर कालवून वर चार भांडी ताक प्यायल्यावर त्यांचं जेवण झालं. इतरांसाठी उंडे केले नव्हते. म्हैसूर राज्याचे राजर्षी कृष्णराज वडेयार जसे नाचणीचे उंडे खात होते, त्यामुळे नाचणीच्या उंड्यांना कसं कृष्णराज वडेयार असं नाव पडलंय, ते खाणाऱ्यांना त्या महाराजांसारखी आनंददायक आयुष्य मिळते; ही सगळ्यांना ठाऊक असलेली

माहितीच नागप्पा सांगत होते. त्यामुळे जेवताना वातावरण थोडं हलकं झालं.

गणेशला आजोबांविषयी विशेष आस्था किंवा आदर नसल्याचं सत्यप्पाला जाणवत होतं. या आजोबांच्याच घरी गणेश कॉलेजमध्ये शिकायला होता. अलीकडे मात्र तिथून बाहेर पडून तो हासनला शिकायला गेल्याचं सत्यप्पालाही ठाऊक होतं. रामकृष्ण तर कठोर मौन पाळत होता.

सगळे झोपायला गेले. तेव्हा कामाच्या तीन बायका आल्या. स्वयंपाकघरासमोरच्या जेवणाच्या खोलीत स्वयंपाकाला लागणारं सगळं किराणा साहित्य ठेवलं होतं. सगळी पुडकी आणि बोचकी सोडून त्या दुसऱ्या दिवशीच्या स्वयंपाकाच्या कच्च्या तयारीला लागल्या.

बाहेरच्या पडवीत झोपलेल्या सत्यप्पाला सावित्रीनं बोलावलं. दोघंही मागच्या बाजूला असलेल्या पाण्याच्या खोलीत गेले. दुपारी सत्यप्पा बसला होता, त्या घागरी उतरवण्याच्या कट्ट्यावर ती बसली. धुरकट बल्ब मंद प्रकाश देत होता. तिच्या पायापाशी तोही नारळाची झावळी टाकून त्यावर बसला.

सावित्री म्हणाली, "भाऊजी, तुम्हाला काय विचारायचं आहे, ते मला ठाऊक आहे. आजपर्यंत मी माझी बाजू कधीच कुणाला सांगितली नाही. कधी तसं वाटलंही नाही. कशाला सांगायचं? ऐकणाऱ्यांना कुतूहल असतं, पण अंत:करण असेल याची कुणी खात्री द्यावी? माझी अम्मा जिवंत असती, तर तिला कदाचित सांगितलं असतं मी. सीतक्का असती, तर कदाचित तिच्यापुढे मन मोकळं केलं असतं. तुम्ही... तुम्ही तर इकडचं नातंच तोडून टाकल्यासारखं केलं होतं! आज आलात. साती अशी हाक मारलीत!"

ही लहान असताना आपण हिची 'मानाची पुतळी साती' अशी थट्टा करत असल्याचं त्याला आठवलं. आताही तोच स्वाभिमान हिचा प्रमुख गुण असल्याचं त्याला जाणवलं. आता हीही आपल्याशी मागच्या जवळीकीनं बोलत असल्याची जाणीव होऊन त्यानं विचारलं, "मंजय्याची लायकी सगळ्या गावालाच ठाऊक होती. तू तर आधीपासूनच विचारी मुलगी! मग अशा वेळी त्याच्याशीच लग्न करणार, असा का हट्ट धरलास?"

"का हट्ट धरला?" ती उत्तर तयार करून ठेवल्यासारखी बोलू लागली. तिच्या बोलण्यात स्वत:ची परीक्षा केल्यामुळे आलेला उपहासही होता. तसलंच हसू तिच्या चेहऱ्यावर उमटलं.

"या प्रश्नाचं उत्तर शोधण्याचा मीही शेकडो नव्हे, हजार वेळा प्रयत्न केलाय. आता नाही, पण तेव्हा खूप विचार केलाय यावर! याला प्रारब्ध किंवा कर्म म्हटलं, तर माझ्या चुकीवर मीच पांघरूण घालून पळवाट शोधल्यासारखं होईल. त्यामुळे त्या विषयावर नको बोलायला! मोह म्हणू या हवं तर. मोहात अडकून मी ती चूक

केली. शिवाय अहंकार! सतराव्या वर्षी मुलींमध्ये असतो, तो अहंकार! सगळं कसं घडलं, सांगते. का घडलं, याची मात्र तुम्ही कल्पना करा. तुम्ही गांधी-तत्त्वज्ञानाचा अभ्यास करून तसे वागताही. गावाबाहेरच्या तळ्यात 'वंटी-बंडे' नावाची एक जागा आहे. नावाप्रमाणे उंटाच्या पाठीसारखा तिथं उंचवटा आहे. त्याच्या पलीकडे खूप खोल डोह आहे. कुणी चुकून घसरून पडलं, तर जिवंत राहायची शक्यता नाही. आधार घ्यायचा म्हटलं तर कुठलाही घट्ट आधार नाही. तसा आहे त्या कातळाचा आकार. तिथं कुणी फारसं फिरकत नाही. कपडे धुवायलाही नाही. आमची आईही तिथंच कपडे धुवायला म्हणून गेली आणि पाय घसरून मरण पावली.''

''होय होय. सीतेनं आईला पाय घसरून पडल्याचं पाहिलं. किंचाळत ओरडत इकडं निघून आली. ही का ओरडतेय विचारलं, तर ही काही बोलायला तयार नव्हती. मला चांगलं पोहायला येतं, जाऊन बघून यायचं म्हटलं तर ती मला तिकडं जाऊ द्यायला तयार नव्हती. तशी शपथच घ्यायला लावली मला! शापित खडक आहे तो, असं सांगत राहिली.''

''होय. तोच खडक. मला काही पोहायला येत नव्हतं. तरीही कपडे धुवायची तीच माझी आवडती जागा. का आवडायची ती जागा? आता वाटतं, अम्माचा जीव गेल्याची जागा म्हणून जीव ओढला जात होता का? कोण जाणे! सीताक्काच्या मृत्यूनंतर मी गावी आले. त्यानंतर मनाला आई नसल्याची खंत सतत व्याकूळ करत होती. अम्माच्या आवडीच्या कुठल्याही वस्तूकडे मन ओढ घेत होतं. तिच्या मृत्यूला कारण झालेला तो खडकही अशाच प्रकारे आकृष्ट करत होता. अगदी पाय घसरून पडले तर अम्माच्याच मार्गानं जाईन, असंही गूढ आकर्षण वाटत असावं. त्या खडकावर बसून कपड्यांना साबण घासत असताना जोरात वाहणारा वारा, तिथून दिसणाऱ्या अरळिहळ्ळी गावाजवळच्या शेतांकडच्या काठावरून हजारो-हजारो लाटा येऊन या खडकावर धाड्कन आदळत होत्या. केवळ साबण लावलेले कपडेच नव्हे, माझे पायही गुडघ्यापर्यंत भिजवून माघारी फिरणाऱ्या त्या लाटा आणि त्या तळ्याचा विस्तीर्ण जलाशय मनाला गूढपणे मोह घालत होता. अशी पाण्याची लाट पायाशी फुटली की मन आकाशाएवढ्या उंचीवर जायचं. वेगळाच आनंद होता तो! भर दुपारच्या वेळी पलीकडच्या बाजूनं वारं येऊन उसळत्या लाटांचं प्रमाण वाढायचं. ते पाहायचा मनाला सतत मोह होता. अशा धोकादायक खडकावर उभं राहून त्या उसळणाऱ्या लाटा पाहायची दुर्दम्य इच्छा मनात अनावर व्हायची.''

सत्यप्पा तिचं बोलणं मन लावून ऐकत होता. तिच्या मनाची अनावर ओढ त्यालाही समजत होती.

"एक दिवस मी तिकडे कपडे धुवायला गेले होते. कामात गर्क होते. त्याच वेळी मंजय्या तिकडे पोहत पोहत आला. काठावर न येता पाण्यात तसाच पोहत राहिला. तसाच पोहत पोहत दुसरीकडे निघून गेला. भाऊजी, पाण्यात त्याचं शरीर माझ्या नजरेला पडलं."

बोलता बोलता ती थांबली. तरीही तिच्या स्वरातून तिला त्या पुरुषदेहाविषयी वाटलेलं आकर्षण लपलं नाही.

यातलं काहीच लक्षात आलं नाही, असं दाखवत सत्यप्पा म्हणाला, "हं! समजलं. पुढं काय झालं? संकोच नको."

घरात आणि बाहेर दुसरे दिवशीच्या भातासाठी तांदूळ खळबळून धुवत असल्याचा आवाज सतत ऐकू येत होता. सावित्री धुरकट बल्बकडे पाहत बसली होती. त्यानं पुन्हा कसलाच आग्रह केला नाही. काही क्षण असेच गेल्यावर ती पुन्हा आपण होऊन बोलू लागली, "एकतर खरंच! ती सावित्री वेगळी आणि आता तुमच्यासमोर बसून सगळं सांगणारी सावित्री वेगळीच आहे. ती दिवसेंदिवस क्षीण होत गेली आणि अप्पा वारल्यानंतर तर संपूर्ण नाश पावली. आता आहे ती त्या जुन्या सावित्रीची केवळ साक्षीदार! असं म्हटल्यावर कसला संकोच आणि कसली लाज?"

हे बोलताना तिचा आवाज पूर्णपणे शुष्क आणि अलिप्त होता.

"एक मान्य करायलाच पाहिजे, मंजय्या हा एक देखणा पुरुष! माझ्यापेक्षाही जास्त गोरापान. उन्हातान्हात फिरल्यामुळे चेहरा-हात-पाय सावळे दिसत होते. पण तो तरल पाण्यातला त्याचा उजळ देह अधिकच आकर्षक दिसत होता. त्या दिवशी लाटाही कमी होत्या. त्या मोजक्या लाटांआडचा देह बदलत्या आकारामुळे आणखी मोहक दिसला होता, हेही आठवतं. मलाही तेव्हा त्या देहाचा मोह पडला, हे निदान आता तरी नाकारण्यात अर्थ नाही.

"आम्हा समवयस्कर मुलींमध्येही मंजय्याच्या आकर्षक रूपाची नेहमी चर्चा व्हायची. आमच्या शेजारच्या गल्लीत रंगमणि नावाची एकजण राहायची. माझ्या बरोबरीचीच होती. तिला एक मुलगा बघून गेला होता, पसंती झाली होती, लग्नही ठरलं होतं. तीही एकदा मला म्हणाली होती, कुठली कुठली मुलं बघायला येतात. आपल्या गावातल्या मंजय्यासारखं कुणीच का येत नाही? एकदाच नव्हे, तीन-चारदा तरी म्हणाली होती. आणखी एक सुब्बी नावाची होती. तीही त्याच्या देखणेपणाविषयी असंच बरंच बोलली होती. गावातल्या काही बायकांचे त्याच्याशी संबंध असल्याचंही कुणी कुणी बोलायचं. खोटं कशाला सांगू? मलाही त्याच्या त्या पाण्यात दिसलेल्या अस्फुट देहाचा मोह पडला.

"त्यानंतर सात-आठ दिवस तो पोहायला आला नाही. आता विचार करताना

लक्षात येतं, तो मुद्दामच आला नसणार! मी मात्र दररोज तिकडं जाऊन बसत होते, पाण्याकडे टक लावून बघत होते. त्याची मनापासून वाट बघत होते. दिवसेंदिवस आतुर होत होते. नंतर एक दिवस तो आला. नंतर मात्र लागोपाठ दोन-तीन दिवस येत राहिला. चार दिवस मी बसलेल्या खडकाजवळून पोहत तसाच निघून गेला. माझ्याकडे अजिबात लक्ष नाही असं दाखवत. पाचव्या दिवशी तळ्यात भरपूर लाटा होत्या. वारंही फारच होतं. तो येणार नाही, असा माझा कयास होता. एवढ्या लाटांमध्ये पोहायची काय मजा? याच निराशेत कपडे पिळत असताना हाक ऐकू आली... सावित्री!... पाण्याच्या लाटांमधून उसळून आलेली हाक! वळून पाहिलं. तोच खडकापाशी पोहत येत होता. उंटाच्या आकाराच्या त्या खडकाला कुठूनही पकड मिळत नव्हती. कष्टानं आधार मिळवत तो थोडा वर आला.

"मी घाबरले. अचानक आला म्हणून घाबरले."

श्वास नियंत्रणात आणत लाटांच्या लपलप आवाजात तो म्हणाला, "हे बघ, तुझ्याशी बोलायची बऱ्याच दिवसांपासून इच्छा होती. आता बोलतोच. मी दहा-पंधरा मुली बघितल्या. हवा तेवढा खर्च करणाऱ्या घरच्या मुली दाखवल्या. पण कुठंही गेलं आणि कुणालाही पाहिलं, तरी तुझं मनातलं चित्र काही पुसलं जात नाही. या लाटा नसत्या, तर तूही तुझं प्रतिबिंब या पाण्यात पाहू शकली असतीस. स्पष्टच विचारतोय. माझ्याशी लग्न करणार काय? बोल!"

त्यानं माझ्याकडे रोखून पाहिलं. त्याच्या नजरेला नजर न देता आल्यानं माझी नजर खाली वळली. पाण्यातल्या लाटांमुळे मला भोवंडून गेल्यासारखं होत होतं.

तो पुन्हा म्हणाला, "हे बघ, लोक माझ्याविषयी नाही-नाही ते बोलतात. ते तुझ्याही कानांवर आलं असेल. याच कारणासाठी कदाचित तुझे अप्पाही नको म्हणतील. मीही काही बावनकशी शुद्ध आहे, असा दावा करणार नाही. तरीही लोक म्हणतात, तेवढाही मी वाईट नाही. लग्न करून गृहस्थाश्रमी होऊन कसं राहायचं असतं, हे मला ठाऊक नाही काय? लग्न करून आलीस, तर माझ्या घरात तूच राणी! या गंगाजलाची शपथ घेऊन मी तुला शब्द देतो." असं म्हणून त्यानं ओंजळभर पाणी हातात घेऊन खाली सोडलं.

माझ्या तर तोंडातून शब्दही फुटत नव्हता. तोच पुन्हा म्हणाला, "विचार कर. तुझा जो काही निर्णय असेल, तो मला मान्य असेल." एवढं सांगून तो पट्कन पुन्हा पाण्यात बुडी मारून दिसेनासा झाला. बराच वेळ तो कुठं दिसला नाही, तेव्हा क्षणभर माझा जीव कळवळला. मी त्याचा शोध घेत असतानाच तो दूरवर पाण्याबाहेर आला आणि पोहत पोहत दूर निघून गेला.

मी तशीच उभी होते. माझं मन आत आत वळलं होतं. समोरचं तळं आणि त्या पाण्यातल्या लाटा मला अजिबात दिसत नव्हत्या. गुडघ्यापर्यंत भिजले असले

तरी सर्वांगाला घाम फुटला होता. दूरवर नजर टाकली. फक्त उंच उंच लाटाच दिसत होत्या. त्या दिवसापर्यंत कधीही दिसल्या नव्हत्या एवढ्या उंच लाटा. तो मात्र कुठंच दिसत नव्हता. त्याची अपरिमित काळजीही वाटली. रागही आला.''

हे सांगून तिनं सुस्कारा सोडला. सत्यप्पा तिच्या बोलण्यामागच्या पार्श्वभूमीचा वेध घेत होता. स्वयंपाकघरातून भांड्यांचा, पाखडण्याचा, कामवाल्यांच्या आपसांत बोलण्याचा किरकोळ आवाज ऐकू येत होता. तीच म्हणाली,

''मोह कसा निर्माण झाला, ते मी सांगितलं. हे वर्णन कुणीही आपापल्या अनुभवानुसार करू शकेल. पण, का निर्माण होतो हे मात्र केवळ त्या ब्रह्मदेवालाच सांगता येईल. होय की नाही?''

''नंतर तो तुला पुन्हा दिसलाच नाही का? बोलला की नाही? त्यानं अप्पांपाशी मागणी घातली की तूच लग्नाचा हट्ट धरलास?'' संभाषणाला पुन्हा चालना देण्यासाठी सत्यप्पानं विचारलं.

''या घटनेनंतर तीन दिवसांनी तो पुन्हा भेटला. त्याच जागी. तेव्हा म्हणाला, ''तुला मान्य असेल, तर तू तुझ्या अण्णाला सांग लग्न लावून द्यायला! मुलाकडच्यांनीच विचारलं पाहिजे असं असेल, तर मीही येईन मागणी घालायला. तुझ्या घरात पट्कन संमती मिळणार नाही, हे मला ठाऊक आहे. माझ्याविषयी तुमच्या घरात वाईट मत आहे. जर तू ठाम राहिलीस, तरच आपलं लग्न होऊ शकेल! मी तर तुझ्याशिवाय आणखी कुणाशीही या जन्मात लग्न करणार नाही...'' एवढं सांगून पुन्हा पाण्यात बुडी मारून नाहीसा झाला.

''घरात विरोध झाला. किरकोळ विरोध नव्हे! प्रचंड विरोध! अप्पा त्याआधी कधी आवाज चढवून बोलले नव्हते. कधी हात उगारला नव्हता. आधी त्यांनी शब्दांनी विरोध केला. मी ऐकत नाही, असं पाहताच त्यांनी हात उगारला. सपासप मारू लागले. त्याचा काही उपयोग झाला नाही, तेव्हा त्यांनी पायानं लाथा मारायला सुरुवात केली... पाठ-पोट काहीही न बघता... मलाही काही कळत नव्हतं. आप्पा कबूल होणार नाहीत, याची मंजय्याला कल्पना असली पाहिजे. मानवी स्वभाव, कोण कशाला महत्त्व देतं, कशाला कधीच मान्यता देणार नाहीत, याची त्याला उत्तम माहिती होती. कदाचित म्हणूनच त्यानं तुझ्या अण्णाला विचार, असं सांगितलं असलं पाहिजे! खरोखरच आधी मारलं ते अण्णानं आणि नंतर मान्य केलं तेही अण्णानंच. अप्पा तर आधीपासूनच जीवनाविषयी अलिप्त! हे लग्न झाल्यानंतर तर ते आणखी परके झाले! मंजय्यासारखा माणूस बदलणं शक्यच नाही, असं असतानाही हट्टानं त्याच्याशीच लग्न केलं म्हटल्यावर हिच्या नशिबातलं दुःख कुणीही चुकवू शकणार नाही, त्यामुळे विरोध करून किंवा जास्त जीव लावून काहीच उपयोग नाही; हा अविवेक सहन करायला केवळ अलिप्तपणा हा एकच

मार्ग, असाच त्यांनी विचार केला असावा. मी माहेरी परतून आले, तेव्हासुद्धा त्यांना वाईट वाटलेलं दिसलं नाही! एव्हाना त्यांची अलिप्तता परिपूर्ण अवस्थेला पोचली होती.''

सत्यप्पाला सासऱ्यांची आठवण आली. तो पाहत होता तेव्हापासून त्यांचा स्वभाव एवढाच अलिप्त होता. एकाएकी त्याच्या मनात स्वयंधन्यतेचा भाव निर्माण झाला. मंजय्याप्रमाणे आपणही या घराचे जावई! त्यांच्या मुलीसाठी आपणहोऊन मागणी घालून लग्न केलं होतं. जावयाचा पूर्वेतिहास जाणून घेतल्यानंतरच त्यांनी मोठ्या आनंदानं आपली मुलगी दिली होती. तिला सासरी धाडताना त्यांच्या डोळ्यांत पाणी भरलं होतं. नंतर आपण तरी कुठं त्यांच्या लेकीला दुःख दिलं? कणभरही दुःखी होणार नाही, याविषयी किती जागरूक होतो मी! तीही माझ्या संसारात सुखातच होती. वडिलांना भेटायला गेली, तरी आपल्या सुखी संसाराविषयी सांगून त्यांनाही सुख आणि समाधान मिळेल, असंच करत होती. शिवाय छोटी सावित्रीही आमच्याबरोबरच राहायची...

सत्यप्पा एकदम सावध झाला. मंजय्याशी तुलना करून आपण स्वतःला श्रेष्ठ तर शाबीत करायला जात नाही आहोत ना! या विचारानं त्याची त्यालाच शरम वाटली. याच्या तुलनेतून स्वतःला बाहेर काढण्यासाठी त्यानं विचारलं, ''पण लग्नानंतर तरी काही दिवस तो तुझ्याशी बरा होता का? नेमकं असं काय घडलं, ज्यामुळे तू तिथून निघून आलीस?''

सावित्री काही क्षण गप्प राहिली. तिची मान खाली गेली. सत्यप्पानंही पुन्हा काही विचारलं नाही. पण तीच एका निर्णयावर येऊन पोचली असावी. खालच्या मानेनंच काही वेळ जाऊ दिला. नंतर पाणी तापवता तापवता काळ्या ठिक्कर पडलेल्या जुन्या हंड्यावर तिनं नजर खिळवली आणि बोलू लागली,

''सुरुवातीलाच म्हटलं, जे काही घडून गेलं, त्याकडे साक्षीभावानं बघून सांगते... आजही जर तीच सावित्री असती, तर काहीच बोलली नसती. घडलं ते स्पष्टपणे सांगणं तिला शक्यच झालं नसतं. मंजय्या कसा माणूस आहे, हे जाणून घेण्यासाठी मी बोलणं आवश्यक आहे!

''लग्न करून सासरी गेले, तेव्हा माझ्या मनात एकच भावना होती; माझ्यासारखी पुण्यवान मीच! पहिल्याच रात्री त्यानं माझं हृदय संपूर्णपणे काबीज करून घेतलं होतं. बोलायच्या बाबतीत मी काही अप्पा-अण्णय्यांसारखी अबोल नव्हते. अर्ध्या तासात त्यानं नववधूचा सगळा संकोच बाजूला सारायला लावला. ज्या सुखाची मी कधीच अपेक्षा केली नव्हती, त्या सुखाचा पदर न् पदर तो मला उलगडून दाखवत होता. माझ्यावर किती लुब्ध झालोय, याचंही त्यानं मनाला भुरळ घालणारं वर्णन केलं. माझं रूप-रंग-बांधा एकाएका अवयवाचं वर्णन केलं, वेणीचे पेड उलगडून

केसांत माळलेल्या मोगरीच्या फुलांचंही कौतुक केलं. कुठल्याही प्रकारची घाई-गडबड न करता, माझ्या मनातलं भय बाजूला सारून झाल्यानंतर त्यानं 'तुझी संमती असेल तरच...' असं म्हणत सगळे अधिकार माझ्यावरच सोपवल्यासारखे केले. एवढंच म्हणेन, त्याचं सगळं वागणं-बोलणं असं होतं, की माझ्या मनातही त्या रात्री 'अशा नवऱ्याला आज निराश केलं तर मी कसली स्त्री!' अशी भावना तयार झाली. तशी करण्यात तो यशस्वी झाला होता!

"तिसऱ्या दिवशी तो आपल्या घरी घेऊन गेला. त्याच्या घरात आणखी कुणीही नव्हतं. घरात केवळ आम्ही दोघंच! मग तर त्याच्या रसिकतेला आणखी धुमारे फुटले! पलंगाच्या शेजारीच पुरुषभर उंचीचे दोन मोठाले आरसे!... लग्न म्हणजे हे असं-असं असतं, याची मला तर तीन महिन्यांपूर्वी कल्पनाही नव्हती! माझा देह मला इतकं सुख देऊ शकतो, याचं तरी कुठं मला भान होतं? मग मलाच माझ्या नशिबाचा हेवा वाटला तर त्यात नवल ते काय! साथ लाभली होती, तीही एवढ्या देखण्या तरुण देहाची!

"शिवाय इथं पाणी भरायला किंवा कपडे धुवायला बाहेर जायची गरजच नव्हती. गाऱ्याचं घर. सहजासहजी कुणी घरी यायचं नाही. कामाची माणसंही एकनिष्ठ. धन्याशी आणि धनिणीशी आब राखून बोलणं-वागणं."

बोलता-बोलता ती थांबली. बोलताना आपण वाहवत गेलो, यामुळे वाटलेली शरम झाकता येण्याएवढी कमी झाल्यानंतर त्याच्या नजरेला नजर भिडवत ती म्हणाली, "असे सहा महिने गेले. जगातल्या इतर कुठल्याही नववधूला न लाभलेल्या सुखात डुंबत असताना मला बाहेर काय चाललंय, याची काहीच कल्पना नव्हती. एकदा मधल्या आळीतल्या पुट्टमा... तुम्ही पाहिलंय का त्यांना? थोड्या स्थूल, गोल देखणा चेहरा. सतत दोन्ही गालांवर हळद माखलेली. कर्मठ वैष्णव ना ते!"

सत्यप्पाला आठवलं नाही.

"जाऊ दे. ते महत्त्वाचं नाही. पण बोलका स्वभाव त्यांचा. हळदी-कुंकवासाठी म्हणून आल्या होत्या. घरात कुणी नव्हतं. क्षेमसमाचाराच्या चार गोष्टी झाल्यावर त्यांनी विषय काढला, 'अजून पाळी नाही का चुकली?'

"त्यांनी विचारलं, यात काहीच चुकीचं नव्हतं. लग्नाला चार-सहा महिने झाले की गावातल्या प्रौढ बायकांची चौकशी सुरू होतेच ना! मी काय उत्तर देणार, हे तर माझ्याही मनात येऊन गेलं होतं. पण दिवस राहिले तर नवऱ्याबरोबर मिळणारं सुख मिळण्यात खंड पडेल, हेही समजत होतं. नवऱ्याचं आकर्षण तर कमी होईलच... शिवाय गरोदरपण-बाळंतपणातही खंड पडणारच ना? पण पुट्टम्मा मात्र तेवढ्यावर थांबल्या नाहीत. त्या आणखी खोदून-खोदून विचारू लागल्या, 'तुझा

नवरा तुझ्याजवळ येतो की नाही? तुला हात लावतो की नाही? काही गडबड नाही ना?'

काय बोलणार? मी नुसतंच हसले.

पण मी न बोललेली पाहून त्याच म्हणाल्या, 'बोल! माझ्यापुढे कसली लाज? भरपूर संसार केलेली बाई आहे मी! या मंजय्याचा रक्त-गुण ठाऊक आहे ना, म्हणून विचारतेय!'

'असं का विचारताय?'

'तू भाळलीस आणि हट्टानं त्याच्याशी लग्न केलंस! लग्न झालं म्हणून तो काही आपल्या जुन्या सवयी सोडणाऱ्यांपैकी नाही! तशा त्यानं सोडलेल्याही नाहीत! मळ्यातल्या खोपीत दररोज संध्याकाळी कुणी ना कुणी असतेच, म्हणे! त्यात तुलाही दिवस राहिले नाहीत ना! तुला तो हात तरी लावतोय की नाही अशी शंका वाटली म्हणून विचारलं! दुधानं हात धुवून नंतर हात लावावा, अशी आहेस तू! तुझ्यासारखीला हात लावायची त्याच्यासारख्याची लायकीच नाही!'

माझ्या मनात आशंका निर्माण करून पुट्टम्मा निघून गेल्या. पण त्यांच्यावर तरी मी कसा विश्वास ठेवणार? दररोज रात्री एवढ्या रसिकतेचा वर्षाव करणारा हाच माणूस संध्याकाळी कुणाकुणाकडे जाऊन येतो म्हटलं तर कसा विश्वास ठेवणार? मनात आलं, नवरा-बायकोचं बरं चाललेलं न बघवणाऱ्या काही बायका असतात. कदाचित पुट्टम्मा त्या जातीच्या असतील! यांच्यामुळे कितीतरी जणांमध्ये भांडणं लागल्याचं मलाही ठाऊक होतं.

रात्री नवरा घरी आल्यावर मी हलकेच त्याच्या वागण्याबोलण्याकडे लक्ष देऊन पाहू लागले. झोपतानाही माझं मन मनोमन त्याची परीक्षा घेतच होतं. जगात तुझ्यासारखी रूपवती दुसरी नाही, असं तो उत्कटतेनं सांगत असताना तर सारखं मनात येत होतं, अशा माणसावर मी संशय घेतला, किती हलक्या कानांची आहे मी! त्या भावनेतच, न राहवून पुट्टम्मांचं सगळं बोलणं मी त्याच्या कानांवर घातलं.

तो म्हणाला, 'ओ! नरसप्पाची बायको? या वयातही तिला माझ्यासारखे चार पुरुष पुरत नाहीत!' त्यानं तर पुट्टम्माच्या चारित्र्यावरच चिखलफेक केली. बाकी काही असलं तरी पुट्टम्मा तसल्या नाहीत, हे तर मलाही ठाऊक होतं. कार्यभाग उरकल्यावर हा अचानक उठला, कपडे केले आणि 'दार लावून घे... आलोच...' म्हणत बाहेर गेला. सरळ मधल्या आळीतल्या पुट्टम्माच्या घरासमोर जाऊन उभा राहिला, दार ठोठावून त्या घरच्यांबरोबर शेजाऱ्यापाजाऱ्यांनाही जागं केलं. सगळे गोळा झाल्यावर पुट्टम्मा माझ्यापुढे काय म्हणाल्या, ते सांगून वर म्हणाला, 'होय! माझ्या मळ्यातल्या खोपीत मी दररोज एकेकीला बोलावून झोपतो! ती तुझी मुलगी आहे की नात आहे? या विषयावर इतकं बोलायची हौस आहे, याचा अर्थ तुझीही

खाज अजूनही तशीच दिसतेय! तुझा नवरा म्हातारा झालाय, बाहेरच्या ओसरीत झोपतोय रोज! म्हणून तुझे हाल चाललेत काय?....'

त्याचं अर्वाच्य बोलणं सुरू झाल्यावर काय विचारता! नरसप्पय्या तर बायकोवर भडकलेच. मारायलाच धावले. एवढी आग लावल्यावर हा घरी आला आणि शांतपणे झोपला. एवढ्या गर्दीपुढे एवढा राडा झाल्याचं सगळ्या गावालाच कळल्याशिवाय राहणार नाही, नंतर कुणीही आपल्या बायकोशी या विषयावर काहीही बोलायला येणार नाही याची त्याला खात्री असणार! खरोखरच त्या प्रसंगानंतर कुणीच माझ्याशी या विषयावर बोलायला आलं नाही. त्यानंतर मी हळदी-कुंकवाला बोलावलं, तरी कुणी घरी आलं नाही.''

सत्यप्पाचं मन हे सारं ऐकत असताना आजच्या राजकारणाकडे वळलं होतं. तिथंही भय निर्माण करण्यासाठी असलेच घाणेरडे प्रकार केले जातात.

त्यानं विचारलं, ''तुझ्या मनात संशय निर्माण झाला नाही का? परीक्षा घ्यावी असं वाटलं नाही काय?''

''संशय निर्माण झाल्याशिवाय कसा राहील? घरचंही पाहिजे, दारचंही सोडायचं नाही; अशा प्रकारचा त्याच्या रक्ताचा गुण असावा, असं वाटू लागलं. अजून मला का दिवस राहिले नाहीत? याचा-त्याचा काय संबंध? असेही काही उपप्रश्न माझ्या मनात उभे राहू लागले. लग्न झालं, तेव्हा तो चौतीस वर्षांचा होता. मी सतरा वर्षांची. तेव्हाही त्याचं वय लक्षात येत नव्हतं. फार फारतर चोवीस-पंचवीस वर्षांचा वाटायचा. अजूनही तसाच दिसतोय. अलीकडे तुम्ही त्याला पाहिलं नाही वाटतं!

लग्नाच्या आधी त्यानं काहीही केलं असलं तरी सोडून द्यायचा उदारपणा होता. पण आता ते सगळंच समजून घ्यावंसं वाटत होतं. पण कुणाला विचारायचं? मनातली शंका काही शांत होत नव्हती. कामाचं कारण सांगून तो वरचेवर हासन-चनरायपट्टणला जायचा. त्यामुळेही मन आणखी शंकित होत होतं.

एकदा तर हा चार दिवस गावात नव्हता. अशाच एकांतवासातच मनातल्या संशयाला धुमारे फुटतात ना! माझ्या मनात तर सगळ्याचा सोक्षमोक्ष लावायचा विचार पक्का झाला. शिवाय एव्हाना मला हा पुट्टम्माच्या घरासमोर जाऊन काय तमाशा करून आला होता, तेही मला समजलं होतं. केंपम्मा घरची कामवाली. तिनंच सांगितलं होतं सगळं. जेवण-खाण-राहणं आणि वर्षाला पन्नास रुपयांच्या बोलीवर ती काम करायची. घरातच राहून पडतील ती सगळी कामं करायची. माझ्याशी तिचं आपुलकीचं नातं जुळलं होतं. शहाणी...देखणी...धार्मिक घरातून आलेली म्हणून तिला माझं पराकोटीचं कौतुक होतं. अशी बायको घरात आल्यानंतरही धन्याच्या जुन्या सवयी जात नाहीत, हे बघून तिच्या पोटात तुटल्यासारखं होत होतं

म्हणे. त्याचबरोबर मधल्या आळीतल्या पुट्टम्मांसारखीच आपलीही गत होईल, याची तिला भीतीही होती. तिनंच हे सगळं माझ्यापुढे बोलून दाखवलं.

तिचं ऐकल्यावर तिचा हात हातात घेत म्हटलं, 'हे बघ केंपम्मा, तुला बघितलं, तर मला माझ्या आईचीच आठवण होते. मला तरी इथं तुझ्याशिवाय कोण आहे? तुझी शपथ... मी कुणालाही सांगणार नाही... यांना तर कुठल्याही परिस्थितीत सांगणार नाही. फक्त पुट्टम्माच नाही, गावात कुणी कुणी यांच्याविषयी काही काही बोलतात. लग्नाच्या आधी असं-असं होतं... आताही तसंच सगळं चालतंय म्हणे! खरंय काय?'

आधी केंपम्मा काहीच बोलली नाही. उलट म्हणाली, 'लोकांचं ऐकून काय करणारयस बाई?' मी पुन्हा-पुन्हा माय-लेकीच्या नात्याची आठवण करून दिली. तेही काही खोटं नव्हतं. मला तरी तिच्याशिवाय आणखी कोण जवळचं होतं? शेवटी तिनं सांगितलं, फक्त याच गावात नव्हे; चनरायपट्टण-हासन यांसारख्या गावांमध्येही त्याचे संबंध होते. अजूनही आहेत. नवी बाई बघितली की ही कशी पटवता येईल याचाच विचार याच्या मनात सुरू होतो, ही कसली बाई आणि हिला कशी पटवायची, हे सगळं त्याला पट्कन समजतं. हे संबंध मळ्यातल्या खोपीतच चालायचे, हेही तिनं सांगितलं.

हा कधीच पैसे टाकून अशा बायकांना बोलावत नाही. एखाद्या वेळी बोलावलं तरी नंतर ती बाईच याच्या मागं लागते, पैसे न घेता; हेही तिनं सांगितलं. एकूणच बायकांना वश करून घ्यायची कला याला पराकोटीची अवगत असल्याचंही तिनं सांगितलं.

हे ऐकल्यावर वाटलं, म्हणजे मी याच्या प्रेमात पडले अशी माझी भावना झाली होती, तोही याच्या डावाचाच परिपाक होता की काय? कुणीतरी पाठीत खंजीर खुपसावा, तसं वाटलं. रडू कोसळलं. पण ते मी आवरलं. आता हळूहळू सगळंच माझ्या लक्षात येत होतं. सगळंच पोटात खदखदत होतं. त्या रात्री अजिबात झोप लागली नाही. दोघांनी ज्या पलंगावर अनेक रात्री काढल्या, त्यावर झोपण्याची मला किळस वाटू लागली. तिथला पायाशी असलेला मोठा आरसा इतके दिवस माझी फसवणूकच करत होता, हे मला समजत होतं. तो फोडून टाकावा, एवढा संताप मनात दाटला होता. दुसऱ्या खोलीत जमिनीवर एक चटई टाकून मी झोपले. हे पाहून केंपम्मा कळवळली. मी तिला सांगितलं, यानंतर हे मळ्यातल्या खोपीत एखाद्या बाईबरोबर असताना मला कळवायचं.

तिला भय वाटलं. मी तिला समजावलं, 'सावित्री नाव आहे माझं! परमेश्वरय्यांची मुलगी. मी स्वत: त्यांना दुसऱ्या बाईबरोबर असताना पकडेन. पुराव्यासकट पकडल्यावर त्यांची मान खाली जाईलच ना! मागं घडलं, ते घडू दे. यानंतर तरी मी माझ्या

नवऱ्याला मुठीत ठेवायला पाहिजेच! माझा संसार वाचवायचा एवढा एकच मार्ग आहे. तुझ्या या लेकीला त्यासाठी मदत करणार नाहीस का? यातलं मी कुणालाही कधीच सांगणार नाही! आणखीही सांगते. असली माणसंही आपल्या बायकोला आतून घाबरत असतात.'

त्याच संध्याकाळी तो हासनहून आला. चाफ्याची घमघमणारी माळ, मोठाले रसाळ चिक्कू, घमघमणारा म्हैसूरपाक, सुगंधी पावडरचा डबा, वर्खाच्या काचेच्या बांगड्या. बसच्या प्रवासामुळे घामेजलेला चेहरा लाल झाला असला तरी मला पाहताच चेहऱ्यावर हसू पसरलं. हातपाय धुवून जेवताना त्याच्या सूचक खाणाखुणा सुरू झाल्या. जेवण झाल्यावर हात हातात घेऊन त्यानं नव्या बांगड्या भरल्या, अंबाड्यावर चाफ्याची माळ घातली, चेहऱ्याला पावडर लावली आणि मला झोपायच्या खोलीत बोलावू लागला. तिथं गेल्यावर तिथल्या आरशात त्यानं प्रतिबिंब दाखवलं. मीही काहीच ठाऊक नसल्यासारखी वागत राहिले. केंपम्माला लवकर जेवायला वाढायला सांगून मलाही तो सोबत जेवायला बोलावू लागला. विद्युत्‌दिव्याच्या उजेडात पलंगालगतच्या आरशात दोघांचीही प्रतिबिंबं शेजारी-शेजारी बघताना

.... कुठलाही संकोच न बाळगता सांगते, भाऊजी... आता मी काही सतरा-अठरा वर्षांची मुलगी नाही... स्त्री-पुरुष हा भेदही न राहिलेलं प्रेत बनले आहे... त्या वेळी मात्र सगळं ठाऊक असताना, त्यासाठी त्याच्याविषयी पराकोटीचा तिरस्कार वाटत असतानाही दोन विवस्त्र देह आरशात पाहताना मी देहभान विसरले होते. मनाची समजूत काढत होते, केंपम्मा सांगते ते सगळं खोटं असावं. यांना बोलण्याचं तितकंसं जमत नाही, त्या बोलण्यामुळे गैरसमज होत असतात. माझं मन मधूनच विचलित होत असल्याचं त्याच्याही लक्षात आलं होतं. त्यानं कारणही विचारलं. मीही हसत म्हटलं, 'मला सोडून तुम्ही चार-चार दिवस बाहेर जाता ना? मग?' नंतर त्याला झोप लागली. मला मात्र झोप आली नाही. मन काय खरं, काय खोटं यात रात्रभर तळमळत होतं.

दुसऱ्या दिवशी संध्याकाळी पाचच्या सुमारास तो मळ्याकडे गेला होता. गुरांना चरायला घेऊन गेलेली केंपम्मा एकटीच घाईघाईनं घरी आली आणि हलकेच म्हणाली, 'आता तू मळ्यात जा! हळूच कुलूप उघडून खोपीत जाऊन बघ. माजं नाव कुटं बी नगं यायला...' तिनं खोपीची चावी जिथं असायची ती जागाही सांगितली आणि पुन्हा एकदा शपथ घ्यायला लावून तेवढ्याच गडबडीत निघून गेली.''

सत्यप्पा काही क्षण शांत राहून म्हणाला, ''मग? पुढं? तू मळ्यात गेलीस...''

''माझी छाती धडधडत होती. मन पराकोटीचं कातर झालं होतं. एकीकडे

उत्सुकता आणि दुसरीकडे 'हे सगळं खोटं ठरू दे...' अशी प्रार्थना... त्याचबरोबर चोराला मुद्देमालासहित पकडायचा विचित्र उत्साह! घराला कुलूप लावून मी मळ्याकडे जायला निघाले. गावाबाहेरच्या तळ्याला वळसा घालून मी मळ्याची वाट धरली. मळ्याच्या आतल्या फाटकाचं कुलूप उघडून पुन्हा पूर्ववत कुलूप लावलं आणि हलक्या पावलानं खोपीच्या दिशेला गेले. मुद्दामच चाफ्याची माळ काढून ठेवून पावडरचा चेहरा धुतला होता. कुठल्याही प्रकारचा वास येऊ नये म्हणून. नाही तर त्याला शंका यायची. कसलाही आवाज न करता खोपीच्या शेजारी उभी राहिले.

खोपीचा दरवाजा बंद होता. आतून कुजबूज ऐकू येत होती. खोपीतून चाफ्याचा वास येत होता.

कुणीतरी पोटात तीक्ष्ण हत्यारानं खुपसावं, असं वाटत होतं. इथं तो तिलाही तोच म्हैसूरपाक आग्रहानं भरवत होता. ती विचारत होती, 'आज काय हाय गोड खायला?' हा सांगत होता, 'पेठेत फिरत होतो. म्हैसूरपाकाचा वास आला. मला माझ्या मल्लीची आठवण आली. बस चुकली तरी चुकू दे म्हटलं आणि धावत जाऊन घेऊन आलो. रात्रभर मला कधी एकदा तुला म्हैसूरपाक खाऊ घालतो, असं झालं होतं...' असं बरंच काय-काय तरी चाललं होतं. जाऊ दे! तो तपशील सांगायचं कारण नाही म्हणा! तिच्याशी बोलायची-वागायची पद्धत मला चिरपरिचित होती! माझ्याशीही तो असंच वागायचा. कणभरही फरक नाही! बाईला वश करून घ्यायची तीच पद्धत! मग ती बायको असो किंवा इतर कुठली बया! फरक असेल तर तो भाषेचा. इथं खेडवळ बायकांची भाषा बोलत होता. माझ्याशी शुद्ध भाषा. एवढाच काय तो फरक! मध्येच ती म्हणत होती, 'तुमचं सगळं ऐकते मी...मला एक शबूद देता काय?'

'काय?'

'तुमी माज्यासंगं पाट लावा. मंग माज्याशिवाय कुनाला बी शेजेला बोलवायचं नाय...'

'ए! पन मला घरात बायको हाय!'

'म्या बायकोला कुटं काय म्हनतो? ही खोपी माजी. येवडंच माजं म्हननं! हितं कुनाला बी नाय आनायचं!'

'का? काय झालं कुनी आलं तर?'

'धनी, खोटं सागितलं तरी व्हय म्हनाल आन् खरं सागितलं तरी व्हय म्हनाल! माजं सांगते... तुमच्या संगट येकदा झोपल्यावर आनी कुनी बी नगं वाटतंय. चांगलं फळ खाल्ल्यावर कोन सडकं-कच्चं फळ खाईल? आयच्यान सांगते...'

त्याचं गमतीनं हसू...

'तुमी आनखी कुनासंगं तरी झोपला तर माज्या पोटात आग पडंल!'

बाहेर माझी अवस्था विचित्र झाली होती. गरगरल्यासारखं होत होतं. मी तिथल्या तिथं बसकण मारली. आतून रडू उन्मळून येऊ लागलं. तोंडात पदर कोंबून मी ते कसंबसं आवरलं. महत्प्रयासानं स्वत:ला भानावर आणलं. तशीच बसून राहिले. सगळी नारळीची झाडं उतरतीच्या उन्हानं जळत होती.''

हे बोलताना सावित्रीला समोर बसलेल्या सत्यप्पाचा विसर पडला होता. ती स्वत:शीच आठवणींचा पाढा वाचत असल्यासारखी वाटत होती. तिच्या बोलण्यावर तिचाच ताबा नसावा, असं वाटत होतं. आतून ऐकू येणारी त्या दोघांच्या शृंगार-लीलांची चाहूल आताही तिच्या हृदयावर घाव करत असावी, असं वाटत होतं.

''मळ्यातून त्याची घरी परतायची वेळ साडेसात-आठची. आले तशीच हलक्या पावलांनी घरी परतायचा विचार मनात येऊन गेला. नंतर हा घरी येईल, जेवण झाल्यावर मी दिलेला विडा खाईल, माझा हात धरून मोठ्या प्रेमानं आरशानजीकच्या पलंगावर घेऊन जाईल; इथं हिच्याबरोबर जे खेळ केले, तेच तिकडं माझ्याबरोबरही करेल. समोरच्या आरशात अतिपवित्र असं नातं असल्याचं नाटकही करून दाखवेल! एकदा मनात आलं, याचा जो काही बाहेरचा खेळ चालेल, तो या खोपीतच.. माझं घर मात्र त्या अर्थानं पवित्र राहील. तिथं कुणाला आणायचं, हे धैर्य दाखवणार नाही. मग मी तरी कशाला त्याच्या भानगडीत लक्ष घालू?

पण हे वैराग्य केवळ एकच क्षण टिकलं. नंतर पुन्हा वाटलं, नाही... हे चालू देता कामा नये... चोराला मालासकट पकडायचं, शरमिंदं करायचं, नंतर हे झोपडंही जाळून नष्ट करून टाकायचं...

आतून आवाज येत होता, 'जाऊ द्या की...'

'मग जा की... तुला कोण अडवतंय?'

'दोरखंडानं बांदलं असतं तर सोडवून घेऊन गेले असते! पन तुमी धरून ठेवल्यावर कसं जानार? आता सोडा. पायजे तर उद्या दुपारला येते. सांजेपर्यंत ठेवून घ्या...'

मनात आलं, खोपी जाळून टाकायची ती आताच जाळायला पाहिजे! मी उभी राहिले. कुठल्याही क्षणी दार उघडेल... दोघंही बाहेर येतील... माझ्या हातात सापडतील... चोरीच्या मालासह...सगळीकडे नि:शब्द वातावरण...आतले ते किळसवाणे आवाज...डचमळून येत होतं. अशा वेळी चोराला मालासकट कसं पकडायचं? त्यात चोर नेहमीच एक पाऊल पुढं असतो. सगळं काम अत्यंत हुशारीनं केलं पाहिजे.

मी चाहूल न देता, तिथलंच एक झाड होऊन उभी राहिले होते.

दार उघडलं. आधी बाहेर आली ती मल्ली. अंधुक उजेडात चेहरा स्पष्ट दिसला, तरी मी ओळखलं. तिलाही माझी चाहूल लागली. तिनं विचारलं, 'कोन हाय?'

पाठोपाठ आतून बाहेर येत त्यानंही विचारलं, 'कोण आहे तिकडं?' मला पाहताच त्यानं ओळखलं. क्षणभर तो स्तब्ध झाला. केवळ एकच क्षण. नंतर अवाक् होऊन थबकलेल्या मल्लीकडे वळून म्हणाला, 'उभी का राहिलीस? जा म्हटलं ना?' ती भराभरा तळ्याच्या दिशेनं निघून गेली. काहीच घडलेलं नाही, असं दाखवत त्यानं खोपीचं दार लावलं आणि 'चल घरी...' म्हणत माझ्यासमोर उभा राहिला. मी तशीच उभी राहिले. 'हवं तर ये...जे बोलायचं ते घरी गेल्यावर...' अशा आविर्भावात तो घराच्या दिशेनं चालू लागला. अपमान वाटला, तरी मीही त्याच्या पाठोपाठ निघाले. फाटकापाशी येताच त्यानं माझ्या चावीनं कुलूप उघडायला सांगितलं. मी काही न बोलता कुलूप काढून दार लोटलं. मी पुढं पुढं चालत राहिले, तो मागोमाग आला. नंतर बरोबरीनं चालू लागला. हे दृश्य पाहणाऱ्याला कुठलंही जोडपं फिरून घराकडे परतत असावं, असंच दिसलं असेल.

घरी आलो, तेव्हा केंपम्मा गाईची धार काढून चरवी स्वयंपाकघराच्या दारापाशी ठेवत होती. मी घरात शिरले आणि पडवीत उभी राहिले. त्यानं केंपम्माला हाक मारली. त्याच्या आवाजात जरब होती. ती येताच तिचा दंड पकडून त्यानं तिच्या थोबाडीत लगावली. ओरडला, 'कामाला ठेवलेल्या दिवसापासून तुझ्या पोटाला कधीच कमी केलेलं नाही. कपड्यालत्त्याला कमी केलं नाही. वर्षाचा पगार ठरल्यापेक्षा पाच-दहा जास्तच दिलाय. लेकीला भेटायला निघालीस, तर गूळ-खोबरं-फणस-आणखी काय काय दिलंय. तू घरातलं खोबरं चोरून चन्नबसप्पाच्या दुकानात विकतेस, हे ठाऊक असलं तरी गप्प राहिलो. आज हे केलंस काय? आत्ताच्या आत्ता तुझं चंबूगबाळं उचलून हे गाव सोडून जाणार की नाही? की तू जन्मलीच नाहीस असं करून टाकू?' बोलताना त्यानं आणखी चार-दोन लगावल्या.

या अनपेक्षित आघातानं केंपम्मा जमिनीवर कोसळली. हा तसाच काही न बोलता झोपायच्या खोलीत गेला.

सगळं घर नि:शब्द होतं. नंतर एकाएकी केंपम्माचा शापवाणी उच्चारणारा चिंब आवाज ऐकू आला, 'माजं नाव सांगनार न्हाईस म्हनून शबूद दिला व्हतास! नवरा दिसल्यावर सगळं इसरलीस व्हय! करकरीत तिन्ही सांजच्याला तुजं घर सोडून जातीय मी! तूबी अशीच हे घर सोडून जाशील बग!..'

पाठोपाठ धपाधप पावलं टाकत बाहेर गेल्याचा आवाज घरात भरून राहिला.

मी खरोखरच त्याला काही सांगितलं नव्हतं. मी तुला दिलेला शब्द मोडला नाही, असं तिला ओरडून सांगावसं वाटलं तरी तोंडातून शब्द फुटला नाही. का?

संध्याकाळपासून घडलेल्या घटनांमुळे की त्यानं आईसमान केंपम्माच्या थोबाडीत मारल्यामुळे? कोणजाणे.''

सांगायचं ते सगळं सांगून संपल्यासारखी सावित्री गप्प बसली. स्वयंपाकघरातले किरकोळ आवाज वातावरणातलं मौन आणखी गाढ करत होतं. सत्यप्पाही त्याच विचारात होता, एवढं सगळं घडल्यानंतर पुन्हा त्याच माणसाशी सावित्री कसा संसार करणार?

त्यालाही पुढे आणखी काही विचारावंसं वाटलं नाही.

एवढ्यात मंडी नागप्पा जागे होऊन बाहेर आले. या दोघांना न बघताच ते लघवीसाठी म्हणून परसदारी निघून गेले. काही क्षणांतच आले, न्हाणीघरात पाय धुवून ओल्या पावलांचे ठसे उमटवत पुन्हा घरात निघून गेले. त्यांच्या अस्तित्वाच्या जाणिवेसरशी सावित्री तिला व्यापून राहिलेल्या साक्षीभावातून बाहेर आली. सत्यप्पाही तंद्रीतून बाहेर आला. नागप्पांच्या पायावरच्या जखमेकडे लक्ष गेलं तरी फारशी चौकशी न करता तो तसाच बसून राहिला.

तंद्रीतून बाहेर यायचा एक मार्ग म्हणून सावित्री म्हणाली, ''आज संध्याकाळी नागप्पा बाहेर गेले होते, मंजय्याच्या घरी गेले होते! दोन-तीन तास तरी तिथंच होते! काय बोलत होते कोण जाणे! कंचीचा खून झाला, तेव्हा हा तिपटूरला यांच्याबरोबर होता अशी साक्ष देणारा हा आणखी एक साक्षीदार! प्रत्येक साक्षीसाठी हजार रुपये वसूल केल्यानंतरच साक्ष दिली म्हणे!''

''ते मला ठाऊक होतं. पण आज संध्याकाळी तिथंच गेल्याचं मात्र ठाऊक नव्हतं.'' त्यानं पुन्हा विचारलं, ''केंपम्मा त्याच दिवशी निघून गेली. नंतर काय झालं? तू त्याच्याशी या विषयावर बोलली नाहीस का? काय म्हणाला तो? भांडली नाहीस त्याच्याशी?''

''भांडण?'' तिनं पुन्हा एकदा आठवून पाहिलं, ''मी त्या रात्री वेगळ्या खोलीत जमिनीवर झोपले. तो नेहमीच्या पलंगावर एकटाच झोपला. त्यानं जेवण मागितलं नाही; मीही बनवून वाढलं नाही. संपूर्ण रात्र तळमळत काढली. त्याच्या पुढ्यात उभं राहून जाब विचारायचं धैर्य राहिलं नव्हतं. तेवढा उत्साहही राहिला नव्हता. एका माणसानं दुसऱ्यावर हात उगारणं, हे मी कल्पनेतही पाहिलं नव्हतं. केंपम्मा तर जवळजवळ त्याच्या आईच्या वयाची! ते क्रौर्य...होय...तो केवळ संताप नव्हता...हे तर पशूच्या पातळीचं क्रौर्य! साहजिकच माझ्या मनात भयही दाटून आलं. सिनेमात दाखवतात ना, मांत्रिकाच्या कथेत! तसं मला मी एखाद्या क्रूर, तामसी राक्षसाच्या तावडीत सापडून तडफडत असल्याचा अनुभव आला. त्याचबरोबर आपल्यामुळे केंपम्मासारख्या प्रौढेला मुलाच्या वयाच्या तरुणाकडून मार खायची पाळी आली, याबद्दलची अपराधीपणाची भावनाही मनाला छळत होती.

तसं बघितलं तर मी काहीच सांगितलं नव्हतं. अवाक्षरही बोलले नव्हते, तरीही याला कसा तो संशय आला? मळ्याच्या फाटकाला एकच चावी होती. दुसरी चावी केंपम्माकडे असायची. हे ठाऊक असल्यामुळे तो असं म्हणाला असेल काय? मलाच 'तुझ्याकडची चावी काढ ' म्हणाला ना! त्यावरून त्याला समजलं असेल. ही मात्र गैरसमज करून घेऊन निघून गेली ना! माझं मन पराकोटीचं दुखावलं.

सकाळी उठून पाहिलं, घरात केंपम्मा नव्हती. त्यामुळे घरातली सगळी कामं माझ्यावरच पडली. तोही आपण होऊन बोलला नाही. ठरल्याप्रमाणे मळ्याकडे निघून गेला. जेवणखाण करू नये, वासराला पान्हा देऊन दूध काढू नये, केर-पोतेरं करू नये असं वाटत होतं. पण मला दोष देऊ नये म्हणून सगळी कामं करत राहिले. त्यानं खाणं उरकलं. नंतर खांद्यावर पंचा टाकून शेताकडे गेला. आठवलं, आदले दिवशी मल्लीनं सांगितलं होतं, दुपारी येते म्हणून! म्हणूनच हा गेलेला दिसतो! आणखी थोडा वेळ जाऊ देऊन तिथं गेलं तर खातरजमा करता येईल, असं सुचलं तरी मनाची तयारी झाली नाही. मनात किळस दाटली होतीच; शिवाय भीतीही! काल खात्री झाली ना? काय केलं? आजही खात्री करून घेऊन काय करायचंय? अगदी दरवाजा लोटून आयत्या वेळी आत घुसलं... बघून तरी मी काय करणार आहे? याचं काहीही उत्तर सुचलं नाही. तशीच मुकाट्यानं झोपून राहिले.

तो संध्याकाळी दिवेलागणीला घरी आला. तो कुठून आला असेल, याविषयी आणखी काही खुलासा व्हायची गरजच नव्हती. मी काही मान वर करून त्याच्याकडे पाहिलं नाही. तो थेट झोपायच्या खोलीत गेला, जेवायच्या वेळी बाहेर आला, वाढलं ते जेवून पुन्हा झोपायच्या खोलीत निघून गेला. मला एकीकडे रडू येत होतं. तरीही मी स्वत:ला सावरलं. याचा काहीतरी निकाल लावलाच पाहिजे, असं वाटून सगळं धैर्य एकवटलं आणि तो झोपला होता त्या खोलीत गेले.

खोलीचा दरवाजा उघडाच होता. म्हणजे सगळं मान्य करून जर मला तिकडं जायचं असेल, तर प्रवेश होता. मला थोडं धैर्य वाटलं. आता जाऊन मी दारापाशीच उभी राहिले. मोठा दिवा जळत होता. पलंगाशेजारच्या आरशात माझं प्रतिबिंब दिसत होतं. पलंगावर झोपलेल्या त्या माझ्या नवऱ्याचंही प्रतिबिंब तिथं दिसत होतं. जिवाचा तिळपापड झाला. तरी संताप आवरला. तोच एकाएकी धाड्कन उठला. माझ्यापाशी आला, माझा हात हातात धरून पलंगावर बसवलं.

मी विषय काढला, 'तुम्ही असं कसं वागू शकता?'

'का? काय केलं मी?' त्यानं विचारलं.

मी गोंधळले. सगळ्याचा कसा उच्चार करायचा ते न कळून म्हटलं, 'माझ्याशी असं कसं खोटं वागू शकता?'

'काय खोटं बोललो?'

'म्हणजे....काय खोटं बोललो, असं काय विचारता? बायको असताना दुसरीबरोबर.... दुसरीच नव्हे... तुमचे हे चाळे आणखी कितीतरी जणींबरोबर चालतात...'

'समज, आणखी शंभर जणींबरोबर माझे संबंध आहेत! यात खोटं काय आहे?'

'तुम्ही मला याच आरशापुढे उभं करून सांगत होता ना, तुझ्यासारखी सुंदरी या जगात नाही, तुझ्याएवढी रूपवती दुसरी पाहिली नाही म्हणून?'

'होय. ते तर खरंच सांगितलं मी! अजूनही माझं तेच म्हणणं आहे. तुझ्यासारखी रूपवती या जगात नाही. आताही हे मी शपथेवर सांगायला तयार आहे.' असं म्हणत तो जवळ आला.

मला तिरस्कार वाटला. दूर लोटत मी तिरस्कारानं म्हटलं, 'इतर बायकांपाशी जाता! मग मला तुझ्यासारखी रूपवान कुणी नाही, म्हणणं खोटं नाही काय?'

'यात खोटं काहीच नाही. रूपवान नसलेल्यांकडे गेलो, एवढाच याचा अर्थ.'

'उगाच कायद्यावर बोट ठेवून बोलू नका! खोटं का बोललात?'

'हे बघ! तू नीट आठवून पाहा. इतर कुणाकडेही डोळे वर करून पाहणार नाही, असा मी तुला कधी शब्द दिला? कधीच नाही! काय सांगत होतो? तुझ्यासारखी कुणीच नाही, म्हणून सांगत होतो.'

'मग याचा काय अर्थ?'

'तुझ्या सवयीनुसार शब्दांचे अर्थ बदलू नकोस. उगाच इकडचं-तिकडचं बोलणं नको. त्या दिवशी पुट्टम्मांनी सांगितलं, काल केंपम्मानं कुलपाची चावी देऊन बघायला सांगितलं. उद्या आणखी कुणीतरी येऊन सांगेल. ते काही नाही. आजच सोक्षमोक्ष होऊन जाऊ दे! मला सांग, लग्न झालेल्या दिवसापासून मी तुला काही कमी केलंय काय? कमी केलं असेल तर बोल! भुकेजलेल्यांना एकदा-दोनदा-चारदा नव्हे, भूक लागेल तितक्या वेळा जेवायला वाढणं माझं कर्तव्य आहे. तुझी भूक भागल्यानंतर मी आणखी कुणाला जेवायला वाढतो, त्यावर बंधन घालायचा तुला अधिकार नाही!'

त्याला काय म्हणायचंय, ते माझ्या स्पष्टपणे लक्षात आलं होतं. त्याच्या बोलण्याची मला किळस आली. म्हटलं, 'असं होतं, तर तुम्ही लग्न तरी कशाला केलंत?'

'मलाही आता तेच वाटतंय! हवं तर तू तुझ्या अप्पांच्या घरी जा! नाहीतर तुला वेगळं घर करून देतो, तुझ्या घरात सामानसुमान भरून देत जाईन. जर हे मान्य नसेल, तर माझी बायको म्हणून सुखानं राहा. तुला काही कमी पडू देणार नाही.

पण माझ्या वागण्यावर बंधन घालायला जाशील तर... काल केंपम्माची काय गत झाली, लक्षात आहे ना? आणि आताही इथं झोपायचं कारण नाही. तिच्याच खोलीत झोपायला जा. मी गयावया करायला येणार नाही. तू आपणहोऊन इथं आलीस, तर माझी काही हरकत नाही.' एवढं बोलून त्यानं कूस पालटली आणि डोक्यावरून पांघरूण घेतलं.

यावर काय बोलावं, ते मला सुचलं नाही. मुकाट्यानं उठले आणि गोठ्याशेजारच्या खोलीत जाऊन झोपले. आता विचार करते, तेव्हा मी फक्त दुखावले गेले होते का? की मनातले सगळे स्वत:विषयीचे इमले कोसळल्यामुळे मी विव्हळ झाले होते? याच्याशी लग्न करू नको म्हणून मला सगळ्या जगानं नाना तऱ्हांनी सांगितलं होतं. आक्षेप घेणाऱ्या सगळ्यांना निरुत्तर करून याच्याशीच लग्न करणार म्हणून हट्ट धरला होता ना! तो माझ्या हट्ट बेअकलीपणाचा होता, याचं ते दु:ख होतं?

तरीही मी घरातली कामं करत होते, स्वयंपाक करत होते. त्यालाही वाढत होते. पण त्याच्या वागण्यात काडीचाही बदल झाला नाही. माझ्या अपेक्षेप्रमाणे त्यानं चूक मान्य केली नाही. त्यामुळे यानंतर असं वागणार नाही, असं म्हणणं तर दूरच राहिलं. त्यानं तेवढं केलं असतं, तर मी तिथंच मुकाट्यानं राहिले असते की काय कोण जाणे! तरीही तो का असा वागला नाही? त्याला संसार नकोसा झाला होता का? एकीशी निष्ठ राहणं त्याला अशक्यच होतं का? जन्मजात हाच स्वभाव असणाऱ्यांना स्त्रीला मोहून टाकणारे विभ्रम आणि चर्या आपोआपच येतात काय?

गावातच असलेल्या माहेरी हे सगळं जाऊन सांगायची मला लाज वाटत होती. याला सुधारून याच्याशी संसार करेन, असं मीच घरात बोलून दाखवलं होतं ना? एक दिवस अण्णय्या घरी येऊन म्हणाला, 'अशी का क्षयरोग्यासारखी सुकत चाललीस?' त्या क्षणी मात्र अनावर रडू आलं. मी हमसून हमसून रडू लागले. त्याच्याबरोबर माहेरी आले. नंतर मात्र तिकडं जायचं अगदी अशक्य झालं. माझं मन त्यासाठी अजिबात तयार झालं नाही. एक दिवस अण्णय्याच त्या घरी गेला, तेव्हा तो धादांत खोटं बोलला, 'हे बघ, तुझ्या बहिणीला आपणच जगातली अतिसुंदर बाई असल्याचा अहंकार आहे! तुम्ही तिला लाडानं वाढवलंय ना! मला म्हणते, मी एवढी सुंदरी आहे! नवऱ्यानं माझा गुलाम होऊन सतत त्राहि त्राहि म्हणत राहिलं पाहिजे. याला कुठला पुरुष तयार होईल? वर संशयी स्वभाव! शेतात-मळ्यात काम करायला येणाऱ्या बायकांविषयी संशय. म्हणून सगळ्या कामासाठी पुरुष-गडी कुठं मिळतात? त्या बायकांबरोबर न बोलून कसं चालेल?'

मंजय्याचा स्वभाव त्यालाही ठाऊक आहेच. सगळ्या गावालाच ठाऊक आहे. त्यानं त्याला ठाऊक असलेल्या बायकांची नावं घेऊन विचारलं, 'या सगळ्या

बायकांबरोबर तुझे संबंध आहेत की नाही? खरं सांग!'

त्यावर हा म्हणतो कसा, 'ते सगळं खोटं आहे, अशी मी कण्हेरीच्या फुलांचा हार गळ्यात घालून कुठल्याही देवापुढे शपथ घेतो! तूही तशीच शपथ घेशील काय?'

असल्या माणसाशी अण्णय्या कसा बोलणार? निलाजरेपणापुढे शरमिंदा होत तो मुकाट्यानं घरी परतला."

तेवढ्यात नागप्पा पुन्हा एकदा लघवीला म्हणून उठले. पाय धुवून ते माघारी जाईपर्यंत हे दोघंही काही न बोलता बसून राहिले होते. बोलणं संपल्यामुळेही मौन पसरलं होतं. स्वयंपाकघरातूनही तांदूळ कांडल्याचा आवाज कमी झाला होता. असाच काही वेळ गेल्यावर सत्यप्पा म्हणाला, "नागप्पा पहिल्यांदा येऊन गेले ना, तेव्हापासून एक विचार माझ्या मनात येतोय. माझा मंजय्याशी चांगलाच परिचय आहे. त्याचे अवगुणही ठाऊक आहेत. त्याच्याशी बोलून खरं-खोटं करणं शक्य नाही, याची मला कल्पना आहे. तरीही तुझ्या अप्पांनी जीव दिल्यानंतर त्याचं मन नाही म्हटलं तरी आतल्या आत वितळलं असेल. कदाचित त्याला त्याच्या चुकीची जाणीव झाली असेल. समज, चूक मान्य करून तो तुला बोलवायला आला तर तू त्याच्याशी संसार करशील?.... हा एक प्रश्न. आणि दुसरा..."

त्याचं बोलणं मध्येच तोडून ती म्हणाली, "अप्पा जिवंत असताना जर त्याला खराखुरा पश्चात्ताप झाला असता तर कदाचित मी पुन्हा गेले असते. पण एवढी मोठी घटना घडून गेली! यानंतर मंजय्या हरिश्चंद्राचा अवतार बनून आला तरी मी त्याच्याबरोबर जाणं शक्य नाही. तो विषय संपलाय आता. बरं... दुसरा काय प्रश्न?"

"केंपम्मावर यानं हात उगारला, तेव्हा त्याचा क्रूरपणाचा तुला अनुभव आला होता. कंचीनं चोरी केली असली तरी त्याला ठार मारणं, ही काही साधी गोष्ट नाही. त्यानं कितीही पश्चात्तापाचा किंवा आपण निरपराध असल्याचा आव आणला, तरी तू त्याच्याशी संसार करायला कशी तयार झाली होतीस? तू तयार नसतीस, तर ते कशाला साक्ष द्यायला गेले असते?"

या प्रश्नामुळे ती अडचणीत सापडल्यासारखी झाली. तिचा चेहरा पांढराफटक पडला. नंतर लालबुंद झाला. नजर खाली गेली. नंतर म्हणाली, "या प्रश्नाचं उत्तर मला ठाऊक आहे. आज खूप बोललेय. या प्रश्नाचं उत्तर द्यायची मला लाज वाटते.."

बोलणं थांबलं. सत्यप्पाला जांभई आली. घड्याळ पाहिलं, दीड वाजला होता. सकाळी तो चौदा मैल चालून आला होता. पहाटे लवकर उठला होता. "झोपा चला तुम्ही..." म्हणत सावित्री उठली.

सत्यप्पाला हा सगळाच प्रकार एखाद्या मोठ्या प्रहसनासारखा वाटत होता.

बत्तीस-तेहतीस वर्षांपूर्वी स्वातंत्र्यचळवळ आणि गांधीमार्गावरून चालायला सुरुवात केली, तेव्हा आपण किती आदर्श समाजाचं स्वप्न पाहिलं होतं! तेव्हा वय लहान असलं तरी समाजातल्या अव्यवस्थेची आणि अनिष्ट प्रथांची जाणीव नक्कीच होती. त्या सगळ्यासाठी महात्मा गांधींनी उपायही सांगितला होता. त्यानं स्वत: त्यांच्याशी तीन वेळा चर्चाही केली होती. त्यांची त्या त्या संदर्भातली पुस्तकं आणि लेख बारकाईनं वाचले होते. त्यानंतरच त्यांच्याशी चर्चा करायला गेला होता. त्यांनी लिहिलेले लेख, केलेली भाषणं, सांगितलेले विचार त्यांच्या समोर बसून त्यांच्या तोंडून ऐकले; तेव्हा संपूर्ण सत्याचं रूप घेऊन हृदयात कायमचे ठाण मांडून बसून राहत. त्यातल्या तपशिलाच्या संदर्भात उपप्रश्न विचारायची इच्छाच होत नसे. हे विचार असेच उचलून आपल्या गावात, आपल्या परिसरात, संपूर्ण प्रांतात प्रचार-प्रसार करून लोकांच्या वागण्याबोलण्यात बिंबवण्याला आलं पाहिजे, असं तीव्रपणे वाटत होतं. याच कारणासाठी साबरमतीहून मत्तिकेरेला परतून येऊन कार्यप्रवृत्त झालो होतो. तेव्हाही मी थेट राजकारणात क्वचितच पडलो होतो. ग्रामोद्धार झाल्याशिवाय स्वातंत्र्याचं यश पूर्णपणे मिळणार नाही, ग्रामोद्धारासाठीच स्वातंत्र्य आवश्यक आहे, ही श्रद्धा मनाशी धरून किती तळमळलो मी! हा विचार समाजात रुजवण्यासाठी किती गावोगाव फिरत राहिलो! कितीतरी दूरवर असलेलं कोर्ट, त्याला आवश्यक असलेले दाखले, कागद, साक्षी, उलटतपासणी, वकील, न्यायाधीश या सगळ्या विदेशी पद्धतीमुळे शेतकऱ्यांना कधीच न्याय मिळणार नाही म्हणून ग्रामन्यायालय आणलं पाहिजे, असं महात्म्यांनी सांगितलं होतं. त्यासाठीही मी किती खटपट केली! कितीतरी कायदे सरकारकडे आहेतच. त्यांना खेड्यापर्यंत आणणं, हेच एक काम. त्यासाठी विविध दाखले, कागदपत्रं, स्टॅम्पपेपर, फी, वकिलांना हप्त्याहप्त्यानं द्यावे लागणारे पैसे हे सगळं बाजूला टाकून संबंधित अशा चारचौघांना एकत्र आणून गावातल्या चार विश्वासू सभ्यगृहस्थांना बोलावून देण्यात आलेला न्याय उभयतांनी मान्य करायला पाहिजे. प्रकरणातल्या सत्याकडे कोर्टाचा काणाडोळा होईल, असं करणं शक्य आहे. पण याच गोष्टी गावकऱ्यांच्या नजरेतून टाळणं शक्य होणार नाही. गावातल्या पंचांच्या मनात न्यायनिष्ठा असेल तर पुरेसं आहे.

त्या वेळी ही पद्धत एक-दोन वर्षं यशस्वीपणे चालली होती ना! जवळपासच्या सात-आठ खेड्यांत तरी! पण देशाला स्वातंत्र्य मिळालं आणि हे सगळे प्रयोग बाजूलाच पडले. गांधी-युगाचा अंत होऊन लोकसत्ताक युग सुरू झालं. मग लोकप्रतिनिधींशी मतभेद होऊन मी बाजूला पडलो. जनता या प्रतिनिधींकडे वळली.

खेड्यापाड्यांपर्यंत जातीय राजकारणानं मुळं रोवली. पक्षीय राजकारणात न्यायदान आणि त्याची गरज यांसारख्या गोष्टी कस्पटाप्रमाणे उडून गेल्या! लोकांना भडकवण्यात आलं, 'हे योग्य नाही...तुम्ही तिपटूर-तुमकूर-बेंगळूरला चला...' असं मीच अन्यायाला बळी पडलेल्यांना सांगायला लागलो ना! शहर-वकिली मुद्दा-हॉटेल-खाणं-कॉफी-बिन्नी खटावचा शर्ट-फिन्ले धोतर-पॅन्ट या सगळ्यापुढे माझं ग्रामन्यायालय-खादीचे कपडे-यक्षगान-रामायण-सगळं सगळं नाहीसं झालं ना!

आपल्या हद्दीत अध:पतन-युग सुरू होऊन कसं वाढत गेलं, याचा सगळा तपशील सत्यप्पाच्या डोळ्यांसमोरून तरळून गेला. तरीही मुलाला शाळेला पाठवत, घरात हातानं स्वयंपाकपाणी करून घेत, जमिनीची देखरेख करत खेड्यातल्या स्वयंउद्धारासाठी काम करतच होतो.

माझ्यामधल्या त्या उत्साहानं अखेरचा श्वास केव्हा घेतला? हो...त्याला अगदी स्पष्टपणे आठवलं. महात्मा मरण पावले... नाही... तेव्हा नाही. ते वारले तरी ती चेतना या देहात अमर होऊन राहते, या देशात तिचं अस्तित्व असेल, याच भ्रमात होतो तेव्हा! जिवंत असताना त्या छोट्याशा शरीरात बंदिवान असलेलं ते चैतन्य आपल्या मर्यादा ओलांडून देशात लांब-रुंद सगळीकडे व्यापून राहील, असे विचार मीच आयोजित केलेल्या जवळपासच्या चार-सहा खेड्यांमध्ये भरलेल्या शोकसभेत भावुक होऊन व्यक्त केले होते!

ग्रामसहकारातून नारळाच्या झावळ्यांपासून काहीतरी कुटिरोद्योग सुरू करण्यासाठी धडपडत असताना... माझा हेतू काही फक्त तेवढाच नव्हता. चार-सहा गावांमध्ये कसं हे मी घडवून आणतोय हे जनतेला दाखवून देऊन जनतेचा या विचारप्रवाहावरचा विश्वास वाढवायचा, हा त्यामागचा उद्देश होता. त्यात तिथल्या एका जनतेच्या प्रतिनिधीनं त्याच वस्तू बनवण्यासाठी परवानगी मिळवून एका मारवाड्याला कारखाना सुरू करायला मदत केली, तेव्हा तर मी त्याचा सार्वजनिकपणेच विरोध करू लागलो. यावर मला धमकी मिळाली. मी तिकडं दुर्लक्ष केलं, तेव्हा दहा जणांसमोर मला त्यानं थोबाडीत मारलं! त्या वेळी जनतेपैकी कुणीच माझ्या बाजूनं उभं राहिलं नाही!

तोच तो क्षण!

वर तो पुढारी मला म्हणाला, 'पोलीसच नको म्हणत होतास ना? मग आता तू काय करणार आहेस? पोलिसाकडे जाणार की ग्रामन्यायालय भरवणार?'

खरोखरच ग्रामन्यायालय भरवायला गेलो, तर एक जणही पुढं आला नाही! वर मलाच सगळ्यांनी समजावलं, 'लोकप्रतिनिधीवर आम्ही कसा आरोप लावणार? उद्या आमची काय गत होईल?'

यानंतरही माझा उत्साह कसा टिकून राहील? त्या वेळी सर्वांसमक्ष मार खाल्ला, त्याचा मानसिक आघात भरपूर झाला. अहिंसामार्गीनं अशा हिंसक गोष्टीवर काहीही प्रतिक्रिया द्यायची नसते, हे मलाही ठाऊक होतं. त्यानं चार मारल्यावर मी त्याला एकतरी मारू शकलो असतोच ना! मुख्य म्हणजे हिंसात्मक मार्गानं जाणाऱ्याला विरोध करायची मानसिकता इतक्या लवकर माझ्यातून नाहीशी झाली होती ना! याचं मला दु:ख झालं होतं. मनात आलं, गांधीजींच्या प्रतिमेसमोर बसून उपवास-सत्याग्रह करावा. पण गांधीजींच्या माघारी त्यांचं हे उपवास-अस्त्र निरुपयोगी ठरेल, हे मला ठाऊक होतं.

या वेळेपर्यंत मुलगा रामचंद्र तिपटूरच्या हॉस्टेलवर राहायला गेला होता. त्यानं नायलॉन-टेरिलीनचे कपडे हवेत म्हणून हट्ट धरला. त्या वेळी तरी वाद घालून त्याला माझे मुद्दे पटवून देणं कुठं जमलं मला?

सत्यप्पा दुसऱ्यांदा लघवीला जाऊन आला, तेव्हा स्वयंपाकघरात भात कुटण्याचा आवाज थांबला होता. यानंतर झोप लागेल. ही एकदा मळ्यात फेरी मारून येऊन पुन्हा झोपायची वेळ. त्याला खरोखरच जांभई आली. कंचीसारख्याला ग्रामन्यायालयासमोर उभं केलं असतं, तर काय शिक्षा दिली असती? तो म्हणेल, मलाही एवढ्या नारळी लावता येतील एवढी जमीन द्या, म्हणजे मी दुसऱ्याच्या मळ्यात पायही टाकणार नाही! त्याच्या या बोलण्यावर न्यायालयानं काय करायचं? गावात नवी जागा तर नाही. आपल्या मालकीपैकी कुणीही एक बोटभरही जागा द्यायला तयार होणार नाही. विनोबाजींची 'भूदान चळवळ' तर फारशी न रुजता लगेच मरून गेली. त्यामुळे कंचीला शिक्षा करायची नैतिक शक्ती ग्रामन्यायालयाकडे नाही! मग... मग...

त्याला पुढे काहीच सुचेना... त्याला आणखी एक मोठी जांभई आली. जनतेच्या प्रतिनिधीनं माझ्या थोबाडीत मारली, तेव्हा महात्मा असते तर? किंवा त्यानं महात्मांनाच मारलं असतं तर? त्यांनी काय केलं असतं?

उत्तर सुचलं नाही. त्याऐवजी झोपेचा अंमल गडद झाला.

पुन्हा जाग आली. साडेपाच वाजले असावेत. आणखी एकदा मळ्यात फिरून यायची ही वेळ. स्वयंपाकघरातले सगळे आवाज शांत होऊन घर नि:शब्द होतं. लघवीलाही जायची गरज नव्हती. उताणा झोपून तो आधी मनात आलेले विचार पुन्हा आठवू लागला. तीव्रपणे वाटलं, व्यक्तित्वाच्या आतच उजेड जन्मून तो बाहेर फाकला, तर त्याला सत्य म्हणता येईल. कुठल्याही संदिग्ध परिस्थितीत काय केलं पाहिजे, हे त्या उजेडाला क्षणार्धात समजतं. महात्मा तसे होते. सासरे परमेश्वरय्याही त्याच मार्गानं वाटचाल करत ईप्सित स्थळी पोचले असावेत. आमच्यासारख्यांच्या समोर अपरिचित प्रसंग ठाकला तर फक्त अंधार! हे खरं यथार्थतेचं सुयोग्य वर्णन!

पुन्हा प्रयत्न केला तरी झोप आली नाही.

वैकुंठसमाराधनेच्या आदल्या दिवशी यायला सांगितलं होतं, तरीही रामचंद्र अगदी त्याच दिवशी सकाळी अकरा वाजता आपल्या हिरव्या सायकलवरून आला. गावात बायको-मुलं आणि बाळंतपणासाठी आलेली सासू होते; घरात आणखी कुणी पुरुषमाणूस नाही, असं कारण सांगत जेवण होताच सायकलवर बसून निघालाच. सत्यप्पानं गाव सोडल्यापासून दररोज रात्री नारळीचे तीन-चार घोस चोरीला जात असल्याचं त्यानं याच्या कानावर घातलं. वैकुंठसमाराधनेच्या दुसऱ्या दिवशीचे किरकोळ विधी उरकून आपण येत असल्याचं सत्यप्पानं मुलाला सांगितलं होतं. म्हणजे चोरांना आणखी एका रात्री चोरीची संधी मिळणार! मुक्काम करू नका, अशी ताकीद करायलाच तो आला असल्यासारखं दिसत होतं. त्याचबरोबर आजोबांच्या तिथीला येऊन एका दिवसाचा का होईना, प्रसादही घेतल्यासारखं होईल, असाही त्यानं विचार केला असावा. त्यात मामा रामकृष्ण सतत मुक्याचं व्रत घेतल्यासारखा! सुकन्यामामीविषयी केवळ आदर. त्यातल्या त्यात त्याचा जो थोडाफार संवाद होऊ शकत होता, तो केवळ सावित्रीमावशीबरोबरच. तिनं राहायचा थोडाफार आग्रहही केला.

पण तिला 'अगं, गावात आणखी कुणीच पुरुषमाणूस नाही. मग कसा राहू, मावशी?' म्हणत भीती व्यक्त केली. तिथीसाठी आलेल्यांनी निरोप घ्यायचा नाही, अशी पद्धत असल्यामुळे जेवणानंतर हातावर पाणी पडताक्षणीच सायकलवर स्वार होऊन धुळीनं माखलेल्या रस्त्यावरून आणखी धूळ उडवत दिसेनासा झाला.

दररोज रात्री एवढं नुकसान होत असल्याचं ऐकून सत्यप्पाचा जीव कासावीस झाला. चोरांना पकडून तंगडं मोडायचा विचार पुन्हा मनात तरळून गेला. पण आता मात्र त्या विचारासरशी मनात शरम दाटली. सगळे चोर काही पोटाला अन्न मिळत नसल्यामुळे चोरी करतात असं नाही. सिनेमा पाहायला, तिपटूर-अरसीकेरेला जाऊन हॉटेलात जाऊन चैन करायला, चैनीसाठी सायकल-रिस्टवॉच विकत घ्यायला, कायाकष्टाची कामं करायचं टाळून आळशीपणे जगायला, मजुरांचे कष्ट नारळाच्या रूपानं साकार होत असलेले न बघवल्यामुळे...

अशा कारणांसाठीही चोरी करणारे कितीतरी असतात. गावात एकी असेल तर अशा चोरांना पकडून खरोखरच पाय मोडायला काहीच हरकत नाही, किंबहुना चोऱ्या थांबवण्यासाठी अशी शिक्षा करण्यात काहीच चूक नाही, असंही त्याला वाटलं. गावाची एकी म्हणजेही गावातल्या न्यायालयाचंच रूप ना! या विचारासरशी त्याला थोडं समाधान वाटलं होतं. पण खरं असमाधान आता रामकृष्ण, त्याची बायको-सासू यांच्याविषयी. सव्विशीतला तरुण. दोन मुलांचा बाप! हातात सोटा

घेऊन रात्रीतून एकदा मळ्याकडे जाऊन यायला काय झाल? मी गावात नाही हे त्यांना ठाऊक आहे. हा भित्रट आहे, हेही ठाऊक आहे! त्यामुळे रोज मळ्यात शिरून चोऱ्या करताहेत! रात्री या दोन बायकांनाच घरात सोडून कसं जायचं, असंही एक खोटं निमित्त! नाहीतरी हा गावात असतानाही चोऱ्या होतातच. मग यानं आजचा दिवस थांबून उद्या निघायला काय हरकत आहे? किती केलं तरी आजोबांचे दिवस. तेही काही साधेसुधे नव्हेत! एवढा मोठा जीव! बायकोचे लाड आणि सासूशी लाळघोटेपणा! हा तर गुलामच झालाय त्यांचा! त्या सांगतील, तसा हा नाचतोय! या विचारानं सत्यप्पाचा जीव कासावीस झाला. तरीही दुसऱ्या दिवशीचं वैकुंठसमाराधनेचं जेवण झाल्यावरच निघायचं, असा त्यानं निश्चय केला.

चौदाव्याचं गोड जेवण झालं, तेव्हा चार वाजले होते. या नंतर शेताभातातून आणि डोंगररानातून जाणारी चौदा मैल वाट चालून जाणं शक्य नव्हतं. शिवाय ती वाटही काही पायाखालची नव्हती. अंधाऱ्या रात्रीच नव्हे, चांदण्या रात्रीही रस्ता चुकायची भरपूर शक्यता होती. त्यापेक्षा थोडं लांब पडलं तरी बसनं चनरायपट्टणला जाऊन तिथून तिपटूरची बस धरणं योग्य ठरेल. मत्तीकेरे गेटपाशी उतरलं तर तिथून थेट एकच रस्ता आहे. तोही पायाखालचा रस्ता. पाच मैल तर बघता बघता काटले जातील. सुब्बण्णय्यांशी बोलताच त्यांनीही हेच योग्य ठरेल, असं सांगितलं. पिशवी घेऊन सत्यप्पा संतेमाळापाशी असलेल्या बसस्टॉपकडे निघाला.

पण त्याची बस वाटेत बंद पडली. त्यामुळे उशीर झाला. चनरायपट्टणला तो पोचला, तेव्हा तिपटूरची अखेरची बसही निघून गेली होती. रात्री चनरायपट्टणमध्येच मुक्काम करावा लागणार होता. हा काही त्याचा नेहमीचा वहिवाटीचा तालुका नव्हता. वरचेवर व्यापारासाठी यायचीही ही जागा नव्हे. स्टॅन्डवर चौकशी करताच 'ट्रॅव्हलर्स बंगल्या'वर जायचा सल्ला मिळाला. 'बहुतेक जागा रिकामी असते; पैसेही कमी पडतात..' हा सल्ला सत्यप्पालाही पटला. तो तिकडं जायला निघाला.

टीबीच्या पुढच्या दाराशीच मंजय्या दिसला. बिळीकेरेच्या वास्तव्यात हा एकदाही दिसला नव्हता. भेटायची शक्यताही नव्हती. इथं मंजय्यासोबत एक सरकारी जीप होती. एक ऑफिसर आणि सोबत दोन साधारण दर्जाचे आणि चार-सहा खाकी वेशातले खालच्या दर्जाचे कर्मचारीही होते. त्या सगळ्या सरंजामावरून ती वनखात्याची माणसं असावीत, याचा अंदाज आला. मोठे अधिकारी साधारण अधिकाऱ्यांबरोबर इंग्लिशमध्ये बोलत होते. मंजय्याही आपण संपूर्णपणे याच वातावरणातले असल्याच्या आत्मविश्वासानं वावरत होता. त्याचबरोबर नोकरदाराला नसलेलं स्वातंत्र्यही त्याच्या वागण्यात दिसत होतं. थोड्या वेळानं थोरले साहेब त्याच्याकडे वळले. तेव्हा हा मोठ्या आत्मीयतेनं आणि आत्मविश्वासानं म्हणाला,

"सगळं लक्षात आलंय, सर! मी तुम्हाला एकदा येऊन भेटतो. आय हॅव अंडरस्टुड!..."

मोठे साहेब जीपच्या पुढच्या सीटवर बसले. इतर दोघं मागच्या बाजूनं चढून बसले. ड्रायव्हरनं जीप सुरू केली. जीप निघत असताना मंजय्यानं पुन्हा एकदा सलगी आणि जवळीक दाखवत नम्रपणे हात जोडले.

त्यानंतर सत्यप्पापाशी येऊन त्यानं विचारलं, "काय अण्णय्या! इथं कसे काय? कालपरवा मी गावात नव्हतो. तुम्ही घराकडं येऊन माघारी परतता की काय असं वाटलं होतं. तातडीचं काम होतं. तुम्ही वैकुंठसमाराधना संपवून निघाला काय?"

"तिपटूरची बस निघून गेली होती. त्यामुळे रात्रीचा मुक्काम करावा लागतोय. म्हणून इथं आलो. एक रूम हवी होती."

"एवढंच ना? मिळेल. त्यात काय! तुम्हाला रूम नाही म्हटलं तर सरकारनं टीबी बांधून काय उपयोग?" तो सलगीनं म्हणाला.

इतर चार-पाच जण जवळ येऊन म्हणाले, "बसला उशीर होतोय... निघतो..."

"बराय...हासनला येईन तेव्हा भेटतोच..." त्यातल्या एकाच्या हातात दहाची एक नोट देत मंजय्या निरोप घेत म्हणाला, "कॉफी प्या..."

सगळे निघून गेले. एवढ्यात टीबीचा शिपाई आला. त्यानं मंजय्याला विचारलं, "रूम रिकामी करताय न्हवं?"

"नाही. हे बघ, यांना एक रूम दे."

"मिनिस्टरांचा प्रोग्राम हाय सायेब! सगळं रिझर्व आहे!"

"एक दे रे! आमचे अण्णा आहेत हे!"

"अण्णा असतील, तर तुमच्याच खोलीत घ्या! दोन कॉट हायेत की!'

मंजय्यानं त्याला नजरेनंच खुणावलं. ते समजल्यासारखं दाखवून तो म्हणाला, "पन मी काय करू? मिनिस्टर किंवा साहेब मध्यरात्री आले तर माझी फजिती! तुमालाच जुन्या इमारतीत जावं लागेल. तिथंबी एकच रूम खाली हाय."

सत्यप्पा म्हणाला, "हे पाहा! मला ओसरीवर जागा मिळाली तरी चालेल."

पण मंजय्याला थोडं अवघड वाटलं. सत्यप्पाची पिशवी उचलत तो म्हणाला, "तुम्ही नका विचार करू! चला. आपण ॲडजेस्ट करू या."

शिपायानं दोघांनाही जुन्या इमारतीत नेलं. तिथल्या खोलीतही दोन खाटा होत्या. सातच्या सुमारास दोघांसाठी जेवण आणायला सांगून मंजय्यानं त्या शिपायाला पाठवून दिलं. अंथरुणावर आडवं झाल्यावर सत्यप्पानं विचारलं, "काय चाललंय? एवढे फॉरेस्टचे अधिकारी कसे काय?"

"एक करप्ट रेंज ऑफिसर आहे. लाच खायची आणि माणसांचं रक्त शोषायची काहीतरी मर्यादा नको काय? त्रास असह्य झाल्यामुळे संपूर्ण तालुक्यातल्या

शंभर रयतांनी त्याच्याविरुद्ध अर्ज दिलेत. असिस्टंट कॉन्झर्वेटिव्ह साहेब स्वत: चौकशी करायला आले आणि त्यांनी सस्पेन्शन ऑर्डर दिलीय. पुढची मोठी चौकशी होईपर्यंत राहू द्यायचं ठरलंय. त्यामुळे मला लगोलग परवा संध्याकाळी निघून यावं लागलं.''

सत्यप्पाला हे चांगलं लक्षण वाटलं. जर एखाद्या लाचखोर अधिकाऱ्याविरुद्ध शंभर शेतकरी कंप्लेंट लिहून देत असतील, तर तो खरोखरच खराब असला पाहिजे! शेतकऱ्यांमध्ये इतकी जागृती होत असलेली पाहून सत्यप्पाला आनंद झाला. त्याचं मन पुन्हा गांधीजींच्या ग्रामोद्धाराच्या कल्पनेकडे वळलं. लाच म्हणजे एक प्रकारची चोरीच. या चोरीला विरोध करणारे शेतकरी आपापल्या गावांमध्ये होणाऱ्या भुरट्या चोऱ्यांना विरोध करत असतील काय?

ठरलेल्या वेळी शिपायानं जेवायची दोन ताटं आणली. सत्यप्पा म्हणाला, ''जेवण नको मला. झोपतो...''

''जेवण वाया घालवू नये. तुम्ही वैकुंठसमाराधनेचं जेवण करून आलात हे विसरलोच मी. म्हणून दोन आणायला सांगितली. तुम्ही हवं तेवढं जेवा. बाकीचं मी संपवतो. चला...'' त्यानं आग्रह केला.

जेवण झाल्यानंतर त्यानं विचारलं, ''काम-प्रेम नावाचा एक चांगला सिनेमा आलाय. पाहिलात काय?''

''मी कधीच सिनेमा पाहत नाही बाबा!''

''छे:.. तुम्ही पाहिलाच पाहिजे. दमला असला तरी हरकत नाही! मी तिकीट मागवून घेतो.'' त्यानं आग्रह केला. सत्यप्पा नकार देत राहिला. अखेर नाइलाज झाला, तेव्हा मंजय्या सरळच म्हणाला, ''तुमच्यापासून कसली लपवाछपवी? तुम्हाला वेगळी खोलीच घेऊन देणार होतो. या मिनिस्टरांचा आजच प्रोग्राम ठरलाय! मिनिस्टरांबरोबर इतर फौजफाटा! एक रूमही रिकामी नसेल. माझ्याबरोबर एक मैत्रीण येणार आहे! ती काही संपूर्ण रात्रभर राहणार नाही! रात्रभर ठेवून घ्यायचं माझं तरी कुठं वय आहे म्हणा! तुम्ही सिनेमा बघून परतायच्या आत मी तिला पाठवून देईन. तुम्हालाही हवं असेल तर सांगून ठेवेन! तसं असेल आपण असं करू; थोड्या वेळानं मी सिनेमाला येतो, तुम्ही इथं या!''

बसलेला धक्का कसाबसा सावरत असताना सत्यप्पाच्या मनात किळस दाटून आली. आपण अवघड प्रसंगात अडकल्याचं त्याच्या लक्षात आलं. कुठल्या तरी हॉटेलात, ढेकणं-चिलटं असतील तरी चालेल, एक रात्र काढायचा विचार उसळून आला.

शिपाई जेवणाची ताटं घेऊन गेला. मंजय्यानं हातातलं घड्याळ दोनदा पाहिलं. शांतता पसरली होती. त्या शांततेत कुठूनशी पावलांचा आवाजाची चाहूल लागली.

त्यानं उठून दार उघडलं. अर्ध्या क्षणानंतर 'ये...' म्हणाला.

एक बाई आत आली. झगमगीत जरीची साडी, गोळ्या-गोळ्यांचं मोठे काठ असलेलं पोलकं, चेहऱ्याला पावडर लावलेली, कानांत मोठे चकचकीत डूल, भरात आलेलं वय, भरलेला बांधा. भडकपणा लपत नव्हता. तसा प्रयत्नही दिसत नव्हता.

मंजय्यानं तिला बसायला सांगितलं. नाटकी लाजतमुरकत ती खुर्चीवर बसली. मंजय्या म्हणाला, ''हीच बघा! वाटलं, तर तुम्ही आधी थांबा. नाहीतर आधी सिनेमा बघून या. नंतर... तुम्ही येईपर्यंत मी हिला जाऊ देणार नाही! इतक्या रात्री पोचवायला मलाच जावं लागेल. चंद्री न्हवं का तुझं नाव?''

ती गालात हसली. सत्यप्पा कासावीस होत आपली पिशवी हातात घेऊन बाहेर निघाला. मंजय्यानं पुढं होऊन पिशवी काढून घेत बजावलं, ''तुम्ही फक्त सिनेमाला जाऊन या. तुम्ही असे पिशवी घेऊन निघून गेलात तर तुमच्यासारख्या पुण्यात्म्याला रात्रभर झोपायला जागा दिली नाही, असं होईल! मग मी कुठल्या पापाचा धनी होऊ? खरं सांगतो, सिनेमा छान आहे!'' म्हणत त्यानं सत्यप्पाच्या खादीच्या अंगरख्याच्या खिशात पाच रुपयांची नोट कोंबली.

सत्यप्पाला तर कधीच सिनेमा पाहायची सवय नव्हती. हायस्कूलमध्ये असताना जे काही बघितले असतील, तेवढेच. त्यानंतर पुढच्या आयुष्यात फार फारतर दहा-बारा बघितले असतील-नसतील. त्यात आता तर पराकोटीची झोप येत असल्यामुळे कडकडून जांभया येत होत्या. दमणूकही जाणवत होती. मागच्या सीटवर बसून त्यानं अर्धवट झोपेत सिनेमा कसाबसा पाहिला. सिनेमाभर नायकाला कामक्रीडेसाठी आव्हान देणारी तरुणी, तिचा उत्तान वेष, टोचायला येईल असं वाटणारा तिच्या छातीचा उभार, नितंबाच्या हालचाली... यालाच मंजय्या 'खूप छान सिनेमा' म्हणत होता का?

मध्यंतराच्या वेळेपर्यंत दमणूक कमी होऊन डुलक्याही कमी झाल्या होत्या. सिनेमाची कथा तशीच पुढे चालली होती. आता ती तरुणी स्नान करत असल्याचं दृश्य दाखवलं जात होतं. नायकाला प्रेमासाठी व्याकूळ होऊन हाका मारण्याचं दृश्य. तेच दृश्य. तपशिलात फारसा फरक नव्हता. हाच प्रकार सिनेमा संपेपर्यंत चालला होता.

सिनेमा संपला तेव्हा रात्रीचा दीड वाजला होता. आता काय करायचं, हा त्याच्यापुढे प्रश्नच होता. टीबीला जायचं की आणखी कुठं जायचं? शाल-पंचा असलेली पिशवीही यानं काढून घेतली होती! निरुपायानं सत्यप्पानं पावलं टीबीकडे वळवली.

सगळीकडे शांतता पसरली होती. जुन्या टीबीच्या भोवताली झाडांची दाटी

होती. सगळीकडे अंधार होता. मंजय्याच्या खोलीतही अंधार होता. तरीही याच्या पावलांची चाहूल लागताच आतला दिवा लागला. दार वाजवायच्या आधी दार उघडलं गेलं.

ती खाटेवर बसली होती. तीच जरीची साडी, गोळ्या-गोळ्यांचं रुंद काठांचं पोलकं. सगळं संपवून परतण्याआधी कपडे सारखे करत असावी. सत्यप्पाकडे तिनं हसत एक कटाक्ष टाकला. कटाक्षात निमंत्रण होतं.

मंजय्यानं विचारलं, "कसा होता सिनेमा?"

"होता असातसाच!" हा निरुत्साहानं उत्तरला.

"या नट्या असतात ना? काही नसतं त्यांच्यात! मी पाहिलंय. फक्त मेकअप! आमच्या या चंद्रिकेपुढं सगळ्या फिक्या आहेत! हीही ड्रामा-आर्टिस्ट आहे. एकदा हिच्याकडे नीट बघून सांगा. ही सुंदर आहे की सिनेमात अंघोळ करणारी नटी देखणी आहे?" मंजय्यानं विचारलं.

याचे खादीचे कपडे बघून तिनं विचारलं, "तुमच्या आमदारांचे दोस्त हायेत काय?"

"अजून कशात काय नाही, प्रेमात पडलीस काय? बघा अण्णय्या! माझं ऐका! तुम्ही हिच्याबरोबर सुखानं आत झोपा. अजून कुणी आलेलं नाही. मी दुसऱ्या खोलीत झोपायला जातो."

मंजय्याचं बोलणं ऐकून सत्यप्पा घाबरा झाला. तापलेल्या आवाजात त्यानं विचारलं, "काय समजलास मला?"

"यात रागवण्यासारखं काय आहे? नको असंल, तर तसं सांगा! आज नको असंल, तर तसं सांगा! प्रत्येक गोष्टीची वेळ यावी लागते. तर मग थांबा. मी हिला घरी पाठवून येतो." म्हणत त्यानं चपला घातल्या.

निघण्याआधी ती सत्यप्पाकडे वळून ओळख असल्यासारखी म्हणाली, "निघू मी?" तो बसलेल्या जागी तिच्या चपला होत्या. त्या घालायच्या निमित्तानं तिनं त्याच्या खांद्याला कळतनकळत स्पर्श केला. मंजप्पा शेवटचा प्रयत्न करत म्हणाला, "हे बघा, पैसे नाहीत म्हणून संकोच करू नका! तुम्ही माझे पाहुणे आहात. सांगा. हवंतर अजूनही पहाटेपर्यंत हिला ठेवून घ्या. पैशाकडे बघून नको म्हटलं तर बाईचा अपमान नाही का होणार?"

तीही एकदा सत्यप्पाकडे मादक नजर टाकून चपला घालून बाहेर पडली. बाहेरच्या नि:शब्द वातावरणात चपलांचा आवाज हळूहळू ऐकू येईनासा झाला.

सत्यप्पानं दुसऱ्या खाटेवर अंग टाकलं. दिवा जळत होता. मंजय्यानं दहा-पंधरा मिनिटांत येतो, असं सांगितलं होतं. त्यामुळे दाराला आतून कडी घातली नव्हती. सत्यप्पाला झोप यायला तयार नव्हती. सिनेमा बघताना एक डुलकी येऊन

गेली होती. त्यामुळे यानंतर झोप येणार नाही, असं मनात येऊन गेलं. त्याचं मन विचारात पडलं होतं, या मंजय्यानं एवढ्या उत्तम बायकोला सोडून असल्या बाईला का जवळ केलं असेल? असं काय पाहिलं असेल हिच्यात?

माझी बायको सीता खरोखरच देखणी बाई होती. असली बायको गमावल्यावर पुन्हा कसलं लग्न? असा विचार मनात येऊन पुन्हा लग्न करायचा विचार दूरच ठेवला होता. मंजय्याची बायको सावित्री... गेले चार दिवस पाहतोय ना तिला! ही तर थोरल्या बहिणीपेक्षा जास्त देखणी आहे! परमेश्वरय्यांची मुलगी म्हटल्यावर गुण आणि वागण्याविषयी तर विचारायचंच कारण नाही! किरकोळ गोष्टीत असलेले मतभेद मिटवायची बुद्धी तर याच्यापाशीही आहे. तरीही हे वागणं? याच्या रक्ताचाच गुण दिसतोय हा!

त्याला सगळंच असह्य वाटू लागलं. त्यानं ठरवलं, येऊ दे याला! स्पष्टच बोलतो!.. सगळंच विचित्र वाटून त्यानं एकदा दीर्घ श्वास घेतला. तेव्हा रूममध्ये भरलेला सिगारेटचा वास त्याला तीव्रपणे जाणवला.

पंधरा मिनिटांत मंजय्या माघारी आला. आणखी एक सिगारेट पेटवून त्यानं दिवा मालवला आणि आडवं होता होता त्यानं विचारलं, "का? झोप नाही का आली?"

"हं..."

"खरंय! एवढ्या चांगल्या चंद्रिकेला तशीच पाठवून दिल्यावर झोप कशी येणार म्हणा! असल्या इच्छा तेव्हाच्या तेव्हा पूर्ण करायला पाहिजेत. संपवून टाकायच्या असतात. नाहीतर त्या आत राहून सगळा गोंधळ करायला लागतात. सर्दी झाली, नाक चोंदलं तर काय करतो आपण? नाक शिंकरून शेंबूड काढून टाकतोच की नाही? दुसरा काही उपाय आहे काय?" स्वतःच्या वागण्याचं समर्थन करत मंजय्या म्हणाला.

"काय हे बोलणं तुझं? प्यायलास की काय?"

अंधाऱ्या खोलीत सिगारेट अधिकच प्रज्वलित झालेली दिसत होती. खोलीत दाटलेला सिगारेटीचा दर्प सत्यप्पाच्या नाकाला पुन्हा झोंबला.

मंजय्या म्हणाला, "या सिगारेटचं एक वाईट व्यसन लागलंय! हेही सोडायचे माझे प्रयत्न चाललेत. पण एक सांगतो. या मंजय्याला दुसरं कशाचंही वाईट व्यसन नाही! त्यात दारू पिणं तर सगळ्या संतोषांना हानिकारक आहे. मागं एकदा पिऊन बघितली. त्याच वेळी सोडून टाकली. पुन्हा हातही लावला नाही!"

"असं काय घडलं?"

"हासनमध्ये एका घरी गेलो होतो. फर्स्टक्लास चार-पाच मुली होत्या. त्यातली एकजण... एवढ्या वर्षांत असा माल तर मी आयुष्यात कधी पाहिला

नव्हता! तिलाच निवडली. स्वतंत्र खोली होती. स्वच्छता चांगली होती. डास-ढेकणांचा पत्ता नव्हता. तरीही मच्छरदाणी होती. ती तर एकोणीस-विशीची मुलगी होती. त्यात तिचं चटकदार बोलणं! सिनेमातही नसेल असं! बोलता-बोलता तिनं विचारलं, 'ड्रिंक्स घेणार काय?' मी विचारलं, 'तू?' तर म्हणाली, 'तुम्हाला आवडत असेल तर घेते; नाहीतर नको.' मी मागवली. तिचं बोलणं अतिशय मोहक होतं. ती प्यायली, मीही प्यायलो. शेवटी काय झालं आणि काय नाही, यातलं काहीच मला आठवत नाही. जाग आली, तेव्हा सकाळ झाली होती. ती निघून गेली होती. भरपूर विचार केला आणि त्या दिवसापासून एका निष्कर्षाला येऊन पोचलो, मादक द्रव्य अत्यंत वाईट असतं! त्यामुळे आपल्या बुद्धीवरचा कन्ट्रोल जातो. ते घेतलं, तर सुख घेता येत नाही! काही जण म्हणतात, थोडी घेतली तर उत्तेजना मिळते. ज्यांना त्याची गरज आहे, त्यांना हे कदाचित लागू पडत असेल! थोडक्यात काय! पिणाऱ्याला ही शक्ती कमी असते, हे कुणाही डॉक्टरापुढे किंवा वकिलापुढे मुद्द्यासहित सिद्ध करू शकतो मी! त्या दिवसापासून मी दारूला हातही लावलेला नाही. आयुष्यात एकदाच तशी मुलगी समोर आली होती! आणि या दारूपायी सगळं फुकट गेलं!''

मंजय्या हे सारं अतिशय गंभीरपणे सांगत होता. त्यात थट्टेचा किंवा विनोदाचा लवलेशही नव्हता. त्यात काहीतरी महान सत्य सांगत असल्याचा भाव होता. काहीतरी सत्य सांगत असल्याच्या त्याच्या स्वरामुळे सत्यप्पाचा नकळत त्याच्याविषयीचा विश्वास जन्मून वाढल्यासारखा झाला. मद्यपान वाईट हे सांगताना त्यानं दिलेल्या उदाहरणामुळे सत्यप्पाला हसू आलं, तरी ते त्यानं दाखवून दिलं नाही. सावित्रीचा विषय काढून याला शब्दात जखडून ठेवायचा त्याचा विचार पक्का झाला होता. पण सुरुवात कशी करावी, हे त्याला सुचत नव्हतं. बोलण्यातली मंजय्याची हुशारी त्यालाही ठाऊक होती.

त्यामुळे थोडा विचार करून त्यानं एक प्रश्न विचारला, ''तू असा कुठल्या-कुठल्या बायकांपाशी जात असतोस, त्या गर्भार राहत नाहीत काय?''

''राहतही असतील. पण त्याचा माझ्याशी काय संबंध? ती त्यांची जबाबदारी!'' तो सहजपणे म्हणाला.

''ते ठीकाय. समज, कुणीतरी गर्भार राहिली, तिला मूलही झालं; त्या मुलाचं काय होईल?''

''काय होणार?''

''त्या बाईच्या व्यवसायाप्रमाणे मोठं होईल. खरूज, नायटा, उवा, शेंबूड, नको ते वातावरण, शिक्षण नाही... अशा परिस्थितीत आपलं मूल वाढणार, याचं तुला वाईट नाही का वाटणार? याचा विचार केलास काय?''

"अण्णय्या! तुम्ही म्हणता तसा विचार करायला सुरुवात केली तर कुणीही कधीच सुख मिळवू शकणार नाही!" हे उत्तर मंजय्यानं तयारच ठेवलेलं दिसत होतं. तो पुढं म्हणाला, "त्याला, तुमच्या गांधींनी सांगितल्यासारखं ओली लंगोट करकचून बांधूनच कायम राहावं लागेल! ब्रह्मचर्य-आश्रमधर्म वगैरे बोलणारा हा...जाऊ दे! काय होतंय ठाऊक आहे? एकदा मी हुबळीला गेलो होतो. कट्टेपुरा ठाऊक आहे ना? तुमच्या गावापाशीच आहे. तिथल्या थोरल्या गोरेगौडाला मोठ्या लोखंडी पेट्यांचा व्यापार करायचा होता. त्याचं काम होतं. हं... हुबळीतली अगदी भारी वेश्यावस्ती. तुम्ही सांगितलं, तशी मुलं खेळत होती. मी एका घरी गेलो. निघताना तिला पैसे दिले. मुलासाठीही पैसे मागितले तिनं. म्हटलं, त्याला कसले द्यायचे? तर म्हणाली, तुमचा मुलगा आहे न्हवं का! ती वीस-एकवीस वर्षांची असावी. म्हटलं, हा कसा माझा मुलगा? तर म्हणते कशी, तुमीच तवा सारके येत व्हता, म्हनून म्हन्लं. अशी हुशारी! मी सांगितलं, तुमच्या गावात मी पहिल्यांदा आलोय. माझं पोर नाही हे तर नक्की! समज, ते पोर माझ्यापासूनच झालंय! तरी हे पोर माझं कसं होईल? तेव्हा मी तुला पैसे दिलेत, तू ते घेतलेत. व्यवहार होता, तेव्हाच संपला. काय बोलणार? गप्प बसली. मीच एक रुपयाचं नाणं त्या पोरापुढं टाकलं. त्यानं ते उचलून आपल्या आईकडे दिलं. नंतर खेळायला म्हणून बाहेर गेला. तुम्हाला माहीत नाही! तिकडच्या मुलांनाही हेच ट्रेनिंग दिलेलं असतं. एवढं झाल्यावर ती तोंड मिटून मुकाट्यानं दाराला कडी लावून जवळ आली."

सत्यप्पाला पुन्हा एकदा तीव्रपणे जाणवलं, या मंजय्याला वाद घालून हरवणं किंवा पटवणं अजिबात शक्य नाही. माणसाला संपूर्ण बदलवण्यासाठी वाद हे साधन नाही, हे सत्यप्पालाही माहीत होतं. कुणीतरी गांधींसारख्यानं किंवा अध्यात्म-सिद्धी प्राप्त झालेल्या माणसानं स्वत: येऊन प्रभाव टाकला, तर कदाचित यासारखी माणसं बदलू शकतील. पण तसले महात्मा आता कुठे मिळतील?

अशा परिस्थितीत वादाला सुरुवात करण्याआधीच त्यानं मौन स्वीकारलं आणि मोठा आळस दिला. मनोमन 'नीच', 'हलकट', 'हीन', 'क्रूर' अशा शिव्या दिल्या. त्याच वेळी त्याला जाणवलं, याच्याविषयी आपलं मन सुरुवातीइतकं कठोर राहिलेलं नाही. याचा संपूर्णपणे तिरस्कार करून दूर सारणं त्याला शक्य झालं नाही. याच्या जगण्याची पद्धतच कळत नाही, अशा निष्कर्षापर्यंत येऊन तो मुकाट्यानं झोपला. दोनदा कूस पालटली. असं का होत असावं? यानं नारळचोराला मारलं म्हणून याच्याविषयी मनात न कळत सहानुभूती निर्माण झाली असेल का?

मंजय्यानं विचारलं, "झोप नाही का येत?"

सत्यप्पानं मोघम हुंकार भरला.

मंजय्या म्हणाला, "मला पण. चुकलंच. चंद्रिकाला सोडायला नको होतं.

रात्रभर ठेवून घ्यायला पाहिजे होतं. अजूनही बोलवून आणता येईल. पोचवायला गेलो, तेव्हा सिनेमा बघून जाणाऱ्यांसारखे निघून गेलो. आता एकटा गेलो, तर कुत्री भुंकून अंगावर येतील. त्या आवाजानं सगळं गाव जागं होईल! जाऊ दे! तुम्हाला एक विचारायचं होतं. खरंखरं उत्तर द्याल काय? तुम्ही अगदी तरुण असताना तुमची बायको वारली. तेव्हापासून आजपर्यंत तुम्ही बाईच्या अंगाला हातही लावला नाही, म्हणता! त्यावर मी विश्वास ठेवतो. असं जगून तुम्ही काय साधलं? तुम्ही गांधींचं समाजकार्य केलं, असं म्हणाल. पण बाईशी नातं ठेवूनही तुम्ही ते करू शकला असता. त्याचा याच्याशी काय संबंध? सत्यनारायणप्पा म्हणजे गांधी असं एकदोघांकडून म्हणवून घेऊन काय मिळवलंत? तुम्हाला कधीच तशी इच्छा होत नाही काय? संन्याशासारखं खाण्यावर नियंत्रण ठेवून ती आशाही दडपून ठेवून काय साधताय? माझं ऐका! हा मंजय्या मैत्रीसाठी काहीही करेल! मी या कानाचं त्या कानालाही ऐकू जाणार नाही, याची काळजी घेईन. उद्या किंवा आणखी कधीही तुम्ही माझ्यापाशी या. या पंचक्रोशीतल्या तुम्ही म्हणाल त्या गावात सगळी व्यवस्था करतो. अगदी तुम्हाला पटेल, अशीच बाई आणतो. किमान एका रात्री तरी सुख घ्या! नंतर नको वाटलं तर जबरदस्ती नाही! तुम्हाला भय असेल, तर आधी आणि नंतर वजन करून पाहा. काहीही फरक नसतो. उलट वाढलेलं असेल! उगाचच दररोज अळणी जेवण करत कशाला आयुष्य काढता?''

मंजय्या बोलायचा थांबला तरी सत्यप्पा विचार करत होता. लवकरच मंजय्याच्या घोरण्याचा आवाज येऊ लागला.

रात्री झोपायला कितीही उशीर झाला, तरी कोंबडा आरवण्याच्या आधी उठायची सत्यप्पाची कितीतरी वर्षांची सवय होती. प्रातर्विधी उरकून बसस्टॅन्डवर जाऊन तिपटूरला जाणारी पहिली बस पकडायचा विचार मनात येऊन गेला. पण रात्र तर संपली. दिवसा कधीही गावी पोचलं तरी काय फरक पडणार? मळ्याच्या राखणीचं काम सुरू व्हायचं ते रात्रीच. त्यापेक्षा याला जे काही सांगायचं मनात घाटतंय, ते सांगून मोकळं व्हायचं त्यानं ठरवलं. यालाही झोपेतून उठवून काही सांगायला गेलं तर नीट लक्ष देऊन ऐकलं जाणार नाही, हे लक्षात येताच तो हलक्या पावलांनी उठला आणि होळेनरसिंगपूरच्या रस्त्याला दोन मैल फिरून आला.

तो परतला, तरी मंजय्या उठला नव्हता. सत्यप्पा तसाच न्हाणीघरात गेला, थंड पाण्यानं अंघोळ केली, अंगावरचे कपडे पिळून टाकले आणि बाहेर आला. त्या वेळेपर्यंत मंजय्याला जाग आली होती. शिपायानं दोन लोटे कॉफी आणून दिली. त्याला नाश्ता आणायला सांगून मंजय्या न्हाणीघरात शिरला आणि प्रातर्विधी-अंघोळ संपवूनच बाहेर आला. शिरा-मसाला दोसा-उप्पिट-उडिदवडे हे सगळे पदार्थ दोन मोठ्या ताटल्यांमधून आले.

नाश्ता करताना सत्यप्पा म्हणाला, "अरे, तू सावित्रीला सोडून पंधरा-सोळा वर्षं झाली. तेव्हापासून..."

"मी नाही! ती सोडून गेलीय!" मंजय्यानं मध्येच थांबून सुधारणा केली.

"बरं! तसं म्हण हवं तर! वाद घालून कुठल्याही निष्कर्षापर्यंत पोचता येत नाही! आपणच रूपवती असा अहंकार होता-तिच्याबरोबर संसार करणं अशक्य होतं, असं तू तेव्हाही सांगितलं होतंस. पण मला ठाऊक आहे, केवळ एवढ्याच कारणासाठी कुणीही बायकोला सोडत नाही. कुठलीही बायको सोडून जात नाही. आपल्या सासऱ्याची आत्महत्या हा गंभीर विषय आहे. यावर प्रत्येकानं आत्मशोध घ्यायला पाहिजे. माझ्यावर तरी असा परिणाम झाला आहे. निदान एवढं सगळं घडल्यावर तरी तू सावित्रीला माघारी बोलवावंस आणि बाहेरचे उद्योग थांबवून संसारी व्हावंस. तसं घडलं, तर त्यांच्या आत्महत्येला काहीतरी अर्थ प्राप्त होईल! सावित्रीशीही मी बोललोय. पंधरा वर्षांचा एकटेपणा, संताप, कंटाळा यानंतर माणसाचं मन कसं वागेल, हे सांगता येत नाही. तिचं मन जाणून घेऊन नंतर तुझ्याशी बोलायचा माझा विचार होता. तसं बोललो तर ती म्हणाली, जर अप्पाजींनी आत्महत्या केली नसती, तर मी यासाठी तयार झाले असते की काय कोण जाणे! या आत्महत्येनं मला स्पष्टपणे सत्याचं दर्शन घडवलंय. त्याच्याबरोबरच्या संसाराचा विचारही माझ्या मनात किळस निर्माण करतो; तो विचार सोडून द्या, म्हणाली ती! ते जाऊ दे. संसार करूनच माणसाला सगळं साध्य होतं, असं नाही. बहुतेक वेळी संसार कुठल्याही साधनेसाठी अडथळाच असतो. तूही या आत्महत्येमुळे थोडंतरी आत्मपरीक्षण करायला सुरुवात केली पाहिजेस. शाश्वत काय आणि अशाश्वत काय, याचा विचार मनात आला तरी खूप आहे! इतर बदल आपोआपच होतात. त्यांना जाऊन काल चौदावा दिवस होता. आणि तू इथं या चंद्रिकेला बोलावलं होतंस!..."

"नाही. ते वारल्याच्या दुसऱ्या दिवशी मळ्यातल्या खोपीत शिती नावाच्या बाईला बोलावलं होतं. ती खोपी आठवते की नाही? मी शहाळी काढायला चढलो होतो, तेव्हा तुम्ही डोकावून आलात ती खोपी! काय बाई होती! या चंद्रिकेचा नखरा कितीही असला तरी हिला तिची सर येणार नाही बघा!" मंजय्यानं दुरुस्ती करत सांगितलं.

त्यानं मळ्यातल्या खोपीत डोकावल्याचा उल्लेख केला, तेव्हा सत्यप्पाला नैतिकदृष्ट्या कोसळल्यासारखं वाटलं. मंजय्यानं आठवण करून दिली, ती काही खोटी नव्हती. दुसऱ्याच्या खोलीत त्याला न सांगता शिरणं, हीही एक प्रकारची चोरीच. पण हे बऱ्याच अंतरावर असलेल्या झाडावर चढलेल्या याला कसं समजलं असेल? याच्याकडे कुठली 'चित्रगुप्त शक्ती' असेल काय? शरमेनं सत्यप्पाची

कानशिलं गरम झाली.

मंजय्याच पुढं म्हणाला, "जर त्यांनी कधीतरी आत्मपरीक्षण केलं असतं, तर त्यांनी कधीच आत्महत्या केली नसती. बायको मरण पावल्यावर सगळं मन आत-आत...असंच सांगता ना तुम्ही सगळे?...त्या आत्म्यापाशी वळवलं. तेव्हा त्यांचं वय फक्त चाळीस होतं. मी... अगदी माझ्यासारखा वेगवेगळ्या सुखाचा शोध घेणारा जाऊ द्या... एक लग्न केलं असतं तरी त्यांचा हा सतत आत-आत वळायचा रोग तर टळला असता! कठीण ब्रह्मचर्यावर स्वत:चं आयुष्य सोपवणारा आत्महत्येशिवाय आणखी काय करणार म्हणा! तुमचीही तीच कथा! बायको वारली, तेव्हा तुम्ही तर फक्त अठ्ठावीस वर्षांचे होतात. तुमच्या गांधीनं सांगितलं आणि तुम्ही ब्रह्मचर्य-पालनासाठी उभे राहिलात! लग्नाचं जाऊ द्या... नुसते चरायला गेला असता तर कितीतरी चारा मिळाला असता! काहीच केलं नाही! एवढं करून काय साधलं? स्वार्थ. मुलाला मोठं केलंत, सगळं त्याच्या हातात सोपवलंत, आता त्याच्या घरचे बिनपगारी नोकर झाला आहात! तुम्ही याला व्रतस्थ जीवन म्हणाल. पण त्यात खोटेपणा भरपूर भरलेला आहे! माझं ऐका. जो कोणी हे सुख मुबलकपणे उपभोगतो, त्याच्याकडे औदार्य असतं. ब्रह्मचर्य पाळणाऱ्यांमध्ये कठोरपणा असतो. म्हणून मी हे बोललो. गावाकडे गेल्यावर विचार करा. विचार बदलला, तर या माझ्याकडं. मी तुम्हाला मदत करतो. या चंद्रिकेला जाऊ द्या. हिच्यापेक्षा तरुण आणि देखणी, समर्पण भावनेनं सुख देणारी बाई मी तुम्हाला मिळवून देतो. कुणालाही कळू देणार नाही! शपथ! दुसरंही लक्षात ठेवा. मी राहू दे. या बाबतीत कुठलाच स्नेही आपल्या स्नेह्याशी द्रोह करणार नाही! शिरा गार झाला, तर चव लागणार नाही. घ्या.."

हे म्हणताना त्याच्या चेहऱ्यावर विलासी हास्य उमटलं होतं.

सत्यप्पा बाहेर निघाला, तेव्हा मंजय्यानंही आपली पिशवी भरून घेतली. खुंटीवर लटकवलेला वनविभागाचा खाकी कोट त्यात ठेवला आणि पिशवीतला वकिलाचा काळा कोट त्यानं अंगावर चढवला. शिपायाला बोलाबून नाश्त्याच्या पैशावर दहा रुपयांची टीपही दिली. सत्यप्पाबरोबर बसस्टॅन्डवर गेला. सत्यप्पा नको म्हणत असताना गावापर्यंतचं तिकीट काढून दिलं. "या असेच वरचेवर आमच्या गावाकडं... एकाच गावात बसून काय करता!"

नंतर सत्यप्पाच्या कानाशी म्हणाला, "तुमच्याविषयी कळकळ वाटते म्हणून एवढं सगळं बोललो. तुमच्यावर कुणी जबरदस्ती करणार नाही! साडू म्हणजे माझ्या दृष्टीनं भाऊच! म्हणून मोकळेपणानं बोलतोय."

पाच

काळेनहळ्ळी तिम्मप्पागौडा म्हणजे परमेश्वरय्यांच्या तोडीस तोड व्यक्तिमत्त्व. दोघंही बरोबरीचे. धर्मनिष्ठाही त्याच प्रकारची. पण परमेश्वरय्यांइतके अबोल नव्हेत. त्यांना गप्पांची भरपूर आवड. पण गप्पांमध्ये कधीच बाष्कळपणा सापडणार नाही. समवयस्क असोत किंवा लहान वयाचे असोत, त्यांना थट्टामस्करीचं वावडं नव्हतं. परमेश्वरय्यांना कुठलंही व्यसन नव्हतं. यांना मात्र सतत पान-तंबाखू लागे. नारळाच्या झाडाला नागवेल चढवू नये; शहाळी काढली तर नारळी सुकून जाते; सुकलेलं फळ काढलं तर झाडाला इजा होत नाही, अशा प्रकारचे विश्वास असलेले आणि त्यानुसार पालन करणारे. चोरीचं प्रमाण वाढलं, तसं 'हे कलियुग आहे...' असं मान्य करून त्यांनी परिस्थिती मान्य केली होती. त्यामुळे अलीकडे गरजेनुसार कच्ची फळं काढायला ते तयार होत असले तरी शेतीची सगळी जबाबदारी त्यांनी मुलांवर सोपवली होती. बाजारात सगळे व्यवहार मात्र अजूनही आपल्याकडेच ठेवले होते.

मनस्ताप होणाऱ्या काही चुका त्यांनी आपल्या जीवनात अजिबात केल्या नव्हत्या, असंही नाही. पण त्या मनोमन मान्य केल्यामुळे त्यात काही पाप नाही, अशी त्यांची भावना होती.

रामकृष्णला सुकन्या सांगून आली, तेव्हा हा प्रस्ताव मान्य करण्यासाठी जास्तीचं दडपण याच तिम्मप्पांनी घातलं होतं. परमेश्वरय्या त्यांच्या बोलण्याला नेहमीच प्राधान्य देत असल्यामुळे हे लग्न झालं होतं. लग्न झाल्यानंतर कबूलही केलं, "तुला काही मी मुद्दाम हे स्थळ करून घे म्हटलं नव्हतं. चांगले पाहुणे भेटावेत, म्हणून सांगितलं. आणि झालं तरी काय! मुलगी चांगली असल्याशी कारण. पाहुण्याच्या स्वभावाशी आपल्याला काय करायचं?" असं सांगून सांत्वन केलं होतं.

तिम्मप्पागौडांची रोपं मोठी होऊन त्यांना फळं धरू लागली. मोठ्या प्रमाणात खोबऱ्याचं उत्पन्न येऊ लागलं. सगळा माल तिपटूरच्या बाजारात घालायला लागल्यापासून 'एस.नागप्पा ॲन्ड को.' या वखारीत पोचवत होते. हिशेबात आणि वजनात चोख, कर्जाऊ पैसे उचलले, तर व्याजाच्या बाबतीत एकदम हिशेबी. त्यामुळे उगाच कशाला एका वखारीपासून दुसऱ्या वखारीत धावत सुटायचं? अशी विचाराची पद्धत असल्यामुळे सुरुवातीपासून आतापर्यंत त्यांचा सगळा माल नागप्पांच्याच वखारीत जात होता. या दीर्घ काळात नागप्पांच्या जगण्याची पद्धत ते बऱ्यापैकी जवळून पाहत होते.

नागप्पांना एकच मुलगी, सुकन्या. बायको वारली होती. आईवेगळी मुलगी परमेश्वरय्यांच्या घरी दिली तर एकमेकांचा आधार होईल, एवढीच तिम्मप्पांची सदिच्छा होती. त्यामुळे त्यांनी सुकन्येची जोरदारपणे शिफारस केली होती. आताही वर्षातून एकदा खोबऱ्याच्या गाडीसोबत तिपटूरला जाऊन आल्यानंतर ते आवर्जून सुकन्येची भेट घेत, वडिलांच्या खुशालीविषयी विस्तारानं वर्दी देत.

वैकुंठसमाराधनेचं जेवण झाल्यावर सावित्री निघून गेली होती. क्लास चुकतोय म्हणत गणेश हासनला गेला. होळेनरसिंहपूरला अस्थिविसर्जन करायला गेलेला रामकृष्ण 'अध्यात्म प्रकाशना'च्या वेदान्तावरच्या पुस्तकांचा मोठा गठ्ठाच घेऊन आला होता. शेतावर एक फेरी मारून आल्यावर मळ्यात बसून त्याचं वाचन सुरू असायचं. त्याआधी दुपारी जेवण झाल्यावर दिवस मावळायच्या आधीपर्यंत घरात असायचा. अप्पांच्या माघारी मळा राखायचं काम त्याच्यावर पडलं होतं.

एका दुपारनंतर चार वाजता तिम्मप्पागौडा घरी आले. परमेश्वरय्यांनी गळफास लावून घेतल्याची बातमी समजताच ते येऊन भेटून गेले होते. वैकुंठसमाराधनेच्या दिवशी जेवायलाही आले होते. दोन्ही वेळेला सुकन्येशी त्यांना बोलायला जमलं नव्हतं.

त्यांना बघताच एकटेपणानं कंटाळलेल्या सुकन्येनं मोठ्या उत्साहानं चटई घालून दिली. हे आले की तिला आपल्या माहेरचं कुणीतरी आल्याचा आनंद होत होता.

"परमेश्वरय्या तर देवतास्वरूप होते यात शंका नाही. आपल्या भागात यानंतर असा दुसरा माणूस जन्मणार नाही..." असं तोंडभर गुणगान केल्यानंतर ते म्हणाले, "हे पाहा, तुला एक सांगायचं होतं म्हणून आलोय. सांगावं की नाही, यातलं काय बरं-काय वाईट, हे मला ठाऊक नाही. काय करू, तूच सांग!" त्यांचा चेहरा कोमेजला होता.

सुकन्या म्हणाली, "तुमच्यासारख्याला समजत नसेल तर मला तरी कुठून समजणार? एवढे लांब चालत आलात! सांगून मोकळे व्हा!" आणि ती त्यांच्या

समोर थोड्या अंतरावर खांबाला टेकून बसली.

"तुझ्या अण्णांचंही वय झालं. बुद्धीही तशीच वेडीवाकडी चालायला लागलीय."

"काही म्हणाले काय आमच्याविषयी?" तिनं थेटच विचारलं.

"एकीकडे वाटलं सांगू नये. पण न सांगूनही चालणार नाही. मला राहवणार नाही."

"सांगा. कशाला संकोच करता?"

"त्यांचा स्वभाव तर तुलाही ठाऊक आहेच. तुझ्या सासऱ्यांच्या तिथीसाठी आले होते. तेव्हा चार दिवस होते इथं. तेव्हा इकडच्या दहा खेड्यांमध्ये फिरत होते. चांगली नारळीची बाग मिळाली तर घ्यायचा विचार आहे म्हणे. घेऊ दे. त्यांचे पैसे देऊन घेत असतील, तर त्यात काहीच चूक नाही. ते नाही मला सांगायचं. माझ्या घरीही आले होते ते. त्यांचा हिशेब म्हणजे हिशेब! तुमच्या मुलाला त्यांच्या घरी तीन वर्षं शिकायला ठेवलं होतं तुम्ही! त्याला किती खर्च येतोय, ते त्यांनी लिहून ठेवलंय म्हणे! एक वेगळी वहीच केलीय. किती तांदूळ, किती डाळ, आणखी काय-काय, भाजीपाला किती लागला, फोडणीसाठी तेल किती लागलं, अंगाचा साबण किती आणि कपड्याचा साबण किती लागला, अभ्यासासाठी जागरण केलं तर दिवा किती जळला; सगळ्याचा हिशेब लिहून ठेवलाय म्हणे! असला त्यांचा हिशेब! एवढंच नव्हे, त्या सगळ्याचं व्याज किती होईल, तेही लिहिलंय! काहीतरी आकडाही सांगितला...चार हजार तीनशे आणि वर काहीतरी चिल्लर. ऐकत असताना माझ्या पोटात तर ढवळायला लागलं बघ! त्यामुळे लक्षात राहिलं नाही. नाहीतर किती रुपये-आणे-पैसे सगळं सांगितलं असतं. काय म्हणायचं या स्वभावाला!"

एवढं म्हणत ते विषण्णपणे हसले.

पण सुकन्येला हसू आलं नाही. त्यांचा हिशेब लिहायचा स्वभाव आणि आपला मुलगा तिथं असतानाही ते लिहीत असलेला हिशेब तिला ठाऊक होता. तेव्हा तिला वाटलं होतं, सगळा हिशेब लिहिल्यासारखा हाही भाग त्यांनी लिहून ठेवला आहे! पण त्याचा उल्लेख ते दुकानात येणाऱ्या गिऱ्हाइकांसमोर करत असतील, असं तिला वाटलं नव्हतं. दुःख तर झालंच; त्याचबरोबर रागही आला.

तिनं स्पष्टच विचारलं, "त्यांनी तुम्हाला फक्त सांगितलं की मला सांगायला सांगितलं?"

गौडांना तिच्या प्रश्नाचा नेमका सूर समजला नाही. ते विचारात पडले. जाऊन सांगा, असा काही त्यांनी निरोप दिला नव्हता. ते म्हणाले, "स्पष्ट सांगितलं नसलं तरी एवढं सगळं विस्तारानं सांगण्यामागचं काय कारण? तुला सांगावं म्हणूनच ना? मलाच ते ऐकून कसंतरी वाटलं बघ! परमेश्वरय्यांच्या मागच्या तीन-चार पिढ्यांपासून दररोज अन्नदान करणारं घराणं हे! रामकृष्णही तीच परंपरा पुढं

चालवतोय. त्यांच्या घरच्या मुलानं लोकांच्या घरचं अन्न खाल्ल्याच्या ऋणात राहिल्यासारखं झालं ना हे! राग आला मला.''

काही क्षण शांततेत गेले. पुढे गौडाच म्हणाले, ''अजूनही जमीन विकत घ्यायचा काय हा हव्यास? मलाच म्हणाले, तुमच्या गावात चांगली बाग किंवा मळा थोडक्या किमतीत मिळत असेल तर मी घेतो, म्हणून! मी म्हटलं, आमच्या गावात कशाला घेता? बिळीकेरेत घेतली तर तुमच्या मुलीला उपभोग घेता येईल! म्हातारा यावर काहीच बोलला नाही!'' म्हणत त्यांनी चंची बाहेर काढली. अजूनही बळकट असलेल्या दाढेखाली दगडी सुपारीचं खांड सारून पानाला चुना लावू लागले.

सुकन्या उठत म्हणाली, ''थांबा. पान नका खाऊ. कॉफी आणते.'' ती स्वयंपाकघरात गेली.

असमाधान आणि संतापानं सुकन्या खदखदत होती. केवळ आपल्या वडिलांच्या बोलण्यामुळे नव्हे. त्याला वेगळंही कारण होतं.

गणेशला शिक्षणासाठी आजोबांकडे ठेवायचा आग्रह तिचाच होता. गावात हायस्कूल होतं. तरीही खेड्यातल्या शाळेत शिक्षण योग्य नसणार, असा वाद तिनंच घातला होता. तेव्हा रामकृष्णनं त्याला चनरायपट्टणात सावित्रीकडे ठेवायचा विचार मांडला होता. यावरही तिनं वाद घातला होता, 'मी असं का म्हणतेय, लक्षात घ्या. वाढत्या वयाच्या मुलांना ताब्यात ठेवायला बाईमाणसाला जमणार नाही. शिवाय त्याचं त्याच्या सावित्रीआत्याशी फारच सलगीचं नातं आहे. तो तिला दाद देणार नाही. आजोबांकडे राहिला, तर त्याच्या वर्तणुकीवर चांगलं लक्ष राहील. आणि गावही मोठं आहे.'

यावर रामकृष्ण म्हणाला होता, 'त्यांनी काही गणेशला माझ्याकडे ठेव म्हणून सांगितलं नाही. आपण कशाला त्यांच्याकडे ठेवायचं?' हेही खरंच होतं. काय उत्तर देणार? रामकृष्ण तर एक दिवसही सासऱ्यांच्या घरी गेला नव्हता. मी माहेर म्हणून तिकडं गेले, तरी कधीही आला नव्हता. मुख्य म्हणजे त्यांनीही कधी बोलावलं नव्हतं. सुकन्येला आठवलं, असं असलं तरी यांनी कधीही, 'तुझे वडील असे...' म्हणून बोल लावला नाही! हे आठवलं आणि तरीही आपण आग्रह धरतोय, याची लाज वाटली. ती बोलायची थांबली.

तरी दुसऱ्या दिवशी पुन्हा मीच विषय काढला, 'माझ्या वडिलांच्या घरी त्याला ठेवण्याइतकाही मला अधिकार नाही काय? या गावची शाळा चांगली नाही हे ठाऊक असतं, तर त्यांनी नक्की पत्र लिहिलं असतं. काहीजणांना आपली भावना बोलून दाखवता येते, काहीजणांचा तो स्वभाव नसतो. त्यांचाही तुमच्यासारखा अबोल स्वभाव आहे. तरीही नातवावर त्यांचा भरपूर जीव आहे, हे मला ठाऊक आहे.'

यावर हे काही बोलले नाहीत. त्यांनी संमती दिलीय, असं मी समजत असतानाच हे म्हणाले, 'वाढत्या वयात तुझ्या वडिलांच्या स्वभावाचा प्रभाव पडला, तर या घरचे संस्कार पूर्णपणे विसरून जाईल! त्याला चनरायपट्टणलाच शिकू दे!'

या बोलण्याचा अर्थ समजायला दोन मिनिटं जावी लागली. अर्थ उमजला, तेव्हा वाचाच बसल्यासारखी झाली. माझ्या अप्पांच्या स्वभावाविषयी अवाक्षर न काढणारे आज बोलताहेत, यानं दुखावल्यासारखं झालं. रागही आला. त्या दिवशी मी काही बोलले नाही. कुणाला दुखवण्यापेक्षा आपल्या मुलाच्या काळजीपोटी ते तसं बोलले होते. मलाही क्षणभर भीती वाटली. रात्रभर विचार केल्यावर एक समाधान वाटलं. गणेश इकडच्या आजोबांसारखाच आहे. त्याला कुठंही ठेवलं, तर तो बदलणार नाही. उलट, अंथरुण बघून पाय पसरायलाही हा शिकला तर वाईट काय आहे? आणि माझ्या अप्पांमध्ये आणखी कुठलाच वाईट गुण नाही. बिडी नाही, सिगारेट ओढत नाहीत, जुगार खेळतात? की दारू पितात? की बाईचं व्यसन आहे? तो कशानं बिघडेल?

दुसऱ्या दिवशी पुन्हा विषय काढला. डोळ्यांतून पाणी काढलं, भरपूर रडारड केली. म्हटलं, 'मी त्याला पोटात नऊ महिने सांभाळला नाही, लहानाचा मोठा केला नाही, खाऊपिऊ घातलं नाही; तो फक्त तुमचाच मुलगा आहे!... त्याची मी कसलीच काळजी करायचं कारण नाही, त्याच्या शिक्षणामध्ये मी लक्ष घालायची गरज नाही... माझ्या अण्णांकडून त्याला पूर्ण तोडून टाकलं, तरच तुम्हाला आनंद होणाराय...' वगैरे वगैरे बोलत राहिले. लग्नानंतर नवऱ्याच्या समोर उभं राहून अशी रडारड मी पहिल्यांदाच केली.

याचा व्हायचा तो परिणाम झाला. ते अखेर 'तुला काय करायचं ते कर! यानंतर मी या विषयात काहीही बोलणार नाही...' असं सांगून मोकळे झाले. नंतर त्यांनी गणेशला बोलावून सांगितलं, 'हे बघ! या गावातलं हायस्कूल बरोबर नाही, असं तुझ्या अम्माचं म्हणणं आहे. तुझी सावित्रीआत्या इथंच शिकली. अलीकडे ते पहिल्याइतकं चांगलं राहिलेलं नाही हे खरं. तू सांग, तुला चनरायपट्टणमध्ये सावित्रीआत्याकडे राहून शिकायचंय की तिपटूरला आजोबांच्या घरी राहायचंय?'

आधी नवऱ्याला पटवायचं, नंतर गणेशशी बोलायचा माझा विचार होता. हे इतकं अचानक घडलं की गणेशही पट्कन म्हणाला, 'चनरायपट्टणला सावित्रीआत्यापाशी!'

माझ्याकडे वळून 'ऐकलंस?' म्हणत ते शेतावर निघून गेले. मी पुन्हा रडले, हट्ट केला, 'तुम्ही बाप-लेक मिळून मला केरसुणीसारखं वागवताय, माझं मेलीचं नशीबच असलं, तुम्ही मला माझ्या अण्णांपासून दूर करताय...' म्हटल्यावर मात्र

गणेश शिकायला तिपटूरला जायला तयार झाला.

शाळेतला दाखला मिळवून घेऊन मी त्याला घेऊन गाडी जुंपून तिपटूरला निघाले. तेव्हा बस सुरू झाली नसल्यामुळे होन्ना आणि त्याची बायको बोरव्वा या दोघांनाही सोबत घेऊन मी एकटीच निघाले. हे यायचा प्रश्नच नव्हता. सोबत भरपूर पोहे-तांदूळ, कडबोळी-चकलीसारखे खायचे टिकाऊ पदार्थ, तंबिटही करून घेऊन गेले. वीस मैलांचा प्रवास होता.

पोचले. घरात जाऊन पाहिलं, गुळाचा एक खडाही नव्हता, चमचाभर साखरही नव्हती. मूठभर तांदूळही नव्हते. लहान डब्यात जेमतेम अच्छेरभर तुरीची डाळ, एका सारवलेल्या टोपलीत पाच-सहा शेर नाचणीचं पीठ एवढं होतं. अप्पांना मधुमेह असल्यामुळे साखर-गूळ-बटाटे हे सगळे पदार्थ वर्ज्य होते, हे मलाही ठाऊक होतं. फक्त गहू किंवा नाचणी खायची डॉक्टरांनी परवानगी दिली होती. त्यातही या भागात गहू पिकत नसल्यामुळे त्याची किंमतही जास्त. असा विचार करून ते फक्त नाचणी तेवढी खात होते.

मी अण्णांना आत बोलावून सांगितलं, 'अण्णा, तुम्ही इथं एकटेच राहताय. आमच्या गावाकडे शिक्षण चांगलं नाही. गणेश काही तुम्हाला जड होणार नाही. त्याला नाचणी अजिबात आवडत नाही. पण त्याला उत्तम भाकरी करता येते, कपडे धुता येतात. दुकानाला जायचं काम तोच करेल. हात स्वच्छ आहे. खोटं बोलायची सवय नाही. तुम्हालाही तेवढीच त्याची सोबत होईल.'

अशाप्रकारे त्याला तिथं सोडलं. एक दिवस थांबून ताजे मसाले बनवून ठेवले, स्वयंपाकघर लावून ठेवलं, तिसऱ्या दिवशी तीच गाडी घेऊन गावी परतले. निघायच्या आधी गणेशला परसात बोलावून घेऊन गेले आणि त्याचा हात हातात घेऊन सांगितलं, 'हे बघ, आजोबांची सेवा भक्तीनं कर. ते काहीही म्हणाले तरी उलट उत्तर द्यायचं नाही! गावातल्या वांड मुलांबरोबर फिरायचं नाही. नीट अभ्यास करून फर्स्टक्लासमध्ये पास व्हायला पाहिजे.'

कॉफीसाठी पेटवलेली चुलीतली झावळी भर्रभर्र आवाज करत जळत होती. पाण्याला उकळी फुटून वाफ वर वर जात होती. त्याहीपेक्षा वेगानं तिच्या मनातल्या आठवणी धगधगत होत्या.

आजोबांच्या घरात गणेश तीन वर्षं होता. नंतर मात्र त्यानं निक्षून सांगितलं, 'यानंतर मला तिथं राहायची जबरदस्ती केली, तर मी कुठंतरी पळून जाईन.' नंतर त्यानं हासनच्या कॉलेजमध्ये प्रवेश घेतला.

त्या आधीची गोष्ट. तिपटूरला जाऊन तीन महिन्यांनी नवरात्रीच्या सुट्टीत गावी आला, तेव्हाच तो माझ्यावर रुसल्यासारखा वागला होता. मी विचारलंही, 'का रे! गप्प गप्प का?' तर म्हणाला, 'काय आहे बोलण्यासारखं?' आणखी आग्रह केला,

तेव्हा उडत-उडत म्हणाला, 'शाळेत अभ्यास चांगला चाललाय!...' आजोबांविषयी विचारलं तर 'छान आहेत की!' म्हणून बोलायचा थांबला. मीच ओढूनताणून विचारलं, 'तुझ्यावर माया आहे की नाही? तुझ्याशिवाय त्यांना आणखी कोण आहे?' यावरही तो म्हणाला, 'तुला ठाऊक नाही, असं काही आहे का?' आणि हंड्यात पाणी भरायला निघून गेला. तो तिपटूरला जायला निघाला, तेव्हा पुन्हा दिलेलं लाह्याचं पीठ-पोहे-फराळाचे पदार्थ गाडीत ठेवल्यावर माघारी येऊन म्हणाला, 'अम्मा, तिकडं तांदूळ विकत घ्यायला लागतोय. घरचा आला असेल तर थोडा दे.'

मला हे जरा जास्तीच वाटलं. फराळ-लाह्याचं पीठ ठीक आहे. पण पोटाला लागणारा तांदूळ घेऊन गेलं, तर आजोबांना वाईट नाही का वाटणार? तसं मी रागानं विचारलं. तेव्हा तो काही न बोलता तो बैलगाडीत चढून निघून गेला.

पुढच्या उन्हाळ्याच्या सुट्टीत तो आला. तेव्हा म्हणाला, 'नवरात्रीच्या सुट्टीत आलो होतो, तेव्हा तांदूळ नेतो म्हटलं तर तुला राग आला! मी का म्हणतोय, हे समजून घेतलं नाहीस!'

मी त्याच्याकडे पाहिलं. त्याच्यामध्ये काहीतरी वयापेक्षा जास्त वाढलंय, असं जाणवलं. का हा असं बोलतोय? नातवाला तांदूळ लागतोय म्हणून आजोबा बोलून दाखवत असतील का, हे मनातही आलं नाही. पण तसंच काहीतरी तेव्हा घडत असलं पाहिजे! त्यांचा स्वभाव नव्यानं समजून घ्यायची गरज नव्हती. पण गणेशनंही त्याच्या वयाच्या मुलाप्रमाणे मला सांगायला हरकत नव्हती. मी समजून घ्यावं, अशी त्याची भावना असावी. मग तीच अपेक्षा मी केली तर? त्यानं का आपल्या आईला समजून घेऊ नये?

एकदा वाटलं, मीच स्पष्टपणे विचारावं, 'ते काय म्हणाले, ते बोल बघू!' पण मग तो जे सांगेल, ते सगळं ऐकून घ्यावं लागेल आणि त्यानं तिपटूरला राहायचं नाकारलं तर त्याच्याशी प्रतिवाद करता येणार नाही. या भीतीपोटी विषय वाढवला नाही. मी काहीतरी बोलेन, याची तो वाट बघत होता.

शेवटी तो स्पष्टच म्हणाला, 'ते म्हणतात, मी तर तांदळाला हातही लावत नाही, फक्त तुझ्यासाठी कुठं तांदूळ आणायचा? तेच गूळ-साखरेचं! तू कोळशाच्या पुडीनं दात घासायला नाही म्हणतोस. तुझ्यासाठी दात घासायची पावडर आणायला पाहिजे! दर महिन्याला केवळ तुझ्यावर किती खर्च होतोय ठाऊकाय? हेच पदोपदी ऐकावं लागत असेल, तर मी काय करणार? इकडून पाठवून दे, असं म्हणूनच सांगणार ना!'

मी यावर काहीच बोलले नाही. एकदा बांध सुटल्यावर त्याची वाचा धबाधबा कोसळू लागली. बरेच दिवस साचलेलं सगळं त्यानं सांगून मोकळं केलं. इतरही समजलं.

अण्णा दर वेळी दोन किलो तांदूळ आणायचे. म्हणजे गणेशला एक रुपया देऊन तांदूळ आणायला सांगत. काही वेळा त्याला सोबत घेऊन जाऊन आणत. त्यांच्या मागोमाग हा पिशवी घेऊन जायचा. दुकानात गेल्यावर तिथल्या तांदळाच्या किमतीची हजारदा चौकशी करून त्यातला अगदी स्वस्तातला असेल तो निवडून पिशवीत घेत. तेही प्रत्येक वेळी फक्त दोन किलो. तो संपला की यानं पुन्हा आजोबांना सांगायचं. ते हलक्या दर्जाचे तांदूळ गणेशला गिळवत नव्हते. पण हे काही ते मनावर घेत नसत. ते स्वत:साठी नाचणी आणत, त्याचंही असंच चाले. त्यांची नाचणी सात-आठ दिवस पुरायची, याचे तांदूळ चार दिवसांतच संपायचे. तांदूळ संपलाय, असं पुन्हा सांगायचं म्हणजे त्याला जीव गेल्यासारखं वाटे. तेही म्हणत, 'एवढ्यात कसे संपले? वाया घालवलेस काय? उंदरांना खाऊ घातलेस वाटतं! डब्याचं झाकण नीट लावलं होतं की नाही?' सगळ्या बाबतींत असंच! ते अंघोळीचा साबण वापरायचे नाहीत. एक चपटा दगड घेऊन अंग घासत. गणेशला साबणाची सवय होती. सतत काटकसरीचा उपदेश! 'त्यांच्या घराचा केर काढून, सारवून, त्यांचे कपडे धुवून, त्यांना स्वयंपाक करून वाढल्याबद्दल तरी त्यांनी माझा एवढा खर्च करायला हरकत नाही! त्यांनी एवढी काटकसर करून साठवलेल्या पैशांच्या नोटांचं शेवटी काय होणार आहे? त्या घरची तीच पद्धत आहे.'

त्यानं अखेर विचारलं, 'पळून जावं असं तीव्रपणे वाटावं, अशी मानसिक हिंसा! का मला तिथं ठेवलंस तू?'

आजोबा सांगायचे म्हणे, 'गणेश, दगड टाकायचे झाले तरी मोजून टाकावेत. खर्च करताना हिशेब ठेवला नाही तर काय गत होईल! तू माझा नातू आहेस! तुला जेवाखायला मी नको म्हणत नाही. पण तू इथं राहत असल्यामुळे दर महिन्याला एकंदरीत किती जास्तीचा खर्च होतोय, याचा तूच हिशेब लिहून ठेव.'

हे फक्त एकदाच झालं असं नाही, दररोज विचारायचे, 'लिहिलंस की नाही? कुठंय ते! बघू, दे मला!' वही तपासून बघायचे खरोखरच लिहिलंय की नाही हे बघायला!

भिंतीलगतच्या कपाटाचं कुलूप काढून त्यांच्या जाड डायरीत त्या दिवसाचा खर्च लिहून ठेवायचा त्यांचा रिवाज तिलाही ठाऊक होता. ही काही आजकालची सवय नव्हती. ती लहान असतानाही कायरसासाठी फोडलेल्या नारळाचीसुद्धा त्यात नोंद असे, 'एक नारळ फोडला. त्याचं एक भक्कल उद्यासाठी शिल्लक राहिलं आहे.'

ते विचारायचे, 'बाळा, मीठ कितीचं आणलं?' गणेश सांगायचा, 'चार आणे.' पुढचा प्रश्न, 'बाकीचे पैसे कुठं आहेत?' याचं उत्तर, 'आतल्या कोनाड्यात. एक काडेपेटीही आणली.' आजोबा लगेच मागची पानं उलटून पाहत, 'पाच

तारखेला, म्हणजे पंधरा दिवसांपूर्वी काडेपेटी आणली होती. त्यात चाळीस काड्या होत्या. कशाला उगाच काड्या खराब करतोस? सकाळी पाणी तापवायच्या हंड्याखाली पेटवायला एक काडी. तीच आग स्वयंपाकाच्या चुलीसाठी आणायची. मग संध्याकाळच्या स्वयंपाकासाठी एक काडी. म्हणजे एक काडेपेटी वीस दिवस तरी नको का पुरायला?'

यानं उत्तर द्यायचं टाळलं तर 'ऐकू आलं की नाही?' असा तगादा! कधी हा सांगायचा, 'त्यात पूर्ण चाळीस असत नाहीत. काही काड्या लगेच जळून जातात. काही तुटतात. मी काय करणार? थेंबभर रॉकेल घातलं, तर पट्कन पेट घेतंय. तुम्ही म्हणता, चूल पेटवायला रॉकेल खर्च करू नकोस!'

'पैसा मिळवणं किती कठीण आहे, हे समजलं तर तुला खरी अक्कल येईल.' हे त्यांचं टोचून बोलणं. गणेश म्हणाला, 'अम्मा, मी कशाला तिथं एवढी बोलणी खात राहू?' यावर काय सांगायचं याला? सांगायलाही हरकत नाही. मुख्य म्हणजे त्याच्याही सगळं लक्षात आलेलंच होतं. तरीही आपल्या वडिलांविषयी स्पष्टपणे बोलायची लाज वाटत होती.

ती म्हणाली, 'अरे, स्वभाव असतो प्रत्येकाचा! आपण समजून राहावं. तुझ्यावर त्यांचा जीव कसा जडणार नाहीतर? त्यांना तरी तुझ्याशिवाय आणखी कोण आहे? मी एकुलती एक मुलगी, माझा मुलगा तू! ते तसं करतात म्हणून तूही असाच लांब-लांब राहिलास तर कसं?...'

हे सांगताना तिलाच शरम वाटली. पण त्या कोवळ्या वयातल्या मुलाला कसं समजणार? तरीही जेमतेम हायस्कूल संपताच त्यानं हट्ट करून तिथून बाहेर काढायला भाग पाडलं.

तिनं कॉफीचा लोटा बाहेर आणला. गौडांनी त्याचे दोन घोट घेतल्यावर तिनं हलकेच म्हटलं, "मला जे काही सांगितलंत, ते यांना सांगू नका. माझ्या अण्णांचा स्वभाव तुम्हालाही ठाऊक आहेच ना! यांच्या कानांवर गेलं, तर उगाच मन दुखावेल ना, म्हणून म्हटलं!"

"राहिलं! नाही सांगणार मी!" त्यांनीही आश्वासन दिलं.

पंधरा दिवस गेले असतील. दुपारी रामकृष्ण घरी आला. हातपाय धुवून संध्यावंदन करून जेवायला बसला. वाढणाऱ्या बायकोला तो म्हणाला, "गणेश तिपटूरला होता ना शिकायला; आजोबांच्या घरी राहिला. त्याचे आजपर्यंत दोन हजार तीनशे चौऱ्याऐंशी रुपये खर्च झालेत म्हणे. वर थोडे पैसे घालून दोन हजार पाचशे देऊन त्यांच्या ऋणातून मुक्त व्हायचं ठरवलं आहे."

"तिम्मप्पगौडा भेटले की काय?" तिच्या तोंडून निघालं.

"कोण? तिम्मप्पागौडा? ते कधी आले होते?" त्यानं विचारलं.

तिनं उत्तर दिलं नाही. क्षणार्धात त्याला उलगडा झाला.

तो म्हणाला, "म्हणजे गौडा तुझ्यापाशीही बोललेत! मला गोविनहळ्ळी हनुमंतप्पांनी सांगितलं. नंतर चिक्केनहळ्ळी मारप्पाही म्हणाले. बेल्लदमनी चन्नेगौडांनीही सांगितलं. इथं तिथीसाठी आले होते, तेव्हा तुझे अण्णा या सगळ्यांकडे गेले होते. तेव्हा त्यांनी सगळ्यांपुढे सांगितलं होतं. दहा-बारा दिवसांपूर्वी मला समजलं. चलपतीशेट्टींकडे आता अडीच हजार कर्ज आहे. तिपटूरला अडीच हजार द्यायचे आहेत. केरीनमने सिद्धय्या आपला मळा आठ हजारला विकत घ्यायला तयार आहे. मळा देऊन या दोन्ही ऋणांतून मुक्त होऊ या. राहिलेल्या तीन हजारांत दर महिन्याला गणेशला पैसे पाठवायची व्यवस्था करू या. शिकणाऱ्या मुलाला दरमहा योग्य तेवढा पैसा मिळाला नाही तर त्रास होतो."

आणि तो आचमन करू लागला, "चित्राय नमः चित्रगुप्ताय नमः...यमाय नमः यमधर्माय नमः... सर्वभूतेतु नमः..." म्हणत त्यानं आपोषण घेतलं.

आपल्या वडील केवळ तिम्मप्पागौडाच नव्हे, तर या पंचक्रोशीतल्या, त्यांच्या वखारीवर जाणाऱ्या सगळ्यांसमोर हे बोलले आहेत, हे तिच्या लक्षात आलं.

तरीही आपला नवरा त्यांचे पैसे परत करायचा निर्णय घेतोय, याचा तिला राग आला. पण तो व्यक्त करायचं तिला धैर्य झालं नाही. अण्णांच्या स्वभावात नवं काहीच नव्हतं. पण ते तसं बोलले म्हणून यांनी का पैसे परत करायचे? त्यांच्या नातवासाठी त्यांनी केलं, केल्यावर बोलले. हे इतकं का वाढवायचं? तिथल्या तिथं सोडून द्यायचं! उगाचच नको तेवढी प्रतिष्ठा आणि हट्ट यांचा!

तिचा जळफळाट झाला. तरीही बोलायचं धैर्य मात्र झालं नाही. पण काहीच बोललं नाही, तर नवऱ्याशी एकमत व्यक्त केल्यासारखं होईल, असं वाटून ती हट्टानं म्हणाली, "पण मग आपण इथं काय करायचं?"

मुळातच प्रत्येक गोष्टीवर विचार करून सावकाश बोलायची त्याची पद्धत. त्यामुळे प्रश्न आणि उत्तरात दोन-तीन मिनिटांचं अंतर पडायची सवयच झाली होती. पण यावर मात्र आधीच विचार झाल्यासारखा, अजिबात विलंब न लावता तो म्हणाला, 'शेतात येणारी नाचणी आपल्याला पुरेशी आहे. वर घासभर भात पाहिजे असेल, तर तेवढा तांदूळ विकत घ्यायचा.'

या उत्तरानं तिचं मन शांत झालं नाही. काहीतरी सुचून ती म्हणाली, "पिढ्यानूपिढ्या इतक्या जणांना अन्नदान केलेलं घराणं आपलं! अशा वेळी आपल्या मुलाला कुणाच्यातरी घरचं अन्न खाल्ल्याचं ऋण नको, असा अहंकार आहे तुम्हाला! म्हणून पैसे परत करायचं बोलताय काय?"

यावर रामकृष्ण काही बोलला नाही. दोन-तीनच नव्हे, दहा-पंधरा मिनिटं गेली तरी बोलला नाही. आपलं बोलणं त्याच्या मनापर्यंत पोचलं असल्याचं सुकन्येच्या लक्षात येत होतं. यानंतर हे पैसे द्यायचा विषय काढणार नाहीत, असं तिनं स्वत:चं समाधान करून घेतलं.

नेहमीप्रमाणे तो काही न बोलता जेवण करून उठला, तरीही त्या मौनात आतल्या आत ओढलं जात असल्याचा भाव असल्याचं तिला समजत होतं. तीही त्या घटकेपर्यंत कधी नवऱ्याला एवढं टोचून बोलली होती? मन काहीसं घाबरंही झालं. पण तोंडातून शब्द तर निघून गेले होते! ते तर माघारी घेता येणार नाहीत!

पण आपण बोललो ते पूर्णपणे चुकीचं होतं, असंही तिला वाटेना. चुकलं असेल, तर यांनी माझ्या प्रश्नाचं पटेल असं उत्तर द्यावं! या बाबतीत गणेशशीही बोललं पाहिजे. कारण तो तर आजोबा-नातवामधला संवाद होता. आजोबांनी वाढलं आणि नातू जेवलाय. त्या दोघांना परस्परांशी जे काही ठरवायचंय, ते ठरवू दे! आपण मध्ये पडायचं कारणच नाही, असंही समर्थन सुचलं. या विचारानं तिच्या आत्मविश्वासानं पुन्हा उभारी धरली.

जेवण झाल्यावर रामकृष्ण काहीवेळ झोपला. झोप आली, म्हणून नव्हे. अप्पांनी कोर्टात साक्ष दिल्यानंतर मुलाचीही झोप कमी झाली असावी. आत्महत्येनंतर तर पूर्णपणे नाहीशी झाली असावी, हे तिला ठाऊक होतं. मागचं आवरल्यानंतर तीही आडवी झाली. डोळा लागला.

तिला जाग आली, तेव्हा नवरा बाहेर गेला होता. होळेनरसिंगपूरहून आणलेली तत्त्वज्ञानावरची पुस्तकं घेऊन मळ्याकडे गेला असावा हे तिच्या लक्षात आलं. घरात एकटीच असताना तिला एक मुद्दा सुचला. सासरे हयात असते, तर त्यांनीही पैशाच्या बाबतीत असाच विचार केला असता का? सावित्रीचं लग्न होऊन पंधरा वर्षं झाली. त्यानंतर घरच्या कुठल्याही जबाबदारीचं ओझं त्यांनी आपल्या डोक्यावर घेतलं नव्हतं. गणेशला तिपटूरला ठेवायच्या वेळीही त्यांनी आपलं मत मांडलं नव्हतं. विचारलं तेव्हाही, 'तुमचा तुम्ही विचार करून जे ठरवायचं ते ठरवा.' असं म्हणाले होते. आता यांनी पैसे परत करतो म्हटलं, तर ते काय म्हणाले असते? तिला काहीच सुचलं नाही. पण एक मात्र खरं. ते हयात असते, तर नवऱ्याला 'तुम्हाला तुमच्या अन्नदान करणाऱ्या घराविषयी अहंकार आहे...' हेही म्हणणं शक्य झालं नसतं. ते वारले आणि माझ्या मनातलं भय निघून गेलंय. या जाणिवेसरशी तिचं तिलाच आश्चर्य वाटलं. शिवाय संपूर्ण घराला सुतकानं व्यापल्याची भावनाही. पण स्पष्टपणे नसली तरी भय, सुतकाची भावना, ही तोल ढळल्याची भावना या मनात तरळून नाहीशा झाल्या.

चार दिवस गेले. नवरा काहीच बोलत नव्हता. हे संतापाचं लक्षण समजायचं

कारण नव्हतं. कारण अबोलपणा हा त्यांचा स्थायिभाव होता. त्यातही वडिलांच्या मृत्यूनंतर हा अबोला अधिकच गडद झाला होता.

पाचव्या दिवशी तो नेहमीप्रमाणे पहाटे उठला आणि घाईनं बाहेर जायचं असून लवकर खाणं बनवायला सांगून अंघोळीला गेला. भाकरी-चटणी खाऊन बाहेर पडला. संध्याकाळी घरी परतल्यावर त्यानं सांगितलं, ''जमीन रजिस्टर करायला चनरायपट्टणला गेलो होतो. उद्या सकाळी आपण दोघं चनरायपट्टणला जाऊ या. तिथून बसनं तिपटूरला जाऊ या. पैसे देऊन लगेच चनरायपट्टणला माघारी येऊ या.''

''मला काहीही न विचारता सगळं ठरवून मोकळे झालात?'' तिला नवऱ्यानं आपल्याशी प्रतारणा केल्यासारखं दुःख झालं.

''त्याच दिवशी आपलं बोलणं झालं होतं ना! आता पुन्हा तो विषय काढला असता तर तू काय म्हणाली असतीस, हे मला ठाऊक होतं!'' उत्तर तयार असल्यासारखा, तो लगेच, पण शांतपणे म्हणाला.

''वयात आलेला मुलगा असताना त्याच्या सहीशिवाय व्यवहार कसा पूर्ण होईल?''

''त्यालाही चनरायपट्टणला बोलावून घेतलं होतं...'' असं सांगत तो हातपाय धुवायला न्हाणीघरात गेला.

आता तिला या घरात अगदी एकटं पडल्यासारखं वाटू लागलं. तोंड पुसत तो न्हाणीबाहेर येताच तिनं विचारलंच, ''म्हणजे आजोबांना पैसे द्यायला तोही तयार झाला का?''

तिचा प्रश्न त्याला ऐकू गेला की नाही कोण जाणे! त्याचं मन तिथं नसल्याचं तिलाही जाणवलं. नंतर आढ्याकडे नजर लावून तो काही क्षण बसून राहिला. नंतर म्हणाला, ''हा काही गणेशला विचारायचा प्रश्न नाही.''

यावर काय बोलावं, ते तिला सुचलं नाही. ती पाण्याच्या खोलीत गेली. दाटून आलेलं रडू तिनं मुक्तपणे डोळ्यांवाटे वाहू दिलं. पण नवऱ्याला ते कळू देण्यात अपमान वाटून तिनं हुंदका बाहेर पडू दिला नाही. नंतर चेहरा धुवून आत आली. मी तिपटूरला येणार नाही. द्यायचा विचार तुमचा आहे! हवंतर तुम्ही जा आणि देऊन या, असं म्हणावंसं वाटलं. पाठोपाठ त्यातला फोलपणाही लक्षात आला. ते एकटेच जातील आणि पैसे देऊन येतील. मुख्य म्हणजे अप्पा ते पैसे नक्की घेतील! सोबत गेलं तर? मुलीची माया किंवा शरम वाटून कदाचित नको म्हणायची शक्यता आहे. अखेर तिनं जायचा विचार पक्का केला.

तिला आणखी एक आधार आठवला. टेकडीमाथ्याच्या रंगस्वामी देवाला शरण जाईन, माझ्या अप्पांना 'पैसे नको' म्हणायची बुद्धी दे, म्हणून नवस बोलेन.

वाटेत ते देऊळ आहेच. त्याला नमस्कार करून पुढे जाईन. त्यांनीच नको म्हटल्यावर यांचा चेहरा कसा खर्रकन उतरेल!

याच मूडमध्ये बाहेर येऊन ती नवऱ्याला म्हणाली, "बस सोयीची आहे, खरी! पण बस नसताना गाडी जुंपूनच जायचो ना! आताही खोबरं-गूळ गाड्यांमधूनच नाही का पाठवत? होन्नाला गाडीच जुंपायला सांगा. वाटेत मला रंगस्वामी देवाला दिवा लावून, दर्शन घेऊन जायचंय."

रामकृष्ण होन्नाच्या घरी गेला.

उजाडायच्या आधीच सुकन्या उठली होती. अंघोळ आटोपून तिनं नारळ खोवून चटणी केली, नाचणीची उकड काढली, उंडे केले. रामकृष्णनं अंघोळ-संध्यावंदन केलं आणि तयार झाला. सूर्योदयाच्या वेळी होन्नाही गाडी जुंपून सज्ज झाला. त्या रात्री जनावरांकडे बघायची जबाबदारी शेजारच्या सुब्बण्णय्यांच्या घरावर सोपवून दोघंही गाडीत चढून बसले.

ही वाट सुकन्येच्या परिचयाची होती. तळं मागं टाकून पुढे निघताच तिनं सांगितलं, "रंगस्वामीच्या तिथं पायथ्याशी थांबायचंय. देवाचं दर्शन घेऊन पुढं जाऊ या."

"नको-नको! इकडून उजव्या वाटेनं जाऊ या. खालचाच रस्ता बरा. तिकडं जायचं म्हंजे डोंगर चढायचा आन उतरायचा, म्हंजे माजी बैलं दमून जातील!" होन्ना म्हणाला.

"मी नारळ आणलाय देवाला वाढवायला म्हणून!"

मध्येच रामकृष्ण म्हणाला, "उशीर झाला तरी हरकत नाही, होन्ना! देवाच्या दर्शनाला आडवं नको यायला. हाक तिकडं गाडी."

वाटेत तीनवेळा खाली उतरून जावं लागलं, इतका खडतर रस्ता होता. बैल खरोखरच दमून गेले होते. शेवटच्या टप्प्याच्या पुढं मात्र गाडी न्यायला नकार देऊन होन्नानं बैलांचं जू उतरवलं आणि तोही तिथंच थांबला. सुकन्या आणि रामकृष्ण डोंगर चढू लागले. तिला चढताना बराच दम लागत होता. त्याला दम लागत नसला तरी तिला पुढे ठेवूनच तो चढत होता. त्यामुळे वेग कमीच होता.

बाहेरच्या उचलून फेकेल असं वाटणाऱ्या वाऱ्यात, देवळाच्या दारासमोर हात जोडून तो सभोवताली पाहत उभा राहिला. तिनंही सोबत आणलेला नारळ आणि फुलं देवाच्या उंबऱ्यावर वाहून प्रदक्षिणा घातली. नंतर दारासमोर ती हात जोडून डोळे मिटून बसून राहिली. त्या आधीच पुजारी देवपूजा करून गेला होता.

तिची मनोमन प्रार्थना सुरू झाली, '...रंगनाथा! तू मनात आणलंस, तर कुणाचंही मन बदलू शकतोस. अप्पांना हे पैसे नाकारायची बुद्धी दे! माझा हा नवस पुरा कर... पुरा कर... पुरा कर...'

तसंच बराच वेळ बसल्यानंतर तिनं हलकेच डोळे उघडले. दाराच्या फटीतून पाहताच देवावर पुजाऱ्यानं नुकतीच वाहिलेली फुलं तिच्या नजरेस पडली. तिनं तसेच हात जोडून मनात म्हटलं, 'माझा नवस मान्य असेल, तर मला उजव्या बाजूच्या फुलाचा कौल दे!...' आणि मान वाकडी करून ती देवावर नजर खिळवून बसली. आत विचार आणि भावनांचा कल्लोळ उसळला होता. वाऱ्याचा जोरही प्रचंड होता. तरी गर्भगृहातल्या दिव्याची ज्योत निश्चलपणे जळत होती. ती तशीच बसून राहिली. देवाच्या मनातलं जाणून घेऊनच निघायचा तिचा निश्चय होता.

वेळ जात होता, तसा रामकृष्ण तडफडत होता. खाली होन्ना वाट पाहत असेल, हेही तिला जाणवत होतं. पती काही आपल्याला मध्येच घाई करणार नाही, हे ती ओळखून होती. अखेर देवाच्या उजव्या भागातलं एक कण्हेरीचं फूल उजव्या बाहीवरून खाली घरंगळलं. भय-भक्ती आणि आश्वासकता यामुळे तिचे डोळे पाण्यानं भरून गेले. मनोमन ती म्हणाली, 'रंगनाथा! तू तर सगळ्यांच्या मनातल्या आशा पुऱ्या करतोयस! तूच तसं वचन दिल्यावर मी कशाची काळजी करू?' आपलेच शब्द कानांवर पडल्यावर ती उठली. आणखी एकदा प्रदक्षिणा घातल्यावर ती निघाली.

तिनं पायऱ्या उतरायला सुरू केल्यावर एकदा रामकृष्ण म्हणाला, "थोडं थांब."

जोराच्या वाऱ्यामुळे वडाची सगळीच पानं फटफट आवाज करत हलत असल्यामुळे बोलणं नीट ऐकू येत नव्हतं. तिच्यासमोर उभं राहत तो म्हणाला, "त्या दिवशी म्हणालीस, अन्नदान करणाऱ्या घराचा अहंकार असल्यामुळे मी नातवाच्या अन्नाचा खर्च आजोबांना द्यायला निघालोय, म्हणून! त्या दिवसापासून मी सतत माझ्या मनाचा शोध घेत आहे. आताही या डोंगराच्या उंचावर आल्यावरही तोच विचार करत होतो. मी काही त्या अहंकारापोटी निघालेलो नाही. या खर्चाचा त्यांना त्रास झालाय. म्हणून ते चारचौघांपुढे बोलताहेत. त्यांची मन:शांती ढळली आहे. त्यांना मन:शांती लाभावी म्हणून मी चाललोय."

तिच्या भक्तिपरवश मनावर त्या बोलण्याचा काही परिणाम झाला नाही. तिला वाटतच राहिलं, हा रंगनाथ सगळ्यांपेक्षा थोर आहे, सगळ्यांची मनंही तोच चालवतो, हेच ती घोकत राहिली. तोही तिच्या मागोमाग निघाला.

डोंगरावरच्या देवापुढे बसून ही काय काय प्रार्थना करत असेल, याची त्यालाही कल्पना होती. इतकी वर्षं एकत्र संसार केल्यावर एकमेकांच्या मनात काय चाललं असेल हे समजणारच ना! पण जसं तिच्या मनातलं आपल्याला समजतं, तसं तिलाही आपल्या मनातलं समजत असेल काय? जर समजत असेल, तर ती का ते समजून वागत नाही? नंतर मनात आलं, संसार हेही एक कर्मच आहे. त्यातून

सुटायचं असेल, तर अलिप्त भावना होणं आवश्यक आहे. त्यासाठी ते जरुरीचं आहे!

ती उत्साहानं घाईघाईनं पायऱ्या उतरत होती. त्याची पावलं सावकाश पडत होती. त्यानं पुन्हा एकदा स्वत:शी विचार केला, खरोखरच मी अन्नदान करणाऱ्या घरातला थोरला मुलगा, आता या घराचा यजमान आहे, या अहंकारानं पैसे परत करायला निघालोय काय? पैसे परत करायचा विचार आल्यापासून या घटकेपर्यंत हा अहंकाराचा विचार एखाद्या क्षणी तरी मनात तरळून गेलाय का? त्याच्या मनानं नकार दिला. तरीही वाटलं, कोण जाणे! हा अहंकार कोणत्या रूपात दावा साधतो हे तरी समजायला काय मार्ग आहे? हे तर त्याच्या वेदान्ताच्या पुस्तकात कुठंतरी वाचल्याचं त्याच्या लक्षात आलं, अहंभावाचा अभाव असेल तर वेदनाही जन्माला येणार नाही.

मंडी नागप्पांच्या विषयी आपल्या मनात तिरस्कार आहे, हे आपल्याला तर ठाऊक आहेच! आजवर कुणासमोरही ते व्यक्त केलेलं नसलं, तरी आपण असं पैसे देणं योग्य आहे का? त्याच्या मनात प्रश्न उभा राहिला. पाठोपाठ त्याला हसू फुटलं. इतकी प्रत्येक बाबतीत धर्मजिज्ञासा करत गेलं, तर या जगात काहीही कार्य करणं शक्य नाही! आत्मसन्मान आणि अहंकार यांतल्या सीमारेषा कशा ठरवायच्या? या प्रश्नाचं उत्तर सापडो अथवा न सापडो; घरी पोचताक्षणी आपण त्यांच्या हाती खिशातून काढलेला चेक देणार म्हणजे देणार! आपल्या मनाचा शोध लागून त्याचं त्यालाच समाधान वाटलं.

दोन मैलांनंतर बसचा रस्ता आला. जवळच असलेल्या दगडी विहिरीतून पाणी काढून बैलांना पाजलं, तिघंही प्यायले. जवळची चटणी-भाकर खाऊन पुन्हा पाणी प्यायल्यावर बैल जुंपून त्यांचा पुन्हा प्रवास सुरू झाला. आता सुकन्या निवांतपणे डुलक्या घेऊ लागली. रामकृष्णही डोळे मिटून बसून राहिला. झोप येणार नाही, हे त्यालाही ठाऊक होतं. एकदा मन ताळ्यावर आलं तर हवं तेव्हा झोप येऊ शकते, हा त्याचा अनुभव होता. ते मनावरचं नियंत्रण ताब्यात आलं तर कुठल्याही प्रकारच्या तत्त्वज्ञानाची गरज नाही, हे त्याला ठाऊक होतं.

त्याचं गाडीच्या मागच्या रस्त्याकडे लक्ष गेलं. अजून किती अंतर जायचंय, तिपटूर आणखी किती लांब आहे, या विचारानं तो अस्वस्थ झाला. त्यानं अंदाज घेतला. सुमारे एकतृतीयांश भाग मागं पडला असावा. होय. अंदाजच. कारण त्याला या रस्त्यानं येऊन बावीस वर्षं झाली होती. त्याच्या लग्नाच्या वेळी अशा आठ गाड्या जुंपून माणसं आली होती. त्यानंतर या वाटेवर त्यानं पाऊलच टाकलं नव्हतं. याला काय म्हणायचं? राग? हट्ट? तिरस्कार? की अलिप्तता? काळेनहळ्ळी तिम्मप्पागौडांनी हे स्थळ आणलं होतं. अप्पांनी संमती दिली. मीही होकार दिला

असं म्हणण्यापेक्षा लग्नाला हजर राहिलो, इतकंच.

लग्नही कसं करून दिलं! अगदीच दरिद्रीपणा! सोबत आलेल्या माणसांना पोटभर जेवणखाणही दिलं नाही. अप्पांनीच सामान आणवून कॉफी-उप्पीट बनवून घेतलं. सोळाएक वर्षांचा विद्यार्थी हे करायला मिळाला होता. नागप्पांनी चौकशी केली, तेव्हा त्यानं सांगितलं, 'मी नवऱ्यामुलाकडचा.' नागप्पांनी आणखी खोलात जाऊन चौकशी केली आणि त्याच्यावर भडकले, ''कुणाचा कोण लागतोस तू? भामटा कुठला! फुकटचं गिळायला घालायला इथे काही अन्नछत्र उघडलं नाही!?'' एवढ्यावर थांबले नाहीत. भरलेल्या जेवायच्या पंगतीतून त्याचा दंड धरून त्याला उठवलं आणि कुणाचंही न ऐकता बाहेर काढलं.

त्याच दिवशी मात्र अप्पा म्हणाले होते, 'अशा कंजूष घराशी नातं जुळणार हे आधीच समजलं असतं, तर मी हिला घरची सून करूनच घेतली नसती!' माझ्याही मनात तीच भावना तयार झाली होती. त्यांना बाजूला घेऊन मीही म्हटलं, 'अजूनही बिघडलेलं नाही. इथंच सगळं थांबवू या. गाड्या जुंपून गावी परतू या.'

याला मात्र अप्पा तयार झाले नाहीत. त्यांनी समजावलं, 'घाई करू नये. देवक बसल्यावर लग्न मोडून निघून गेलो, तरी संबंध संपत नाहीत. हे शास्त्र पुरं कर. नंतर काय करायचं ते बघता येईल.' नंतर मला आणि हिला एका खोलीत घेऊन गेले आणि हिला सांगितलं, 'हे बघ! आम्ही एक दमडीही वरदक्षिणा किंवा मानपान म्हणून घेतलेली नाही. चांगल्या घराण्यातली चांगली मुलगी म्हणून मध्यस्थांनी सांगितलं, आम्ही ते मान्य केलं. आता तुझ्या वडिलांचा स्वभाव समजला. तुला या कारणासाठी आम्ही इथंच सोडून गेलो तर आम्हाला कुणीच दोष देणार नाही.'

ही तर हे ऐकून रडायलाच लागली.

अप्पांनीच समजूत काढत म्हटलं, 'रडू नकोस. बापाचा दुर्गुण मुलीत असेलच असं नसतं. आमच्या घरी दररोज चार-सहा माणसं जेवतात. तोच गृहस्थधर्म. तू आमच्या घरच्या या धर्माचं पालन करत राहायचं कबूल करणार असशील, तसं देवाच्या साक्षीनं वचन देणार असशील; तर तुला आमच्याबरोबर घेऊन जाऊ. नसेल तर तू इथंच राहा. माझ्या मुलासाठी दुसरी मुलगी शोधून त्याचं लग्न लावून देईन.'

तसं तिनं वचन दिलं. त्यानंतर मात्र ती तसं वागत राहिली. घरी आलेल्या अतिथींना वाढत राहिली. कधी बोलूनही विरोध केला नाही इतक्या वर्षांत. पण मनातून त्या औदार्याचा स्वीकार केलाय काय? म्हणजे माणसाचा गुणधर्म जन्मजात असतो की संसर्गजन्य? नवरा-बायकोचं मन जुळवणारा समान सहजगुणच नसताना संसार करायचा! या संदर्भात अप्पांशी काय बोलायचं? अम्मा असती तर...! आई वारली म्हणून दुःख होणं स्वाभाविकच आहे. पण यांनी तर बोलणंच बंद केलं! कधीतरी एकदा विचारलं, तेव्हा त्यांनी सांगितलं होतं, 'बाळा, संसारात निर्लिप्तता

अंगी बाणवली पाहिजे. तू अजून लहान आहेस! आतापासूनच तू हा गुण अंगात बाणवलास तर तुला कसल्याही प्रकारचे क्लेश होणार नाहीत.'

या एका वाक्यापलीकडे त्यांनी काहीच प्रतिक्रिया दिली नाही.

पण हे कसं शक्य आहे? संसारात राहून त्याच्यापासून कसं अलिप्त राहायचं? बायको-मुलं कशीही वागली, तरी 'माझा यांच्याशी काहीही संबंध नाही... त्यांना जसं वागायचंय, तसं वागू दे...' असं म्हणून राहणं म्हणजे अलिप्तपणा का? की एखादी गोष्ट 'न्याय्य' म्हणून तिचाच पराकोटीचा आग्रह धरून त्या हट्टानं वागणं म्हणजे अलिप्तपणा? आपण आपल्या मूल्यांना घट्ट धरून राहायचं आणि इतरांच्या भावभावनांकडे दुर्लक्ष करायचं म्हणजे अलिप्तपणा? काही दिवस तरी तो याच द्विधा मन:स्थितीत होता. गणेशला शिक्षणासाठी आपल्या वडिलांच्या घरी ठेवायचं असा हिचा हट्ट होता ना! बरी शिक्षा मिळाली!

या विचारासरशी त्याच्या मनात विचित्र समाधान उमटलं. पण हे बोलून दाखवणं त्याच्या इतक्या वर्षांच्या संयमाला साजेसं नव्हतं. आपण कधीच असलं काही खोचकपणे बोललेलो नाही, हे आठवून थोडं समाधान झालं. यानंतरही तसं बोलायचं नाही, असा त्यानं मनोमन निर्धार केला. त्याचीही गरज नव्हती म्हणा! कारण तसं आपण कधीच करू शकणार नाही, याची त्याला पुरेपूर जाणीव होती.

तिच्या वडिलांनी मुलीचं लग्न लावून दिलं; पण त्यानंतर कधीच तिला माहेरपणासाठी बोलावलं नाही. स्वत: भेटायला आले नाहीत. हिचं एकुलतं एक बाळंतपण! त्यासाठीही तिला माहेरी बोलावलं नाही. हिलाही ते जाणवलं असेलच. मी काही विषय काढलेला नसताना तीच एकदा म्हणाली होती, 'घरात आई नाही, दुसरं कुणी बाईमाणूस नाही. त्यामुळे त्यांना असल्या नाजूक गोष्टी लक्षात येत नाहीत.' यावर मी काय बोलणार?

वास्तव असं आहे, की त्यांना कुणाविषयीही प्रेम नाही. ही मात्र आपणहोऊन दोन वर्षं झाली की माहेरी जायला निघते. तेव्हाही मी विरोध न करता तिला पाठवून देतो. एकदा ही माहेरून आली आणि एकांतात रडत-रडत म्हणाली, 'मुलगी घरी आली की तिनं खाऊनपिऊन सुखात राहावं, आपल्या माघारी सगळं जरी तिलाच मिळणार असलं तरी तेव्हा तिचा आनंद बघायला आपणच नसणार; असा विचार का माझ्या अप्पांच्या मनात येत नाही? मला कळत नाही, आपल्या माघारी आपलं सगळं आपल्या मुलीला मिळावं, असं तरी त्यांना वाटतंय की नाही कोण जाणे! मुलीला नाही तर आणखी कुणाला मिळणार आहे ते? आपल्या हातानं उचलून कुणालाही देणं त्यांना अशक्य असणारे असले वडील जिवंत असण्यापेक्षा ते लवकर मरतील तर मुलीला लहान वयात तरी त्या संपत्तीचा उपभोग घेता येईल!'

तिचं बोलणं ऐकून मीच तिला म्हटलं, 'वडिलांकडून अशी अपेक्षा करणंच

चुकीचं आहे. त्यांनी शिल्लक ठेवलेल्याचा उपभोग घ्यायची अपेक्षा तरी कशाला मनात ठेवतेस? इथं आपल्यापाशी आहे ते आपलं, अशा भावनेनं राहा. म्हणजे तुझ्या मनात असले वाईट विचार येणार नाहीत!'

तिला माझ्या बोलण्याचा रागच आला होता तेव्हा!

आता ते सगळं का आठवायचं? त्यानं आपल्या मनाला दरडावलं. शेजारीच ठेवलेलं एक अध्यात्मावरचं पुस्तक त्यानं उचलून घेतलं आणि खूण ठेवलेल्या पानावरून पुढं वाचायचा प्रयत्न करू लागला.

गाडी गावात शिरू लागली, तेव्हा रस्त्यावरचे दिवे लागले होते. नागप्पा घरातच होते. सुकन्या आत शिरली. तिच्या मागून आलेल्या जावयाला बघून त्यांना आश्चर्य वाटलं. "आता आलात होय!" म्हणत त्यांनी चटई अंथरली. नवऱ्यानं विषय काढण्याआधी वडिलांना स्वयंपाकघरात बोलावून पैसे घेऊ नका म्हणून सांगायच्या विचारानं ती स्वयंपाकघराच्या दाराशीच उभी राहिली. पण ते मात्र जावयाजवळच चटईपाशी उभे होते. जावयाला त्यांनी विचारलं, "मी इकडं आल्यानंतर तुमच्याकडे एखादा पाऊस झाला की नाही?"

रामकृष्णही उत्तरला, "आपल्या आशीर्वादानं एक सर येऊन गेली!" एवढं बोलून झाल्यावर तो उठला. दोन्ही हातांनी त्यांच्या पावलांना स्पर्श करून नमस्कार केला आणि म्हणाला, "एका कामासाठी आलो होतो."

नागप्पा घाबरले. जावई इतका नम्रपणे, पायांना हात लावून नमस्कार करतोय म्हणजे...

रामकृष्णनं कोपरीच्या खिशातून नोटांची पुडकी बाहेर काढली. त्यांच्यासमोर धरत म्हणाला, "तीन वर्षं गणेशला शिकायला तुमच्या घरी ठेवलं होतं. त्याच्या जेवणाखाण्यासाठी, साबण-दंतमंजनासाठी इतक्या दिवसांत मी तुम्हाला एक पैसाही दिला नाही. हिच्या पुढाकारानं पाठवल्यामुळे मी त्यात लक्षच घातलं नव्हतं. फक्त शाळेची फी-पुस्तकं आणि शाळेच्या इतर खर्चासाठी तेवढेच पैसे देत राहिलो. हे पैसे घेऊन आपण मला ऋणमुक्त करावं!"

अर्धा क्षण नागप्पा काही न बोलता गप्प होते. सुकन्या श्वास रोखून मनातल्या मनात रंगनाथाला आर्जवं करत होती.

पण पुढच्याच क्षणी नागप्पांनी हात पुढे करून त्या नोटा हातात घेतल्या आणि भराभरा मोजू लागले. बँकेच्या कॅशियरच्या वेगानं नोटा मोजल्यावर ते म्हणाले, "अडीच हजार आहेत!"

"तुमच्या हिशेबाप्रमाणे दोन हजार तीनशे ऐंशी रुपये होतात. कदाचित तुम्ही काही गोष्टी लिहायला विसरला असाल, म्हणून मी गोळाबेरीज करून अडीच हजार

केले आहेत. सगळे पैसे फिटले, असा तुम्ही निर्वाळा दिलात तर मी कृतार्थ होईन!''

''आहेत ना! मग निर्वाळा कसला द्यायचा?'' असं म्हणत त्या गड्ड्यातली एक नोट बाजूला काढून म्हणाले, ''ही नोट पाहिलीत का? जरा वेगळी वाटते. बदलून द्याल का?''

''मी वेगळे पैसे आणलेले नाहीत!''

''जाऊ दे. बँकेतून बदलून घेईन मी! यानंतर शंभरची नोट घेताना तुम्ही सावध राहिलं पाहिजे! अलीकडे खोट्या नोटा फार फिरताहेत व्यवहारात! मी तर मोजतानाच पकडतो खोट्या नोटा!'' असं म्हणत त्यांनी ती नोट पुन्हा एकदा मागं-पुढे फिरवून पाहिली, ''खोटी नाहीये ही! यानंतर तुम्हीही सावध राहायला पाहिजे! काळ बिघडत चाललाय बघा!'' म्हणत त्यांनी सगळ्या नोटा एकत्र करून ती पुरचुंडी आतल्या खिशात सारली.

डोंगरावरच्या रंगनाथाचा मनोमन जप करत असलेली सुकन्या वडिलांच्या या कृत्यानं शरमून गेली. तिनं तिकडून काढता पाय घेतला. स्वयंपाकघरात जाऊन काहीतरी स्वयंपाक करायच्या दृष्टीनं ती तिथे धांडोळा घेऊ लागली. एका डब्यातल्या खूप जुन्या, कुबट वासाच्या नाचणीच्या पिठाव्यतिरिक्त घरात काहीही नव्हतं. तांदूळ नव्हते, साखर नाही, गूळ नाही, डाळी नाहीत, दूधदुभतं नाही, एखादा नारळही नाही.

ती हे पाहत असतानाच अप्पा स्वयंपाकघरात येऊन विचारू लागले, ''हे अडीच हजार कसे उभे केले?''

''शेत विकलं! मला काहीही न विचारता!''

''काय रेटनं विकलं?''

''आठ हजारांना. तीन एकरांपेक्षा थोडी कमी होती.''

''म्हणजे एकराला तीन हजार पडले म्हणा! पण ही काही व्यवहाराची पद्धत नव्हे. विकायची बातमी आधी सोडायची, आपसात कॉम्पिटीशन लावायची, नंतर व्यवहार पक्का करायचा! इतक्या कमी किमतीत द्यायची आहे असं समजलं असतं, तर मीच विकत घेतली असती की! अशाच कमी किमतीत आणखी कुणी विकणार असेल तर मला कळव. मी विकत घेईन. ते जाऊ दे. मला अडीच हजार दिले. बाकीच्या साडेपाच हजारांचं काय केलं?''

''थोडं कर्ज होतं. ते फेडलं आणि बाकीचे पैसे गणेशच्या शिक्षणासाठी ठेवलेत.''

''अविवेकीपणानं संसार केला तर कर्ज झाल्याशिवाय कसं राहील? थांब... मी सांगतो त्याला!...''

''पाया पडते! तसं काही करू नका!'' हे म्हणताना तिच्या डोळ्यांत पाणी उभं

राहिलं.

"रडू नकोस बाळा! तू थोडा शहाणपणा दाखवलास तर त्यालाही थोडी अक्कल येईल. त्याला आणखी कुठली व्यसनं तर नाहीत ना?" ते लेकीचं समाधान करू लागले.

एवढावेळ आत असलेला रामकृष्ण बाहेर आला. धापा टाकत असलेल्या बैलांना पाणी हवं होतं. नंतर चाराही द्यायचा होता. त्यानं होन्नाला विचारलं, "आपलं काम झालंय. उन्हंही उतरली आहेत. आता निघू या का?"

"होय... पन बैलं दमलीत न्हवं का!"

तो विचार करत म्हणाला, "होय. तेही खरंच म्हणा! तू असं कर... गाडी जुंप. तिघंही एका हॉटेलात जेवून घेऊ या. इथून तीन मैलांवर ते गाव होतं ना... इकडं येताना फाटा फुटला तिथं! तिथं पायऱ्यांची विहीर आहे; तिच्याजवळ एक जुना दगडी मंडप आहे. तिथं बैलांना पाणी मिळेल. तिथंच चाराही घालता येईल. तू गाडीतच झोप. आम्ही त्या दगडी मंडपात झोपू. तिथं कसलंच भय नाही."

इथं येण्यामागचं नेमकं कारण माहीत नसलं तरी होन्नाला या नात्यातली निरर्थकता ठाऊक होती. तो लगेच तयार झाला. रामकृष्णनं आत स्वयंपाकघराच्या दारात उभं राहून बायकोला सांगितलं, "उद्या होन्नाला नात्यातल्या कुठल्यातरी लग्नाला जायचंय म्हणे. लगेच निघायला हवंय आपल्याला!"

"आत्ता? लगेच?"

"हं! त्यालाही त्रास होता कामा नये. तुला राहायचंय तर राहा. मी निघतो."

तिनं वडिलांकडे पाहिलं. ते म्हणाले, "असला कसला गाडीवान हा! लगेच निघायची घाई करतोय ते! रात्री मुक्काम करून सकाळी निघायला तयार असलेला बघून आणायचा ना?"

"कशाला? उगाच त्याला त्रास? निघतो आम्ही!.." म्हणत तीही जायला निघाली.

वडिलांनी सांगितलं, "देवघरात कुंकवाचा करंडा आहे. लावून घेऊन जा."

ती देवघरापाशी गेली. तिच्या आईला तिच्या माहेरून आलेल्या लाकडी करंड्यातलं कुंकू कपाळावर लावून उरलेलं कुंकू मंगळसूत्राच्या वाटीला लावून घेऊन ती घरातून बाहेर पडली आणि बैलगाडीत बसली. बाहेर आलेले नागप्पा म्हणाले, "चांदण्याचे दिवस आहेत. तरीही रात्रीचा प्रवास आहे! सांभाळून जा!"

सहा

वैकुंठसमाराधनेच्या रात्री सत्यप्पाच्या बागेतल्या नारळीचे सहा घोस चोरीला गेले. म्हणजे सुमारे दोन-अडीचशे नारळांची चोरी. चन्नरायपट्टणहून निघून मत्तिकेरे गेटवर उतरून तो दुपारी घरी येऊन पोचला, तेव्हा रामचंद्र नारळचोरांवरच्या संतापानं बडबडत होता. याला पाहताच "काल रात्री तुम्ही गावात राहिला असता तर चोरी झाली नसती..." म्हणत तोच सगळा राग त्यानं वडिलांवर काढायला सुरुवात केली.

"तुम्ही वैकुंठसमाराधना संपल्या-संपल्या निघून या, हे सांगायला मी परवा धडपडत, सायकल तुडवत तिथपर्यंत आलो होतो. तुम्ही आलाच नाही!" त्याच्या आवाजातला संताप लपत नव्हता. तशी त्याची इच्छाही दिसली नाही. तोच पुढे म्हणाला, "तुम्ही गाव सोडल्यापासून सात-आठशे नारळ चोरीला गेले. याला जबाबदार कोण?"

साडेतीन महिन्यांची बाळंतीण घरात झोपली होती. एवढे आरोप करून झाल्यावर हा तिच्या विड्याची पानं, पंचकापूर, लवंग-वेलदोडे, धूप, सुंठ आणि काढ्याच्या वासानं घमघमणाऱ्या खोलीत निघून गेला!

अंग घामेजल्यामुळे थंड पाण्यानं अंघोळ करून विहिणीनं वाढलेलं सार-भात खाऊन, वर ताक प्यायल्यावर सत्यप्पा मळ्याकडे गेला. कुठल्या कुठल्या झाडांवरचे घड चोरीला गेलेत, हे त्याच्या लक्षात पट्कन आलं. चोर कोण, हे कसं हेरणार? सिद्दू? की आलम साबीकडच्या कुणी चोरले असतील? की बंजाऱ्यांपैकी कुणी चोरलं असेल? एका रात्रीत सहा घोस चोरलेत, म्हणजे हे काही एकट्यादुकट्याचं काम नाही. दोघे असतील. तरीही त्यांनी दोनदा येऊन सगळे नारळ उचलून नेले असतील! मी गावात नाही, याची खात्री असल्यामुळेच हे साहस केलं असणार! या चोरट्यांपैकी एखाद्याला पकडून तंगडं मोडलं असतं, तर हे चोर काही काळ

तरी थंड होतील.

मंजय्यानं कंचीला ठार मारल्यानंतर बिळीकेरे गावच्या कुठल्याही मळ्यातून एखादं खाली पडलेलं फळ, सरपणासाठी एखादी झावळी जागची हलली नाही; असं धर्मकार्यासाठी आलेले आपसात बोलत असल्याचं त्याला आठवलं. या गावातही कुणा एका चोराला पकडून असंच मारून टाकलं तर?...

या विचारासरशी त्याला स्वत:चीच शरम वाटली. कोर्टातल्या खोट्या साक्षीच्या प्रायश्चित्तासाठी जीव देणं एकीकडे आणि दुसरीकडे चोरीसाठी एका जिवाला मारायची कल्पना! किती हीन आहे! मग यावर उपाय काय? माझ्या कल्पनेतल्या प्रमाणे ग्रामोद्धाराची कामं चालली असती, तर अशी समस्याच राहिली नसती! या विचारासरशी त्याचा सगळा राग लोकप्रतिनिधी म्हणून निवडून येऊन राजकारण करणाऱ्या नेत्यांकडे वळला. या सगळ्या राजकारण्यांना बाजूला सारलं नाही, तर या देशाचं काहीही भलं होणार नाही! महात्मा गांधींचं नाव सांगतात, निवडणुकीच्या वेळी त्यांचे फोटो मिरवले जातात! या सगळ्या हरामखोरांना एका रांगेत उभं करून गोळ्या घातल्या नाहीत, तर या देशाचं कल्याण होणार नाही!.. त्याच्या मनात नेहमीप्रमाणे सरधोपट विचार येऊन गेला.

त्याला जांभई आली. तो घरी परतला. मनात आलं, हे चोरीचं प्रकरण घडलं नसतं तर घरीच एक झोप काढून त्यानंतर मळ्यात गेलो असतो. आदल्या रात्रीची आठवण झाली. त्या दरिद्री मंजय्यानं त्या घाणेरड्या सिनेमाला पाठवून दिलं होतं. आता मळ्यात जाऊन तिथल्या सुरंगीच्या झाडाखाली आडवं झालं तर थंडगार वाटेल! या मनातल्या विचारावर गोठ्यातल्या गाईनं हंबरून दुजोरा दिला. त्यानं जवळ जाऊन मायेनं तिची मान खाजवली. आपण गावाबाहेर गेल्याचं या गुरांनाही जाणवलंय, असं वाटून त्याला तिच्याविषयी माया वाटली.

सुरंगीच्या झाडाखाली उताणं झोपलं की डोळ्यांत उन्हाची किरणं घुसून त्रास देत होती. डोळ्यांवर उजवा दंड घेऊन झोपल्यावर थोडी डुलकी आली. झोप लागता-लागता मनात आलं, मळ्यात एखादं खोपटं असतं तर छान झालं असतं. उन्हाचा त्रास तर वाचतोच; शिवाय पाऊस आला तरी तेवढाच आधार मिळतो! काय बिघडलं बांधलं तर? मनातला निश्चय पक्का होत असतानाच गाढ झोप लागली.

सावली पुढं सरून ऊन अंगावर आलं, तसा तो धाड्कन उठून बसला. चेहरा-अंगच नव्हे, तोंडाचा आतला भागही उन्हानं तापला होता. सावलीत सरकून बसताना थोडं बरं वाटलं. पूर्णपणे जाग आल्यावर उठून तो विहिरीपाशी गेला. तोंड, मान, हात, दंड धुवून घेऊन तो पुन्हा सुरंगीच्या झाडाखाली बसला.

त्याला रामचंद्राचं बोलणं पुन्हा आठवलं. पंचवीस वर्षांचा घोडा झालाय!

आईवेगळा मुलगा म्हणून मी दूध-तूप-दही-फळं-सुका मेवा खायला घालून दाराच्या चौकटीतून वाकून जायला लागेल, एवढा उंच याचा देह वाढवला. रात्री एकटाच मळ्यात चक्कर मारून जायला याला काय धाड? घरात एकटी राहायला बायको घाबरते, असं निमित्त सांगतोय हा! आता तर ती सबब नाही! तिची आईच घरात आहे.

या विचारापाठोपाठ विहीणबाईंचा नाटकी स्वभाव आठवला. अशा बाईसमोर बोलताना तरी याला भान नको का? कसा चोरांवरचा राग माझ्यावरच फिरवला यानं! म्हणजे मळा राखत इकडंच पडून राहणं, एवढंच माझं काम काय? त्याला राग आला.

मुलाला दोन-चार शिव्या घातल्यावर त्याचा राग थोडा शांत झाला. उठून सगळीकडे फिरून त्यानं एकवार कुंपणाचं परीक्षण केलं. आधी संपूर्ण कुंपणाचा व्यवस्थित बंदोबस्त करायचा निर्णय घेतला. दिवस मावळून अंधार पसरू लागला. तो घराकडे जायला निघाला. त्यानं वाटेतच ठरवलं, रात्रभर मळ्यातच राहिलं पाहिजे. सोबत दंडुकाही ठेवला पाहिजे! कमरेपाशी एक कोयताही पाहिजे. तरीही हा विचार त्याला नकोसा वाटला. घरी येऊन कुंपण बांधायला आवश्यक ते सगळं तो मुलाशी बोलला. मुलगा वाळे-करदोटा घातलेल्या, काजळमाखल्या डोळ्यांच्या साडेतीन महिन्यांच्या नातवाशी खेळत होता. एकवार त्याला घेऊन मुके घेतल्यानंतर मुलावरचा राग कमी झाला. मुलानं केलेल्या पाणउताऱ्याचाही विसर पडला. अडीच वर्षांच्या नातीबरोबर गप्पा मारत खेळल्यावर तर त्याचं मन संपूर्णपणे शांत झालं.

रात्रीचं जेवण होताच 'रात्री मळ्यातच राहतो...' असं सांगून त्यानं एक कांबळं आणि एक पोतं उचललं. कोयता कमरेला अडकवला आणि हातात दंडुका घेऊन घराबाहेर पडला. अंधार गडद होऊ लागला, तशी मनात भीती दाटली. या आधीही रात्रीतून दोनदा मळ्यात चक्कर मारायची त्याची सवय असली तरी तो प्रत्येक वेळी हातात बॅटरी घेऊन, तिचा प्रकाश सगळीकडे टाकत फिरत होता. हातातला दंडुकाही जमिनीवर आपटत आवाज करायची त्याची सवय होती. चोर असले तर त्यांनी पळून जायला पाहिजे, असंच त्याचं वागणं होतं. हा चोराशी दोन हात करणं टाळण्याचा प्रकार होता! आजपासून तसं करणार नाही. आवाज न करता हलक्या पावलांनी जायचं, चाहूल लागलीच तर हलकेच जाऊन पायाच्या नडगीवर असं हाणायचं की पायच मोडला पाहिजे! हूं का चूं करायची संधीही द्यायची नाही! यावर चोर करून-करून काय करेल? कदाचित तोही हल्ला करेल! प्राणघातक हल्ला! केला तर करू दे. नाहीतरी दररोज चोरीच्या भयानं मळ्यात रात्र काढण्यापेक्षा जीव गेला तर जाऊ दे! घरात दाराची अडणा लावून बायकोच्या गोधडीत शिरून गाढ झोपी जाण्यापेक्षा तर हे नक्कीच चांगलं!

अशा विचारात अर्धा तास गेला. आपोआप भयही ओसरलं. आकाशातल्या चांदण्या आणखी ठळकपणे चमकू लागल्या, तेव्हा तर घराच्या ओसरीपेक्षा हेच छान आहे, असं वाटू लागलं. विहिरीलगतच्या फरशीवर बसून त्यानं मनगटावरचं घड्याळ पाहिलं. रात्रीचे जेमतेम दहाच वाजत होते. संपूर्ण रात्रभर असं बसून चालणार नाही. तसं बसून राहता येणारही नाही. कुठंतरी एका ठिकाणी, सुरंगीच्या झाडाखाली का होईना, बारदान अंथरून कांबळं पांघरून झोपायला पाहिजे. निदान मध्यरात्र ढळू दे...

त्याला आठवलं, काल याच वेळी मंजय्यानं आपल्याला जबरदस्तीनं सिनेमा पाहायला पाठवलं होतं. हा नतद्रष्ट मंजय्या! पापी!

हं... नतद्रष्ट आहे... पापी आहे... पण प्रचंड माणूस आहे हे तर मानायलाच पाहिजे! त्याच्याशी वाद घालायला बसलं तर खऱ्या-खोट्यामधली रेषा संपूर्णपणे पुसली जाते! इकडचे सगळे रंग तिकडे जातात आणि तिकडचे इकडे सरकतात! हा कशाचाही विधिनिषेध न पाळणारा असल्याचं ठाऊक असलं, तरी त्याचं म्हणणं खोडून काढून आपलं म्हणणं प्रस्थापित करायची शक्ती पूर्णपणे वठून जाते!

विशेष म्हणजे एवढं सगळं झालं, तरी त्याचा द्वेष करणं शक्य नाही! गावातले सगळेच या ना त्या कारणामुळे त्याचं कौतुक करतात! सत्यप्पाच्या मनानं त्याला सावध केलं, लोकांचं कौतुक हा काही महत्त्वाचा मापदंड मानायचा नसतो!

काहीवेळ सत्यप्पा तसाच बसून राहिला. नंतर एकवार बांधावरून फिरून पुन्हा विहिरीपाशी येऊन बसला. बसल्या बसल्या डुलकी आली. उन्हात झोपण्यासाठी सुरंगीच्या झाडाची सावली चांगली असली, तरी रात्री चांदण्या बघत झोपण्यासाठी मोकळीच जागा हवी, असं वाटून त्यानं बारदान विहिरीजवळच्या फरशीवर आणून पसरलं. पायांवर कांबळं पांघरून तो आकाश पाहत झोपला. शांत-शांत वाटलं. साबरमती आश्रमात असताना असंच आकाशातल्या चांदण्या बघत झोपत असल्याची आठवण झाली.

काय दिवस होते ते! आदर्शाच्या स्वप्नांमध्ये बुडून गेलेले दिवस! कुठं गेले ते दिवस?... हे विचार आणि चोराची चाहूल लागल्याक्षणी जागं झालं पाहिजे, या निश्चयासहित त्याचा डोळा लागला.

जाग आली. अजून बरीच रात्र दिसत होती. घड्याळ पाहिलं, साडेतीन वाजले होते. अर्धवट झोपेत तरळत असलेले मनातले विचार ठळक झाले आणि मन खिन्न झालं. तो आदल्या दिवशी पाहिलेला सिनेमा... काय नाव त्याचं? त्यात अंगांग स्पष्टपणे दाखवण्यासाठी म्हणूनच अर्धनग्नावस्थेतलं स्नानदृश्य... नंतर टीबीवर आलेली ती... नाव काय तिचं?... मी तिला एमएलए वाटलो होतो! ती मुलगी... मुलगी की युवती?...की वय लक्षात न येणारी अनुभवी प्रौढा? नाव काय तिचं?

तीही अर्धनग्नावस्थेत... मळ्यातल्या तलावात... भर दुपारच्या उन्हात... अंघोळ करत होती... तिचं अंगांग उत्तानपणे नजरेत खुपत होतं...

छे:!... हे असलं स्वप्न? स्वप्न काही संपूर्ण रात्रभर दिसत नसतात, म्हणे! वर्षभरातल्या घटना एखाद्या सिनेमात एखादा क्षणभर दाखवाव्या आणि तरीही मनात संपूर्ण वर्ष पाहिल्याचा भास होत राहावा, तसं ते काही क्षण दिसलेलं दृश्य रात्रभर बघत असल्यासारखं वाटत होतं. तरीही ती...काय तिचं नाव?... स्वप्नात विचारलं, नाव काय? तर मंजय्या म्हणाला होता, 'मला काय विचारता? अशा बायकांशी संवाद सुरू करायचा तो एक मार्ग असतो... तुम्हीच विचारा!'

झोपलेला उठून बसला. कुणीही चोर मळ्यात आलेला नाही, याविषयी खात्री होती. तरीही एक फेरी मारून यायची इच्छा झाली. अंधारातच उठून अधूनमधून टॉर्च पेटवत तो एक फेरी मारून आला. साप-सरडे असतील, याबरोबरच एखादी झावळी पडलेली दिसली तर चोराची चाहूल लागेल, अशा हेरगिरीच्या भावनेनं तो चाहूल घेत राहिला. कुठंच काही दिसलं नाही. कसं कोण जाणे; चाहूल दिली नाही तरी मळ्याच्या राखणीला कुणीतरी आहे, हे चोरांच्या मनालाही समजतं! कदाचित आपण आज दुपारी आल्याची बातमी गावात पसरली असेल, तशी ती चोरालाही समजली असेल. पुन्हा झोपायच्या विचारानं विहिरीपाशी असलेल्या फरशीवर येऊन बसला.

पुन्हा ते स्वप्न आठवलं. नावही पट्‌कन आठवलं; चंद्रिका तिचं नाव! स्वप्नात तशा अवस्थेत ती याच तलावात अंघोळ करत होती! स्वप्न ही एक विचित्र गोष्ट आहे! काहीही कुठंही नेऊन जोडतेय आणि वेगळंच दृश्य तयार होतं.

उजाडलं. सूर्याची किरणं चेहऱ्याला टोचू लागली. लवकर जाग्या झालेल्या माश्या चेहऱ्याभोवती फिरून भंडावून टाकत होत्या. ही झोप बरीच गाढ लागली होती. नंतर त्या स्वप्नानंही त्रास दिला नाही. पुन्हा एकदा मळ्यात सगळीकडे फेरी टाकून प्रत्येक झाडाचं आणि त्यावरच्या घोसांचं परीक्षण करून तो घराकडे निघाला.

मळ्यात खोपी उभारण्याचा विचार बोलून दाखवल्यावर रामचंद्रानं लगोलग संमती दर्शवली. तसं केलं तर अप्पा सततच मळ्यात राहतील, त्यानंतर कुठलाही चोर मळ्यात शिरायचा प्रश्नच राहणार नाही. त्याच संध्याकाळी तो वडारवस्तीवर जाऊन दोन दगडी खांबांची ऑर्डर देऊन आला. त्याचा उत्साह इतका होता की इतर तपशिलासाठीही तो अप्पांबरोबर बोलला नाही. आठच दिवसांत नुसती खोपी कसली? दोन खणांचं छोटं घरच तयार झालं. भोवताली मध्यम उंचीच्या भिंती. दोन दगडी खांबांवर नारळाच्या झावळ्याचं छत, बांबूच्या आडव्या कापलेल्या

फळ्या, एक जुनं लाकडाचं दार, आत एक जाडजूड चटई, उशी होईल अशा उंचीचा लाकडी पाट या सगळ्या वस्तू त्यानं स्वत: मोठ्या उत्साहानं गोळा केल्या.

हे पाहताना सत्यप्पाच्या मनात मात्र वानप्रस्थाची पर्णकुटी साकार होत होती. वाटलं, मुलाचं लग्न झाल्या-झाल्याच मी अशी एक पर्णकुटी बांधून राहायला सुरुवात करायला पाहिजे होतं.

दुपारच्या जेवणाची वेळ सोडली तर संपूर्ण दिवसभर तो मळ्यातच राहू लागला. रात्रीचं जेवण होताच पुन्हा तो मळ्याकडे जाई, तो पुन्हा दुसऱ्या दिवशी अंघोळ-जेवणाची वेळ होईपर्यंत तिथंच मुक्काम असे. मळ्यात राहताना मनात एक प्रकारचा अलिप्त भाव भरून राहिलेला असे. रात्री मळ्यात एकटा राहायचं भयही मनात नव्हतं. मध्यरात्रीपर्यंत विहिरीपाशी बसून आकाशातली नक्षत्रं-तारे-ग्रह बघत बसताना वेळ गेल्याचंच समजत नव्हतं. नंतर खोपीत शिरून झोपलं की गाढ झोप व्हायची. खोपीत झोपल्यामुळे पहाटे दवात भिजून थंड व्हायचीही भीती नव्हती. का कोण जाणे, ही आपली खरीखुरी जागा असल्यासारखं त्याला वाटू लागलं. या विचारासरशी त्याला आणखी शांत-शांत वाटू लागलं. मनात निर्माण होणाऱ्या या भावनेचं नातं साबरमतीतल्या भावनेशी असल्यासारखं वाटून जन्मोजन्मीचं नातं असल्यासारखं वाटू लागलं.

मळ्यातच मुक्काम केल्याचा परिणाम म्हणून तिथं होणाऱ्या चोऱ्या पूर्णपणे थांबल्या. मळ्यात दुसऱ्या मानवप्राण्याची अजिबात चाहूलच राहिली नाही. चोराचे हातपाय तोडण्याचे किंवा जीव घेण्याचे हिंसक विचार कार्यवाहीतच काय, मनातही न आणता चोरी थांबल्यामुळे मनात धन्यतेची भावना भरून राहू लागली. मंजय्यापेक्षा आपली ही चोरी थांबवायची पद्धत कितीतरी पटीनं चांगली आहे, असं वाटून न कळत तो स्वत:ची मंजय्याशी तुलना करून स्वत:ला थोर सिद्ध करू लागला. पण, अशा माणसाशी स्वत:ची तुलना करणं हाच हीनपणा आहे, हे लक्षात येताच त्यानं स्वत:ला प्रयत्नपूर्वक त्या विचारापासून दूर केलं.

हे सगळं आठ-दहा दिवस चाललं. चोरीची भीती आणि रात्री एकटं झोपल्याची भावना कमी होत चालली, तशी रात्रीची झोप येईनाशी झाली. कधीकधी मनात येऊ लागलं, इथं राखणीला थांबून मी आयुष्यात काय साधलं? खोपीच्या आत पाऊल टाकताच मनात मंजय्या त्याच्या खोपीत काय-काय उद्योग करत असल्याचं चित्र उभं राहू लागलं. त्या रात्री बोलताना सावित्रीनं सांगितलं होतंच, त्याही आधी स्वत: मंजय्यानंही चार-सहा वेळा रंगवून-रंगवून सांगितलं होतं ना! त्या रात्री पाहिलेल्या चंद्रिकेची आठवण तीव्रपणे यायची. इथल्या तळ्यात अंघोळ करणारी तिची ओलेती छबी... स्वप्नात पाहिलेली! काही वेळा तर ती संपूर्ण विवस्त्रावस्थेतही

दिसायची!

मनानं कितीही झगडा दिला, विरोध केला तरी हीच चित्रं पुन्हा पुन्हा त्याच मनाला ग्रासून टाकायची. कितीही झटकायचा प्रयत्न केला तरी लोचटासारखी तीच कल्पना आणि तेच विचार मनात घोळत राहायचे. नंतर जाणवायचं, या कल्पनेत एक प्रकारचं सुख आहे! नवतरुण युवकाच्या मनाला अशा विचारानं मिळणारं सुख त्याच्याही अनुभवाला येत होतं.

या साऱ्याचं त्याला कधीकधी आश्चर्य वाटायचं, स्वत:ची किळसही यायची. या खोपीतून बाहेर निघून जायची इच्छा व्हायची. मनात यायचं, या खोपीत आणि मंजय्याच्या खोपीत काहीच फरक नाही... मनाच्या झगड्याचा कधीकधी त्याला वैताग येई. शेवटी असहाय होऊन तो खोपीबाहेर पडत होता. विहिरीपाशी जायचीही सोय नव्हती. तिथं चंद्रिकेची आठवण छळत उभी असायची! क्वचित कधी, जेव्हा मन शांत असायचं, तेव्हा तो आपल्या मनात दडलेल्या या भावनांचा हा केव्हापासूनचा इतिहास आहे, याचा शोध घ्यायचा प्रयत्न करत असे.

त्याला आठवायचं, हे काही आजच नव्यानं सुरू झालंय, असंही नाही! बायको मरण पावली, ते संपूर्ण वर्ष मन मुलाच्या काळजीत आणि दु:खात पूर्णपणे बुडून गेलं होतं. पण त्यानंतर मात्र तेच मन अशाच प्रकारच्या कुठल्या ना कुठल्या कल्पनेत विहरत असायचं. मळ्यात कामासाठी येणाऱ्या बायकांकडे मन त्याच पद्धतीनं बघायचं. पण सतत कामात किंवा इतर काही ना काही विचारांत गुंतवून मनाला त्या विकारापासून जबरदस्तीनं दूर केलं होतं. नंतरही कधीकधी एखादं स्वप्न पडायचं; नाही असं नाही. पण तेवढंच. नंतर त्याला छळवाद नसायचा. जागृतावस्थेत मनावर ताबा ठेवण्यात संपूर्ण यश आलं होतं. पहिला नातू जन्मल्यावर तर आपण आजोबा झालो, याच भावनेनं मनाला भारून टाकलं होतं. स्वप्नात होणारा त्रासही जवळजवळ थांबला होता. आताच हे असं का झालं असावं? मन कधीच इतकं लंपट होऊन त्रास देत नव्हतं. का असं व्हावं? हा सगळा त्या मंजय्याचा प्रभाव तर नसेल ना?

पण केवळ या एकाच कारणामुळे हे घडतंय, हे मानायला बुद्धीनं नकार दिला. त्याच्याशी बोलायची ही काही पहिली वेळ नव्हती. या आधी कितीतरी वेळा त्याच्याशी संवाद झालाय. तसा तो कधीच इथं आला नाही. पण बाहेर कुठंही भेटलो, तरी असल्या साहसाच्या कथा सांगायचा त्याला उत्साह असे. त्या प्रणय-साहसाच्या कथा सांगत असताना त्यात माझ्या ब्रह्मचर्याची खिल्लीही तो उडवत असे. पण मग याच खेपेला नेमकं काय घडलंय? उत्तर सुचलंच नाही; उलट हा आवेग सहन न झाल्यामुळे मनाची तळमळ सुरू झाली. आतापर्यंत समोरची व्यक्ती स्त्री आहे की पुरुष, याकडे लक्ष न देता संवाद करू शकणारं त्याचं मन समोर

आलेल्या प्रत्येक स्त्रीच्या वयाचा अंदाज बांधण्यात गुंतू लागलं. तिच्या शरीराची कल्पना करू लागलं. हे गैर असल्याचं जाणवून तेच मन स्वत:ला आवरण्यासाठी धडपडू लागे. पण कल्पनेचा वेग या विवेकी विचारांपेक्षा जास्त असल्यामुळे मन व्याकूळ होत असे. कधीकधी हाच विचार प्रबळ होऊन मळ्यात कामासाठी येणाऱ्या एखाद्या बाईकडे अपेक्षा बोलून दाखवायचा विचार प्रबळ होऊ लागे. त्यातच आपल्या या बिघडलेल्या मन:स्थितीचा कुणाला तरी पत्ता लागेल, याचं भयही वाटे.

का यावी ही स्थिती? यासाठी केवळ मंजय्याला जबाबदार धरून सगळा दोष त्याच्यावर लादायला त्याचं मन तयार नव्हतं. संसर्गदोष, कबूल! तरी त्यानं काहीही सांगितलं, कसाही वागला तरी माझं मन हे माझंच ना! ते जर असं वेडं होऊन नाचायला लागलं तर?... म्हणजे हे त्याच्या मूळ स्वभावातच असलं पाहिजे ना! इतके दिवस मी स्वत:त भिनवलेला संयम कृत्रिमच म्हणायचा काय? या प्रकारात सगळं दडपण स्वत:वर घेऊन तो आणखी थकून जाऊ लागला.

सुमारे दोन महिने गेले. एक दिवस मंजय्यानं सांगितलेली एक गोष्ट आठवली, 'परमेश्वरय्यांनी कधीतरी स्वत:चा शोध घेतला असता, तर त्यांनी आत्महत्याच केली नसती... कठीण ब्रह्मचर्यावर सारं जीवन अवलंबून राहणाऱ्यांपुढे दुसरा कुठला मार्ग आहे?...तुम्ही तरी आयुष्यात नेमकं काय साधलं?... मुलाला मोठं केलंत, सगळं त्याच्या हाती सोपवलंत... त्याच्या घरचे बिनपगारी गडी झालात! बाईला जवळ करूनही मुलाला वाढवता आलं असतंच ना!... सत्यप्पा म्हणजे महात्मा गांधींची आठवण करून देणारा माणूस असं एका-दोघांनी म्हणण्याखेरीज काय साधलं तुम्ही आयुष्यात?....'

मंजय्याचं हे बोलणंच खरं असलं पाहिजे, असं वाटलं. माझं जीवनाचं ध्येय आणि माझा जीवनविषयक दृष्टिकोन पूर्णपणे विफल झालाय!.. या विचारानं मन उदास झालं. ज्यासाठी संसाराचं ओझंही आयुष्यात नाकारलं, त्या ग्रामोद्धाराला माझी गरज नव्हती. मी आपणहोऊन सगळं मुलाच्या स्वाधीन केल्यामुळे तो मला एका आश्रितासारखाच बघतोय! तसं स्पष्टपणे बोलून दाखवत नसला, तरी कुठलाही व्यवहार करताना मला संपूर्ण बाजूला ठेवतो. मी या मळ्यात येऊन राहायला लागलो; हा माझ्या नैसर्गिक, साध्या जीवनाचा अंतच झाला की काय कोण जाणे!

या विचारानं एकीकडे मन विषण्णतेनं भरून जात होतं; तर दुसरीकडे मनातला कामविकार अधिकाधिक प्रबळ होत होता.

त्याला जीवनाचाच वैताग येऊ लागला. जगायचं तरी कशाला? कशासाठी? मनाची ही तगमग सहन करत मुकाट्यानं या खोपीत राहायचं! त्यांचा संसार हा

त्यांचाच आहे ना! नातवंडांविषयी वात्सल्य वाटून मी त्यांना खेळवू शकेन, सांभाळेन. पण त्या संसारात माझी काय गरज आहे? पन्नास वर्षंच काय, आणखी कितीही जगलो तरी जीवनात कुठला आनंद आहे?

हा सगळा विचार करता मंजय्याच बरोबर आहे की काय कोण जाणे! त्याच्या जगण्यावर कुठल्याही आदर्शाचं ओझं नाही. आपला आनंद कशात आहे, याची त्याला जाणीव आहे. हा विचार जेमतेम टिकायचा. नंतर वाटायचं, मंजय्याचं जीवन वेड्या पशूच्या पातळीचं आहे! याला त्याचा 'विचार' म्हणायचं काय? ती तर केवळ वासनेची पातळी आहे!

एक दिवस तो सगळ्या भावना चाळवणाऱ्या त्या खोपी आणि विहिरीजवळच्या सुरंगीच्या झाडापासून दूर असलेल्या जांभळाच्या झाडाखाली जाऊन बसला. त्यानं आपल्या मनाचा पदर-पदर मोकळा करून पाहायला सुरुवात केली. चंद्रिका?.... चालेल. किंवा मंजय्या हिच्यापेक्षा घट्ट असलेल्या दुसऱ्या कुठल्यातरी मुलीविषयीही सांगू शकेल. किंवा... तसं म्हणायचं, तर कुठलीही बाई चालू शकेल! पर्यावसान होईल ते मळ्यात उभारलेल्या त्या नव्या खोपीतच! तिथल्या मऊ अंथरुणावर! मंजय्याच्या मळ्यातल्या खोपीत आणि हिच्यात एक प्रकारचं साम्य आहे! तिच्यामुळे ही उभारण्याची इच्छा झाली! ही उभारताना वर-वर चोरांपासून नारळींचं रक्षण हा विचार असला, तरी अंतर्मनात मंजय्याच्या खोपीचाच हेतू नसेल कशावरून? आपलं मन तरी आपल्याला संपूर्णपणे कुठं ठाऊक असतं? तेव्हा नेमकं काय असेल आपल्या मनात?....

नाही. अशा विचारांबरोबर वाहवत गेलो, तर कशालाच अर्थ नाही! त्यानं मनाला कठोरपणे आवरायला सुरुवात केली. निग्रहानं तो उठला. खोपीपाशी गेला, दार उघडलं आणि खोपीचं आतून निरीक्षण करू लागला. तेच कूस पालटली तर हलकेच आवाज करणारं अंथरूण. त्यावर घडी घालून ठेवलेलं कांबळं. त्यावर ठेवलेला सोटा, टॉर्च. काही क्षण तो तिकडेच पाहत राहिला. काहीतरी मनाशी ठरवून तो बाहेर आला. तसाच मळ्याच्या फाटकाशी येऊन तो गावाकडे निघाला. वाटेत कुणीतरी भेटलं. परगावचं असावं. पंचक्रोशीतलंही नसावं. यानं विचारलं, "कोणच्या गावचं पाहुणं?"

"कुंदूरु."

"काडेपेटी आहे काय? एक काडी पाहिजे होती."

हे सहजच, कुठल्याही गावी किंवा रस्त्यावर घडणारंच होतं. पाहुण्यानं काडेपेटी त्याच्या पुढ्यात धरली. यानं एक काडी काढून घेऊन बाकीच्या काड्या परत दिल्या. पाहुण्यानं बिडीही देऊ केली. पण ती न घेता जवळच्या रिकाम्या

काडेपेटीत ती काडी ठेवून घेऊन तो पुन्हा मळ्याकडे निघाला. खोपीपाशी गेला. वाऱ्याचा अंदाज घेऊन त्यानं हाताच्या आडोशानं काडी पेटवली आणि खोपीच्या एका टोकाला त्या आगीचा स्पर्श होईल असं केलं. मंद वारं वाहत होतं. दोन मिनिटांतच आगीनं पेट घेतला. बघता-बघता खोपीच्या संपूर्ण छतानं पेट घेऊन त्याच्या ज्वाळा उठल्या आणि धूर आकाशाच्या दिशेनं वाहू लागला. तो पापण्या न लवता त्या ज्वाळांकडे टक लावून पाहत राहिला.

छतावरचं गवत क्षणार्धात भुरुभुरु जळून गेलं. बांबूच्या खांबांनीही आग पकडली. नारळीच्या झावळ्याही जळू लागल्या. एका जळत्या झावळीमुळे खाली अंथरलेलं अंथरूणही जळू लागलं. त्यावरचं कांबळंही भस्मसात झालं. शेजारीच पडलेला सोटा काळा पडत चालला होता. दरवाजा आणि दरवाज्याची चौकटही जळू लागली. तो तसाच पाहत उभा होता.

समोरचा आगडोंब पाहत असताना मनात येत होतं; काडी मागून आणून आग लावली हे खरं! पण काय झालं त्यानं? तिसऱ्या नजरेच्या ज्वालेनं पेटवायला पाहिजे होतं. ती शक्ती जवळ असती तर छान झालं असतं. या विचारापाठोपाठ त्याच्या चेहऱ्यावर निर्बलता, तिरस्कार व्यक्त होणारं विलक्षण हास्य पसरलं. समोरच्या धगधगत्या आगीकडे बघताना याचं मन मात्र तिसऱ्या डोळ्याच्या कल्पनेवरच खिळलं होतं. खरोखरच तो शिव फार मोठा आहे! याच भावनेनं तो थोड्या अंतरावर जाऊन बसला. त्याची नजर मात्र जळून खाक होत चाललेल्या खोपीच्या एकेका भागावर खिळली होती. एकीकडे मन शांत होत होतं. मोठ्या वादळानंतर उठलेल्या लाटा शांत झाल्यानंतर पाण्याचा पृष्ठभाग दिसावा तशी त्याची मन:स्थिती झाली होती.

तो तसाच बसून राहिला होता. त्याच वेळी कुणीतरी मळ्याचं फाटक उघडून धावत आल्याचं त्याला जाणवलं. रामचंद्र धापा टाकत आला होता. म्हणाला, "कुणीतरी सांगितलं, तुमच्या मळ्यात मोठी आग आणि धुराचे लोट दिसले, म्हणून. आलो धावत! खोपी पूर्णपणे जळून खाक झाली! तुम्ही तसेच बघत बसलात?"

"मीच पेटवली!"

"का?"

"ती उभारल्यापासून मनात एक साप थैमान घालत होता. काही केलं तरी पळवून लावायला जमत नव्हतं. आत मरू दे, म्हणून आग लावली. मेला की पळून गेला, कोण जाणे!"

"त्यासाठी खोपी का जाळली? साप पकडणाऱ्यांना बोलावून घेतलं असतं तर पुरेसं होतं!"

त्याच्या आवाजात तक्रार होती. सत्यप्पा यावर काहीच बोलला नाही. तक्रारीची उपेक्षा करत तसाच बसून राहिला. रामचंद्रानं खोपीत डोकावून पाहिलं. तिथूनच ओरडून म्हणाला. "तीस रुपयांचं कांबळं, अंथरूण, सोटा, टॉर्च; सगळं जळतंय!"

हा गप्पच होता. बापाचं वागणं मुलाला विचित्र वाटलं.

त्या दिवसानंतर सत्यप्पा घराच्या ओसरीतच झोपू लागला. पूर्वीप्रमाणे रात्री दोनदा उठून मळ्यात फेरी मारून येऊ लागला. चोरही फिरकले नाहीत. आता त्याचं मनही काहीसं ताळ्यावर आलं होतं.

पण हे फक्त पाच दिवस टिकलं. सहाव्या रात्री ओसरीत झोपला असताना पुन्हा त्याच विकारानं डोकं वर काढलं. नजरेसमोर जाळलेली खोपी निद्रावस्थेत पुन्हा साकार होऊ लागली आणि त्यातलं मऊ अंथरूण पुन्हा निर्माण झालं. एवढ्यावरच न थांबता तिथल्या सगळ्या वस्तूच नव्हे, तर झाडंझुडपंही स्त्रीरूप धारण करून फेर धरू लागले. हे स्वप्न रात्रीच नव्हे, दिवसाही त्याला छळू लागलं. स्वप्नरहित झोप अशक्य झाल्यामुळे हातपाय दुखू लागले. प्राणिमात्रांमध्येही नरमादीचा भेद तीव्रपणे जाणवून त्याचाही त्रास होऊ लागला. एवढंच नव्हे, आकाशातले ढगांचे, दगडधोंड्यांचे आणि झाडांच्या पारंब्यांचे आकारही स्त्रीच्या अवयवांशी साम्य दर्शवून मनाला चेतवू लागले.

जर हे प्रकार असेच चालू राहिले, तर वेड लागणार हे नक्की; ही भावना त्याला ग्रासू लागली. मनाला भय वाटू लागलं, कुणाशीही सहज गप्पा मारताना आपल्या बोलण्यातून लंपटपणा व्यक्त झाला तर? या सगळ्यामुळे त्याला नरकयातना जाणवू लागल्या. भर तारुण्यात, अठराव्या वर्षीही त्याला कधी या भावनेनं इतका त्रास दिला नव्हता. का ही गत झाली, या प्रश्नाचं उत्तर मात्र त्याला मिळत नव्हतं.

त्याचबरोबर मनात उसळलेल्या वासनेचं शमनही व्हायला तयार नव्हतं. मंजय्याचं बोलणं सतत आठवायचं. सर्दी झाली, तर चोंदलेल्या शेंबडाचा त्रास व्हावा आणि शिंकरून शेंबूड फेकून द्यायची प्रबळ इच्छा व्हावी, तसं चाललं होतं. या उपमेवर तेव्हा हसू आलं असलं तरी, आता वाटू लागलं, हे अगदीच खोटं नाही! एकदा नाक शिंकरल्यावर पुढे त्याची आठवण तरी कुठं राहते?

आता मात्र वाटू लागलं, उगाचच खोपी जाळली! भोवताली काठ्या मारल्या तर साप मरणार नाही, हेही तेव्हा लक्षात आलं नाही. स्वत:च्या मूर्खपणासाठी त्यानं स्वत:ला दोष दिला. ती खोपी असती तर संधी बघून कुणालातरी, सहजासहजी अशा व्यवहाराला तयार असलेल्या एखाद्या स्त्रीला... पण कोण? तशा बायका तर

सगळ्या गावात असतील. अगदी लहान-लहान खेड्यांतही असतात. अशा सूचना देणाऱ्या पंचक्रोशीतल्या काही बायकांची नावंही आठवली. त्यातल्या काही वयस्कर होत्या, तर काही मधल्या वयाच्या आणि काही अगदीच तरुण होत्या. या गावातली नावंही आठवली. पण अशा बायकांशी संवाद कसा सुरू करायचा? हा त्याला मोठाच प्रश्न वाटला.

गावातल्या चलुवम्माच्या दुकानासमोरून आणि घरासमोरून तो दोन-तीनदा फिरून आला. तिच्या शरीराची गोलाई त्याला आकर्षित करून गेली. पण...पण... घरात किंवा दुकानात जाऊन तरी बोलायचं काय? विषय कसा काढायचा? काहीच न सुचून तो माघारी फिरला.

फिरून-फिरून मंजय्याचंच नाव समोर येऊ लागलं. त्याला शरण गेल्याशिवाय पर्याय दिसेना. त्यानं सांगितलंच होतं, 'गावाकडे जाऊन शांतपणे विचार करा. कधीही माझी गरज लागली तरी माझ्यापाशी या... कुणालाही सांगणार नाही, याची खात्री बाळगा.'

होय. हा एकच उपाय आहे. तोच काहीतरी मार्ग शोधून देईल. याशिवाय दुसरा कुठलाही मार्ग नाही... त्याचा निर्णय झाला. शेंबडाएवढीच या कामभावनेची लायकी! शिंकरून टाकलं की यातून मुक्तता मिळेल! किंवा एखाद्या पिकलेल्या गळवातून पू पिळून काढल्यावर बरं वाटतंय तसं! या वयात आणखी काय अन् किती असणार म्हणा! कधी नव्हे ती ही भावना छळतेय. दाबून टाकायला गेलं, तर जास्तच उफाळून येते! त्यानं दुसऱ्या दिवशी सकाळीच बिळीकेरेला जायचं ठरवलं. या निर्णयापर्यंत येताच मन शांत झालं.

दुसऱ्या दिवशी पहाटेच उठला. दार वाजवून रामचंद्राला सांगितलं, "पार विसरूनच गेलो होतो! मला बिळीकेरेला गेलं पाहिजे. तुझ्या आजोबांच्या तिसऱ्या मासिक श्राद्धाला यायचं कबूल केलं होतं."

"पुन्हा जाणार? मळ्याची राखण?"

"लवकर येतो..." म्हणत त्यानं खादीच्या पिशवीत दोन खादीचे कपडे भरून घेतले आणि घाईघाईनं निघाला.

वाटेत दोन मुद्दे समोर आले. आजवर कधीच खोटं न बोलणारा मी! आणि मी निघणार म्हटल्यावर मुलानं घेतलेला आक्षेप. या दोन्हीकडे लक्ष न देता तो चालत राहिला. बिळीकेरेत कुणी ना कुणी ओळखणारं भेटेलच. रामकृष्णाच्या घरी न जाता आपण मंजय्याच्या घरी गेल्याची बातमी गावात चर्चा निर्माण करेलच. यावर उपाय? त्यानं ठरवलं, गावातल्या रस्त्यानं मंजय्याकडे जायला नको. कुंभार-वस्तीकडून गेलं तर कुणाला समजणार आहे? हा उपाय सुचताच सुटकेचा

नि:श्वास सोडला. रंगन तिट्टुची वस्ती ओलांडून बिळीकेरेच्या दिशेनं जाताना वाटेत गावं-वस्त्या लागत होत्या. त्या ओलांडून तो अकराच्या सुमारास गावात पोचला.

सत्यप्पाला बघून मंजय्याच्या चेहऱ्यावर मंद हसू उमटलं. याचा जीव कासावीस झाला. चटईवर बसून घामेजलेला चेहरा पुसत असलेल्या सत्यप्पाला तो म्हणाला, ''काहीही बोलायची गरज नाही! तुम्ही का आलात, ते माझ्या ध्यानात आलंय.''

''काय समजलंय तुला?'' मनातली भावना दाखवू न देता तो हसत म्हणाला.

''हे पाहा! निष्णात वैद्याला रोग्याचा चेहरा पाहताच आजार कळतो! त्यासाठी नाडीपरीक्षा करायची गरज नसते! मीही सांगू का रोग काय आहे ते?''

हा गडबडून म्हणाला, ''त्याची काहीही गरज नाही! प्यायला थोडं पाणी हवं होतं. भूकही लागलीय. काहीतरी खायची व्यवस्था कर.''

''हुरदम्मा स्वयंपाक करतेय. तुम्ही अंघोळ करून घ्या...''. नंतर त्याच्या शेजारी खाली बसत मंजय्या म्हणाला, ''त्या दिवशी पाहिली होती ती चंद्रिका हल्ली म्हैसूरला गेलीय म्हणे. गाव मोठं म्हणजे बिझनेसही जास्त ना! याच गावातला एखादा चांगला माल चालेल काय?''

''तुला जसं वाटेल तसं! मला काहीच माहीत नाही...'' हे म्हणताना त्याचा चेहरा संकोचानं एवढासा झाला. हा अंघोळ करायला गेला, मंजय्याही बाहेर पडला आणि अर्ध्या तासानं माघारी परतला. हुरदम्मानं वाढलेलं जेवण झाल्यानंतर उष्टं-शेण करून ती निघून गेली.

नंतर मंजय्या म्हणाला, ''थोडे गूळ-पोहे आणि ओलं खोबरं बांधून देतो. असेच माझ्या मळ्यात जा. फाटक आणि खोपीचा दरवाजा उघडून पुन्हा लावून घ्या आणि वाट बघा. एकच्या सुमारास येईल ती! नागी तिचं नाव. संध्याकाळपर्यंत राहील. तुमची इच्छा असेल, तर नंतरही मध्यरात्रीपर्यंत राहील. भूक लागली, तर गूळ-पोहे-खोबरं विहिरीच्या पाण्यात भिजवून खा. सोबत कोयता ठेवा. शहाळी हाताशी येण्यासारखी आहेत. हवं तेवढं त्याचं पाणी प्या. झाडावर चढावं लागलं तरी काळजी नको. तिला येतं चढायला. तीच शहाळं सोलून फोडून देईल. तुमच्याकडून एक पैसाही घ्यायचा नाही, असं सांगून ठेवलंय तिला. तो तिच्या-माझ्यातला हिशेब असेल. तरीही येताना दोन रुपये बक्षीस द्या. सुटे आहेत की नाही? नाहीतर हे राहू द्या.'' असं म्हणत त्यानं एकेक रुपयाची दोन नाणी समोर ठेवली.

''आणखी पंधरा मिनिटांत तुम्हाला निघावं लागेल. तिला मी नवा साबण देऊन आलोय. पाहुणे खास आहेत, नारळाच्या शेंडीनं अंग घासून अंघोळ करून ये, भरपूर साबण लावून स्वच्छ होऊन ये म्हणून सांगितलंय तिला! ती तशी क्लीन आहे, तुम्हाला अजिबात त्रास होणार नाही! संध्याकाळपर्यंत तुम्हाला तुमचं तारुण्य

माघारी आल्याचा चार वेळा अनुभव आल्याशिवाय राहणार नाही! तुम्हीच माघारी आल्यावर सांगाल म्हणा!''

एका हातात गूळ-पोहे-पातेलं-खोबऱ्याची पिशवी आणि दुसऱ्या हातात छत्री घेऊन भर दुपारच्या उन्हात तो निघाला, तेव्हा रस्त्यात कुणीही नव्हतं. गावातल्या शिवालयापुढे मंजय्याच्या मळ्याचं फाटक होतं. समोरच मोठालं वडाचं झाड. त्यावर लटकणाऱ्या सासऱ्यांच्या मृतदेहाची आठवण होणं स्वाभाविक होतं. खाली लटकलेला मृतदेह काढला असला तरी वरच्या फांदीला बांधलेला दोरखंडाचा तुकडा अजूनही तसाच होता. त्याची नजर त्या तुकड्यावर खिळून राहिली. मंजय्या म्हणाला होता; कठीण ब्रह्मचर्यावर ज्यांनी संपूर्ण आयुष्य तोललं आहे, त्यांच्यासमोर आत्महत्या करण्याशिवाय दुसरा मार्ग नाही! पण सासऱ्यांकडे अशा हलक्या नजरेनं पाहणं आपल्याला तरी शक्य नाही, हे त्याच्या लक्षात आलं. तोंडातून बाहेर पडलेल्या एका खोट्या बोलण्यासाठी यांनी स्वतःला देहान्ताची शिक्षा दिली!..

तिथंच उभं राहिलं तर कुणी ना कुणी गावकऱ्यांनी पाहायची आणि ओळखण्याची शक्यता होती. स्वतःला आवरत त्यानं पावलं उचलली आणि मळ्यात शिरला. तरीही मनात येत होतं; व्यभिचार हाही एक खोट्याचाच प्रकार नाही का? त्यासाठीच कधी नव्हे ते सकाळी घर सोडतानाच मी दोनदा खोटं बोललो ना! मनात येऊन गेलं, याच पावली मंजय्याच्या घरी जाऊन सांगावं, मला नकोय हे! मनात वासना निर्माण झाली हे खरं आहे; पण तो वृक्ष पाहिल्यावर मनातली ती वासना नाहीशी झालीय.

या विचारानं पावलं काही क्षण थबकली. पुढं जायचं की माघारी फिरायचं, हे न कळून तो जागीच उभा राहिला. व्यभिचार म्हणजे खोटेपणाचाच प्रकार हे अगदी खरंय. ते वडाचं झाड त्याला विरोध करण्याचं प्रतीक म्हणून उभं राहिलंय, हेही खरं. पण गेले तीन महिने जी कामभावना आपल्याला हैराण करतेय, ती तरी कुठं खोटी आहे? मला काही व्यभिचार करायचा नाही. मी कुठल्या गरतीकडेही जात नाही. माझ्यासारख्यांच्या भावनांचं शमन करणं हाच ज्यांचा व्यवसाय आहे, पोटापाण्याचा धंदा आहे; अशा वेश्यांपैकी एकीकडे.

या विचारानं त्याचं समाधान झालं आणि त्याची पावलं वेगानं पडू लागली.

मंजय्यानं बाकीची सगळी व्यवस्था तर केलीच होती. त्या खोपीत शिरताना आपल्या मळ्यातल्या खोपीत छळणारी सगळी दृश्यं एकाच वेळी नजरेसमोर येऊ लागली. ठरल्याप्रमाणे ती आधीच आत येऊन बसली होती. बाहेरच्या उन्हातून आत गेल्यामुळे त्याचे डोळे दिपले होते. त्यामुळे तिचं रूप आणि इतर काही त्याला नीट दिसलं नाही. तो जागीच उभा राहिला. ती उठून उभी राहिली. हळूहळू त्याची नजर

आतल्या उजेडाला सरावली. इतके दिवस छळणारं स्त्रीचं अंगांग इथं एकाच वेळी एकाच ठिकाणी समोर ठाकलं होतं. त्याला आता तिच्याव्यतिरिक्त आणखी काहीही दिसेनासं-सुचेनासं झालं होतं. त्यातच तो वडाच्या फांदीभोवती गुंडाळलेला दोरखंड अस्पष्ट होऊ लागला.

तीच पुढं झाली. खोपीचा दरवाजा बंद करून तिनं त्याला हात धरून जमिनीवरच्या कुरुकुरु आवाज करणाऱ्या आच्छादनावर बसवलं. ती बरीच अनुभवी असल्यामुळे पुढं तिनंच सराईतपणे पुढाकार घेतला. यानंही स्वतःला संपूर्णपणे तिच्या स्वाधीन केलं.

नंतर पूर्णपणे शून्य व्यापून राहिलं. या वेडापायी आपण इतकी वर्षं राखलेलं सगळंच पार धुवून टाकलं आणि शून्यवत होऊन गेल्याची भावना त्याच्या अंतर्मनाला व्यापून राहिली. विषाद, तिरस्कार दाटला. पुरेपूर सामर्थ्य असताना एखाद्या दरोडेखोरासमोर शरणागती पत्करून सर्वस्व आपल्या हातानं बहाल केल्यावर मनात निर्माण होणारी हतबलतेची आणि स्वतःविषयीच्या तिरस्काराची भावना! हे जाणवल्यानंतर मनात दाटून येणारी शरम इतकी वाढली की तिनं तन-मन व्यापून टाकलं. खोपी जाळून टाकणाऱ्या अग्नीच्या ज्वाळा आपल्यालाही घेरून टाकताहेत असं वाटून सुटकेचा एकही मार्ग राहिलेला नाही, असं वाटू लागलं. मंजय्यामुळेच हे संसर्गजन्य पिशाच पछाडतं आहे! इथंच याचे विषाणू मनात पडले होते आणि त्यानं इतक्या दिवसांनंतर मनाला पूर्णपणे ग्रासून पुन्हा इथंच यायला लावलं!

पण त्या क्षणिक सुखाचं पर्यवसान या अधःपतनात होईल, याची मला का आधीच कल्पना आली नाही? तो तसाच एखाद्या मृतदेहाप्रमाणे पडून राहिला.

त्याच्या दंडाला विळखा घालून तिनं त्याला आपल्याकडे वळवायचा प्रयत्न केला. त्याला किळस वाटली. संतापही आला. तिच्या मुस्कटात मारावंसं वाटलं. पण पाठोपाठ या आधी कधीच वाटली नव्हती तेवढी लाज मनात दाटून आली. ती तर तिच्या व्यवसायाचा भाग म्हणून आली होती आणि आपला व्यवसाय अत्यंत निष्ठेनं करत होती. अशा परिस्थितीत तिच्यावर दोष लादणं चुकीचं आहे, याचं त्याला भान आलं.

काहीही प्रतिक्रिया न देता तो उठून बसला. उठून त्यानं दरवाजा उघडला आणि बाहेर आला. बाहेर रणरणतं ऊन पसरलं होतं. डोक्यावर नारळीच्या झावळ्या असल्या तरी त्याआडून येणारी सूर्याची किरणं जाळून टाकतील अशी तीव्र होती. समोरच ते झाड दिसत होतं. याच झाडावर चढलेल्या नारळचोराला मंजय्यानं इथंच मारून टाकलं होतं. मुद्दाम, दगडावर डोकं आपटून तो झाडावरून पडून मेला हे पटेल अशा प्रकारे प्रेत ठेवलेलं दिसू लागलं. किती क्रूरपणा हा! अशा मळ्यात

येणं, इथं राहणं, इथं... त्याला स्वत:चीच घृणा वाटू लागली. सगळं जिथल्या तिथं टाकून तो भराभरा गावाच्या दिशेनं चालू लागला. शिवालयासमोरच्या त्या झाडाखालून जाताना त्या फांदीकडे पाहायची त्याला तीव्र इच्छा झाली. मनात काहीतरी येऊन त्यानं त्या फांदीला हात जोडले आणि तसाच मंजय्याच्या घरी आला.

याला पाहताच मंजय्यानं हातातल्या घड्याळात पाहिलं आणि उद्गारला, "काय हे! अजून दोनही वाजले नाहीत!"

याला काहीच बोलायची इच्छा झाली नाही. तसाच उभा राहिला.

मंजय्यानं पुन्हा विचारलं, "इतक्या लवकर? तिनं काही गडबड केली काय?"

"नाही. तिची चूक नाही. मलाच नको वाटलं."

"घाई करून का आलात? आणखी थोडा वेळ राहिला असता तर पुन्हा हवंसं वाटलं असतं."

"मला माझं मन ठाऊक आहे ना! यासाठी तीन महिने का तळमळत होतो, याचंच मला आश्चर्य वाटतंय." म्हणत तो खाली बसला. मंजय्यानं पायांत आपले पम्प-शू घातले आणि घाईनं बाहेर निघाला. कुठं ते त्यानं सांगितलं नाही. यानंही विचारलं नाही. सकाळी पंधरा मैल चालल्याची दमणूक होती. शिवाय आता उन्हात मळ्यात जाऊन येणं. त्याबरोबर या सर्व प्रकाराबरोबर झालेली मनाची घालमेल आणि टोकाची आंदोलनं. पण झोप आली नाही.

मंजय्या संध्याकाळी परतला. याच्या तिथं राहिलेल्या चपला, गूळ-पोह्याची पिशवी त्यानं बरोबर आणली होती, पण रिकामी. घरी आल्यावर त्यानं याच्याकडे दया, तिरस्कार आणि अनुग्रहाची दृष्टी टाकली. त्यातच हसू मिसळलं होतं. ते याच्या लक्षात आलं. पण काही बोलला नाही. त्या रात्री मंजय्याकडेच मुक्काम केला असला तरी बोलायला कुठलाच विषय नव्हता. आतून पूर्णपणे रितं-रितं वाटत होतं.

हे प्रथमच घडत होतं. दोघांच्या व्यक्तिमत्त्वांत पराकोटीचं अंतर असलं तरी काहीतरी मार्गदर्शन करायच्या भावनेनं का होईना, हा त्याचं सारं बोलणं ऐकून घेत होता. पण आता त्या बोलण्यात काहीच अर्थ दिसत नव्हता. यानंतर दोघांमध्ये कधीच काही संवाद होणं शक्य नाही, असं वाटू लागलं.

रात्रीचं जेवण करून तो मुकाट्यानं झोपून राहिला. सकाळी लवकर उठून उन्हं चढायच्या आत घरी परतायचं त्यानं ठरवलं. आज येतो, असं सांगितलंय. रात्री मुक्काम केला, तर मुलाला आणि सुनेला थोडं विचित्र वाटल्याशिवाय राहणार नाही. शिवाय मासिक-श्राद्धासाठी जाऊन घरी परतताना प्रसाद न्यायला हवा. नाहीतर ते आणखी विचित्र वाटेल. त्यासाठी खोटं कारण सांगायला पाहिजे. मी जायच्या आधीच रामकृष्ण एखाद्या नदीकाठच्या गावी निघून गेला होता, असं

सांगावं लागेल. गावाचं नाव कुठलं सांगायचं? कुठलं का सांगेना, काहीतरी खोटंच सांगायला पाहिजे. पुन्हा एक खोटं!

या विचारानं तो कासावीस झाला.

सकाळी दहाच्या सुमारास तो घरी पोचला. विहीणबाई गावी गेली होती. त्यामुळे सून स्वयंपाक करत होती. मुलगा आपल्या लेकीला खेळवत होता. त्यानं काही विचारण्याआधीच यानं ठरवलेलं खोटं सांगून टाकलं. आदल्या रात्रीही नारळाचे दोन घोस चोरीला गेल्याचं रामचंद्रानं तक्रारीच्या सुरात सांगितलं. आपण एवढ्या लांबून चालत आल्याचं लक्षात घेऊन पट्कन दोन भाकऱ्या करून द्यायच्या लायकीची आपली सून नाही, याची त्याला कल्पना होती. ती करतेय तेच खूप झालं, अशा भावनेनं तिचा नवरा तिच्याकडे पाहतो, हेही ठाऊक होतं. ती स्वयंपाकघरात जाणार असेल तर आधी यानं बाळाला धरलं पाहिजे! नाहीतर चूलच पेटणार नाही, हेही ठाऊक होतं. या सगळ्या व्यापापेक्षा मळयात जाऊन दोन शहाळी पिऊन पोट शांत करायचं ठरवून तो घराबाहेर पडला. त्यानं जाळून टाकलेली खोपी पुन्हा पहिल्यासारखी उभी होती. काळपटपणा पसरला असला तरी तेच खांब आणि त्याच भिंतींचा वापर करून ती उभारली होती. जळून गेलेलं छत, दरवाज्याची चौकट आणि दरवाजा तेवढा नवा केला होता. हे सगळं केवळ एका रात्रीत उभारणं शक्य नाही! रामचंद्रानं हे आधीच सुताराकडून करवून घेतलेलं असलं पाहिजे. काल केवळ उभारून वरचं छत पसरलेलं दिसतं.

याचा अर्थ यानंतर मी रात्रंदिवस इथंच राहायला पाहिजे, असाच याचा इरादा दिसतोय! हा विचार करतच तो आत शिरला. जळलेल्या खुणांचे खांब आणि भिंती त्याला त्याच्या पूर्वीच्या मन:स्थितीची आठवण करून देत होते. पण आता तो वेगळाच माणूस होता. खोपीची अवस्था आपलं अध:पतन दाखवून देत असल्यासारखं त्याला वाटत होतं.

तरीही, शरीर थकल्यामुळे खोपीत शिरल्यावर विश्रांती घ्यायची इच्छा झाली. चौदा मैल चालून आल्याची दमणूक अंगावर चालून आली. जमिनीवर काहीच अंथरलं नव्हतं. त्यानं खांद्यावरचा पंचा अंथरला आणि उताणा झोपला. डोळ्यांवर झापड आली. ती कमी झाल्यावर तो कुशीवर वळला. त्याच्या मनात आलं, आपल्या मनाची इतकी तगमग झाली, ती काही फक्त कालच्या एकवेळच्या ब्रह्मचर्यभंगामुळे नाही. संपूर्ण जीवनाचीच दिशा चुकल्याचा तो परिणाम आहे! आणखी एक लग्न केलं असतं, किंवा एखादीला ठेवून घेतलं असतं तर; मंजय्याप्रमाणे अगणित स्त्रियांशी संबंध ठेवले असते तर मुलाला सांभाळता आलं नसतं काय? अशा वेळी बापाचं वागणं बघून मुलगा गैरमार्गाला लागण्याची

शक्यता होती. केवळ एक शक्यता! आता हा रामचंद्र न बिघडता उत्तम माणूस झालाय, असं म्हणता येईल काय? बायकोला शरण जाऊन 'अर्थेच कामे च...' म्हणत एकनिष्ठ राहिला, तर त्याला उत्तम म्हणायचं काय?

अंतर्यामी सगळीकडे शून्य भरून राहू लागलं.

ती रात्र मळ्यातल्या खोपीतच घालवली. कामभावनेच्या दृष्टीनं सगळी रात्र शांततेत गेली. त्याचं समाधान असलं, तरी ते अपुरंच होतं. मनाला व्यापून टाकणारे शून्यभाव? त्यांचं काय करायचं? एखाद्या गड्यासारखं मळ्यात राहून राखणी करायची, हा विचारही त्यात मिसळू लागला.

रात्री बऱ्याच वेळानं कधीतरी झोप लागली. सकाळी जाग येताना तीच कामवासना एकदा डोकावून गेली. खाजही सुटली. मनात काहीतरी संशय येऊन बाहेरच्या उजेडात त्यानं आपल्या गुप्तांगाचं निरीक्षण केलं. त्यावर अतिशय बारीक लालसर दिसल्यासारखं वाटलं. वाटलं, कदाचित घामोळ्या असतील. अथवा...

नुसत्या कल्पनेनंच त्याला भय वाटलं. तिच्या स्वच्छतेची मंजय्यानं ग्वाही दिली होती! यानं नवा साबण दिला असला तरी हा व्यवसाय करणाऱ्यांचं काय सांगावं? भय आणखी वाढलं. एवढ्यावरून टोकाचे विचार करून घाबरायची काहीही गरज नाही... त्यानं स्वत:ला बजावलं.

दुपारपर्यंत खाज वाढली. रात्री झोपायच्या वेळी तर कराकरा खाजवायची प्रबळ इच्छा होऊ लागली. मग मात्र तसंच काहीतरी असावं असं वाटू लागलं. झोप पळून गेली होती. त्यानं मध्यरात्री टॉर्च पेटवून पुन्हा एकदा त्या भागाचं निरीक्षण केलं. होय! पुरळ दाट प्रमाणात होते! थोडी सूजही वाढली होती. आता मनात शंका राहिली नाही. लगेच एखाद्या चांगल्या डॉक्टरला दाखवलं नाही तर हे वाढणार, या विचारानं भीती वाटू लागली.

रात्रीचे साडेबारा वाजले होते. तसाच झोपला. माझ्या पापाची पुरेपूर शिक्षा मिळायला प्रारंभ झालाय, असंही मनात आलं. पाठोपाठ आठवलं, ही आपली विचार करायची पद्धत नाही. पाप-पुण्याचा संदर्भ लावून आयुष्याकडे बघणं चुकीचं आहे, असा आपण नेहमी विचार करतो. योग्य-अयोग्य आणि बरोबर-चूक एवढीच परिमाणं माणसाला तोलायला पुरेशी आहेत. हेच विचार गेली पंचवीस वर्षं मनाशी पक्के असताना आता हे विचार का प्रवेश करताहेत मनात, या जाणिवेनं मन आणखी जड झालं.

पहाटे लवकर उठून तो घराकडे गेला, "लवकर खायला कर..." असं सुनेला आज्ञेच्या सुरात बजावून तो अंघोळीला गेला. बाहेर आल्यावर त्यानं मुलाला सांगितलं, "तिपटूरला जाऊन येतो. थोडे पैसे पाहिजेत."

"आता काय काम आहे तिपटूरला?"

मुलाच्या या उद्धट प्रश्नाचा याला राग आला. वेदनाही झाली. शिस्तीच्या बापानं बेजबाबदार मुलाला विचारावा तसा तो प्रश्न होता. तोही घुश्शातच म्हणाला, "काम आहे, पंचवीस रुपये दे!"

"या महिन्यात जमिनीचा शेतसारा भरायचाय. त्यासाठी पैसे राखले पाहिजेत..." असं म्हणत त्यानं आत झोपलेल्या बायकोकडून चावी मागून आणली आणि पैसे काढून दिले. सुनेनं दोन भाकऱ्या आणि लोणचं खायला द्यायला आणखी पाऊण तास घेतला.

तिपटूर दहा मैलांवर होतं. शिवाय तालुक्याचं गाव. शिवाय वखारीत खोबरं घालायला आणि कपडेलत्ते वगैरे जास्तीचं सामान आणायला जायचं नेहमीचं गाव. मुलाकडे सगळे व्यवहार सोपवल्यावर इकडे येणंच झालं नव्हतं. मत्तिकेरे गावी चालत गेलं तर पाच मैल. तिथून बसनं आठ मैल. पण बहुतेक वेळा तोबा गर्दीमुळे तिथं बस थांबायचीच नाही. त्यामुळे तो पायीच चालत निघाला.

चालताना कपडा लागला की आगीचा डोंब उसळत होता. आता पुढचा प्रश्न उभा राहिला, तिथं कुठल्या डॉक्टरकडे जायचं? जुन्या डॉक्टरकडे गेलं, तर जुनी ओळख निघायची भीती. स्वातंत्र्यलढ्यात भाग घेतलेला असल्यामुळे प्रत्यक्ष पाहिलेलं नसलं तरी निदान नावानं तरी सगळे ओळखत असतात. त्यापेक्षा कुणीतरी नवा डॉक्टर बघायला पाहिजे. हल्ली तर नवेनवे परगावचेही डॉक्टर इथं बोर्ड लावून प्रॅक्टिस करत असतात! या विचारानं थोडं हायसं वाटलं.

दुपारी तीनच्या सुमारास तो तिपटूरला पोचला. एका हॉटेलात जेवून बाहेर पडला. तिथं जातानाच त्याला बाजारपेठेत एका डॉक्टरचा बोर्ड दिसला होता. नाव-आडनावावरून कुणीतरी परगावचा असावा असं लक्षात येत होतं. आत गेला. त्याचा अंदाज बरोबरच होता. कुणीतरी अनोळखी माणूस होता. तीस-बत्तीस वर्षांचा असेल. दुसरी एक चांगली गोष्ट म्हणजे आणखी कुणीच रोगी नव्हता. त्यामुळे डॉक्टर सचित्र सिनेमापत्रिका बघत बसले होते.

मान वर करून बघत त्यांनी याला बसायला सांगितलं. हा बसला. पण पुढे काय बोलावं, हे याला सुचेना. तोंडातून शब्द बाहेर पडेना. डॉक्टर त्याच्या चेहऱ्याकडे पाहत होते. त्यांनी विचारलं, "काय आहे? बोला!"

त्याला काहीतरी सुचलं आणि तो बोलू लागला, "आत जायचं का? थोडं बोलायचं होतं. खासगी."

"वेगळी खोली नाहीये. या पडद्याच्या इकडच्या बाजूला चला..." पुढची कसलीही तपासणी करायच्या आधी त्यांनी विचारलं, "कुठं गेला होता?"

"काय सांगायचं? दुर्बुद्धी! दुसरं काय! उपचार करायला हवेत तुम्ही!"

त्याच्या चेहऱ्यावरचा संकोच काही क्षण पाहिल्यावर ते म्हणाले, "हे पाहा!

ही गुप्त ठेवायची गोष्ट आहे! इंजेक्शन द्यावं लागेल. वेळ घालवून चालणार नाही. त्यासाठी मला बेंगळूरहून स्पेशल इंजेक्शन मागवून घ्यायला पाहिजे. तिथंही ते मिळत नाही. मुंबईहून मागवून घेतलं जातं. तार पाठवून, परवाच्या दिवसापर्यंत मागवून घ्यायची जबाबदारी माझी. एकूण बारा इंजेक्शनं द्यावी लागतील..''

''किती खर्च येईल?''

''तुम्हाला पूर्ण गुण आणायची जबाबदारी माझी. तसंच तुमचं नाव गुप्त ठेवून अब्रू सांभाळायची जबाबदारीही माझी! दुसऱ्या डॉक्टरांकडे गेलात, तर वरवरचा इलाज करून पाठवतील. मुळासकट गुण येणार नाही! तुमच्यासारखे असल्या आजारासाठी माझ्याकडे आले होते, असं सांगितलं तर तुमचा काय मान राहिला? लक्षात आलं ना काय म्हणतो ते?''

यानं काही न बोलता खाली मान घातली.

''अशा परिस्थितीत तुमची अब्रू सगळ्यात महत्त्वाची आहे. तुमचं नाव मी माझ्या रजिस्टरमध्ये किंवा औषधाच्या चिठ्ठीवर लिहिणार नाही. बारा दिवस तुम्हाला याच गावात राहावं लागेल. दररोज एक इंजेक्शन घ्यावं लागेल. इतरांसारखा मी तुम्हाला फसवणार नाही. दुखवणारही नाही. इतर डॉक्टर या इंजेक्शनसाठी दाभणासारखी सुई वापरतात! माझ्याकडे स्पेशल अमेरिकन सुई आहे!''

अभय देणाऱ्या महान व्यक्तीकडे पाहावं, तसा हा डॉक्टरकडे पाहू लागला. नंतर डॉक्टर निर्णय देत असल्याच्या अविर्भावात बोट वर करून म्हणाले, ''तुम्ही असं करा, सगळे मिळून एकूण हजार रुपये द्या. त्यानंतर आणखी कसलेही पैसे मागणार नाही.''

एव्हाना थोडा विश्वास वाढल्यामुळे हा म्हणाला, ''डॉक्टर, एवढे जरा जास्त होतात... तुमचे उपकार विसरणार नाही... पण माझी परिस्थिती...''

''त्या खराब बायकांकडे जाताना नाही कुणाला आपली परिस्थिती आठवत! उपचार करणाऱ्या डॉक्टरपाशी आल्यानंतर हे सगळं आठवतं!... बरं जाऊ दे! तुम्हालाही हॉटेलमध्ये राहावं लागेल, जेवणाखाण्याचाही खर्च असेल. तुमचं कुठलं गाव, हे मी विचारणार नाही. सांगितलं ना? तुमची अब्रू राखणं सगळ्यात महत्त्वाचं म्हणून? मला आठशे रुपये द्या. यासाठी केवळ मलम-इंजेक्शन एवढंच पुरेसं आहे. काहीही पथ्य नाही. यानंतर तुमची मर्जी!...''

त्याच वेळी आणखी कुणीतरी आत आलं. त्यामुळे हा उठत म्हणाला, ''बरं. निघतो मी. तुमचा दवाखाना किती वाजेपर्यंत उघडा असतोय?''

''सात वाजेपर्यंत.''

तो बाहेर आला. तिथं कुणी नसलं तरी तिथं थांबायची त्याची इच्छा नव्हती. इतर कुठला डॉक्टर शोधून दर विचारायचीही इच्छा नव्हती. आता प्रश्न होता तो

हजार रुपये उभे करायचा. खोबऱ्याच्या वखारीचा मालक चन्नवीरप्पाची आठवण झाली. फार पूर्वीपासून दरवर्षी याच्याकडेच खोबरं घालायची वहिवाट असल्यामुळे त्याच्याकडून हजार रुपये कर्जाऊ घेता येतील. खोबऱ्याच्या हिशेबातून ते वळते करता येतील. नाहीतरी मुलगा व्यवहार बघायला लागण्याआधी आपलाही व्यवहार तिथंच होता ना!

तो थेट 'चन्नवीरप्पा ॲन्ड सन्स'कडे गेला. थोरले मालक नव्हते. कुठल्याशा यात्रा-कंपनीबरोबर काशी-गया-बद्रिकेदार आणि उत्तर भारतातल्या तीर्थक्षेत्रांना गेल्याचं समजलं. त्यांना यायला महिना लागणार होता. एका गड्यानंच हा निरोप सांगितला. थोरला मुलगा शेखरप्पा मोठ्या पेटीपाशीच बसला होता. यानं ओळख सांगताच ओळख पटून त्यानं नम्रपणे नमस्कार केला. खुशाली झाल्यावर यानं आपल्या खोबऱ्याच्या हिशेबातले हजार रुपये मागितले.

"पण खातं तुमच्या मुलाच्या नावानं आहे!" चेहऱ्यावर व्यापारी नम्रता दाखवत शेखरप्पानं क्षमा मागितली, "त्यानं सही केली तर देता येतील..."

"माझ्या मुलाकडे व्यवहार सोपवून सहा वर्षं झाली. त्याआधी अठ्ठावीस वर्षं, म्हणजे माझ्या वडिलांच्या वेळेपासून माझं तुमच्या वखारीत येणं-जाणं आहे. तेव्हा तर सगळा व्यवहार मीच बघत होतो! जुनी खाती बघितलीस तर दिसेल!"

"ते मला ठाऊक नाही की काय? मीही बघत आलोय ना! पण हिशेबाची ताळेबंदी व्हायची असेल तर खातेदाराची सही पाहिजे. माझे अप्पाजी गावात असते आणि त्यांनी संमती दिली असती, तर द्यायला माझीही हरकत नव्हती... तुमच्या मुलाला घेऊन या, सही करू द्या, म्हणजे काम झालं! ते शक्य नसेल, तर त्याची चिठ्ठी आणा स्टॅम्पवर सही केलेली! तुमचं गाव तरी कुठं फारसं दूर आहे?"

"तेवढा वेळ असता तर मी तुझ्याशी एवढा वेळ बोलत राहिलो असतो का? हवं तर खातेदाराच्या जागी मीच सही करतो ना!"

यावर काहीही न बोलता तो गप्प बसला. काही वेळ शांततेत गेला. यानं पुन्हा विचारताच तो पुन्हा म्हणाला, "माझे अप्पाजी गावात असते, तर काहीतरी करता आलं असतं! त्यांनी माझ्यावर पूर्ण जबाबदारी टाकलेली नाही. मला काहीही करता येणार नाही!..." म्हणत हात जोडले.

बाहेर पडताना याला काहीच मार्ग दिसेनासा झाला होता. एकीकडे संताप येत होता. वखारवाल्यावर नव्हे; स्वत:साठी काहीही न ठेवता सगळंच मुलाच्या स्वाधीन केल्याबद्दल त्याला स्वत:चाच राग येत होता. रागानं पावलं टाकताना कपडा घासून आणखी आग होत होती. सकाळपेक्षा जळजळ वाढल्याचं जाणवत होतं. आजच्या आज पहिलं इंजेक्शन घेतलं असतं, तर आग थोडीतरी आटोक्यात आली असती!

कपडा घासणार नाही, अशा प्रकारे हळूहळू चालत तो स्टेशनवरच्या एका बाकावर बसून राहिला.

कशी स्थिती झालीय माझी! कुणी केली? मीच! तो वखारवाला मुलगाही माझ्या सहीला काहीच किंमत नाही म्हणाला? आता तर कपडा न लागताही आग होत होती. आणखी किती वाढलंय, हे जाणून तर तो गप्प बसला.

थोडा वेळ गेला. आता बुद्धी थोडंफार काम करू लागली. इथून चनरायपट्टणला बस जाते. तिथून बिळीकेरेला जाऊन मंजय्यालाच विचारायचं. हजार रुपये त्याला काही कठीण नाही. बरं वाटल्यावर परत करता येतील. नाहीतरी त्याच्यापासूनच या आजाराची सुरुवात झाली ना! त्याच्या मदतीनं बरं होणंच योग्य ठरेल! कदाचित त्याच्या माहितीचा एखादा डॉक्टर कमी पैशातही इलाज करेल!

तो बसस्टॅन्डच्या दिशेनं चालू लागला. दुसऱ्या दिवशी सकाळी आठ वाजता सुटणारी बस दहा वाजता चनरायपट्टणला पोचेल असं समजलं.

सकाळी बसच्या धक्क्यांनी आग आणखी वाढल्यासारखं वाटलं. चेहऱ्यावर वेदना न दाखवू द्यायचा त्याचा प्रयत्नही विफल ठरतोय की काय, असं वाटू लागलं. शेजारी बसलेल्यांच्या लक्षात आलं, तर ते खोलात जाऊन चौकशी करतील! वेदनेचं स्वरूप कळलं, तर बसमधून मध्येच उतरवतील! ही वेदना सहन करण्यापेक्षा मरणं सोपं, असं वाटू लागलं.

दोन तासांपेक्षा जास्तीचा प्रवास करून तो चनरायपट्टणला उतरला, तेव्हा... हो... तोच दिसला. अंगावर फॉरेस्ट खात्याचा खाकी कोट होता. घाईघाईनं त्याला गाठणं शक्य नसल्यामुळे त्यानं जोरात हाक मारली, "मंजय्याऽऽ मंजय्याऽऽ"

मंजय्याचं त्याच्याकडे लक्ष जाऊन तो इकडे आला.

"तुलाच भेटायला आलोय या तिपटूर बसनं!..."

"आज हासनची बस लेट आहे. म्हणून भेटलो. नाहीतर आपली चुकामूक झाली असती. माझं फॉरेस्ट खात्यात काम होतं. बरं... काय म्हणताय?"

"आज जाऊ नकोस. कितीही महत्त्वाचं काम असलं तरी! इकडं ये. सगळं सांगतो." म्हणत त्याचा दंड धरून एका निर्जन पार्कपाशी घेऊन गेला. चालताना होणाऱ्या वेदनेनं त्याचा चेहरा पिळवटून गेला होता.

हे जाणवून मंजय्या म्हणाला, "आलं लक्षात! नागीचा सहवास बाधलाय तुम्हाला! गरमी झालेली दिसते! पण मी सांगतो, ती क्लीन आहे! तुम्ही समजून घ्या!"

"समजून काय घ्यायचं? माझी अवस्था बघ! आग-आग होतेय. लाल पुरळ पिवळे व्हायला लागलेत!"

"स्वयंपाक करणाऱ्या बायका कितीही गरम भांडं असलं तरी नुसत्या हातानं

उतरवून ठेवतात! त्यांचा हात भाजत नाही! का? सवय! मला नाही तिचा काही त्रास होत! तुम्हाला सवय नाही ना! सवय झाली की तुम्हालाही काहीही त्रास होणार नाही! अजिबात घाबरू नका!" म्हणत खळखळून हसत पाठीवर थाप मारली.

आता मात्र याला राग आला. त्याला जनावरांच्या दवाखान्यापुढच्या कट्ट्यावर बसवून सगळी हकिकत सांगितली. हजार रुपये मिळण्याचीही कशी वानवा झालीय, ते सांगितलं.

सगळं ऐकून मंजय्या म्हणाला, "तिपटूरचा डॉक्टर फार पैसे काढणारा आहे! तुम्ही घाबरे झाल्याचं तुमच्या चेहऱ्यावरून त्यानं ओळखलंय आणि जास्त पैसे मागतोय! आमच्या चनरायपट्टणमध्ये बाजारपेठेत डॉक्टर हकीम आहे. फारच धर्मनिष्ठ आहे. तीनशे रुपये हा त्याचा स्टॅन्डर्ड रेट आहे! कसलीही गरमी झाली तरी खात्रीशीर इलाज! हवं तर माझं नाव सांगा!"

"तरी तीनशे तरी हवेतच ना! शिवाय या गावात राहायचं म्हणजे वर शंभर तरी नकोत का? तूच सांग! तूच दे. नंतर काहीतरी करून परत करेन!" म्हणत त्यानं मंजय्याचा हात घट्ट धरला.

कसलासा विचार करून गंभीर होत मंजय्या म्हणाला, "हे पाहा सत्यप्पा, तुम्हाला चार-पाचशे रुपयांची व्यवस्था करणं काही फार मोठ्या कष्टाचं काम नाही. इतकी वर्षं व्यवहार बघणारे तुम्ही! आज तुमच्या सहीला बाजारात काहीही किंमत नाही? तुम्हाला तर सरळ गावाकडे गेलं पाहिजे. मुलाला फर्मावलं पाहिजे, मला हजार रुपये पाहिजेत, आताच्या आता टाक! तो विचारेल, कशाला पाहिजेत, म्हणून! त्याला सरळ सांगायचं, होय... मी एका बाईकडे गेलो होतो, इलाज करून घ्यायला पैसे पाहिजेत! त्यात काय लाजायचं? हा काही जगात कुणालाही न झालेला आजार नाही. बघा! महात्मा गांधींचा अवतार व्हायला जाऊन सगळं मुलाच्या ताब्यात दिलंत! त्यामुळेच ही लाज, ही तडफड तुमच्या मागं लागली आहे! स्त्रीसुखाच्या अपेक्षेनं तुम्ही माझ्याकडे आलात, तेव्हाच ते सगळं संपलं! याच पावली गावाकडे जा आणि यजमानकी ताब्यात घ्या! या गरमीसाठी इंजेक्शन घ्यायला दोन दिवस लागले, तरी काही बिघडणार नाही. या आजाराची तुमच्या तिपटूरच्या डॉक्टरपेक्षा मला जास्तीची माहिती आहे! मुलाला या आजाराविषयी सांगायला लाजताय, कशाला एवढे तळमळताय? खरं सांगायला धैर्य पाहिजे. माझं बघा! हा मंजय्या कधीही असल्या लपवाछपवीसाठी धडपडत नाही! कधीच खोटं बोलत नाही. अरेच्चा! आली की हासनची बस!..."

बोलणं निम्म्यावर टाकून मंजय्या त्या दिशेनं धावला.

दिङ्मूढ झालेल्या सत्यप्पाला मंजय्याच्या वेगानं धावणंच काय, चालणंही शक्य नव्हतं. मंजय्या धावत बसमध्ये शिरला आणि धडपडत जागा पकडून बसला.

लगेच बस सुटली. धुरळा उडवत बघता-बघता दिसेनाशी झाली.

आता मात्र सत्यप्पा हताश झाला. मंजय्या असं का म्हटला असेल? मला या मार्गाच्या अखेरच्या टप्प्यापर्यंत पोचवण्यासाठी तसं बोलला असेल काय? पेचात सापडलेला असल्यामुळे त्याची सारासार विचार करायची शक्तीही नाहीशी झाली होती. सर्वांगातली शक्ती निघून गेल्यासारखं वाटत होतं. बसलेल्या जागी आणखी ठणका जाणवू लागला. काही काळ हताश मन:स्थितीत गेल्यावर मनातला प्रश्न आणखी मोठा होऊन उभा राहिला, पुढं काय करायचं? या गावातल्या हकीम डॉक्टराकडे गेलं तर तीनशे रुपये, तिपटूरच्या त्या डॉक्टरकडे गेलं तर हजार रुपये! एवढा पैसा उभा करायचीही माझी लायकी राहिली नाही काय? माझी गरज सहृदयानं समजून घेणारंच कुणी नाही काय या जगात?

तो आठवू लागला. अनेक नावं डोळ्यांसमोरून जाऊ लागली. बरीच नावं आठवली. सगळे अगदी जवळचेच. यांच्यापैकी कुणाकडे तरी जाऊन हजार रुपये मागायचे, सहा महिन्यांत परत करतो अशी हमी द्यायची, मुख्य म्हणजे हे गुपित ठेवायला सांगायचं. कुणालातरी गुप्तपणे मदत करायची आहे, असं सांगितलं तर नाही कोण म्हणणार? एकाकडेच एवढे पैसे मागण्यापेक्षा तीन-तीनशे मागितले तर? या विचारानं जिवात जीव आला. पैसा मिळणं सोपं वाटू लागलं.

अंगात बळ येऊन तो उठला. गावात जाऊन एका हॉटेलात जेवण करून तिपटूरची बस पकडून निघायचं ठरलं. एका हॉटेलपाशी गेला. शेजारीच किराणा मालाचं एक दुकान होतं. आतल्या बाजूला बोटभर जाडीचे दोरखंड टांगून ठेवले होते. त्यावर त्याची नजर खिळून राहिली. त्याच्याकडे दुकानदाराचं लक्ष जाऊन त्यानं विचारलं, "काय पाहिजे, मालक?"

भानावर येत "काही नाही..." म्हणत सत्यप्पा हॉटेलात शिरला.

पोटात दोन घास जाताच त्याला एक मार्ग सुचला. पैसे कुणाकडूनही घेतले तरी खोटं हे बोलावंच लागेल! त्या दिवशी स्त्रीसुखाच्या अपेक्षेनं घराबाहेर पडल्यापासून खोटंच तर बोलतोय! आताही खोटं बोलून कर्ज काढायचं आणि खोटं बोलूनच ते फेडायचा विचार करतोय! त्यापेक्षा जवळच्या पैशानं तो दोरखंड विकत घेऊन शिवालयासमोरच्या त्याच झाडाच्या त्याच फांदीवर फास का घेऊ नये, या विचारानंच कोपऱ्यात कुठंतरी जीव सुखावला. इथून बिळीकेरेची बस संध्याकाळी असते. त्या बसनं निघायचं, वाटसरू असल्यासारखं शिवालयाच्या ओसरीत झोपायचं; मध्यरात्री...

विचार पक्का करत तो जेवू लागला. पण जेवण जाईना. घास तोंडातच फिरू लागला. तिथंच जेवण सोडून पैसे देऊन तो बाहेर आला. शेजारच्या दुकानातून

आपला देह पेलू शकेल, अशा जाडीचा, काहीसा मृदू असा बळकट दोन हात लांबीचा दोरखंड विकत घेऊन त्याची चुंबळ पिशवीत ठेवून तो बसस्टॅन्डकडे निघाला. शेवटची बस संध्याकाळी पाचला असल्याचं समजलं. ही वेळही सोयीची आहे, असा विचार करत त्यानं घड्याळ पाहिलं. आता कुठं दुपारचा एक वाजत होता. एवढा वेळ कुठं काढायचा, हा एक प्रश्न होता. थोडा विचार करून टीबीकडे निघाला. जीव द्यायचा विचार पक्का झाल्यावर कपडा लागला तरी जाणवणारी वेदना सहन होत होती. शरीरच जाणार आहे; मग त्याच्या कुठल्यातरी भागाच्या वेदनेची काय किंमत? चंद्रिका दिसली होती, त्या खोलीच्या बाहेरच्या व्हरांड्यात तो बसला. समोर दोन मोठे वृक्ष होते. तिथं आणखी कुणी नव्हतं. फरशांवर खांद्यावरचा पंचा अंथरून तो उताणा झोपला. सगळ्या भोगाची सुरुवातच इथून झाली होती...

अचानक एक विचार मनात आला. साती... सावित्रीही याच गावात आहे! चौकशी करून तिचं घर शोधणं काही कठीण नाही. तिच्याकडे का पैसे मागू नयेत? घरात पैसे नसतील, तर तिच्या गळ्यातली चेन घेता येईल. ती गहाण ठेवून पैसे उभे करता येतील. सहा महिन्यांत सोडवून आणून देईन असं सांगितलं, तर ती अवाक्षर न विचारता मला मदत करेल! निश्चित मदत करेल!

तो उत्साहानं उठून बसला; पण दुसऱ्याच क्षणी त्याचा उत्साह ओसरला. कारण न सांगता पैसे घेणं म्हणजे पुन्हा खोट्याचा आधार घेणंच! खोटं बोलूनच पैसे घ्यायचे, तर त्या मित्रांकडूनच घेतले असते ना! पुन्हा खोटं-तेही सातीच्या समोर खोटं बोलण्याचा विचारच त्याला हीनपणाचा वाटला. त्यापेक्षा... त्यापेक्षा तिला खरं काय ते सांगितलं तर?

या विचारानं त्याच्या मनात थोडं धैर्य निर्माण झालं. तरीही या बाबतीत कुठल्याही निर्णयापर्यंत येणं त्याला अशक्य वाटू लागलं. तो पुन्हा आडवा झाला. घड्याळ पाहिलं. तीन वाजले होते. साडेचार वाजता इथून निघालं तरी पुरेसं होतं. रात्रीचे बारा. म्हणजे या जगातले अजून नऊ तास उरले आहेत!

या विचारानं आतून दुःख दाटून आलं. घशात आवंढा दाटून आला. मात्र डोळे कोरडेच होते. मनात आलं, दुःख म्हणजे गमावण्याची भावना. पण आता माझं काय आहे गमावायला?

त्याला या प्रश्नाचा नेमका अर्थ समजला नाही, उत्तरही सुचलं नाही.

या जगात आणखी कुठलीच जागा नाही, पण म्हणून मी त्या सासऱ्यांनी जीव दिलेल्या जागेकडे का चाललोय? काय सिद्ध करू पाहतोय मी? मीही त्यांच्यासारखा सत्यवादी आहे, असं? की माझ्या अध:पतनाच्या मार्गावरची तीच अखेरची शिक्षा

आहे, म्हणून? यातलं कुठलंच उत्तर योग्य वाटलं नाही. ज्यांच्याकडे बघताना मान वर करावी लागते, अशा उंचीचे ते! आणि मी? नीच कृत्य केलं, त्यातून बाहेर पडायचा मार्ग न दिसल्यामुळे होणाऱ्या तळमळीपासून मुक्ती मिळवण्यासाठी धडपडणारा! मी त्या झाडावर चढून ते झाड आणि ती फांदी विटाळणार? नाही. मला हे करता कामा नये.

हा विचार मात्र मनाला अगदी पटला. मला फास लावूनच घ्यायचा असेल, तर मंजय्याच्या त्या खोपीमध्ये. किंवा माझ्या मळ्यात. हो. माझा मळाच माझ्या मरणाचं स्थान झालं पाहिजे! मंजय्याला तरी कशाला त्रास?

या विचारानं तो उठला, दोरखंड ठेवलेली पिशवी उचलली आणि बसस्टॅन्डकडे निघाला.

पाचची तिपटूरची बस मिळाली. बसच्या सीटवर कसंही बसलं तरी वेदना होत होत्या. मृत्यूचा निर्णय ठरला असला तरी शरीराची वेदना काही कमी होत नव्हती. याचं आश्चर्य वाटून मन त्याच विचारात बुडून गेलं. जीवन आणि शारीरिक वेदना यांचा परस्परांशी काय संबंध, याची मीमांसा करण्यात ते गढून गेलं.

दीड तासांचा प्रवास करून तो पोचला, तेव्हा उजेड कमी झाला होता. मत्तिकेरे गेट आलं. तो बसमधून खाली उतरला. गावी पोचेपर्यंत संपूर्ण अंधार झालेला असेल. घरी का जायचं? असंच मळ्यात गेलं तर? वाटेत कुणीच माणसं नव्हती. मी गावात नाही, हे ठाऊक असल्यामुळे कदाचित चोर तेवढे मळ्यात येतील. चोरही या वेळी येणार नाहीत. मध्यरात्रीनंतर त्यांचा वावर सुरू होईल. आता लगेच मळ्यात गेलं, तर पावणेनऊच्या सुमारास जीव देता येईल. सगळा विषयच संपेल! असंच करावं, असा त्याचा निर्णय झाला. फक्त दोनच तास राहिलेत! या विचारानं मन हलकं झालं. पण अचानक सर्वांग घामेजलं आणि अंतर्वस्त्रे शरीराला चिकटू लागली. पावलांचा वेग कमी झाला. कुठंतरी बसून थोडा दम खावंसं वाटू लागलं. आता कसला दम खायचा? तो हट्टानं आणखी वेगानं पावलं टाकू लागला. कपडा घासल्यानं आग वाढली असली तरी तसाच चालत राहिला. दोन मैल चालल्यावर एक दगडी बाक लागला. वळणाच्या फाट्यापाशी तो बाक होता. गार वारं सुटलं होतं. थोडं शांत वाटलं.

अर्धा तास तसाच बसून राहिला. नंतर मनात विचार आला, मी का जीव द्यायला निघालोय? उपचारासाठी पैसे जमवायला जमत नाही, म्हणून? पैसे जमवणं एवढं काही कठीण नाही. तीन-चार अगदी जवळच्या मित्रांकडून पैसे मागून घ्यायचे. कारण सांगितलंच पाहिजे म्हणून कुणी सांगितलंय? या मित्रांना 'थोडी नड आहे...' एवढं सांगितलं तरी पुरे! तिथं खोटं बोलायचीही गरज नाही. माझ्या मीच घातलेल्या ब्रह्मचर्यपालनाचा भंग झाला म्हणून आत्महत्या? या जगात कितीतरी

कोटी-कोटी स्त्री-पुरुष कितीतरी प्रकारचे संबंध ठेवून असतात. लग्न करून, म्हणजे समाजासमोर उद्घोषणा करून शरीरसंबंध ठेवले तर ते न्याय्य आणि तसं न करता ठेवले तर व्यभिचार? याला आत्महत्येसारखी शिक्षा?

विचार या दिशेनं धावू लागले आणि त्याला जीव देण्याचं कुठलंही समर्थनीय कारण दिसलं नाही. दुसरा कुठलातरी आजार झाला असता; करट, नायटा किंवा आणखी कुठलातरी आजार; तर इलाज करून घेतलाच असता ना! वैद्य तर नेहमीच सांगत असतात, सगळ्या आजारांपैकी एकतृतीयांश आजार संसर्गानंच होतात म्हणून!

विचार पक्का होऊ लागला. पाठोपाठ पिशवीतला दोरखंड निरुपयोगी, म्हणून टाकून द्यावसा वाटू लागलं. पण त्यानं तो विचार कार्यवाहीत आणला नाही. त्या फाट्यावर वळून मित्राकडे जायचा विचारही त्याच्या मनात आला नाही. तो आपल्या गावाच्या दिशेनं पावलं टाकू लागला.

त्याचा एक विचार मात्र पक्का झाला होता. कुठूनतरी पैसे गोळा करून इलाज करायचाच. पण मग जगून काय करायचं? आणखी वीस-तीस वर्षं जगणं आणि न जगणं यात काहीच फरक जाणवला नाही. मग? अशा मानसिक गोंधळात तो गावी पोचला, तेव्हा साडेनऊ वाजले होते. पुन्हा प्रश्न होता, घरी जायचं की मळ्यात? नाहीतरी मळ्यातली खोपी दुरुस्त केली होतीच. राखणीला जाणंही आवश्यकच होतं... काही क्षण तो तसाच दोलायमान स्थितीत राहिला. त्यानंतर काहीतरी विचार करून घराकडे निघाला.

लहान मुलं झोपी गेली होती. नवरा-बायको झोपायच्या तयारीत होते. दरवाजा उघडताच रामचंद्र म्हणाला, "कुठं गेला होता? कालपासून आम्ही वाट पाहून-पाहून..." वडिलांच्या चेहऱ्याकडे लक्ष जाताच तो बोलायचा थांबला. सकाळचा स्वयंपाक शिल्लक असल्यामुळे सून गडबडीनं स्वयंपाकघरात जाऊन ताट वाढू लागली. हातपाय धुवून येऊन तो खायला बसला. समोर आलं, ते त्यानं गपागपा संपवलं. रामचंद्रानं विचारलं, "ओसरीवर झोपणार की मळ्यात जाणार?"

"मळ्यात."

"तिथं नवी चटई-उशी ठेवलीय. तुम्ही गावात नाही, हे कुणालाही कळू दिलं नाही. त्यामुळे रात्री काहीही चोरीला गेलं नाही."

कांबळं, सोटा, टॉर्च घेताना त्यानं दोरखंडाची चुंबळ कांबळ्यात गुंडाळून घेतली. नंतर म्हणाला, "मला एक कागद आणि पेन पाहिजे."

"आत्ता? कशाला?"

"हिशेब लिहायचा आहे."

रामचंद्रनं दोन मोठे कागद आणि आपलं पेन दिलं. पिशवीत दोन्ही वस्तू ठेवून तो मळ्याकडे निघाला. खोपीत कांबळं, सोटा, टॉर्च ठेवल्यावर त्यानं मांडीवर कागद ठेवला, टॉर्चचा उजेड कागदावर नीट पडेल अशा प्रकारे ठेवला.

काय लिहायचं? काहीच सुचलं नाही. 'माझ्या मरणाला कुणीही जबाबदार नाही... मी स्वेच्छेनं आत्महत्या करत आहे...' एवढं वाक्य तर जीव देणारे सगळेच लिहून ठेवतात. मी मात्र केवळ एवढंच न लिहिता खरं कारणही लिहून ठेवलं पाहिजे! उपचारासाठी पैसे मिळवताना खरं कारण सांगायचं की नाही, किंवा आणखी कशासाठी तरी खरं सांगायचं की खोटं, हा विचारच त्याला गौण वाटू लागला. मरताना, त्यातही आपलं मरण आपणच निश्चित केलेलं असताना तरी माणसानं खरं बोललं पाहिजे. निदान आपण का मरण जवळ करतोय, हे तरी खरं सांगायला पाहिजे. इतरांना त्रास होईल, असं मृत्युपत्र लिहू नये. पण कुणालाही त्रास देणारं सत्य स्पष्टपणे नको का सांगायला?

आता त्याला प्रश्न पडला, मी खरोखरच कशासाठी आत्महत्या करतोय?

टॉर्चची प्रखरता कमी होत होती. प्रत्यक्ष लिहायच्या वेळी सेल संपून गेलेला असेल, अशा भीतीनं तो टॉर्च बंद करून अंधारात बसला. आता एकेक मुद्दा घेऊन तो त्याचं विश्लेषण करू लागला.

खोपीत अजूनही जळका वास तसाच होता. तिकडे सारखं लक्ष जात होतं. कितीही विचार केला तरी मरायला समर्थ कारण सुचत नव्हतं. 'स्वेच्छेनं आत्महत्या' याला तरी काय अर्थ आहे? इतर कुणाला त्रास होऊ नये, एवढंच यामागचं कारण ना? हताशा, निराशा, कुठलातरी असाध्य आजार, कर्जबाजारीपणा, हार ही काही मुख्य कारणं होत नाहीत. माणूस का जगतो, यामागची जशी निश्चित कारणं सांगता येणार नाहीत, तशीच आत्महत्येसाठीची निश्चित कारणं शोधणं कठीण! जगायची इच्छा नाही, हेच एकमेव कारण सांगता येईल.

विचाराचा धागा कुठून कुठंतरी चालला होता. शेवटी घड्याळात पाहिलं, तेव्हा पावणेदोन वाजले होते. इतका विचार करत राहिलं, तर रात्र संपून जाईल! त्यानं पेन-कागद समोर घेऊन लिहिलं, 'माझ्या आत्महत्येला इतर कुणीही जबाबदार नाही. मी माझ्या इच्छेनं आत्महत्या करत आहे...' असं लिहून तारीख, वार, वेळ लिहून तो कागद त्यानं दुमडून खिशात ठेवला. दोरखंड हातात घेऊन तो बाहेर आला. आकाशातल्या चांदण्या सोडल्या तर सगळीकडे गाढ अंधार होता. मृत्यूला सामोरं जाण्याआधी एक शेवटची इच्छा असते, म्हणतात. इष्ट मित्रांची भेट, किंवा प्रिय असलेलं काहीतरी खायची इच्छा असते आणि ती पूर्ण करून घेतली जाते. अगदी फाशीची शिक्षा झालेल्या कैद्यालाही अखेरच्या क्षणी हे विचारलं जातं.

क्षणभर थांबून त्यानं विचार केला, अशी माझी काय शेवटची इच्छा राहिली

आहे? तसं काही आठवलं नाही. पुन्हा पुन्हा आठवून बघितलं तरी नाही. अखेर दोरखंड घेऊन तो मळ्यातल्या जांभळाच्या झाडाच्या दिशेनं चालू लागला.

झाडाखाली गेल्यावर त्यानं नेसूचं धोतर गुडघ्यापर्यंत येईल असं घट्ट बांधलं. दोरखंडाचा फास पक्का केला. टॉर्चच्या प्रकाशात झाडाची योग्य फांदी हेरली. टॉर्च खिशात ठेवून तो सावकाश झाडावर चढू लागला. झाडाच्या खोडाला शरीराच्या त्या भागाचा स्पर्श होताच जीव जाईल अशी एक कळ उठली. पाठोपाठ जळजळ सुरू झाली. खोड इतकं जाड होतं की शरीराचा स्पर्श न होता झाडावर चढणं अशक्य होतं. काही वेळ थांबून तो पुन्हा नेटानं चढू लागला. एका फांदीवर बसला, तेव्हा त्याला नवा मुद्दा सुचला.

चिठीत काहीही लिहिलं असलं तरी पोलीस मृत्यूत्तर देहपरीक्षा केल्याशिवाय राहणार नाहीत. त्यामुळे मत्तिकेरे सत्यनारायणप्पा स्त्रीसंगामुळे रोग लागला, तो सहन झाला नाही म्हणून मेला या निर्णयावर येतीलच. तो निर्णय या गावात, सगळ्या पंचक्रोशीत, जवळपासच्या सगळ्या गावांत, जिथं-जिथं मला ओळखणारे लोक आहेत; तिथपर्यंत पोचायला वेळ लागणार नाही! जर ही बातमी वृत्तपत्रांत प्रसिद्ध झाली तर? मग काही विचारायलाच नको! वृत्तपत्रवाले तर अशा बातम्या घेऊन आपल्या मनाप्रमाणे हवी तशी कथाही रचतील!

याचा अर्थ, जर मी आत्महत्या केली तर माझी आणखी बदनामी होईल!

केवळ विचारानंच त्याच्या सर्वांगाला घाम सुटला. त्या क्षणीच त्याचा निर्णय झाला. जगायचं आणि उपचार घ्यायचे.

झाडावरून खाली उतरत असताना मनात आलं, लोकांना समजेल, या अपमानाच्या भयानं मी हा दोरखंड घेऊन झाडावर चढलो नव्हतो. केवळ तेवढंच भय असतं, तर चार जवळच्या मित्रांकडून पैसे घेऊन मी उपचार करून घेतले असते. मीच नसेन, तेव्हा मान-अपमानाशी माझा काय संबंध? या सगळ्या जिवंत असतानाच्या गोष्टी. मेल्यानंतरही माझं नाव असंच राहिलं पाहिजे, माझ्याविषयी लोकांची हीच भावना राहिली पाहिजे, यासारख्या भावनेत आजवर कधीच मी सापडलो नव्हतो.

त्यानं पुन्हा टॉर्चच्या उजेडात घड्याळ पाहिलं. तीन. दूर कुठतरी पक्ष्यांची हलकीच किलबिल ऐकू आली. आता आणखी उशीर करण्यात अर्थ नाही, हे जाणवून त्यानं दोरखंडाची लांबी हातानं मोजून पाहिली. टांगायला एक हातभर पुरेसं आहे. दोरखंड मध्यभागी खांबाला घट्ट आवळला. दुसऱ्या टोकाला फास तयार केला. तो नीट सरकतोय की नाही, ते हलवून पाहिलं. मनाची खात्री झाल्यावर त्यानं तो फास गळ्यात अडकवला. यानंतर अनावश्यक वेळ काढता कामा नये असा विचार करून त्यानं पुन्हा खिशातल्या चिठ्ठीची खात्री करून घेतली.

हं...एक...दोन...तीन...एक झेप...गळ्याचा फास आवळला जातोय...हात नकळत फास सोडवायला धडपडताहेत...श्वास घेणं अवघड होतंय...धडपड अयशस्वी ठरतेय...सभोवताली अंधार पसरतोय...भान हरपतंय...घामानं देह डबडबतोय...सगळं संपतंय...राहते फक्त शारीरिक धडपड-तळमळ...तीही शांत होऊन राहतोय तो फक्त निर्जीव देह...अचेतन स्थिती...लोंबकळत राहणारा निष्प्राण देह...

तो फांदीवर तसाच बसून होता. सगळं अंग घामानं थबथबलं होतं. त्या उंचीवरून खालच्या अंधारात जमिनीची खोली समजत नव्हती. आकाशात अधूनमधून चमकणारे तारे...

त्यानं घाईनं गळ्यातला फास काढला. अजूनही खिशातच असलेला टॉर्च पेटवून त्या उजेडात हळूहळू जपून पावलं टाकत तो झाडावरून खाली उतरू लागला. खोडाला लागून शरीरात उसळणारा वेदनेचा आगडोंब त्याला जाणवत नव्हता. उतरताच तो खोपीकडे धावला. तिथं पडलेला सोटा उचलून अंधारातच धपाधपा पावलं टाकत घराच्या दिशेनं धावू लागला. सभोवतालच्या अंधाराचं भान न ठेवता.

गावाजवळ येताच गावातली गावठी कुत्री त्याच्या मागोमाग भुंकत धावू लागली. गावातली इतर कुत्रीही त्यांना साथ देऊ लागली. काही कुत्री त्याच्यावर चाल करून आली. घरांच्या ओसरीत झोपलेले त्या कल्लोळानं जागे झाले. त्यातले काही जण त्याच्याही मागं लागले.

या कशाचीच पर्वा नसलेला तो धावत घरापाशी आला. हातातल्या सोट्यानं त्यानं दार वाजवलं. शिवाय ओरडू लागला, "अरे ए! दार उघड! ए रामचंद्रा!.. दार उघड!... लौक्कर! उघडतोयस की नाही रांडेच्चा!..."

याच्या आवाजाची ओळख पटून लेकानं दरवाजा उघडण्याआधी शेजार-पाजारच्या दहा घरांतली माणसं जागी होऊन तिथं जमली होती. रामचंद्रानं दार उघडून बाहेरचा दिवा लावला, तेव्हा बाहेरच्या अंगणात भरलेली माणसं त्याच्या नजरेला पडली. अजूनही कुत्री भुंकतच होती.

हा सगळ्या जगाला ऐकू येईल अशा आवाजात म्हणाला, "अरे ए! तुझी आई मेल्यावर तुझ्यासाठी म्हणून मी दुसरं लग्न केलं नाही! कुणाही बाईकडे मान वर करून बघितलं नाही. पाच-सहा दिवसांपूर्वी मी एका बाईला जवळ केली! रोग लागलाय! सुजलंय! डॉक्टरला द्यायला पैसे पाहिजेत म्हणून त्या चनवीरप्पाच्या दुकानात गेलो होतो. तर तो भडवा, तुझ्या वयाचा तो शेखरप्पा की कोण तो म्हणतोय, माझ्या नावावर खातं नाही म्हणे! मला म्हणतोय, तुमच्या मुलाची सही नसेल तर एक दमडीही देणार नाही! काय करणार? फास घ्यायला गेलो होतो मी!

जीव द्यायला! ते काही नाही! तू आत्ताच्या आत्ता एका कागदावर लिहून दे, खातं माझ्या बापाच्या नावानं आहे म्हणून! आणि लिही, यानंतर माझा यात काहीही अधिकार नाही; जो काही व्यवहार असेल, तो तेच बघतील! दे लवकर! दे म्हटलं ना!''

चकित झालेल्या रामचंद्रला काही सुचेना. त्याला उशीर लागत असलेला बघून हा त्याला हातातल्या सोट्यानं दणादणा मारू लागला. चेहरा-हात-पाय-पाठ काहीही न बघता तो मारत राहिला.

जमलेल्या सगळ्यांना सत्यप्पाला वेड लागलंय, असं वाटू लागलं. दोघं जण त्याला मागून जाऊन आवरू लागले. पण ते जमलं नाही. सत्यप्पानं स्वत:ला सोडवून घेतलं आणि हातातल्या सोट्यानं धरायला आलेल्यांनाही बडवू लागला. ते दोघं पळायचा प्रयत्न करू लागले. पण तिथं गर्दी असल्यामुळे पळून जाणं काही तितकंसं सोपं नव्हतं. या धावपळीत कितीतरी जण अडखळून पडले. हा पुन्हा सगळ्यांनाच नव्हे, आणखी पलीकडे उभ्या असलेल्यांनाही ऐकू येईल अशा आवाजात किंचाळला, ''होय...समजलं काय? मी गेलो होतो एका बाईपाशी! रोगाची लागण झालीय! उपाय करायला पैसा पाहिजे. माझे पैसे बुडाशी असताना मी कशाला कुणाकडे कर्ज मागू?...'' नंतर पुन्हा रामचंद्राकडे पाहत सोटा उगारून ओरडला, ''काय! ऐकू आलं की नाही? लिहून दे म्हटल्यावर असा का सुंभासारखा उभा राहिलास? मूर्ख... रांडलेक... भोसडीच्च्या...''

हे सगळंच असह्य होऊन रामचंद्र मट्कन खाली बसला. सत्यप्पानं खिशातला राहिलेला कोरा कागद आणि लेकानं दिलेलं पेन त्याच्यासमोर धरलं. दुसरा उपाय न राहिल्यामुळे रामचंद्र त्या कागदावर लिहू लागला. घाबरी झालेली त्याची बायको आतल्या दारापाशी उभी होती. लिहून हाती आलेला कागद यानं मोठ्यानं वाचून पाहिला. त्यानंतर त्याची घडी घालून तो त्यानं खिशात ठेवला. नंतर धपाधप पावलं टाकत अंधारात तो गावाबाहेर चालू लागला. कुणालाच त्याच्या पाठोपाठ जायचं धैर्य झालं नाही. कुत्रीही परस्परांवर भुंकत उभी राहिली. त्यातलं कुठलंही कुत्रं त्याच्या मागं गेलं नाही. सगळ्यांची नजर रामचंद्रवर खिळली. आता कुठं त्याच्या अंगावर मारामुळे उठलेले वळ सुजून त्याचं अंग ठणकायला सुरुवात झाली होती.

सात

अनपेक्षितपणे चनरायपट्टणच्या टीबीत सत्यप्पा भेटला खरा; पण त्यामुळे मंजय्याला मनातलं असमाधान बाजूला सारायला सोयीचं झालं होतं. सत्यप्पा असा चनरायपट्टणमध्येच नव्हे इथल्या ट्रॅव्हलर्स बंगल्यात भेटेल याची त्याला कल्पना तरी कशी असणार? त्याच्या येण्याची आधी कल्पना असती तर चंद्रिकेला सांगितलं नसतं असं नाही. तशी त्याची गरज राहिली नसती. वनखात्यातल्या चंदन-इलाख्याच्या मोठ्या अधिकाऱ्यांबरोबरचा यशस्वी झालेला व्यवहार याच्या अहंकाराला कुरवाळायला पुरेसा होता. त्याचबरोबर अशा प्रसंगी लगोलग सिनेमा-नटीप्रमाणे रंगरंगोटी आणि वेषभूषा करणाऱ्या स्त्रीशी संभोग करून अहंकाराची तृप्ती संपूर्णपणे अनुभवायची, ही त्याची नेहमीची पद्धत होती.

चंद्रिका निघून गेल्यावर सत्यप्पाशी बोलून मनातली खळबळ कोपऱ्यात सारायला त्याला सोपं गेलं होतं. पण पहाटे सत्यप्पाला मत्तिकेरेच्या बसमध्ये बसवून तो हासनच्या बसमध्ये बसला आणि बस निघाली, तेव्हा मात्र मनात सरोजाक्षी भरून राहिली होती.

खरंतर तेव्हा त्याच्याविरुद्ध अर्ज देताना हाही थोडा अडखळलाच होता. एवढ्यावरून सस्पेन्शन होणार, यात काहीच शंका नव्हती. त्याच्या हातात सस्पेन्शन ऑर्डर पडू दे! नंतर समजेल त्याला या मंजय्याची काय ताकद आहे ते! दोन महिने पगार नाही-खायला अन्न नाही, अशी परिस्थिती येऊ दे! मग ती हरामीही मला शोधत येईल! मी असेल त्या ठिकाणी धावत येईल! त्या वेळी मी तिला बजावून सांगेन, आधी मी सांगेन ते आणि तस्संच ऐकायचं! त्यानंतर पुढच्या सगळ्या गोष्टी!...

या विचारापाठोपाठ तिला शय्येवर हरवल्याची दृश्यं तो कल्पनेत पाहू लागला. अशा व्यवहारात आजवर भेटलेल्या सगळ्याच बायकांची अशीच गत

होती, असंही नव्हे. पण एखादी हाती लागली नाही तर मन मात्र या आधी कधीच एवढं दुखावलं नव्हतं, हे मात्र तितकंच खरं!

तर मग मी तरी गावोगाव भटकून, एवढे कष्ट घेऊन तिचा नवरा सस्पेन्ड होईल, यासाठी एवढी धडपड करतोय? शेतकऱ्यांकडून सह्या घेऊन त्याच्याविरुद्ध कंप्लेंट करायला लावतोय? एवढी कोण ती अप्सरा लागून गेलीय? दोन मुलांची आई! दहा वर्षांचा मुलगा आणि पाच वर्षांची मुलगी. काही खास रंग आहे, रूप आहे की बांधा आहे? काहीच एवढं खास नाही. दोन बाळंतपणं झाल्यावर कुठली बाई तरुण राहते? सहज ओळख झाली, बोलणं वाढलं, तीही माझ्याकडे विशेष लक्ष देऊ लागली, त्यानंतरच ना माझ्या मनात तिच्याविषयी अनावर आकर्षण निर्माण झालं ते? खरंतर तिनंच सुरुवातीपासून उत्तेजन दिलंय! प्रकरण शेवटच्या टप्प्यावर आल्यावर मात्र तिनं मला झटकलंय! बसनं प्रवास करतानाही केवळ त्या आठवणींमुळे त्याची कानशिलं गरम होऊन चुरचुरू लागली. त्या वेळी तिनं कानशिलात लगावली आणि मी का काहीही प्रतिकार न करता मुकाट्यानं राहिलो? का नाही तसंच तिला लगावलं? अपमानामुळे होणारी ही आग आहे, हे त्याला तीव्रपणे जाणवलं. तिचं खरंच माझ्यावर प्रेम असतं, तर नवऱ्याला सांगून तिनं माझा कोर्टात बचाव करायला हवा होता! किती हुशारीनं तिनं स्वत:ला लांब ठेवलं त्या रांडेनं! त्याच्या मनातला संताप आणखी खदखदू लागला. मुख्य म्हणजे या सगळ्या गोष्टी मी का एवढ्या मनावर घेतोय? का? एवढं काय विशेष आहे या नात्यात? का तिलाही इतर सगळ्या रांडांसारखी ही एक, असं समजून सोडून देता येत नाहीये मला?

रंग-रूप-बांधा या निकषांवर बाईचं मूल्यमापन करायचं म्हटलं तर दुकानाबाहेर उभ्या केलेल्या बाहुल्या सगळ्यात सुंदर म्हणायच्या! त्यांना सुंदर बाई म्हणून कसं चालेल? हिचा रंग सावळाच. डोळ्यांत विलक्षण चमक, सुंदर हास्य खुलवणारी सुंदर दातांची रांग, दोन्ही कानांमध्ये चमकणाऱ्या शुभ्र कुड्या... डोळे, दात आणि कानांतल्या कुड्या मिळून ती प्रभावशाली मायाशक्ती निर्माण होत असेल काय? घर सुंदर ठेवणं, तिथं जागोजागी दिसणारं विणकाम-भरतकाम, मुलांना वाढवायची पद्धत, स्वयंपाक करण्यात हिची पद्धत नजरेत भरणारी आहे, हे तर पहिल्या दिवशीच जाणवलं होतं. पहिल्या भेटीतच तिनं बनवलेलं उप्पीट, ते वाढायची नेटकी पद्धत, ती प्लेट, चमचा, पाणी प्यायचा पेला, तांब्या... नवऱ्यानं ओळख करून दिल्यावर तिनं नमस्कार केला, ती पद्धत... तिच्यासमोर त्या वेळी मीच बावरून गेलो होतो ना! मुलांच्या अंगावरचे कपडेही तिनं स्वत: शिवले होते. चनरायपट्टण राहू दे, हासनमध्येही बोर्ड लावून बसलेल्या कुठल्या टेलरला जमणार नाही असं त्यांचं फिटिंग! असंच वाटलं होतं तेव्हा!

या मंजय्याला बाई म्हटली की आकर्षण वाटतं, यात काय नवीन आहे? पण हिच्याविषयी त्याबरोबरच अनाकलनीय भय! सतत वाटायचं, हिच्यासमोर आपला खेडवळ बावळटपणा उघडा तर पडणार नाही ना! त्यामुळे सतत बाळगावी लागणारी सावधगिरी! तसं हासनमधल्या वकिलांच्या घरात वावरायची सवय आहे. वेंकटरामय्यासारख्या मोठ्या वकिलांच्या कुटुंबाशीही बोलायची-वावरायची सवयही आहे. काळ-वेळ बघून त्यांनाही फुलं-फळं देऊन मर्जी सांभाळली आहेच. पण तिथं कधीही मी खेड्यातून आलोय, असं वाटलं नव्हतं. माझ्या भाषेच्या संदर्भात सावध राहायला पाहिजे, असा सावधानतेचा इशाराही माझ्या मनानं मला या आधी कधी दिला नव्हता.

कोर्टकचेरी, मठ-मंत्र, देवस्थान इथं वापरल्या जाणाऱ्या भाषेच्या संदर्भातली माहिती मला आहे ना? असं असताना या सरोजाक्षीशी बोलताना आधी अर्थाचा विचार करून त्यानंतर शब्दांची जोडणी करावी लागत होती, ही कसली भय-भक्ती म्हणायची? कुठल्याही डीसीसमोर न दाखवलेला आदर-सन्मान? असा विचार मनात येऊन माझं मलाच आश्चर्य वाटत होतं. तिचंही तसंच होतं ना! माझ्यासाठी किती विशेष लक्ष घालून ती स्वयंपाक करायची? केवळ माझ्यासाठी म्हणून ती तेवढा रुचकर स्वयंपाक करायची की काहीही केलं तरी रुचकर होणं हा तिचा हातगुणच म्हणायचा? घरात कधीही मांसाहार होत नसला तरी हासनमधल्या केवळ 'संतोष रेस्टॉरंट'मध्येच नॉनव्हेज खातो, हे तिला कसं समजलं? पण ते समजल्यावर घरी पुट्टलय्या करून घालेलही. पण गावात मात्र मी शुद्ध शाकाहारीच! त्या संतोष रेस्टॉरंटच्या मांसाची चव मात्र बेंगळूर-म्हैसूरमध्येही नाही आणि दावणगेरे-हुबळीतल्या कुठल्याही हॉटेलात येत नाही!

पण हिनं मला पहिल्यांदा जेव्हा मटन-बिर्यानी खिलवली, तेव्हा मात्र मनानं ग्वाही दिली, हा स्वाद संतोष रेस्टॉरंटपेक्षा जास्त उत्तम आहे! ते माझं मत अजूनही बदललं नाही.

पण हिला कसं समजलं, मी नॉनव्हेज खातो म्हणून? हिच्या नवऱ्याबरोबरच काय; फॉरेस्ट खात्यातल्या कुणाबरोबरही मी संतोष रेस्टॉरंटला गेलेलो नाही. कुणा ओळखीच्या माणसाबरोबर जायची माझी पद्धतही नाही. कोर्टकचेरी, जत्रा, जनावरांचा बाजार, किंवा इतर कारणानं माझ्याकडे येणाऱ्या कुणालाही त्या जागेची माहितीही होणार नाही, याची मी नेहमीच काळजी घेतो. कारण त्याचं नुसतं बिल बघितलं तरी छाती दडपेल, अशा प्रकारची खेडवळ माणसं... अशा वेळी माझ्या नॉनव्हेज खाण्याविषयी हिला कसं समजलं असेल? की हिची खात्री असेल, मी बनवून दिलं तर हा नक्की खाईल, म्हणून? हा कसला अधिकार हिचा?

पुढचा आठवडाभर मी याचा शोध घेत राहिलो तरी समजलं नव्हतं. शेवटी

एकदा दोघंच असताना मी विचारलं, "मी मांस खातो हे तुम्हाला कसं समजलं?" तर तेव्हा एखाद्या स्विचनं दात, डोळे आणि कानांतल्या कुड्या माझे डोळे दिपतील अशा प्रकारे चमकवून ती म्हणाली, "आमच्या देवाचं सत्य आम्हाला नाही का समजणार?"

आणि कशी जीवघेणी हसली ती!

काय अर्थ तिच्या या असल्या बोलण्याचा? सगळं बोलणं अशाच प्रकारचं! पण पुढं व्हायचं धैर्य मात्र मला होत नव्हतं. काय ती तिची शक्ती!

एवढंच नव्हे, चंदनाचा कॉन्ट्रॅक्टर झाल्यानंतर, का कोण जाणे, बाईचं आकर्षण कमी झालं होतं. पहिल्यासारखी ओढ राहिली नव्हती. काय कारण असावं? सतत चंदनाच्या कामात मग्न राहिल्यामुळे? की गावोगाव फिरण्यामुळे दमणूक होते, त्यामुळे?

कॉन्ट्रॅक्ट घेतलेल्या दिवशीच अप्पाजप्पानं आपल्याला त्याच्या घरी नेलं, आणि तिनं आपल्यासाठी उप्पीट बनवलं होतं. तिला बघितल्यावर किंवा त्यामुळे हे असं झालं, असं म्हणण्यात अर्थ नाही. त्यानंतर काय? चनरायपट्टण, हासन, बिळीकेरे किंवा इतर गावांमध्ये इतर कितीतरी बाया जमवल्या आहेत. त्या रात्री शेतातल्या त्या पिंपळाच्या झाडाखाली लक्कूला पकडून तिचा भोग घेतलाच ना! सगळं समजल्यावरही तिला पटेल असा खुलासा केला, पटवलं तिला!

पण असं का होतंय? या बाईसमोर मात्र आधीची ती उत्कटता, ते पेटून उठणं जमत नाही? एक खरं. तिनं स्वप्नात किंवा कल्पनेतही मला चिथवलं नाही. तसं चिथवणारा तो देहही नाही म्हणा! दोन मुलांची आई म्हटल्यावर देह घट्ट कसा राहील? काळा रंग. जी काही चमक असेल ती दृष्टी, दातांची चमक आणि कानांतल्या कुड्यांमध्ये... एकदाही गावातल्या पलंगावर तिच्या विवस्त्रावस्थेतल्या प्रतिबिंबाची मला कल्पनाही करता आली नव्हती.

तरीही, का असं झालंय?

वय? पण बावन्न हे काय म्हातारपणाचं वय झालं? चिंचेच्या झाडाचं वय झालं, तरी तिथला आंबटपणा कमी होतो काय? चंदन-कॉन्ट्रॅक्टचं काम अंगावर घेतलंय, उन्हातान्हात फिरावं लागतंय. या नादात मी तर जीवनातला मूळ-संतोषच कमी करून घेत नाही ना! मूर्खपणा नाहीतर काय!..

त्यानं स्वत:ला दोष दिला.

या कॉन्ट्रॅक्टमुळे मिळणाऱ्या पैशातून मला काही जगायचा खर्च काढायचा नाही. वरखर्चासाठीही याची काही गरज नाही. तिथून मिळणारा पैसा तिथल्यातिथं खर्च करायला, मुख्य म्हणजे पोलिसांना द्यायला पुरेसा झाला तरी खूप झालं. या सगळ्यातून जी काही शिल्लक राहते, ती अगदीच किरकोळ असते. का करतोय

हे सगळे उपद्व्याप? का सोडून टाकू नये हा उद्योग?

का सोडू नये, हा प्रश्न काही आज पहिल्यांदा सामोरा आला नव्हता. हा पहिल्यांदा सुचला, तो तिनं फाड्कन थोबाडीत मारली त्या वेळी!

एक खरंय. कॉन्ट्रॅक्टमुळे माझं वर्चस्व संपूर्ण तालुक्यात वाढलंय, यात शंका नाही. निवडणुकीसाठी उभा राहणारा राजेगौडाही मला बोलावून माझं साहाय्य मागतोय. मला आपल्या गाडीतून गावाकडे घेऊन जातो. असलं अधिकाराचं स्थान उगाच का गमावायचं? पण तरीही हे... याला काय करायचं? माझ्या या सुखाच्या आड हिचंच अस्तित्व येत असेल काय? ती बनवत असलेली मटन-बिर्यानी, मटन, चिकन यांसारखे रुचकर पदार्थ अनायसा खायला मिळतात हे खरं असलं तरी तिच्याविषयी अशा प्रकारचं आकर्षणच वाटत नसेल तर? तिच्यामुळे हे कमी झालंय, असं म्हणण्यात अर्थ नाही, हेच खरं! मनातल्या मनात विवस्त्र न होणाऱ्या, शरीराचं अंगांग उठावदारपणे न दाखवणाऱ्या, या बाईला काय करायचं घेऊन? एकांतातही तिच्या देहाचं आकर्षण वाटत नसेल तर? काय करणार अशा बाईबरोबर?

पण चनरायपट्टणला गेल्यावर तिच्या घरी गेलंच पाहिजे, तिच्या हातचं जेवण केलंच पाहिजे, तिच्या समोर बसून बोलायलाच पाहिजे, तिच्या घरी जाताना रिकाम्या हातांनी जायचं नाही, फुलं-फळं-मुलांसाठी बिस्किटं घेऊनच जायला पाहिजे! हे कसलं 'वाटणं'? तिचा नवरा अप्पाजप्पा घरी नसताना, मुलं शाळेत गेलेली असताना, घरात आणखी कुणीच नसतानाही मनात ती आशा निर्माण झाली नव्हती. तशी आशा झाली असती, तर त्यासाठी तिला उद्युक्त करायच्या युक्त्या मला कुणी शिकवायची गरज आहे का? मला?? उलट, माझ्या सूचनेचा अर्थ समजावून द्यायची तिलाच गरज असती! पण तसं वाटलंच नव्हतं, हे मात्र खरं! बाकी भरपूर आकर्षण असलं तरी तशी इच्छा झाली नव्हती. हे तर अगदीच विचित्र!

पण त्या दिवशी मात्र अचानक तिच्याविषयीची लालसा उफाळून आली ना! माझ्या दृष्टीनं हेच अगदी 'नैसर्गिक'! त्या दिवशी तिच्या बोलण्याकडे माझं अजिबात लक्ष नव्हतं. माझ्या लंपट मनाची हिला चाहूल लागली तर काय करायचं, याचं मनातल्या मनात भयही होतं. माझी लालसा अशी की या क्षणी कुणालातरी घट्ट आवळून भोग घेतलाच पाहिजे!

"हे पाहा सरोजम्मा, जरा लवकरच स्वयंपाक करा. माझं थोडं काम आहे. जाऊन येतो..." म्हणत उठलो तर ती म्हणाली, "न जेवू घालता मी कशी तुम्हाला जाऊ देईन?"

तिच्या बोलण्यातला तो प्रेमळ अधिकार! मीच सांगितलं, "लगेच येतो. काही फार करत बसू नका. सार-भात केलात तरी पुरे!"

आणि लगेच कांतामणिच्या घरी गेलो. या गावात ही चांगलीच ओळखीची

होती. मला पाहताच तीही 'आज काय रस्ता वाकडा केलाय सावकारांनी!...' म्हणत माझं स्वागत करू लागली. तिला अघळपघळ गप्पांची संधी न देता दार लावून जवळ खेचली.

...पण... काहीच घडू शकलं नाही! माझ्या संपूर्ण आयुष्यात पहिल्यांदाच माझ्या पौरुषत्वानं मला दगा दिला होता!

"काय हे? उगाच कंटाळा आलाय म्हणून वेळ काढायला आलाय काय, सावकार?" आलेला संताप फारसा न लपवता तिनं विचारलं. काय उत्तर देणार? तीच म्हणाली, "आणखी कुणाकडंतरी जाऊन आलाय वाटतं! म्हणून असं झालंय!"

तिचं हे म्हणणं कसं खोडून काढायचं, हा एक मोठाच प्रश्न होता. होय म्हटलं तर तिचा अपमान आणि नाही म्हटलं तर माझा अपमान! मग तालुका-कचेरीत काहीतरी अर्जंट काम असल्याचं निमित्त करून 'काम संपल्यावर रात्री नक्की येतो...' असा शब्द दिला आणि कपडे करून तिथून बाहेर पडलो. उन्हात चालत पुन्हा सरोजाक्षीच्या घरी पोचलो. तिनं टीपॉयवर चांदीच्या ताटलीत वाढलेल्या कोथिंबीर-कडीलिंब घालून केलेल्या तिळिसार-भातासमोर बसलो, तेव्हा मान वर करून तिच्याकडे पाहायचीही शरम वाटत होती. हिला खोटं सांगितलं, यानं कासावीस व्हायला झालं. स्वत:चा रागही आला. ही काय माझी लग्नाची बायको आहे, हिच्यापुढे खोटं न बोलायला? लग्न झालेल्या बायकोलाही हा अधिकार दिला नाही मी! म्हणूनच सावित्री घर सोडून गेली ना!

मुख्य म्हणजे हिनं तरी कुठं तो अधिकार मागितलाय? सगळा माझ्याच मनाचा खेळ चाललाय! हिची का एवढी भीड? छान स्वयंपाक करून, छानपणे मांडून जेवायला वाढतेय. या आधी कधीच मिळाला नसेल एवढा पैसा दुसऱ्या मार्गानं मिळेल असं मी करतोय, म्हणून! नाहीतर ही माझ्यासाठी एवढं सगळं करत बसली असती काय? मी स्वत:चं समाधान करून घेत असतानाच तिनं विचारलं,

"झालं का काम? ज्या कामासाठी गेला होतात ते?..."

तेव्हा आत जाळ पेटवल्यासारखं झालं ना! कपाळावर घामाचे थेंब जमा झाले. तिच्याकडे पाहिलं तर कदाचित तिला समजेल, या भयापोटी खालच्या मानेनं सार-भाताचे भुरके घेऊ लागलो. कपाळावरचा घाम मानेपाशी आला, तेव्हा शर्टची कॉलर ओली झाली.

थोडा विचार करून 'असली कामं लवकर कुठं होतात?' असं विचारायचं ठरवत असतानाच थंडगार हवेचा झोत आला. हळूच मान वर करून पाहिलं, तर ती वाळ्याच्या पंख्यानं वारं ढाळत होती! आणखी शरम वाटली. अवघड वाटलं. मी खुर्चीवरून उठायचा प्रयत्न केला. तिनं विचारलं, "का? नको ढाळू?"

त्या प्रश्नाआड आणखी काही असल्याचं त्याला जाणवलं. चमकणारे डोळे, शुभ्र दात, प्रकाशमान होणाऱ्या कानांतल्या कुड्या... मंजय्याच्या मनात अनेकदा तरळून गेलेली भावना पुन्हा वर आली. ही काहीही बोलली तरी त्या प्रत्येक शब्दांमागे वेगळाच अर्थ असतो; त्या मागे आणखी काहीतरी अर्थ असतो. लाटांवर लाटा याव्यात तसा... पण पूर्ण अर्थ समोर येण्याआधीच त्या नाहीशा होतात.

ती शेजारीच आणखी एक खुर्ची ओढून घेऊन त्यावर बसली आणि शांतपणे वारा घालू लागली. सिनेमात नवविवाहित बायको असा वारा घालते. हीही बरेच सिनेमे बघत असणार!..

ती बसली होती, तेवढा वेळ माझं अवघडलेपण कमी झालं नाही. ताकभात वाढल्यावर मात्र तिला सांगितलं, "ताक थंड आहे. वाऱ्याची गरज नाही!" ती स्वयंपाकघरात निघून गेली.

मनात मात्र विचार येत होते, संध्याकाळी कबूल केल्याप्रमाणे कांतामणिच्या घरी जायचं की नको? तेव्हाही पुन्हा तीच गत झाली तर? पण काहीच निर्णय करता येईना. आणि ही? हिच्या वागण्याचा काय अर्थ? हिच्या नवऱ्याला माझ्यामुळे बराच आर्थिक फायदा होतोय, म्हणून ही मला आकर्षित करायचा प्रयत्न करतेय काय? अजूनही याचं उत्तर समजत नाही. हेच कारण असावं! असं असेल तर माझा उपाय प्रभावी ठरलाच पाहिजे.

दोन महिने पगार मिळाला नाही, तर हीच छिनाल माझ्यामागं धावत येईल. मग मी आहे आणि ती आहे! ही कोण अशी अप्सरा लागून गेली आहे!...असा विचार करत त्यानं मनात तिच्याविषयी तिरस्कार निर्माण केला.

बस संकेनहळ्ळीच्या स्टेट-फॉरेस्ट भागातून चालली होती. रस्त्याच्या दोन्ही बाजूंना निलगिरीच्या लांबलचक रांगा होत्या. थेट सरकारच्या ताब्यात असलेला तो भाग वॉचमन उस्मानीच्या अधिकारात येत होता. खरंतर त्याचं काम संतेनहळ्ळी आणि करबेवु भागातलं सरकारी वन वाढवणं आणि राखणं, वनविभागाकडून मिळालेली रोपं लावून त्यांना पाणी घालणं, कुंपण नीट करणं, जवळच्या खेड्यातली गुरंढोरं वनात शिरणार नाहीत, कुणी सरपण चोरणार नाही याची काळजी घेणं वगैरे. त्याच्या वरचा अधिकारी गार्ड विषकंठय्या. त्याच्यावरचा फॉरेस्टर प्रभुस्वामी, आणि त्याच्यावरचा रेंजर अप्पाजप्पा. या विभागातलं किरकोळ सरपण आणि जवळपासच्या पशुपालकांच्या गुरांना थोडंफार चरायला सोडायची सवलत देऊन त्याऐवजी दरवर्षाला दहा-वीस रुपयांप्रमाणे दर वर्षी तीन-चारशे रुपये सोडले तर त्याला कुठलीच वरकमाई नव्हती. मंजय्या चंदनाचा कॉन्ट्रॅक्टर झाल्यानंतर उस्मानीलाही थोडाफार अधिकार प्राप्त झाला होता. त्याला बऱ्यापैकी वरकमाई होऊ लागली.

निलगिरीची झाडं आपल्यापुरती असत. त्याची बायको किंवा सोळा वर्षांचा मुलगा आठवड्यातून एकदा फेरी मारून आले की पुरेसं होतं. उस्मानीची ताकद लक्षात घेऊन मंजय्या आपल्याकडे जास्तीची जबाबदारी घेऊ लागला.

कितीही कामं घेतली तरी आपण त्याहून जास्त शक्तिवंत असल्याचं दाखवत असल्यामुळे उस्मानी मंजय्याच्या जास्त-जास्त जवळचा होऊ लागला. त्या परिसरातल्या कुठल्या-कुठल्या भागात चंदनाची झाडं आहेत, त्यांची वयं काय आहेत, त्यातल्या कुठल्या कुळाला धमकी देऊन घाबरवू शकतो आणि त्याच्याकडून किती पैसा वसूल करता येऊ शकेल याची माहिती जमवायच्या कामाबरोबर रात्रीच्या वेळी हवं तिथं जाऊन एक केस निर्माण करून माघारी येण्याइतकं धैर्य आणि चातुर्य त्याच्याकडे होतं.

मंजय्यानं कॉन्ट्रॅक्ट घेतल्यावर तीन महिन्यांतच उस्मानीची आर्थिक परिस्थिती नवीन रॅले सायकल विकत घेण्याइतपत सुधारली. त्याच्या दृष्टीनं मंजय्या त्याच्या सगळ्या वरिष्ठ अधिकाऱ्यांपेक्षा मोठा होता! दर महिन्याला पगार देणारा अधिकारी रेंजर अप्पाजप्पा असला तरी तो खरा सन्मान ठेवायचा केवळ मंजय्याचाच.

संकेनहळ्ळीच्या एका बागेजवळ बस थांबली. तिथं वाट पाहत असलेला उस्मानी धावत पुढं आला. मंजय्याच्या खिडकीपाशी येऊन त्यानं "सलाम कॉन्झरवेटर साहेब!..." म्हणत हाक मारली.

मंजय्यानं विचारलं, "कुणाची वाट पाहत होतास?"

"तुमचीच! तुम्ही याच बसनं याल, असा अंदाज होता. ऑर्डरचं काही समजलं काय?"

"काल संध्याकाळीच चौकशी संपलीय. एवढ्या लवकर कसं समजणार?"

"तुम्ही यात हात घातलाय, म्हणजे अप्पाजप्पाला जुलाब सुरू झाल्यासारखीच गत!" म्हणत उस्मानीनं दात विचकले. तेवढ्यात बस पुन्हा निघाली. त्यानं सलाम केला. सरकारी वनविभाग संपल्यावर आठवलं, या उस्मानीमुळेच खरंतर तिची ओळख झाली होती.

एका दुपारच्या उन्हात याच ठिकाणी एका छोट्या घरात सायकलवरून... होय, सायकलवरूनच गेलो होतो. प्रचंड ऊन होतं. घरातून येणारा मसाल्याचा उग्र वास तिथल्या निलगिरीच्या झाडांवर तरळत होता. मला घराच्या ओसरीत एक खुर्ची ठेवून त्यावर बसवल्यावर त्यानं विचारलं होतं, "कोंबडीचं सार करतोय... गरम-गरम सार-भात खाणार काय?"

"तुमच्या जातीत लवंग-दालचिनी जास्त घालता रे! नको मला! प्यायला तेवढं पाणी दे."

"त्या बाईच्या हाताची चव आणखी कुठल्या स्वयंपाकाला येईल?" म्हणताना

त्यानं हलकेच डोळा मारला.

अशा हलक्या लोकांशी सलगीनं वागू नये, याचं भान असल्यामुळे मंजय्यानं तिकडे काणाडोळा केला. उस्मानी आतून पितळेचा तांब्या-भांडं घेऊन आला. पाणी पिऊन घाम पुसत असताना त्यानं विचारलं, "चनरायपट्टणहून आलात काय? फारच ऊन हाय!"

"हं.." थोड्या वेळानं काहीतरी आठवून विचारलं, "काय म्हणत होतास मघाशी?"

"कुठं काय?"

"काहीतरी हाताची चव म्हणत होतास! कुणाच्या हाताची चव?"

त्याला धैर्य वाटलं असावं. म्हणाला, "जेवणाऱ्यालाच खरी चव कळणार! आमच्यासारख्या फक्त ऐकणाऱ्याला काय समजतंय त्यातलं?"

"काय ऐकायलंयस, ते तर सांग! मग चवीचं बघू या!"

"हे तर हकीमसाबानं टांगेवाल्याकडे दवा विचारावं, तसं झाल की...!" आता त्याच्या आवाजात खोडकरपणा होता.

"अरे, खरंच मला काही माहीत नाही! आता तू मुकाट्यानं सांगणारेयस की नाही?"

आत स्वयंपाक करणाऱ्या बायकोला ऐकू येऊ नये म्हणून तो हलक्या आवाजात म्हणाला, "बाईच्या चेहऱ्यावरून तिची जात लक्षात घेऊन जाळं टाकणारे तुम्ही! तुम्हाला मी काय सांगणार?"

"तू सांग तर खरं! आपल्याच भागात हात मारू नये म्हणून मी गप्प होतो. या इलाख्यात तू सगळ्यात जुना आहेस. तुला ठाऊक असेल. बोल तू.."

"अप्पाजप्पांना दोन मुलं आहेत, तुमालाबी ठाऊक हाय! दोन्ही मुलांचे डोळे बघा! अगदी आईसारखे चमकदार आहेत! पोरं हुशार आहेत आईसारखी. पण कुणीही बापासारखं नाही बघा!... पुढं काय बोलणार? तुमीच समजून घ्या!..." म्हणत त्यानं डोळे मिचकावले.

मीही पाहिलं होतं; पण हे माझ्या कसं लक्षात आलं नव्हतं! पण हे ऐकल्यावर मात्र त्याची पुष्टी करणारं बरंच काही आठवू लागलं. तरीही म्हणालो, "काहीतरी काय बोलतोस रे? एवढ्यावरून असलं काहीतरी कसं म्हणता येईल? मुलं त्यांच्या आजोबा किंवा मामा-काका किंवा इतर नातेवाइकांसारखी असू शकतात की!"

"मी कशाला उगाच बोलू, धनी? डिपार्टमेंटमध्ये सगळे बोलतात. अप्पाजप्पाची अक्कल सगळ्यांना ठाऊक आहे! तरीबी याला कशी प्रमोशनं मिळत्यात? वरच्या सायबांची मेहरबानी! दुसरं काय! प्रमोशन मिळतंय आन पोरं बी!... नाहीतर कुठला

नवरा बायकोच्या शब्दात असतोय?''

"तुला कुणी सांगितलंय हे?"

"हिकडं यायच्या आधी ते कुणिगलला होते. माजा मेहुणा तिकडं वॉचमन होता. तो सांगायचा, कॉन्झरवेटर साहेब आधी घरीच यायचे म्हणे!''

माझ्याशी जवळीक साधण्यासाठी हा एवढं सगळं बोललाय, हे माझ्याही लक्षात आलं होतंच. पण मी त्या घरी मांसाहार करतो, ही गोष्ट याच्या कानांवर कशी आली असेल? तिनंच तर सांगितलं नसेल ना? बोलण्या-चालण्यात ती जो स्वाभिमान दाखवते, जी आढ्यता दाखवते ती पाहिली तर या असल्या फाटक्या माणसाशी असलं काही बोलणं शक्य नाही, हेही समजत होतं. मग अप्पाजप्पा? तेही शक्य वाटत नाही. कर्णोपकर्णी ही बातमी... कशी का समजेना; मी काही घाबरत नाही म्हणा! हा तसा माझा माणूस आहे. मी याला वरकमाई करू दिली नाही, तर याला केवळ वॉचमनच्या पगारात सडत पडावं लागतं. काही का असेना, हा किती का जवळचा असेना; याची पाळंमुळं कुठंपर्यंत पोचलीत ते समजून घेणं आवश्यक आहे.

हे कानांवर आल्यामुळे मात्र दुसरीकडे छातीवरचं ओझं कमी झाल्यासारखं वाटलं. का? कारण या आधी कधीच संसाराचं बंधन पाळत राहणाऱ्या गरतीला हात लावला नव्हता. पण ती अनुभवी असेल तर मात्र सहजासहजी हाताला लागू शकते, असाच ना याचा अर्थ? अप्पाजप्पा इथं आल्यानंतर तिचा परिचय झाला त्याला सहा महिने झाले होते. तेव्हापासून माझ्या मनात चाललेली तळमळ आता कुठं थांबली होती. असं का व्हावं? ती हाती लागणार या गॅरंटीमुळे? की तीही गरती नाही, माझ्याचसारखी आहे, या विचारामुळे?

बसमध्ये बसलेला मंजय्या आताही यावर विचार करू लागला. उत्तर सुचलं नाही. पण आठवण मागं-मागं गेली.

एवढी माहिती मिळताच पुढं काय करायचं, याविषयीचा विचार पक्का झाला. ती रंगानं काळी असेलही. पण रूप काही फक्त रंगावर अवलंबून नसतं. शरीरबांधाही काही फार मोठा रेखीव नसेल. पण तेवढंच काही महत्त्वाचं नसतं! आजवर जितक्यांचा उपभोग घेतलाय, त्यांच्यापेक्षा हिच्यात काहीतरी जास्तीचं आहे असंच सतत वाटत राहिलं. हाती लागली तरी वाहवा, नाही तरी वाहवा; अशा प्रकारची फुटकळ भावना हिच्या संदर्भात अशक्य वाटली. काहीतरी करून हिला प्राप्त केलीच पाहिजे, उस्मानी सांगतोय ते खरं दिसत होतं. नामर्द नवरा, वरच्या अधिकाऱ्यांशी हिचे लागेबांधे! या तालुक्याच्या फॉरेस्ट डिपार्टमेंटचा माझ्याहून

दुसरा कोण आहे अधिकारी? असिस्टंट कॉन्झरवेंटर काही पास मिळवून देत नाही! त्याचबरोबर दहा वर्षांचा मुलगा आणि पाच वर्षांच्या मुलीचं रूप आठवलं. आरशात स्वत:चं रूप बघताना त्याला वाटलं, अशा रूपाचं एखादं मूल असावं असं नाही का तिला वाटणार? तशी आशा नसती, तर ती इतकी कशाला नटली असती?

मंजय्या-लेका! मूर्ख आहेस तू! सहा महिने फुकट घालवलेस की रे! स्वत:लाच किती दूषणं दिली तेव्हा!

त्या दिवशी अप्पाजप्पा सकाळीच कामासाठी घराबाहेर पडणार असल्याचं ठाऊक होतं. त्यामुळे सकाळी स्वच्छ क्षौर करून नाश्ता केला आणि सायकल धरून चनरायपट्टणच्या दिशेनं निघालो. फुलांचा गजरा आणि फळं बांधून घेतली. तसाच हॉटेलला गेलो आणि म्हैसूर सॅन्डल सोपनं चेहरा स्वच्छ धुतला. केस विंचरले, फॉरेस्ट खात्याचा खाकी कोट अंगावर चढवला आणि तिच्या घरी गेलो. मुलं शाळेला गेलेली असतील, हे ठाऊक होतं.

तिनं हसतमुखानं स्वागत केलं, "किती दिवसांत नाही आलात तुम्ही!" फक्त पाच-सहा दिवस झाले होते तरीही! खुर्चीवर बसलो आणि टीपॉयवर फुलं-फळं ठेवली. ते सगळं पाहून ती म्हणाली, "प्रत्येक वेळी येताना एवढं सगळं आणलंच पाहिजे काय? मला राग येतो हं असं केलंत तर!"

"तसं नाही! तुम्हाला मी फुलांव्यतिरिक्त आणखी काय आणून देणार? फुलं पाहिली की तुमचीच आठवण येते!" म्हणत मी मंद स्मित केलं. हे बोलायला सुचल्याबद्दल मनोमन स्वत:ची पाठ थोपटली! तिची नजर दाराकडे होती.

"हे काय? सायकल उन्हात उभी केलीत? असं तुम्ही कधीच करत नाही! आज मन थाऱ्यावर दिसत नाही!" ती म्हणाली. मला कळेना. काय याचा अर्थ? मला तुझं इंगित समजलं, असं? की मी तुझ्यापेक्षा शहाणी आहे, माझ्यापुढे तुझा डाव चालणार नाही, असा याचा अर्थ? मी तर पार गोंधळून गेलो होतो. तीच म्हणाली, "सव्वीस इंची मोठ्ठाली सायकल सावलीत आणून ठेवायला मला तर अजिबात जमणार नाही!"

याचा अर्थ ती सूचकपणे काहीतरी सुचवतेय, आपलं काम होणार हे नक्की! उत्साहानं मी उठलो आणि सायकल दाराआड ठेवून पुन्हा खुर्चीवर बसलो. विचारलं, "केव्हा येणार आहेत? संध्याकाळी की उद्या?"

"काम झालं तर संध्याकाळी परततील, नाहीतर उद्या."

तिच्या उत्तरातून काहीच अर्थ स्पष्ट होत नव्हता. मी विचारलं, "मुलंही संध्याकाळीच येणार ना?"

या माझ्या प्रश्नावर मात्र ती वळली आणि माझ्या नजरेत स्पष्टपणे नजर मिसळून म्हणाली, "आताच गावाहून येताय ना? भरल्या वांग्याची भाजी केलीय.

गरम भाकरी करून आणते. बसा तुम्ही!'' माझ्यासमोर त्या दिवशीचं वर्तमानपत्र ठेवून ती स्वयंपाकघरात निघून गेली.

काय या सगळ्याचा अर्थ? काय म्हणायचंय हिला? 'जेवायला वाढते-जेवून निघून जायचं..' असं तर ही सुचवत नाही ना? उकाड्यानं जीव घुसमटल्यासारखा झाला. उस्मानीनं उगाच खोटं सांगितलं असेल काय? खोटं असो वा खरं! हे एक कॉन्ट्रॅक्ट गेलं तरी काही फार मोठं बिघडणार नाही!

असा विचार करून तो उठला आणि कोट उतरवून ठेवून पुढचा दरवाजा लावला आणि स्वयंपाकघरात गेला. ती लहान भांड्यात तांदळाची पिठी कालवत होती. तिच्या पुढ्यात उभा राहून तो म्हणाला, ''दिलेली फुलं का माळली नाहीत?''

तिनं एकदा मान वर करून पाहिलं आणि पुन्हा कामात गढून गेली. हे खरं होतं की तसं ती दाखवत होती, हे समजलं नाही. मीच पुढं म्हणालो, ''मीच माळायला म्हणून आलोय. तुम्ही नको म्हणत असाल तर नको!''

ती काही बोलली नाही. काय समजायचं? आत सगळीकडे मंद काळोख होता. भोवताली पाहिलं. तिनं फुलं कुठं ठेवली होती, ते दिसलं नाही. वासाच्या अनुरोधानं काही समजलं नाही. पुढं काय करावं, ते समजलं नाही. हातापायांना सूक्ष्म कंप सुटला होता. बोलायला लागलं तर आवाजालाही कंप सुटेल, असं जाणवत होतं. असा अनुभव आणि अशी भीती गेल्या तीस वर्षांत कधीच वाटली नव्हती. कुठल्याही बाईची फिकीर न करता पुढं होऊन इच्छापूर्ती करून घेणाऱ्या माझ्यासारख्याची अशी गत व्हावी? तिनं हात धुवून स्टोव्ह पेटवला, तेव्हा भोवताली थोडा उजेड पसरला. वातावरणात रॉकेलचा वास पसरला. धूरही साठला. ती पेटलेल्या स्टोव्हसमोर बसून राहिली. मला काहीच समजलं नाही. आता काय करायचं? पुन्हा बाहेर जाऊन खुर्चीवर बसून राहायचं काय? पण हार मानून माघारी फिरायची लाज वाटत होती. मनात आलं, आतून कितीही इच्छा असली तरी बाई स्वत:होऊन कसा पुढाकार घेईल? या विचारानं थोडं धैर्य वाढलं.

पुढं होऊन तिला कवेत कवटाळून जवळ घेत असताना तिनं शांतपणे आपला उजवा हात सोडवून घेतला आणि माझ्या डाव्या गालावर फाड्कन मुस्कटात मारली! किती जोरात!

ती चट्कन तिथून बाहेर आली आणि बाहेरचा दरवाजा उघडला. ही आरडाओरडा करून शेजाऱ्यापाजाऱ्यांना बोलावेल म्हणून मीही तिच्या पाठोपाठ गेलो. माझ्याकडे वळून ती मंद हसली. म्हणाली, ''खुर्चीवर बसून घ्या. भाकरी निवून जाईल. गरमगरम खाऊन घ्या..'' म्हणत ती खांबापाशी उभी राहिली.

माझ्या जिवात जीव आला! ती आरडाओरडा करणार नाही, याची खात्री वाटली. नंतर मनात आलं, ओरडून तरी काय करणार आहे ही? पोलीस-कंप्लेंट?

छिनाल! तिनं तसं केलं तर मीही सांगेन, 'हिनंच बोलावलं होतं!' मग काय करेल? या विचारानं धैर्य वाढलं. गाल अजूनही चुरचुरत होता. ती अजूनही खांबापाशीच उभी होती. पण एवढा मार खाऊन मी का गप्प बसलो? एकदा संपवलं असतं तर पुढे कुत्रीसारखं माझं सगळं ऐकून मुकाट राहिली असती!

मान खाली घालून बसून राहिलो. ती स्वयंपाकघरात गेली. उठून सायकल घेऊन निघून जायची इच्छा होत होती. कितीतरी वेळा असं करावं लागलं होतं ना! अशा प्रसंगी तिथून निघून गेलं की मानी बाई पुढचा अपमान टाळून गप्प बसते. नंतर समोरासमोर यायचा प्रसंग आला तरी काहीच घडलं नाही, अशी वागते. पण निघून जायलाही पाय तयार नव्हते आणि मनही तयार नव्हतं.

ताटलीत गरमगरम भाकरी आणि शेंगदाण्याची पूड घातलेली मसाल्याच्या वासानं घमघम दरवळणारी वांग्याची भाजी, सोबत तुपाचा गोळा घेऊन ती आली. शेजारच्या टीपॉयवर ठेवून पुन्हा आत गेली. चकचकीत पितळेच्या तांब्यात प्यायचं पाणी आणून ठेवलं. म्हणाली, "घ्या. भाकरी गरमगरम खाल्ली तरच छान लागते!" आणि पुन्हा खांबापाशी उभी राहिली.

तिच्या वागण्याबोलण्यातून तिला अजिबात राग आलेला नाही, असंच ती दाखवत होती.

गरम भाकरी खायची इच्छा मनात राहिली नव्हती. पण तिला नको म्हणायचीही भीती वाटत होती. का? का अशी भीती वाटावी? हे मात्र समजत नव्हतं. मुकाट्यानं खाली मान घालून खायला सुरुवात केली. ती आत गेली. काही म्हणायच्या आत तिनं आणखी एक भाकरी माझ्या ताटलीत वाढली. दुसरी खुर्ची जवळ घेऊन ती वेताच्या पंख्यानं वारा ढाळू लागली, तेव्हा माझं मन गोंधळून गेलं होतं. एकीकडे शरम वाटत होती, दुसरीकडे ही माझा अपमान करतेय असं वाटून रागही येऊ पाहत होता.

निम्मी भाकरी संपत असतानाच तिनं वारा ढाळतच विचारलं, "एक विचारू? न रागावता उत्तर द्याल?"

"हूं..." मी म्हटलं.

"खरंच रागावायचं नाही हं! माझी शपथ आहे!" ती हसत म्हणाली.

आता माझा आत्मविश्वास तरारला.

"त्यात काय रागावायचं? बोलणं काही कायमचं राहत नाही! कायम राहतो तो विश्वास!"

"तुम्ही बोलताय, ते सर्वसामान्य लोकांना लागू पडणारं आहे! मी आपुलकीनं विचारतेय! खरं सांगा. तुम्ही आजपर्यंत एकंदरीत किती बायकांना... कसं विचारावं ते समजेना मला! जाऊ दे बाई! किती बायका? आठवणीत तरी आहे काय?"

पुन्हा माझी मान खाली गेली.

का असं व्हावं? आणखी कुणी हेच विचारलं असतं तर तिला खूश करण्यासाठी, 'तुझ्याशिवाय आणखी कुणाचाही विचार केला नाही, केवळ तूच...इतर कुठल्याही बाईत मला कणभरही रस नाही...' असं काहीबाही सांगून तिला खूश करून टाकलं असतं! कुणी फारच आगाऊ असली असती, तर 'होय! तुझ्यासारख्या हजारजणींना संपवलंय!..' असं सांगून तिचं तोंड बंद केलं असतं! पण हिच्यासमोर यातलं काहीच सांगायचं धैर्य वाटलं नसावं?

मधात घोळलेल्या स्वरात तिनं तोच प्रश्न वेगळ्या शब्दांत पुन्हा एकदा विचारला, "क्रिकेटमध्ये सेंचरी मारायची म्हणतात ना? शंभरी ओलांडून कितीतरी वर्षं झाली असतील! खरं सांगा! एकूण किती झाल्यात?"

मी काहीच उत्तर दिलं नाही. मान खालीच राहिली. समोरच्या लोट्यात तांब्यातलं पाणी ओतत तिनं पुन्हा विचारलं, "नावं तर लक्षात नसतीलच राहिली! पण एकूण संख्यातरी लक्षात असेलच ना! शिकाऱ्यांना विचारलं, तर ते इतके वाघ, इतके चित्ते, इतके कोल्हे-लांडगे, इतकी तरसं मारली आहेत, आणखी इतके-इतके मारायचं लक्ष्य आहे; असं अभिमानानं सांगत असतात. तसं तुमचंही असेलच ना! मला नाही का सांगणार? माझी शपथ आहे तुम्हाला!"

मी काहीच बोललो नाही. भाकरी संपली, तर तिच्याकडे पाहावं लागेल म्हणून सावकाश जेवू लागलो. तिनं पुन्हा आपल्या मधाळ स्वरात आग्रह केला, "नाही का सांगणार?"

राग आला. ही कोण लागून गेलीय, म्हणून हिच्या पुढ्यात मी खाली मान घालून बसून राहायचं? माझी अशी उलटतपासणी करायचा अधिकार कुणा भडव्यानं हिला दिलाय? तिच्यावर जळजळीत नजर खिळवून विचारलं, "माझी एवढी चौकशी चालवलीयस! मला सांग, तू किती जणांबरोबर झोपलीस? तुझ्या दोन मुलांचे बाप कोण-कोण आहेत? सांग! मी कधीच शुद्ध गरतींवर नजर टाकत नाही! समजलीस?"

"हे पाहा मंजय्या! काय समजलात मला?" तीक्ष्ण नजर माझ्या नजरेत खुपसत तिनं तेवढ्याच तीक्ष्ण स्वरात विचारलं, "एखाद्या स्त्रीला हा प्रश्न विचारण्याइतक्या हीन संस्कृतीचे तुम्ही असाल याची मला कल्पना नव्हती!"

मी तिच्या गालावर फाडकन प्रहार केला. माझ्यावर प्रहार करणाऱ्या या छिनालला कसली दया-माया दाखवायची?

या आठवणीसरशी बसमध्ये प्रवास करणारा मंजय्या खूश झाला.

त्या प्रहारासरशी ती खुर्चीवरून कोलमडली. मला भीती वाटली. मार जिव्हारी लागून मेलीबिली की काय! तांब्यातलं पाणी शिंपडून पंख्यानं तिला वारा घालू लागलो. काही क्षणांत ती शुद्धीवर आली. शुद्धीवर आल्या-आल्या ती आवेगानं उठून बसली, इकडंतिकडं बघू लागली. या मंजय्याला बायकांचा हा नाटकीपणा ठाऊक आहे, तेवढा आणखी कुणाला ठाऊक असणार?

"काहीतरी म्हणणार होते... अर्थाचा अनर्थ झालेला दिसतोय!..."

"जे समजायचं, तेच समजलंय मला! छिनाल... रांड..." म्हणत दारामागं लावलेली सायकल काढून घेऊन निघत असतानाच ती म्हणाली, "नीट समजलं असतं, तर असे वागला नसता! स्पष्टच सांगते... आज तुम्ही इथंच थांबा!..."

"सगळं समजतंय मला! तुझ्यासारख्या शंभर छिनाल रांडांना ओळखतो मी!..." म्हणत सायकलवर चढून मी तिथून बाहेर पडलो.

बस शांतीग्रामपाशी आली होती. काहीजण चढले, काही उतरले. पुन्हा बस चालू लागली. उद्विग्न होऊन मंजय्यानं घड्याळ पाहिलं. काहीतरी करून कालच्या चौकशीचा रिपोर्ट जाणून घेतला पाहिजे. नंजेगौडा असल्या सगळ्या गोष्टी स्टीफनबरोबर बोलून समजून घेतात. विचारलं तर खूप तपशील समजला नाही तरी थोडक्यात काहीतरी नक्की समजेल. त्यानं घड्याळ पाहिलं.

फक्त एवढंच घडलं असतं, तर मी कंप्लेंट करायला गेलो नसतो. एवढी सगळी वरकड कमाई करून दिली. त्याबद्दल तरी कृतज्ञता नको का बाळगायला? हा मंजय्या घेतलेले उपकार कधीच विसरत नाही!...

बस निघाली. बघता बघता बसनं वेग घेतला.

प्रसंग कसा होता! बचाव झाला नसता तर जन्मठेप किंवा फासच ठरलेला होता! मध्यरात्रीही चनरायपट्टणमध्ये फिरणं धोक्याचं झालं होतं. सगळे पोलीस मला ओळखत होते! कुठंही भेटलो असतो तर नक्कीच आत टाकलं असतं! अशा परिस्थितीत एवढा धोका पत्करून मध्यरात्री तिच्या घराचा दरवाजा ठोठावला. तोही शेजारी कुणाला समजू नये असा. तिनं आतून 'कोण?' म्हणून विचारलं. मीही हलकेच उत्तर दिलं, 'मंजय्या!' शेजारी जागे होऊन त्यांनी पोलिसांना कळवलं असतं, तर या बिळीकेरे मंजय्यानं नारळचोर कंचीला ठार मारल्याची बातमी तालुकाभर पसरली असती ना! ही बातमी बेंगळूरच्या पेपरात आली असती, तर सगळ्या कर्नाटकालाच समजली असती!

नाव सांगताच तिनं लगेच दरवाजा उघडला. तिचा नवरा गाढ झोपी गेला होता. जरी तो जागा असता तरी तिला न विचारता त्यानं काहीच केलं नसतं! मी

सांगितलं, "दिवा बंद करून दरवाजा लावून घ्या! पोलीस माझ्या मागावर आहेत, तुम्हालाही ठाऊक असेलच हे!"

तिनं लगेच दिवा बंद केला, दार लावलं आणि मला घेऊन स्वयंपाकघरात गेली. देवापुढच्या मंद होत चाललेल्या दिव्यात थोडं तेल घातलं. इथंच मी तिला जवळ घ्यायचा प्रयत्न केला होता आणि तिनं मला थोबाडीत मारलं होतं. तिनं हलकेच विचारलं, "यांना उठवू काय?"

मी सरळच बोलायला सुरुवात केली, "हे पाहा, त्या दिवशी माझ्याकडून थोडी घाई झाली असेल! तुम्ही मला मारलंत, ते योग्यच केलंत! मीही तुमच्यावर हात उगारला! त्याची क्षमा मागायला आलोय! तुम्ही मला क्षमा केलीय ना?"

तिनं माझा हात हातात घेत म्हटलं, "तुम्ही अशी क्षमा मागू नका!" हे म्हणताना तिनं माझा हात हातात घेऊन दाबला. तिच्या या क्रियेनं माझ्या मनातला विश्वास वाढला.

"माझ्यावर मर्डर-केस असल्याचं तुम्हालाही ठाऊक असेल! वेळ नाही सगळं सांगत बसायला. जे घडलं, ते अचानक घडलंय. पोलिसांना त्या चोराच्या बायकोनं दहा हजार रुपयांची लाच दिलीय! काहीतरी करून मला फासावर लटकवायचा तिचा मानस आहे! तिच्या मळ्यातल्या चंदनाच्या झाडाविषयी गोंधळ करून मी अप्पाजप्पांना फी मिळवून दिली होती ना! त्याचा राग आहे तिच्या मनात! ज्या दिवशी ही घटना घडली, त्या दिवशी अप्पाजप्पा कुठल्यातरी लांबच्या गावाला गेले होते, मीही त्यांच्याबरोबर होतो, अशी साक्ष दिली तर मी सुटेन! रेंज-ऑफिसरच्या लेवलच्या सरकारी अधिकाऱ्यानं साक्ष दिली, तर कोर्टही मान्य करेल. यासाठी अप्पाजप्पा तयार होतील काय?"

तिनं माझ्याकडे पाहिलं. देवासमोरच्या दिव्याच्या मंद प्रकाशातही तिचे डोळे नवे सेल घातलेल्या टॉर्चसारखे चमकत होते. तिनं विचारलं, "हे कसं शक्य आहे? केवळ साक्ष देऊन कसं चालेल? त्यासाठी रेकॉर्ड-डायरी वगैरे नको काय? शिवाय तिथं रात्री मुक्काम केल्याची तिथल्या नागरिकांची साक्ष पाहिजे!"

"ते सगळं सहज तयार करता येईल!"

तिनं पुन्हा तिच्या हातातला माझा हात दाबला. थोडा वेळ शांत होती. मी तिच्या वागण्याचा अर्थ लावायचा मनातल्या मनात प्रयत्न करत होतो. घाई करत म्हटलं, "लवकर! मला घाई आहे..."

थोड्या वेळानं ती म्हणाली, "हे पाहा, कितीही पुरावे तयार केले तरी कोर्टात अप्पाजप्पांची उलटतपासणी होणारच. तुम्हालाही ठाऊक आहे, तिथं हे एक मिनिटभरही टिकाव धरू शकणार नाहीत! तुमचा महत्त्वाचा आधार असलेली ही साक्ष खोटी ठरली तर तुमची काय गत? सरकारी अधिकारी असून खोटी साक्ष

दिल्याबद्दल यांची नोकरी गेली तर आमची काय गत?''

''सरोजा! तुला आणि तुझ्या मुलांना मी वाऱ्यावर सोडणार नाही! देवासमोर उभा राहून सांगतोय मी! विश्वास ठेव!''

प्रत्यक्ष देवासमोर उभं राहून सांगितलं, तरी तिनं विश्वास ठेवला नाही! वर छिनाल म्हणते कशी, ''अशा परिस्थितीत तुम्ही सांगताय, ते बरोबर नाही! किती केलं तरी अशा दबावाखाली असताना कुणीच कुणाला वचन देऊ नये! आणि या सगळ्यात अप्पाजप्पांनाही त्रास होता कामा नये ना! तुमचा बचाव करण्यासारख्या सफाईनं साक्ष देण्याइतकी त्यांची कुवत नाही! तुमच्या हिताचंच सांगतेय, तुम्ही दुसरा कुठला तरी मार्ग शोधा!'' माझा हात दाबत ती म्हणाली.

एवढ्या संकटाची पर्वा न करता आलो होतो, त्यावर हिचं हे बोलणं! निराश नाही होणार तर काय? ती मात्र म्हणाली, ''यशस्वी होऊन या! नंतर बोलू या. तुम्ही विजयी व्हावं, म्हणून मी देवाला नवस बोलेन! निघा तुम्ही! थांबा! बाहेर कुणी नाही ना, याची खात्री करून घेते..'' मी तिथं फार वेळ थांबू नये म्हणून तिनं मला जवळजवळ घराबाहेर काढलंच! छिनाल... बाजारबसवी... नटवी!.. फसवेगिरी करणारी चांडाळीण... ही माझ्यासाठी देवाला नवस बोलणार! माझ्यासाठी काहीही त्रास सहन करणार! वर हिच्या नवऱ्याला काहीही त्रास होता कामा नये! वा रे वा! बघतोच मी, ही तिच्या त्या मूर्ख नवऱ्याची नोकरी कशी वाचवते ते! तेव्हा येईलच पाया पडायला! तेव्हा सांगेन तिला, तुझा नाटकीपणा माझ्यापुढे चालणार नाही...

त्याला या विचारानं हसू फुटलं.

हासनच्या कोर्ट-कम्पाउंडातल्या झाडाखाली बोचिहळ्ळीचा निंगप्पा चारमिनार सिगारेट ओढत, नाकातून धूर सोडत तगडूरुच्या ताळेगौडाला सांगत होता, ''दीडशे रुपये असे-तसे सोडून देणं, ही काय फार मोठी गोष्ट आहे? त्याच्यापेक्षा मान मोठा आहे! खऱ्या बापाच्या माझ्यासारख्या मुलानं दंड भरायचा म्हणजे काय! मग जगायचं की मरायचं?''

तगडूरु ताळेगौडा आणि बोचिहळ्ळी निंगप्पा एकाच वयाचे असले तरी ताळेगौडाला शहरातला वावर आणि कोर्टकचेरी या दोन्ही गोष्टी अजून नव्या होत्या. त्यामुळे अजून त्याला सिगारेटची चटक लागली नव्हती. त्याची कुवत गणेशबिडीचीच होती. निंगप्पानं जबरदस्तीनं दिलेली सिगारेट निंगप्पानंच पेटवली. तिचा झुरका मारल्यावरही ताळेगौडाला सिगारेटमध्ये गणेशबिडीहून काही खास असल्याचं जाणवलं नाही.

निंगप्पा कोर्टाची पायरी का चढलाय, हे ताळेगौडालाही ठाऊक होतं. सगळा मामला चंदनाच्या इलाख्याशी संबंधित होता. पण त्याचा तपशील समजला

नव्हता. चार जणांच्या केसेस समजून घेतल्या तर आपलं कोर्टाच्या बाबतीतलं व्यवहारज्ञान वाढतं, हे त्याला ठाऊक होतं. त्यामुळे त्यानं विषय काढला,

"तू एवढा हुशार! सगळ्या पंचक्रोशीत तुझ्याइतका हुशार कुणी नाही! अशा वेळी, अण्णा!... तुझ्यावरच कशी केस झाली?"

"सांगायला बसलो तर ती एक रामायणाएवढी मोठी गोष्ट होईल!" म्हणत निंगप्पानं हातातलं घड्याळ पाहिलं. कोर्टकचेरीसारख्या बाबीत गुंतायचं असेल तर हातात घड्याळ बांधणं आणि त्यानुसार चालणं अत्यावश्यक असल्यामुळे तीन महिन्यांपूर्वी त्यानं ते घड्याळ विकत घेतलं होतं. लगेच समजलं नाही तरी घड्याळाचे काटे कुठल्या-कुठल्या आकड्यांवर आहेत, हे निरखून पाहिल्यावर हिशेब करून 'इतके तास... इतकी मिनिटं...' हे तो अनुभवानंच शिकला होता.

तसे अजून नऊच वाजले होते. कोर्ट सुरू व्हायला आणखी दीड तास होता. त्याचे वकील जयदेवेगौडांनी त्याला कोर्टापाशी उभे राहा, येतोच, असं सांगितल्यामुळे निंगप्पा तिथं आला होता. त्याला अजून दीड तास वेळ काढायचा होता. त्यामुळे तो आपले अनुभव, सुख-दुःख, साहस यांच्या कथा सांगू लागला.

"सुरुवातीपासूनच सांगतो, ऐक. एक दिवस काय झालं ठाऊक आहे...वर्ष झालं असेल. सकाळचे नऊ वाजले होते. घरात न्याहारीसाठी भाकर खात बसलो होतो. गावातला एक मुलगा धावत येऊन सांगायला लागला, फॉरेस्ट ऑफिसर आलेत, बोलावत्यात, वडाच्या पारावर बसल्यात. कोन हा ऑफिसर? म्हटलं, आला तर येऊ दे! म्हणत मी तब्येतीत भाकर संपवली आन पारावर जाऊन बघितलं तर काय! तिथं कुठला ऑफिसर आन काय! आपला बिळीकेरे मंजय्या बसला होता! खाकी कोट घालून! मंजय्या ठाऊक हाय न्हवं?"

"त्यांना कोन नाय वळखत? राजेगौडा सुदिक मत मागायला आल्ते त्यांच्यापाशी!"

"त्याच्याशी बोलताना विचारलं, कोन ह्यो ऑफिसर? तर तो म्हन्ला, मोठ्या गावात चंदनाच्या ऑफिसरच्या मुलीचं लगीन हाय, शंबर खोबऱ्यांच्या वाट्या पायजे. मी म्हटलं, तिपटूरच्या रेटनं दीडशे रुपये होतात, तेवढे पैशे मिळाले तर दीन की! अगदी तेवढं जमणार नसेल तर शंबर द्या. देतो. काय! बरोबर हाय की नाही? तर म्हणाला, तसं असेल तर ते दुकानातूनबी घेतील की! मी म्हनलं, मग घेऊ दे की! मी कुटं माज्याच घरच्या खोबऱ्यानं लेकीचं लगीन लावा म्हनतोय? येवढं झाल्यावर मात्र मंजय्या कायबी बोलला नाही! तिथंच एक कुत्रं होतं. तिकडं थुंकून मी म्हटलं, थू! गू खाऊन पोट भरतंय हलकट... आन घराकडे परतलो. बरोबर केलं की चूक? तूच सांग ताळप्पा!"

"नाय तं काय! गरिबांचं गू खायला येतात हे मतं मागायला येनारे!"

"ते नाय... दुसरीच कथा हाय... सांगतोय ऐक! गू खानारा रांडलेक वेगळाच

हाय! तेव्हाबी भर दुपारचीच वेळ. मी भाकर मोडायला म्हनून बसलो होतो. घराफुडं जंगलखात्याची फौज येऊन उभी ऱ्हायली. त्यातनं वॉचमन, गार्ड, कंत्राटदार मंजय्या... सगळे खाकी ड्रेसमध्ये. सगळ्यांकडे सायकल. मंजय्याला बगितलं आन वाटलं, वसुलीसाठी धमकी द्यायला आलेलं दिसतंय. तवाच ठरविलं, एक दमडीबी नाय द्यायची! संकेनहळ्ळीच्या फॉरेस्टात एक उस्मानी नावाचा हाय. बगितलंस काय तू?'

"व्हय. आल्ता आमच्या बी गावाला..."

"तो बोलायला लागला... कोर्टाचा आमीन बोलतो तसा! मला विचारलं, पुट्टय्याचा मुलगा निंगप्पा तुमीच काय? म्हनलं, होय. काय काम हाय? तर म्हनाला, सॅन्डलवूडची फांदी तोडून गवताच्या खोलीत टाकलीय, अशी तक्रार आलीय! चेक करायला आलोय. मी इचारलं, कुटल्या झाडाचं तोडलंय म्हनता? खोटा आळ आनला तर राग नाय का यायचा? म्हनला, त्याचीच चौकशी करायला आलोय न्हवं का! कुटाय तुमची गवताची खोली? तिथं चंदनाचं लाकूड नाही, हे मला ठाऊक होतंच. म्हनलं, चला. तिकडंच हात धुवायला घेतलेला तांब्या उंबऱ्यावर ठेवला आन चावी घेऊन निगालो. घरापासून थोड्या अंतरावर गवताची खोपी. भोवताली नीट कुंपण, फाटक... मध्ये गवताची खोपी. कुलूप काढलं, त्या पाचही जणांना म्हटलं, बघून घ्या. मी कशाला आत जाऊ? बाहेरच उभा राहिलो. मंजय्या म्हनाला, पंचनामा करायला गावचे पटेलबी पायजेत. त्यानंच एका पोराला पिटाळलं. पटेल आले. सगळे खोपीत शिरले. इकडंतिकडं पाहिलं. मागं-फुडं पाहिलं. पुन्हा एकदा हातातला कागद पाहिला. पुन्हा एका गंजीकडे गेले आन मांडीच्या जाडीचा दोन हात लांब लाकडाचा तुकडा ओढून बाहेर काढला! मंजय्यानं लगेच तो तुकडा पटेलांच्या हातात दिला आन म्हनाला, कसलं लाकूड हे? वास बघा! आदी तो बिचारा गप्पच होता. पण मंजय्या सोडतोय होय! मग काय! आमच्या जातीतल्या, आमच्याच गणगोतातल्या, आमच्याच नात्यातल्या पटेलानं वास घेतला आन नंदीबैलासारखी मान हलवली न्हवं का!"

"मंग?"

"मंजय्यानं तेच लाकूड माज्या नाकापाशी धरलं. जी लिखापढी करायची, ती मंजय्यानंच केली. आमच्या या पटेलांनी त्यावर अंगठा लावला. एका गावचं, एका जातीचं आमी! पन आसा वागला पटेल! नंतर आनखी एक आफिसर प्रभुस्वामी मळ्याकडं जाऊ या म्हणाला. सगळे निगालो. आता हा शंबर नारळ काढून घेऊन जानार, हे तर दिसतच होतं! मी बी म्हन्लं, शंबर का, दीडशे गेले तरी जाऊ दे! हाच इचार करत त्यांच्या मागून गेलो. मीच फुडं होऊन मळ्याचा रस्ता दाखविला. बाहेरचं फाटकही काढलं. प्रभुस्वामी आणखी एकदा अर्ज वाचून बघत एका

दिशेला हात करत तिकडं निघाला. उगवतीच्या कुंपणापासून सहा हात अलीकडे मोठं चंदनाचं झाड हाय, त्याच्या टोकाकडचा भाग कापल्याची खूण दिसत होती. गवताच्या खोलीत सापडलेला तुकडा याच जागेचा आहे, असं दाखवून देण्यासारखंच सगळं होतं! दोन्हीचा रंग, तुकडा पडलेल्या जागेची पाहणी करून त्यानं बाकीच्यानाबी बगायला सांगितलं आन पुन्हा कागदावर लिहायला सुरुवात केली. या नंदीबैलानंबी त्यावर सही केली आन काय! नंतर सगळे सायकलवरून निगून गेले...''

निंगप्पानं एकदा हातातल्या सिगारेटचा खोलवर झुरका घेतला आणि ताळेगौडाकडे पाहिलं.

सगळं ऐकत असलेला ताळेगौडा उद्‌गारला, ''हा सगळा त्या नटद्रष्ट मंजय्याचाच उपद्‌व्याप!''

''त्या दिवशी सकाळी मी माज्या मेहुण्याला, तुमाला ठाऊक हाय, बोगशीकेरे केंपेगौडा, बिळीकेरेला सांगून पाठवलं, मी हजार रुपये द्यायला तयार हाय, केस करू नका! खोबरं देनार नाय म्हन्लं ते चुकलंच! तर तो म्हनाला, केस थांबवायचं माज्या हातात नाही! मग मी तरी काय करनार? तहशिलदाराच्या कोर्टात केस लागली. समन्स... माज्या चनरायपट्टणच्या फेऱ्या... मी कुत्र्यासारकं वाट बघत बसनार... संध्याकाळी पुकारा होनार... फुडची तारीख! कितीतरी दिवस असंच चाललं. शेवटी तो तहशिलदार, तोबी जातीतलाच...''

''पन मला सांगा, तोच लाकडाचा तुकडा तुमच्या कुलूप लावलेल्या गवताच्या खोलीत गेलाच कसा?''

''तो बी असंच म्हणत माज्याकडून पन्नास रुपये दंड घेऊन गेला.''

''ठाऊक हाय... तो तहशिलदार काय लायकीचा हाय ते!''

''मी बी मर्दाचा बच्चा हाय! असं कसं सोडेन? हासनच्या कोर्टात अपील केलं. जयदेवेगौडांसारखा बडा वकील दिलाय!''

''मळलि वेंकटरायांना द्यायचं. वकील नव्हे! रुस्तुम हाय रुस्तुम!'' दाळेगौडाला आता कुठं सिगारेटची चव पोचली होती.

'हाबी मळलि वेंकटरामय्यांचाच ज्युनियर हाय! केस उभी राहिली की तेच येणार हायेत! हा आदीचं सगळं बगून घेतोय. आता आमच्या गावात दोन पाट्यां! एक पटेलांची आन दुसरी माजी! पटेल माझा शत्रू झालाय. एकदा मारामारीबी झाली. पटेलचं दाताडबी मोडलं! तीबी एक पोलीस केस हायच म्हणा! त्या दिवशी तर मी गावातच नव्हतो. ते जाऊ दे.''

''पण आमच्याकडे तवा येऊन तू अप्पाजप्पा भरपूर लाच मागतोय म्हणून अर्ज करून त्यावर सही घेतली की नाय? तीच केस हाय काय ही?'' ताळेगौडानं पुन्हा मुख्य विषयाला आणलं, ''ते कायबी असलं तरी हा मंजय्याच हरामखोर

हाय न्हवं का?''

''मलाबी तसंच वाटत होतं! महिना झाला आसंल, राजेगौडा तर आपणहोऊन मला शोधत आले. अगदी साधा मानूस! आमच्या ओसरीत खाली जमिनीवर बसले! मंजय्याबी सोबत होता.''

''व्हय?''

''हं! बाहेर येऊन मंजय्याला बगितलं, तवा तोंड वाकडं झालं माजं! राजेगौडांना मी आतून एक चटई आणून दिली. त्यावर दोगंबी बसले. मंजय्याच म्हनला, निंगप्पा, मला बगितल्यावर तुजं तोंड वाकडं झालं, तेबी बरोबरच हाय म्हना! खरं काय घडलंय, ते सांगायला म्हनूनच आलोय आज! खरं-खोटं ठाऊक असलेले राजेगौडाबी समोर हायत. मला एकट्याला यायचं भय वाटतंय म्हनून समजू नगंस. तुला पटू दे नाय तर नको! मानसाचं काय हाय! देवाला घाबरायला पायजे! तू आन मी एकाच तालुक्यातले. जल्मल्यापासून एकमेकाला ओळखतोय. सरकारी आफिसरांना काय, आज हे गाव-उद्या ते गाव! माजं चुकलं आसल, तर तसं सांग! मला तर कायबी कळंना बग! तुज्यावर चंदनाच्या लाकडाची केस मी घातली असं समजू नगंस! तसंच गावभर सांगतोस न्हवं का तू? तुजंबी काय चुकलं नाय. थोरल्या सायबांफुडं आमचं काय चालणार? सायबांची काम करायची हीच पद्धत. मी सांगूनसवरून कंत्राटदार! तुझ्या बागेत चंदनाचं झाड असल्याचं कळव म्हटलं तर कळवणार! तिथलं ताब्यात घेऊन त्यासाठी आवश्यक ती लिखापडी करायची आणि लाकूड सरकारी गोडाऊनमध्ये पाठवायचं, एवढी माझी जबाबदारी. मला सायबाचंच ऐकायला पाहिजे. तो माझं कसं ऐकेल? केस करायची ऑथॉरिटी कुणाची? कंत्राटदाराची की ऑफिसरची? तू पण बगितलंस की! तिकडं माजी सही असते की रेंजऑफिसर अप्पाजप्पाची?''

''आता काय बोलणार यावर? हे माज्याबी लक्षातच आलं नव्हतं! मग?''

'लक्षात आलं की नाय? खोबरं दिलं नाही म्हणून माझ्याविरुद्ध केस उभी केली ही! हेच मंजय्यानं सांगितलं. म्हनाला, तुज्यासारका मीबी गाडी जुंपून तिपटूरच्या वखारीत शेकड्यानं खोबरं घालतो! मला कशाला पायजे तुज्या खोबऱ्याची भीक? मी तर म्हणेन दोगंबी बाजारात जाऊ या, तिथं कुणाची किती ताकद असेल तितकं खोबरं विकू या! हा मंजय्या खोबऱ्याची लाच मागणारा भिकारी नाय, हे ध्यानात असू दे! आसं काय-काय बोलला. आनखी म्हनाला, तू कुनाकुनाला काय काय बोललास, ते सगले माज्यापाशी येऊन म्हनाले, धनी, तुमी तर किती लोकान्ला केस जिंकून देता; मग या बोचिहळ्ळीच्या निंगप्पाचं असं कशाला केलंत? तो शिंचा अप्पाजप्पा चार दिवस राहून निगून जाईल. तुमी गावकऱ्यांना दुकवून कशाला शाप घेता? पण ऑफिसरची मर्जी राखली नाही, तर माझं कॉन्ट्रॅक्ट जाईल. जाऊ

दे गेलं तर! माजा केसबी झडणार नाही! तुझी मर्जी महत्त्वाची! म्हनून आज आलोय बग तुज्या गावाला! आसं म्हनून त्यानं मला आन राजेगौडांना सिगारेट दिली, आपणबी एक पेटवली. मंग मंजय्या सायकल घेऊन निघून गेला. मी आन राजेगौडा दोगंच राहिलो. राजेगौडा म्हनाले, निंगप्पण्णा, एक लक्षात घ्या. मंजय्यांपाशी आत एक बाहेर एक असं काही नसतं. नेहमीच न्यायासाठी झगडणारा मानूस तो! तुमाला जिंकवायचं कायबी कठीण नाय. डिपार्टमेंटमध्ये मंजय्यांना वरच्यांचा राग पदरात घ्यावा लागंल! त्यांच्या कंत्राटाला खोडा घालेल तो अप्पाजप्पा!''

"आमच्यापेक्षा हा आफिसर अप्पाजप्पा जास्तीचा झाला व्हय!''

"राजेगौडांचं डोकं काय विचारता? त्यांनी सांगितलं, जसे ऑफिसर रेकॉर्ड करतात, तसंच कोर्टवाले जजमेंट देतात. केस उभी राहील, तेव्हा मंजय्यांची साक्ष व्हायला पाहिजे; प्रभुस्वामी, गार्ड विषकंठप्पा, वॉचमन उस्मानी या सगळ्यांचीबी साक्ष व्हायला पाहिजे. यांनी सांगताना घोळ केला, तर केस पार खाली पडेल! मंजय्यांचं राहू द्या. ते तर सुरुवातीलाच सगळं कह्यात घेतील. प्रभुस्वामी, विषकंठप्पा, उस्मानी पगारी नोकर. जोवर अप्पाजप्पा ऑफिसर आहे, तोवर हे त्याच्याविरुद्ध काहीही बोलणार नाहीत. समजलं की नाही मी काय म्हणतोय ते? तो म्हणजे विषारी साप आहे! तो फार लाच मागतोय. जे नाही म्हणतात, त्यांच्या विरोधात खोटी केस उभी करून त्रास देतो, अशा अर्थाची पन्नास जणांकडून तक्रार करून कॉन्झर्वेटरकडे म्हणजे मोठ्या साहेबांकडे अर्ज दिला, तर काम होईल. अर्ज कसा लिहायचा, ते मंजय्या सांगतील. याच प्रकारे तरिकेरे, श्रवणबेळगोळ, बागूर या सगळ्या गावांमधूनबी अर्ज लिहायला पाहिजेत. हा कॉन्झर्वेटर म्हणजे आग आहे आग! तो अप्पाजप्पाला सस्पेंड करेल! कदाचित डिसमिसबी करेल! याच्या जागी दुसरा कुणी आला की तुज्याकडचं मूळचं रेकॉर्ड हाय, त्यात इकडंतिकडं थोडं कमी-जास्त केलं तर सगळं ठीक होईल, असं त्यांनीच सांगितलंय. कळलं की नाय ते अप्पाजप्पा कसलं बेणं हाय ते?''

सगळं ऐकून चकित झालेला ताळेगौडा अवाक् होऊन ऐकत राहिला.

"अर्ज कालच रवाना झालाय. काल संध्याकाळी आम्ही सगळ्यांनी चनरायपट्टणमध्ये आमची साक्ष तक्रार नोंदवलीय. आणखी चार-पाच दिवसांत त्याचं सस्पेन्शन होणार म्हणजे होणार! नवा माणूस येऊन चार्ज घेईल. तोपर्यंत टाइम काढणं एवढंच आपलं काम आहे. आज जे झालं, त्याला ॲडजेस्टमेंट मागतात. मंजय्याबी येतो म्हणाले होते. येतच असतील एवढ्यात...''

एवढं म्हणत निंगप्पानं पुन्हा घड्याळात पाहिलं. दोन्ही काटे कुठे आहेत, ते बघून मनातल्या मनात बेरीज-वजाबाकी करून वेळ निश्चित करू लागला.

आठ

कोटे नंजप्पांच्या घराच्या मागं असलेल्या छोट्या घरात सावित्री भाड्यानं राहत होती. पुढच्या मोठ्या घराला मोठं कम्पाउंड होतं. त्यात नंजप्पांचं राहतं घर होतं. नंजप्पा जेव्हा मोठे जमीनदार होते तेव्हा, म्हणजे काही वर्षांमागं, मुख्य घरात धूर होऊ नये म्हणून ही इमारत स्वयंपाकघर म्हणून बांधलेली होती. आता परिस्थिती बदलली होती. मुलींची लग्नं झाली होती, मुलं नोकरीनिमित्त परगावी राहू लागली होती. जमिनीची देखभाल न जमल्यामुळे एकेक करून जमिनीही विकल्या होत्या. त्यामुळे म्हातारा-म्हातारी पुढच्या मोठ्या घरात राहत होते. बिळीकेरे परमेश्वरय्यांच्या मुलीची गरज असल्यामुळे आणि आपल्यालाही वेळप्रसंगी सोबत व्हावी म्हणून त्यांनी ती जागा सावित्रीला भाड्यानं दिली होती. सावित्रीलाही मूलबाळ नाही हाही एक मुद्दा होताच. समोरचं मोठं गेट ओलांडून आत आल्यावर उजव्या बाजूनं वळसा घालून मागच्या बाजूला जाण्यासाठी छोटी वाट होती.

सावित्री शाळेला गेली होती. घरात झोपलेल्या सत्यप्पाच्या मनात संपूर्ण जीवनाच्या विचारानं कल्लोळ उसळला होता. जीवनाचा प्रवाह, त्यात शरीराला ग्रासलेला हा आजार, यातून बाहेर पडायचा मार्ग, या साऱ्या घटनांना असलेली मृत्यूची किनार, काही दिवसांपूर्वी मनात उसळलेला उन्माद या साऱ्यांची क्रमाक्रमानं आठवण होत होती. पुढचा मार्ग काही वेळा चमकून जाई, तर काही वेळा सर्वत्र अंधार दिसायला लागे. एकूण कुठलंच चित्र स्पष्ट दिसत नव्हतं.

आजाराच्या संदर्भातली मनातली भीती काहीशी कमी झाली होती. कारण पुरळ सुकल्यासारखे झाले होते. बाजारात असलेल्या हकीम डॉक्टरांच्या दवाखान्यात एकटाच पायी जाऊन तो इंजेक्शन आणि मलम घेऊन माघारी परतत होता. त्याला सावित्रीच्या घरी येऊन तीन दिवसच झाले होते. त्याआधी हकीम डॉक्टरांच्या

दवाखान्यातच राहायला एका खोलीची व्यवस्था केली होती. ती तिथली कायमची व्यवस्था असल्याचंही समजलं. ती खोलीही सगळ्या अर्थांनी सोयीची होती. जवळच्याच एका हॉटेलातून जेवणखाण-चहा-कॉफीचीही व्यवस्था केली जात होती. खोलीही दिवसातून दोनदा फिनाईल घालून स्वच्छ केली जात असे. तिपटूरच्या डॉक्टरसारखा हा पैशासाठी हपापलेला डॉक्टर नव्हता.

पाहिल्या-पाहिल्या त्यानं सांगितलं होतं, "तुम्हाला काही तितका भयानक आजार झालेला नाही. काळजी करू नका. बारा इंजेक्शन्स पुरेशी आहेत. औषध-मलम धरलं तरी एकून तीनशे रुपये द्या. तेवढेही नसतील तर देवानं तुम्हाला जितके दिले असतील, तेवढे द्या. कसलाही आजार असला, तरी इलाज करणं माझं कर्तव्य आहे. हा आजार कुणाकुणाला एकदा ना एकदा येतोच. एक मात्र आहे. या औषधांबरोबर तुम्ही व्यवस्थित पोटभर जेवलं पाहिजे. अंडं खाता काय? नसेल तर दूध आणि फळं भरपूर खायला पाहिजे!"

त्यांचं एकूणच बोलणं सहानुभूतीचं होतं. मी सांगितलं, "माझ्यापाशी दोन हजार आहेत." तरीही त्यांनी तीनशेहून जास्त पैसे मागितले नाहीत.

सगळं सोयीचं असलं, तरी मी सावित्रीला निरोप पाठवून इथं निघून आलो. का? सत्यप्पाचं मन त्या पाच दिवसांमधल्या आपल्या मन:स्थितीचं विश्लेषण करण्यात गढून गेलं. संपूर्ण विश्वास वाटावा असे डॉक्टर, काहीसा येत चाललेला गुण, जेवणाखाण्याची आणि कपडालत्त्याचीही नीट व्यवस्था लागलेली... आणखी एक चांगली गोष्ट म्हणजे तिथं कुणीच नाव-गाव-गोत्र याची चौकशी करत नव्हतं.

असं असलं तरी जीवन निरर्थक होत चाललं होतं. जवळपास कुणीतरी आपलं माणूस असावं, असं तीव्रपणे वाटू लागलं. असं माझं कोण आहे? मुलाला निरोप पाठवून बोलावून घेऊ का? पण मन मोकळं करून भरपूर बोलण्यासारखं ते नातं नाही. बाप हे नातं नेहमीच तागडीत ठेवून गुंजेइतकं कमी-जास्त झालं तरी आक्षेप घेणाऱ्या या कुलदीपकाबरोबर मनातल्या सुखदु:खाच्या गोष्टी कशा बोलणार? अशा मन:स्थितीत असताना याच गावात राहणाऱ्या सातीची आठवण येऊ लागली. सावित्रीला निरोप पाठवून बोलावून घेतलं पाहिजे, असं वाटू लागलं. या विचाराचं दडपण वाढू लागलं. का हे दडपण? करुणेची हाव? पडल्या-पडल्या सत्यप्पा आपल्या चार-पाच दिवसांपूर्वीच्या मानसिकतेची आठवण करून तिचं विश्लेषण करू पाहत होता. नाही. यात तेव्हाही करुणेची हाव नव्हती. मग सांत्वना? करुणा आणि सांत्वना यात नेमका काय फरक? फार फारतर केवळ आपलेपणाचा अभाव एवढाच भेद करता येईल.

काही का असेना, निरोप पोचताच सावित्री धावत आली होती. मध्यंतरी

पंचवीस वर्षांचा संपर्क नसला तरी तिच्या मनात पूर्वीचीच ओल जाणवत होती. त्यातच अलीकडे वैकुंठसमाराधनेच्या वेळी झालेल्या संवादामुळे ही जवळीक आणखी दाट झाली होती.

आल्या आल्या तिनं चौकशी केली, "हे काय भाऊजी? इथं कसे काय? काय झालंय तुम्हाला? साती याच गावात राहतेय, हे तेव्हा तुमच्या लक्षात नाही का आलं? चला. माझ्या घरी राहा. डॉक्टर तिथंच येऊन औषध देतील."

किती मनापासून बोलत होती ती!

"मला काय झालंय, ते समजून घे आणि नंतर मला घरी बोलाव. या वयात तुझ्या या भाऊजींकडून घडू नये ते घडलंय! एका बाईशी जवळीक केल्याचे परिणाम भोगतोय मी! पण या डॉक्टरांच्या उपचारानं गुण यायला सुरुवात झालीय."

हे ऐकल्यावर तिच्या चेहऱ्यावर वेदना उमटल्या. पाठोपाठ एक कठोर निश्चयही उमटला. माझं बोलणं ऐकताना तिला तिच्या नवऱ्याची, मंजय्याची आठवण झाली असेल का? त्या क्षणी तरी माझ्या मनात हेच विचार येऊन गेले. आणि त्यात काय गैर होतं? तिला निरोप धाडताना हा मुद्दाच माझ्या लक्षात आला नव्हता. सुचला असता तर? काय केलं असतं मी? निरोप धाडला नसता का? संतापाच्या भरात या आजाराविषयी मी समस्त गावासमोर स्वत:च्या तरण्याताठ्या मुलाला किंचाळून सांगितलं होतं. नंतर माझं मलाच वाटलं होतं, एवढा आरडा-ओरडा केला, पण सत्य सांगितलं काय? मुख्य म्हणजे कुणी कुणाला सांगावं आणि नाही सांगावं, हा प्रश्नच कुठं आला? तरीही तीव्रपणे वाटलं, सातीला सांगितलं नाही तर सत्य लपवून ठेवल्यासारखं होईल. हेही एक प्रकारे खोटं बोलल्यासारखंच होईल.

सातीनं आपली तीव्र दृष्टी रोखून पाहिलं. तिच्या आवाजात मार्दव होतं, पण ते तिनं प्रयत्नपूर्वक आणलंय, हे माझ्या लक्षात येत होतं.

"भाऊजी! संपर्कच राहिला नव्हता, तेव्हा तुम्ही आहात की नाही, हेच मला आठवायचं नाही! अप्पांच्या दिवसकार्याच्या वेळी कितीतरी काळानं आपली भेट झाली. तेव्हा तुमच्याशी मी मोकळेपणानं बोलले. कुणाशीच बोलले नव्हते इतक्या मोकळेपणानं! तेव्हा तीव्रतेनं वाटलं, जगात आणखी कुणी नसलं तरी तुम्ही माझ्यासाठी आहात! तुम्ही सगळी मूल्यं सांभाळून आहात, याचं मनाला समाधानही वाटलं होतं. पण तुम्हीही...!"

बोलणं थांबवून ती आली तशी तितक्याच वेगानं निघून गेली होती. पायऱ्यांचा आवाज, तिच्या चपलांचा आवाज मला स्पष्टपणे ऐकू येत होता. आपण आपल्या चारित्र्याचं रक्षण केवळ आपल्यासाठीच नव्हे, आपल्या जवळपासच्या लोकांसाठीही केलं पाहिजे, आपल्या चारित्र्यहननामुळे आपल्या आप्तजनांचंही बळ वठून जातं,

हे मला त्या क्षणापर्यंत जाणवलंच नव्हतं.

साती निघून गेली. माझा तिरस्कार करून निघून गेली. तरीही ती माझा मुळापासून तिरस्कार करेल, असं मला वाटलं नव्हतं. तिच्या बुद्धीला तसा तिरस्कार वाटला तरी तिचं अंत:करण तिला तसं करू देणार नाही, असंच मला वाटत होतं. मला तशी कुणाकडूनच अनुकंपेची आवश्यकता नव्हती. अनुकंपेच्या शक्तीच्या बळावर उभं राहणं योग्य नाही, हेच माझंही मत होतं.

माझ्या मनाचा कौल तिनं खोटा पाडला नाही.

दोन तासांनंतर ती पुन्हा आली. म्हणाली, "भाऊजी! तुम्ही आजारानं तळमळताहात! अशा वेळी मी तुमच्यावर रागावून निघून गेले! मी लहान असतानाही अशीच संतापी होते, छोट्या छोट्या गोष्टीवरून रागावायचे. आठवतंय ना? इतकं वय झालं तरी माझा संतापी स्वभाव कमी झालेला नाही, याचा अर्थ वयानं वाढले तरी रागाच्या बाबतीत मी अजूनही तेवढीच लहान आहे! तुमचं सामान गोळा करा. माझ्या घरी राहायला यायचंय. सूटकेस मी घेते. बाकीचं सामान तुम्ही घ्या. मी डॉक्टरांशी बोलते. ते दररोज घरी येऊन तपासून औषध देऊन जातील."

तिचा चेहरा प्रसन्न होता. त्यावर कुठल्याही प्रकारचं किल्मिष दिसत नव्हतं. पण ती त्या आधी खूप रडली असल्याचं तिच्या सुजट डोळ्यांवरून दिसत होतं.

म्हटलं, "त्याची गरज नाही. मी इथंच राहतो. तूच अधूनमधून तुझ्या सवडीनं भेटायला येऊन जात जा. हा आजारही संसर्गाचा असतो. त्यामुळे मी इथंच ठीक आहे! बरा झालो की येईन तुझ्या घरी. चार दिवस राहून नंतर जाईन. तुझ्याशी मोकळेपणानं बोलायची माझीही इच्छा आहे."

"मी खाली डॉक्टरांशी बोलूनच आलेय. त्यांचीही परवानगी आहे. विशेष स्वच्छता घ्यायला सांगितलंय. फिनाईलनं दररोज खोली साफ करून घेतली तरी पुरेसं आहे, म्हणताहेत. तुमचे कपडे वेगळे ठेवायला सांगितलंय. ही काळजीही आणखी सात-आठ दिवस घ्यायची आहे. तेव्हापर्यंत सगळं ठीक होईल, म्हणे. इंजेक्शन घ्यायला दररोज तुम्ही इथं पायी येऊ शकाल. त्यांना तर हे बरंच वाटलं. उठा. तुमचे कपडे तुम्हीच एका पिशवीत भरून घ्या."

ती मला तिच्या घरी घेऊन आली. इथं आल्यावरही ती माझी पुरेपूर काळजी घेतेय. पौष्टिक अन्न, भरपूर दूध, फळं यांचा खुराक चालू केलाय. उत्तमप्रकारे नर्सिंग करते. तरीही तिनं मला पूर्णपणे क्षमा केलीय, असं दिसत नाही. क्षमा केलेली नसताना ती तसं खोटं सांगणारही नाही. इथं येऊन तीन दिवस झाले तरी तिनं कधीही 'असे का वागलात? ती कोण होती?' यासारखा एकही प्रश्न विचारला नाही. एवढ्या जवळिकीनंतरचं हे वागण्यातलं परकेपण मला आणि तिला दोघांनाही अवघड करत होतं.

न राहवून मी एकदा तिला जे काही घडलं, ते सांगितलं. दुसरा इलाजही नव्हता. मोकळेपणाचा संवाद वगळता तिच्याशी माझं काय नातं होतं म्हणा! काल रात्री जेवण झाल्यावर तिनंच विषय काढला.

"भाऊजी! तुम्ही आचरणाच्या बाबतीत अतिशय कठोर आहात! मग या मार्गाला कसे काय गेलात? मला वाटतं, हे कुणाच्यातरी नादानं घडलेलं असावं."

मन मोकळं करायची ही संधी मी अजिबात दवडली नाही. बोलू लागलो, "स्वत:ची चूक इतरांवर लादून मोकळं होणं, हे मलाच पटत नाही. आधीच सांगतो, जे काही घडलंय त्याची जबाबदारी पूर्णपणे माझीच आहे. सापाला मारायला गेलो होतो! तसं नाही! सापाची विषाची पिशवी ऑपरेशन करून काढून टाकून सात्त्विक करायला गेलो होतो! पण त्या सापाकडून मलाच विषबाधा झाली! मलाच दंश केला त्यानं!"

"समाजउद्धार करायला गेला होता का? वेश्यासमस्या संपवायला?"

"छे! नाही... परवा दिवसकार्याच्या वेळी तुझ्याकडून मंजय्याच्या हीन कृत्याविषयी समजलं. तेव्हा वाटलं, काहीतरी करून त्याचा उद्धार करायला पाहिजे, त्याला या गर्देतून वाचवायला पाहिजे..." अशी सुरुवात करून घडलेली प्रत्येक घटना तपशिलासकट सांगू लागलो. मनाच्या चढ-उतारासह. मनाच्या पतित अवस्थेपासून ते आत्महत्येच्या विचारापर्यंत सगळंच सांगितलं. तिच्याकडून कर्जाऊ पैसे मागायचा विचार मनात येऊन गेल्याचंही सांगितलं.

सगळं सांगून संपलं, तेव्हा मध्यरात्र होऊन गेली होती. साती मधून मधून हं-हं म्हणत सगळं ऐकून घेत होती. पण त्यातलं हे बरोबर हे चूक असा काहीही अभिप्राय तिनं दिला नाही. सगळं सांगून दिवा बंद करून मी झोपलो. तरीही मला झोप लागली नाही. तिच्या खोलीत ती झोपली असली तरी तिलाही झोप लागली नसावी. पहाटेपर्यंत ती जागीच असल्याचं जाणवत होतं.

सगळं ऐकून काय वाटलं असेल तिला? काही का समजेना; तिच्यापुढे सगळं सांगून मोकळं झाल्याचं समाधान मला तर झालं होतंच. हे ऐकायची आणि घडलं तसं समजून घेण्याची कुवत फक्त तिच्यातच होती.

संध्याकाळी सावित्री कामावरून लवकरच घरी परतली. हातात भरपूर फळं भरलेली पिशवी होती. हातपाय धुतल्यावर तिनं एका मोठ्या ताटलीत फळं कापून सोलून आणून ठेवली व म्हणाली, "हे सगळं तुम्ही संपवायचंय!"

ती समोर भिंतीला टेकून बसली होती. मध्यंतरी निर्माण झालेला दोघांमधला अबोल तणाव आता नाहीसा झाल्याचं त्याला जाणवत होतं. तीच पुढं म्हणाली, "समजलं ना, मी काय म्हणाले ते? केवळ हकीम डॉक्टरांचं ऐकत राहिलं, तर लवकर गुण येणार नाही." तिच्या स्वरात काहीशी आज्ञाच होती. त्यानं सफरचंदाच्या

चार फोडी खाल्ल्यानंतर ती म्हणाली, "त्या दिवशी तुमच्यापुढे जे बोलले, तेच पहिलं आणि शेवटचं! त्यानंतर त्या नराधमाची आठवण कधीच माझ्या मनात डोकावली नव्हती. पण काल रात्रीचं तुमचं सगळं बोलणं ऐकल्यावर पुन्हा तो विषय पुढं यायला लागलाय. तुमच्यासारख्यांनाही डसला, म्हणजे तो किती भयानक विषारी साप असला पाहिजे! त्याला सुधारणं केवळ अशक्य आहे. परक्याच्या मळ्यात शिरणाऱ्या कंचीला यानं मारलंय. पण परक्यांच्या घरात घुसणाऱ्या आणि तिथल्या बायकांना नासवणाऱ्या या नराधमाला ज़िवंत का राहू दिलंय? काल रात्रीपासून हेच विचार मनात येताहेत. माणूस कितीही वाईट असला तरी त्याच्या मरणाची अपेक्षा करू नये, असं अप्पा सांगायचे. कुठलं तरी भांडण सोडवताना घराच्या ओसरीवर बसून त्यांनी हे सांगितलेलं मला स्पष्ट आठवतंय. तेव्हा मी असेन नऊ-दहा वर्षांची. हे माझ्या अंतर्मनात इतक्या खोलवर रुजलं होतं की कसलीही परिस्थिती आली तरीही माझ्या मनात हे विचार येऊ शकत नव्हते. अप्पांनी आत्महत्या केल्यावर मी कुणीतरी वेगळीच झालेय! त्या दिवशीही मी तुम्हाला हेच सांगितलं होतं. तुम्हीही आत्महत्येच्या टोकापर्यंत जाऊन आलात म्हणून सांगितलं, तेव्हा तर मला तीव्रपणे वाटलं, पाप्याला मरणदंडाची शिक्षा व्हायलाच पाहिजे!"

सत्यप्पानं एकवार तिच्या चेहऱ्याकडे पाहिलं. तिच्या बोलण्यातून व्यक्त होणारा दृढ विचार तिच्या चेहऱ्यावरही दिसत होता. ही आपल्याविषयीची भावना व्यक्त करतेय! कुठंतरी त्यामुळे बरं वाटलं. तरीही तो म्हणाला, "हे बघ! त्यानं तुझ्यावर अन्याय केलाय, सासऱ्यांना फसवलंय, हे सगळं अक्षम्यच आहे. पण माझ्या संदर्भात जे काही घडलंय, त्याला मीच जबाबदार आहे. त्यानं मला त्याच्या वाटेनं यायची सूचना दिली. त्यासाठी त्यानं विशिष्ट आप्त स्वराचा उपयोग केला, मी लंपट होईन अशी भाषा वापरली. दारू पिणारे समोरच्याला प्रेमानं आग्रह करतात, तसं! सिगारेट ओढणारेही असा प्रेमळ आग्रह करतात. त्याला बळी मी पडलो! जर मी बळी पडायचं नाकारलं असतं, तर माझ्यावर त्यानं बळजबरी केली नसती! वेड लागल्यासारखा चौदा मैल चालत गेलो मी! सरळ त्याच्या घरी गेलो. माझ्या पायांनी चालत गेलो! त्यानं काही माझ्या गळ्यात दोरखंड बांधून मला ओढून आणलं नव्हतं. उपचारासाठीही पैसे द्यायचे स्पष्ट शब्दात नाकारलं नाही. उलट म्हणाला, चोरून का करताय? सरळ मुलाला सगळं सांगा आणि हक्कानं पैसे मागून घ्या! तो सांगत होता त्यात एका दृष्टीनं पाहिलं तर काहीच खोटं नव्हतं."

मेहुण्यांचा हा धर्मराजपणा सावित्रीच्या आकलनाच्या बाहेरचा होता. तरीही इतक्या अवघड प्रसंगीही स्वत:ची जबाबदारी न टाळायच्या त्यांच्या वृत्तीचा परिचय होऊन त्यांच्याविषयीचा आदर कणभर वाढलाच. शारीरिक आकर्षणाची शक्ती

किती प्रचंड असते, याची तिलाही पुरेपूर कल्पना होती. त्यामुळे तिच्या मनातला भाऊजीविषयीचा राग पूर्णपणे नाहीसा झाला होता. तरीही इतक्या नीच माणसापुढे हे हरले, या गोष्टीचं तिला दुःख झालं.

तिनं त्यांच्या चेहऱ्याकडे पाहिलं. स्वतःची चूक कठीण प्रसंगीही मान्य करणारे आपले हे भाऊजी आयुष्यात कधीच हरणार नाहीत, पराभूत होणार नाहीत, असं वाटून ती स्वयंपाकघराकडे वळली.

रात्रीचं जेवण उरकून तो आपल्या खोलीत जाऊन झोपला. ती खोलीच्या दारापाशी आपलं अंथरूण घालून झोपली. त्याच्या खोलीतला फिनाईलचा वास नाकात शिरत होता. झोप येईपर्यंत बोलता येईल म्हणूनच तिनं इथं अंथरूण घातल्याचं त्याच्या लक्षात आलं. स्विच बंद केल्यावर ती म्हणाली, "उद्यापासून आठवडाभराची रजा टाकून आलेय."

"कशाला रजा वाया घालवतेस? आता मी बरा आहे. काल डॉक्टर तर म्हणत होते, नुसते झोपून राहू नका, सकाळ-संध्याकाळी मोकळ्या हवेत थोडेफार फिरून येत जा. आणखी पाच दिवसांनी उपचार संपतील. त्यानंतर गावीही हवं तर जा म्हणाले."

"गावी जाऊन काय करणार आहात?"

"काय करणार? त्याचाच विचार करतोय."

"डॉक्टर म्हणताहेत म्हणून लगेच कशाला जाताय? पंधरा दिवस राहा आणखी. मी केव्हापासून तुमचे कपडे धुवू शकेन, जेवणाची भांडी धुवू शकेन, याची डॉक्टरांकडे चौकशी करून या. मी सगळं करेन. रजाही आणखी आठ दिवस हवं तर वाढवू शकेन. गावाला गेल्यावर रामचंद्र तुमच्याशी कसा वागेल, त्याची बायको कशी वागेल, गावकरी कसे वागतील याचा विचार केलात काय?"

"मुलगा-सून! त्यांच्या मनात आधीपासून आदर असेल तर आता आहे काय हे पाहायचं! आता पैशाचे सगळे व्यवहार पुन्हा माझ्याच हातात घेतले आहेत ना मी! त्यामुळे ते नीट वागतील यात शंका नाही!" म्हणत तो मोठ्यानं हसला.

पण त्यात दडलेला विषाद तिच्या लक्षात आल्याशिवाय राहिला नाही.

थोडा वेळ कुणीच काही बोललं नाही. नंतर तोच बोलू लागला, "साती, या गावी आलो. हकीम डॉक्टरांच्या उपचारानं बरंच बरं वाटायला लागलंय. आता माझे सगळे विचार माझ्या संपूर्ण जीवनाच्या ध्येयधोरणाच्या दिशेनं वळू लागले आहेत. माझं काय चुकलं, याचा मी विचार करू लागलो. काही कारणंही समोर येताहेत. कुणासमोरतरी बोललं, तर आपले विचार अधिक स्पष्ट होतात. पण ती व्यक्ती तेवढीच जवळची हवी! म्हणून तुला सगळं सांगावंसं वाटतंय. माझी कुठं चूक झाली, ठाऊकाय? महात्मा गांधीजी सगळ्या देशात नवीन विचार, नवी प्रज्ञा आणण्यासाठी धडपडत होते. त्यांच्यासारख्या महान व्यक्तीला एवढं मोठं ध्येय

आणि कार्यव्याप्ती झेपली असेलही! मात्र आता बघितलं तर वाटतं, या देशाचा हीनपणा त्यांच्या थोरपणापेक्षा मोठा आहे! त्यांचे सगळे विचार आणि सगळे कार्यक्रम एकदम अमलात आणायला पाहिजेत, मी एकटाच हे करू शकेन, अशा भावनेनं मी वाटचाल करू लागलो. एका तालुक्याच्या पातळीवरही मला किंचितही बदल करायला जमलं नव्हतं. झेपलं नाही मला ते! वेगळ्या धाटणीचं सरकार आलं. माणसामधल्या वाईट प्रवृत्ती चेतवून सत्तेवर यायची प्रथा सुरू करणारेच नायक झाले. आपल्या लोकांमधली हीन प्रवृत्तीच हे जाणीवपूर्वक वाढवतात. हे वाढवत राहिल्यामुळेच ती आणखी वाढत राहते.''

सावित्री ऐकत होती.

''जनता सच्ची आहे आणि नेते भ्रष्ट आहेत, असं म्हणून मी नेत्यांना विरोध करायला गेलो. त्याच्यापेक्षा श्रेष्ठ नेतेपण मिरवायला गेलो. त्यातून माझ्यातला अहंकार मात्र पोसला गेला! एवढा अहंकार राजकीय नेत्याचाही कधी वाढत नसतो! इथंच माझी हार झाली. मला खरंतर एका गोष्टीचं भान असायला हवं होतं. आमची जनता नीच असेल, हीनही असेल; पण उत्तम होण्याचे गुण तिच्यात आहेत. उत्तम झाल्याशिवाय आपला उद्धार होणार नाही, हे भान त्यांच्यात वाढवलं पाहिजे. उत्तमता म्हणजे काय, वर येणं काय, या गोष्टी नंतर समजावून सांगता येतील. म्हणजे प्रत्यक्ष सांगायची गरजच राहणार नाही. ते स्वत:च जागृत होतील आणि शोध घेतील. एकूण काय; यांच्यातल्या हजारातल्या नऊशे नव्याण्णव लोकांमध्ये हा गुणच नष्ट झालाय. त्यांच्यावर निरपेक्ष प्रेम न करता त्यांचा उद्धार करणं कुणालाच शक्य नाही. मला काय म्हणायचंय, ते लक्षात आलं का?''

सावित्री लगेच काही बोलली नाही. नंतर म्हणाली, ''राजकारण, देशाची सद्य:स्थिती याविषयी मला फारच कमी ठाऊक आहे! तुम्ही स्वातंत्र्यचळवळीत भाग घेतला होता. महात्मा गांधीजींना भेटलाय-त्यांच्याशी बोललाय! खूप वाचन आहे तुमचं. अभ्यास आहे. माझं तसं नाही. तरीही तुम्ही सांगताय त्यातलं बरंचसं पुसट का होईना, समजल्यासारखं वाटतं.''

''जाऊ दे! सांगितलं ना! पडल्या-पडल्या विचार करत होतो म्हणून! मलाही अजूनही सगळं स्पष्ट होत नाहीये. एखादं वास्तवातलं उदाहरण घेऊ या. आमच्या गावाजवळ बंजारा समाजाची एक वस्ती आहे. तुलाही ठाऊक आहे. तू लहान असताना नेलं होतं मी तुला तिकडं. आठवतंय? तेव्हा लहान मुलं होती, ती सगळी आता तरुण झाली आहेत. शिक्षण नाही, वाचन नाही, कसायला स्वत:ची जमीन नाही. जवळपास रिकामी भूमीच नाही. सगळी लागवडीखाली आलीय. जवळपास एखादा व्यवसाय असता तर या तरुणांनी आपलं अन्न शोधून मिळवलं असतं. आता हेच तरुण भोवतालच्या मळ्यातून नारळ किंवा इतर मिळतील ती पिकं

चोरतात. पद्धतशीर! आठ-दहा जण एकदम शिरतात. सगळे शेतकरी घाबरतात. काय करणार? सगळ्यांसारखा माझा मुलगा! माझी नातवंडं! याच्या मोहात पडून मळा राखायला लागलो. संपूर्ण तालुक्यामध्ये काम करायचं सोडून एक छोटं खेडं निवडून तेवढ्याच क्षेत्रात काम करत राहिलो. त्याच्याऐवजी या भागाची मूलभूत गरज ओळखून सरकारवर दडपण आणून एखादा व्यवसाय या भागात सुरू होईल असं केलं असतं, तर जास्त उपयुक्त काम झालं असतं की काय कोण जाणे! त्या वस्तू स्वस्तात विकू शकलो असतो. मीच नव्हे, अशाप्रकारे आणखी काहीजणांना उद्योगाला लावलं असतं.''

उदाहरण घेतल्यामुळे तिलाही बराच उलगडा होत होता.

''त्या वस्तीवर सरकारी शाळा सुरू झाल्याचंही समजलं. पण त्यामुळे तिथल्या तरुणांमध्ये कुठलाच चांगला गुण वाढत असलेला दिसत नाही. त्या तरुणांमध्ये मिसळून मी तेवढं तर करू शकलो असतो! तेही केलं नाही. शेवटी, कामवासना म्हणजे तरी काय? 'मी'पणाचंच एक बलिष्ठ रूप ना? मग त्याच्या कह्यात सापडलो, त्यात आश्चर्य ते काय?''

एवढं बोलून तो गप्प झाला. अंधारात सावित्री त्याच्या बोलण्याचा विचार करत होती. विषय समजल्यामुळे तीही त्यावर विचार करू लागली.

पुढे अर्धा तास कुणीच बोललं नाही. त्याचबरोबर दोघांनाही झोप येत नसल्याचं दोघांनाही समजत होतं.

तोच म्हणाला, ''माझा मुलगा रामचंद्र! त्यालाच मी नीट वाढवू शकलो नाही. आईवेगळं लेकरू या ममतेत अडकलो. ममतेबरोबर दयाही मिसळली तर काय होणार? आता त्याला बायको म्हणजे सर्वस्व! तिनं त्याला नोकर बनवलंय. तो तिच्या कामवासनेचा सेवक आहे, हे त्याला ठाऊक आहे. शिवाय भित्रट! रात्रीच्या वेळी मळ्यात एक चक्कर मारून पुकारा करण्याइतकं धैर्य त्याच्यात नाही. त्याची ही परिस्थिती का आहे? याला कोण जबाबदार? मीच ना?''

पुन्हा शांतता पसरली. तिलाही रामचंद्रविषयी माहिती होती. तो काही वाईट मुलगा नव्हता. त्याची बायकोही काही इतकी वाईट नव्हती. तरीही त्याच्यात उत्तम गुण कसे येतील? उत्तम गुण वाढवायची पद्धत असते काय? असेल, तर ती कशी? गेली अनेक वर्षं शिक्षिकेची नोकरी करत असल्यामुळे तिच्या मनात हेच विचार घोळू लागले.

दोघांचीही मनं वेगवेगळ्या दिशेनं भरकटत होती. नंतर तो म्हणाला, ''आता माझा विचार चाललाय तो असा; गावी गेल्यावर जमिनीच्या दोन वाटण्या करेन. निम्मा रामचंद्रच्या हातात देईन. जर त्यांनी कष्ट केले, तर त्यांचं पोट भरून सगळं नीट चालणं शक्य आहे. जर त्याच्या बायकोनं गोठा नीट सांभाळला आणि

जनावरांचं पोटपाणी सांभाळलं, तर दह्यादुधाला आणि इतर दुभत्याला काहीही कमी पडणार नाही. नाही तर त्यांचं ते बघून घेतील. मला काही त्यांना शिक्षा करायची नाहीये. आपल्या कष्टाचं आपण खात राहिलो, तर माणसाचा स्वार्थ बऱ्याच प्रमाणात कह्यात राहू शकतो. बाकीचा भाग माझ्याकडे ठेवून घेतो. मळ्यात एक खोपटी आहे म्हणून सांगितलं ना? तिथं राहिलं तर मनाला लंपट भावना भरून टाकते, म्हटलं ना! तिथंच माझं वास्तव्य, तिथंच जेवणखाण. चोरी झाली तरी नुकसान होऊ नये म्हणून सगळी मातीची भांडी आणून ठेवेन. माझ्या जमिनीवर येणारं उत्पन्न बरंच शिल्लक राहील. त्या मिळकतीत परवडेल असं काहीतरी करत राहीन. लहान खेडं, लहान वस्ती, गावाचं तळं, अथवा चार कुटुंबं घेऊन माझं काम सुरू करेन. त्यांचा उद्धार करायचा असं म्हणतोय; पण त्यामागचा खरा उद्देश म्हणजे माझी अधोगती न होता, स्वतःला सावरून जगणं. हे सगळं रामचंद्र आणि त्याच्या बायकोलाही समजावून सांगेन. त्यांना हे समजणार नाही, याची मला कल्पना आहे. ते तर म्हणणारच आहेत, मी त्यांना निम्म्या वाटेत सोडून दिलंय! पण ते माझं कर्तव्य आहे. अर्थात त्यांना पटलंच पाहिजे, असा माझा अट्टहास नाही. तेवढा वेळही मी वाया घालवणार नाही.''

यात काहीतरी फार असामान्य आहे, असं सावित्रीला मुळीच वाटलं नाही. तिला वडिलांची आठवण झाली. बायको नसताना आणि पदरात लहान मुलं असतानाही तिचे वडील शिवालयापाशी जाऊन अतिथींना घरी बोलावत आणि जेवायला वाढत असल्याचं पाहतच ती वाढली होती. शिवाय थोरला भाऊ रामकृष्णचाही हाच स्वभाव होता. लहान असताना ती या भाऊजींच्या घरी काही वर्षं राहिली होती. तेव्हाची त्यांची धावपळ त्या वेळीही अगम्य वाटायची. त्यानंतर मधली कितीतरी वर्षं आणि तेव्हा आलेले विविध जीवनानुभव त्या आठवणींमध्ये मिसळले. त्यांचं संपूर्ण बोलणं ऐकून त्यावर अनुकंपेनं विचार करणं तिला सहज शक्य होतं. तरीही आताचा भाऊजींचा उत्साह आणि त्यांच्या विचाराच्या सफलतेविषयी तिला फारशी आशा वाटली नाही.

एक गोष्ट मात्र तिला स्पष्टपणे जाणवली. रामकृष्ण सुरुवातीपासूनच मितभाषी. त्याच्याशी कधीच अशा प्रकारचा संवाद होऊ शकला नाही. तो बोलायचा त्यातला पंच्याण्णव टक्के भाग तिच्या दृष्टीनं निरुपयोगी असायचा. हेही एकदा कधीतरी त्यानंच सांगितलं होतं. माणूस कितीही उत्तम आणि उदार असला तरी जर त्याच्याशी संवादच होत नसेल, एकमेकांच्या मनातली तळमळ एकमेकांना समजतच नसेल, तर त्या नात्याला तरी काय अर्थ आहे? त्या दृष्टीनं भाऊजींशी चांगलं नातं आहे. यानंतर आतून काहीतरी बोलावंसं वाटलं, तर मत्तिकेरेला जायला हरकत नाही.

हळूहळू तिला झोप लागली.

नऊ

मंजय्याला जाऊन कितीतरी वेळ झाला तरी सरोजाक्षीच्या गालावरची आग कमी झाली नव्हती. कुणीतरी तापलेल्या कांबीनं चरचरीत डाग द्यावा, तशी तिची अवस्था झाली होती. अचानकपणे गालावर झालेल्या जोरदार प्रहाराची या आधी कधीच कल्पना केली नव्हती. त्यामुळे त्यात तिला क्रौर्याचा साक्षात्कार झाला होता. तो सायकल घेऊन निघून गेल्यावर तिला त्या क्रौर्याच्या कितीतरी आणखी छटा जाणवू लागल्या होत्या. प्रेमाचा एक आविष्कार म्हणून भांडण, कलह, क्वचित प्रसंगी हलकेच चापट्या मारणं या गोष्टी अगदीच वर्ज्य नाहीत हे ठाऊक असलं तरी अशा प्रकारच्या पशू-पातळीच्या घटना घडणं तिला अशक्य वाटलं. अशा माणसापुढे मी का हरले, असा खेदही मनात निर्माण झाला. तिला स्वत:चाच तिरस्कार वाटला.

दोन्ही मुलं संध्याकाळी घरी यायच्या वेळेपर्यंत गालावरचे वळ दिसणार नाहीत, अशा प्रकारे नेहमीपेक्षा जास्त पावडर लावून ती तयार झाली. कदाचित नवराच 'गालावरचे हे डाग कसले?' म्हणून विचारायला लागला तर, 'काही नाही! तुमचा का माझ्या गालांवर डोळा?' असं विचारून त्याचं लक्ष दुसरीकडे वळवायचं, असा मार्ग सुचला. तरीही मनात शरम दाटून आली. त्या पशूविषयीचं आकर्षण आणि नवरा नावाच्या या मोठ्या वासराविषयीचा निरुत्साहच नव्हे, दया, अनुकंपा, तिरस्कार!

हे कसलं जीवन!!

त्या रात्री बराच वेळ झोप लागली नाही. तिनं पुन्हा एकदा दुपारचा प्रसंग आठवून पाहिला. माझ्याकडूनच काही चुकलं का, या विचारात मन गढून गेलं.

दोघांनाही हे स्नेहापेक्षा जास्त जवळचं नातं आहे हे समजत असताना पुरुष अशी अपेक्षा ठेवणारच ना! त्यात त्याचं काय चुकलं? मंजय्यासारखा माणूस इतके

दिवस शांत राहिला, हेच विशेष म्हणायला पाहिजे! अशा वेळी तो जवळ आल्यावर सोडवून घेण्याबरोबरच थोबाडीत मारली तर? पण मारली नसती तर त्यानं पुन्हा जवळ घेतलं असतं. तेव्हा मात्र त्यानं मला दूर जायची संधी दिली नसती! तेवढ्यावरच न थांबता त्यानं माझ्या मनात उद्‌भवलेली आशाही पुरी केली असती!

पण... त्यानंतर चार-सहा वेळा हा अनुभव घेतल्यानंतर त्याचा माझ्यातला रस संपून गेला असता! अशा वेळी त्याच्या थोबाडीत मारण्याशिवाय दुसरा कुठला उपाय होता माझ्यापुढे? शिवाय मी काही हे ठरवून केलं नव्हतं. आपोआप घडलंय ते!

असा विचार करून मन समर्थन शोधत होतं. त्याच्या थोबाडीत मारून स्वत:ला सोडवून घेतल्यानंतर मी त्यानं पारध केलेल्या स्त्रियांची संख्या का विचारली? का? त्या वेळी काय वाटलं होतं? तुझं सगळं चारित्र्य मला ठाऊक आहे, तरीही तू मला हवा आहेस, हेच मला तेव्हा त्याला दाखवून द्यायचं होतं ना! या मार्गानं त्याला जिंकायचं होतं. पण तसं झालं नाही! मी त्याला जिंकू शकले नाही! पण जळजळीत मारल्यानंतर तो तरी कुठं जिंकला? मार खाल्ल्यामुळे मी तरी कुठं हरले? एकूण वेळ जुळून आली नव्हती हेच खरं!

तरीही तो पुन्हा घरी येईल, अशी आशा तिला वाटली नाही. कधीतरी या सगळ्या घडलेल्या घटनेचा अर्थ विचारायला तो घरी कदाचित येईलही!

आठवडा गेला. एक दिवस नवऱ्यानं विचारलं, "अलीकडे मंजय्या फिरकले नाहीत वाटतं! का बरं?"

"तुम्हालाच ठाऊक असणार! घरात राहणारी मी! मला कसं ठाऊक असणार?" तिनंच उलट विचारलं. चूक केल्यासारखा तोच गप्प बसला.

तरीही आपलं मन अजूनही का त्याच घटनेवर अडकून राहिलंय, हे तिला समजेना. कितीही झटकायचा प्रयत्न केला तरी लोचटासारखं मन पुन्हा पुन्हा त्याच विषयाकडे वळत होतं.

तिला स्पष्टपणे आठवलं. त्याला पहिल्यांदा पाहिलं, त्याच वेळी खऱ्या पुरुषाच्या सान्निध्यात असल्यासारखं वाटलं होतं ना! त्याच दिवशी त्यांच्या पाशात अडकले काय? स्त्री-पुरुष संबंधात मी काही अगदीच अनभिज्ञ नाही. पतीशिवाय आणखी कुठल्या पुरुषाचा स्पर्शही झालेला नाही, अशी भाबडीही नाही. पण संवाद होण्याच्याही आधी पाहताक्षणीच त्याच्या पौरुषाची ओळख पटावी, असा अनुभव होता तो! तसा अनुभव ना लक्कप्पाबरोबरचा होता, ना सुब्बय्याबरोबरचा!

तिला तो दिवस अजूनही विस्तारानं आठवत होता. कॉफी-खाणं करून देऊन चार-सहा वाक्यं बोलण्याआधीच वाटलं, हा सुब्बय्यापेक्षा अधिक पुरुषी आहे. नंतर

त्याच्याविषयी आकर्षण वाढलं होतं. याच्यामुळे माझ्या नवऱ्याचा फायदा आहे, त्याची आवक वाढली आहे, हा संपूर्ण तालुक्यावर देखरेख करणारा असल्याचं समजल्यावर आकर्षण आणखी वाढलं काय? ती बारकाईनं स्वत:चाच वेध घेऊ लागली.

होय. आणखी जवळीक निर्माण होण्यासाठी कदाचित हे कारणही असेल. पण मन संपूर्णपणे त्याच्याकडे वळलं, त्यामागं या विचाराचं स्थान अगदीच गौण होतं, हे जाणवलं. पदोपदी वाटायचं, माझा नवरा का असा नाही? नवऱ्याचा रागही यायचा. नवऱ्यावर अकारण राग यायचा, हे तिचं तिलाही समजत होतं. सतत वाटायचं, असा कसा हा? माणूस वाईट नाही. त्रास देणारा नाही. पण सत्त्वहीन. कुणाला काहीही देऊ न शकणारा. नवरा म्हटला की लग्न झाल्यावर सुरुवातीला तरी भय आणि कातरता असतेच. हा मात्र प्रत्येक बाबतीत बायकोलाच विचारायचा. सुरुवातीला त्याचं समाधान वाटत राहिलं. पण लवकरच असमाधान वाटू लागलं. राग-लोभ-प्रेम... सगळ्याच बाबतींत हा अपुराच वाटू लागला. असा कसा हा? बायकोशी प्रतारणा करेना का; पण ती तरी आत्मविश्वासानं करणारा हवा नवरा! हा टोकाचा विचारही अनेकदा मनात येऊन गेला होता ना! लटकं रागावून 'छे! सगळ्या गोष्टी सांगायलाच लागतात का?' म्हटलं तर यावरही खाली मान घालून क्षमायाचना केली, तर काय करायचं बाईनं? अशा 'आज्ञाधारक' नवऱ्याविषयी दया येईल, कळवळा येईल. पण प्रेम कसं वाटणार? बोलणं-चालणं-वागणं, कुठल्याच बाबतीत मर्दपणाचा लवलेश नाही! प्रत्येक बोलण्याला केवळ शब्दार्थच नसतो, त्या पलीकडेही बरंच काही असतं, हेच ठाऊक नसलेला ढ प्राणी! थोडंफार साहित्य वाचायला दिलं तरी 'मला समजत नाही...' असं म्हणून बाजूला ठेवणारा अक्षरशत्रू. मारकुट्या मास्तरांसमोर उभ्या असलेल्या ढ विद्यार्थ्यासारखं उभं राहायचं आणि म्हणायचं, 'तू सांगतेस तसाच वागतोय! माझं काहीही चुकलेलं नाही!' यातच मोठेपणा मानण्याचा स्वभाव! काही म्हणायला गेलं तर यांचा युक्तिवाद, 'सगळं तर तुझं ऐकतोय! काय नाही ऐकत?'

अतिआज्ञाधारकपणा सोडून यांनी चारचौघांसारखं वागावं म्हणून काही कमी प्रयत्न केले का मी! पुरुषाची गुणलक्षणं किती प्रकारे सांगितली! नम्रपणे सगळं ऐकून घेणं एवढंच त्यांना जमायचं. एकीकडे वनविभागासाठी मुद्दाम बनवलेला सहाफुटी देह! पण त्यांच्याकडे पाठ करून उभी राहिले आणि सांगितलं, 'तुम्हाला माझा पराकोटीचा राग आलाय! मला मारल्याशिवाय तो शांत होणार नाही! मारा मला!' तरीही यावर काय करावं ते न सुचून तसेच थंडपणे उभे राहत! 'पण मी कुठं रागावलोय?' असं म्हणत आपल्या शांतपणाचंच समर्थन करायची त्यांची पद्धत. 'तुमच्या मनात राग आहे!' म्हटलं तरी ते म्हणत, 'देवाशपथ सांगतो,

माझ्या मनात तसा अजिबात राग नाही! तुझी शपथ!' एकदा तर म्हटलं, 'मला तुमच्या हातचा मार खायचा आहे! मारा मला!' तेव्हाचा त्यांचा चेहरा तर बळी द्यायला घेऊन चाललेल्या कोकरासारखा झाला होता! शेवटी असहायपणे चेहरा लपवून रडण्याशिवाय मी तरी दुसरं काय करणार?

कुणाला विचित्र वाटेल; मला तरी नवऱ्याकडून मार खायची किती ही अदम्य ओढ?

उलट हा मंजय्या! पाच दिवस होऊन गेले, तरी गालाला त्या ठिकाणी हात लागला तर चुरचुरणं कमी झालं नव्हतं. वरचा कातड्याचा पापुद्रा जाऊन दुसरा आल्यावरच ते कमी होईल की काय कोण जाणे!

पण मंजय्यांचं हे वागणंही अनाकलनीयच!

एकीकडे प्रेम वाटत असेल, तर त्याच स्त्रीवर इतक्या क्रूरपणे आघात करणं कसं शक्य आहे? म्हणजे त्यांचं खरंखुरं प्रेम आहे काय? प्रेमात निराशा आली तर माणूस स्वतःला इजा करून घेतो. स्वतःला क्लेश देतो. पण फक्त कामभावनाच असेल तर त्यातून आलेल्या निराशेपोटी मात्र माणूस समोरच्या व्यक्तीला दुखावतो, हे मलाही ठाऊक आहे.

याचा अर्थ काय? त्याच्या मनात फक्त कामवासनाच आहे? तसंच असेल? पण हे मान्य करायला तिचं मन तयार नव्हतं.

मी तरी कुठं फक्त कामवासनेसाठी त्याची अपेक्षा करतेय? तशा नात्याविषयी मनात तिरस्कारच निर्माण होतो. जोपर्यंत हे नातं होतं, तोपर्यंत त्यात कामवासनेला थारा नाही, अशीच मनात भावना होती. अर्थात त्या सुरुवातीच्या दिवसांत आपलंच मन इतक्या बारकाईनं तरी कुठं बघायला जमतं?

तिला लक्कप्पाबरोबरच्या नात्याची आठवण झाली. देहाची उंची किंवा रुंदी मंजय्याइतकी नसली तरी संपूर्ण व्यक्तिमत्त्व आत्मविश्वासानं परिपूर्ण होतं. पहिल्याच फटक्याला सगळ्या स्पर्धात्मक परीक्षा पास होऊन असिस्टंट कॉन्झर्वेटर म्हणून आलेला अधिकारी. मैसूरमध्ये उत्तम हॉटेल्स काही कमी आहेत का? पण तरीही तो अविवाहित आहे, हे समजून घेऊन यांना सांगून त्याला घरी जेवायला बोलावलं. हळूहळू सलगी वाढली. "हे घरात नसतात म्हणून तुम्ही संकोच करायचं कारण नाही. इथं असेपर्यंत दररोज जेवायला इथंच यायचं!" हे मी यांच्यापुढेच सांगितलं. यांनीही त्यात आवाज मिसळून "होय सर... होय सर..." म्हणत अनुमोदन दिलं. दररोज यायची सवयच झाली. त्यांनी सांगायला सुरुवात केली, "सरोजा, उद्या चिकन कराल काय?"

मीही विचारलं, "नाही करणार म्हटलं तर काय कराल?"

"उचलून माझ्या रूमवर घेऊन जाईन आणि ऑर्डर देईन!"
"मला ऑर्डर द्यायचा अधिकार तुम्हाला कुणी दिला?"
"द्यायचा काय त्यात! मला आहेच!"
"काही बोलू नका! तो अधिकार अप्पाजप्पांना आहे! तुम्हाला नाही!"
यावर इकडंतिकडं सावधपणे बघत तो पुढं येऊन माझे दोन्ही हात घट्ट धरत म्हणाला, "तर मग बघाच! मी कसा अधिकार चालवतो ते!" नंतर दरडावून म्हणाला, "सांगतोय ते मुकाट्यानं ऐकतेस की नाही?"
नंतरच्या काळात त्यानं "चल सिनेमाला..." म्हटलं की आजूबाजूचे काय म्हणतील, याचा विचार न करता त्याच्या मोटरसायकलवर बसून जायची ना! मध्येच म्हणायची, "अप्पाजप्पांना समजलं तर?" यावरही तो म्हणायचा, "काही म्हणणार नाहीत ते! तू गप्प राहा बघू!"
एकीकडे मला अतिशय अपमान वाटायचा. सगळं ठाऊक असून चूप बसणाऱ्या नवऱ्याची बायको होते ना! नंतरच्या काळात तर त्यांनी कितीतरी वेळा म्हटलं. पण मी अप्पाजप्पांकडून वेगळी होऊन त्यांच्याशी लग्न करायला नकार दिला! असं काहीतरी विचित्र नातं! सोडून जाण्यात काहीच अडचण नव्हती. मी तसं सांगितलं असतं, तरी ते मुकाट्यानं बघत राहिले असते. अवाक्षरही न बोलता!
याच काळात दिवस राहिले आणि लक्कप्पानं घरी यायचं सोडून दिलं. या बाळाचं पितृत्व मी त्याच्यावर आरोपित करून त्याद्वारे अधिकार चालवेन, अशी भीती वाटली असावी! की आपण वागलो ते चुकीचं होतं, असं वाटून शरम वाटली असेल? मी गर्भार राहिल्याचं कारण सांगून लग्नाचा हट्ट करेन, असं वाटलं असेल काय? लग्न करून नवऱ्यासोबत राहाणाऱ्या स्त्रीशी कसंही वागणं सोयीचं!
विवाहाचं बंधन तोडून बाहेर पडेपर्यंत स्त्रीला संसाराचं खरंखुरं स्वरूप समजत नाही की काय कोण जाणे!
लक्कप्पा घाबरून दूर गेल्यानंतर मला ठामपणे समजलं, अप्पाजप्पांशी जुळवून घेऊन संसार करण्याशिवाय माझ्यापुढे दुसरा मार्ग नाही! माझा त्यांच्यावरचा राग आणि तिरस्कार काहीसा कमी झाला. मी स्वतःला समजावलं. पण माझ्या मनाला ती समजूत पटली काय? एक समजलं होतं; त्यांच्यावर दया दाखवावी, अनुकंपा दाखवावी. पण रागावायचं नाही! सिनेमा, कथा, पुस्तकं, रेडिओ, गाणी यानं किती दिवस मन भरेल? बागडणाऱ्या शशिकांतच्या किलबिलीत तरी किती दिवस मन गुंतेल? शशिकांत वर्षाचा होईपर्यंत मन आनंदात, समाधानात होतं. तो थोडा मोठा झाला. पुन्हा काव्य, कादंबरी, मैसूरमध्ये चालणारी व्याख्यानं यात जीव रमवू लागले. नुकतीच बढती मिळाल्यामुळे अप्पाजप्पा मात्र मडिकेरी, विराजपेटे, नागरहोळे असं कुठंतरी असायचे. स्वतःच्या हातानं स्वयंपाक करून घ्यायचे. अशा

ठिकाणी बाळासाठी जवळपास डॉक्टर नाहीत म्हणून मी मैसूरलाच राहत होते. माझ्या बोलण्यापलीकडे एक पाऊलही न टाकणारे अप्पाजप्पा मी हे कारण सांगताच तसं एकटे राहायला तयार झाले होते. याच्या घरी येण्याविषयी कुठला आक्षेप घ्यायचाही प्रश्नच नव्हता. एवढंच काय, मैसूरमध्ये राहून मी आणखी चार जणांशी स्नेह ठेवला असता तरी कोण आक्षेप घेणार होतं?

पण मला तेवढंच नको होतं. मग काय हवं होतं मला?

नागरहोळेहून कुणिगलला बदली झाली. मी पुन्हा मैसूरलाच. अप्पाजप्पांविषयी आणखी अनुकंपा वाटून मीच म्हटलं, "कुणिगलला घर करू या. मी येईन तिथं. तिथं हॉस्पिटलही आहे."

केवढी धन्यता वाटली तेव्हा त्यांना! "ए! मी असेन तिकडं तुला आलंच पाहिजे! नाहीतर कंबरडं मोडून टाकेन!" असं न म्हणणाऱ्या या पुरुषाच्या चेहऱ्यावरचे ते भाव बघून मी नजर वळवली.

सरोजाक्षीच्या हातात एक कादंबरी होती. या चनरायपट्टणमध्ये साहित्यकृती मिळत नाहीत. त्यातही गंभीर साहित्य. मनातच तळमळ असेल तर ती गंभीर साहित्यानंही कमी होत नाही, असा तिचा अनुभव सांगत होता. कुणिगलला आल्यावर चांगली पुस्तकं मिळेनाशी झाली तेच बरं की काय कोण जाणे! इथं येणारे जुने सिनेमा सोडले तर करमणुकीचं काहीही साधन नाही! दिवसभरासाठी मनाला वेढून टाकणारी नोकरी किंवा घरकाम असेल, तर अशा नवऱ्याशी उरात करुणा बाळगून संसार करणं शक्य आहे. मनच जेव्हा आक्रमणशील असेल, तेव्हा अशा माणसाशी कसा संसार करायचा? कितीही मनाला आवरायचं म्हटलं तरी मनाची तगमग होत राहिली. जर एखादा मनासारखा सखा मिळाला, तरच अशा नवऱ्याशी सहनशीलपणे संसार करणं शक्य होईल, असं वाटत राहिलं. हेच पुरुषाच्याही बाबतीत होत असेल काय? अशी एखादी घराबाहेर सखी असेल, तर घरात बायको कशीही असली तरी सहानुभूतीनं तिच्याशी संसार करायला जमेल काय?

क्षणभर या विचारानं तिला कसंतरी वाटलं. आत्मसमर्थनासाठी आपण कसे सोयीच्या तर्काला आधार देतो, हे लक्षात येऊन थोडी शरमही वाटली. तरीही कुठंतरी हा विचार पटला.

सुब्बय्याची ओळख झाल्यानंतर अप्पाजप्पांचा रागराग करायचं कमी झालं होतं ना! जास्त मार्दवतेनं त्यांच्याशी मी वागू लागले होते. या वागण्यामागं केवळ अपराधीपणाची भावना नव्हती हे नक्की! लक्कप्पाबरोबरच्या नात्याच्या वेळी मनात चूक करत असल्याची भावना होती, यात शंका नाही. पण या वेळी मात्र ते

सहजपणे घडत होतं. मनातच आनंद-समाधान नसेल तर ते वागण्यात कुठून येणार? सुब्बय्याबरोबर आनंदात डुंबत असताना माझ्याकडून इतरांनाही आनंदच मिळणार ना!

कॉन्झर्वेटर सुब्बय्या कुणिगल कॅम्पला आले, तेव्हा आमच्या घरी जेवायला आले होते. कोडग भागातले. धाडसी माणूस. पट्टीचा शिकारी. अहंकारी. आपलं तेच खरं करणारा वरिष्ठ अधिकारी. असा पाहिजे वरचा अधिकारी! सरळच म्हणायचा, ''काही म्हण सरोज! आमच्या कोडगच्या बायकांचा रंग आणि रूप तुझ्याकडे नाही! तरीही तुझ्यापुढे सगळ्या कोडगच्या रूपवती म्हणजे अळणी-सपक जेवण केल्यासारखंच आहे! मी वरचेवर इन्स्पेक्शनसाठी कुणिगलला यायला लागलो, तर खात्यात कुणालातरी शंका आल्याशिवाय राहणार नाही. तू बेंगळूरला चल. एखाद्या हॉटेलात राहिलो, तर कुणाचाही त्रास राहणार नाही!''

मग मीही 'पुस्तकं आणायची आहेत. बेंगळूरला जाऊन येते, याला सांभाळा..' म्हणून सांगितलं तर हे किती नम्रपणे शशिकांतला सांभाळत घरी राहायचे! मला खरंतर शशिकांत यांचा की लक्कप्पांचा हे सांगता येणार नाही; पण वैजयंतीला पाहणारे कुणीही ही कोडगची मुलगी आहे, हे सहज सांगू शकेल.

एका दृष्टीनं सुब्बय्या अधिकार चालवणारे पुरुष! पण त्याला किती मर्यादा आहेत, हे सहाच महिन्यांत लक्षात येऊ लागलं. सगळ्याच बाबतींत रोखठोक! आपल्या नात्यात काय-काय चालणार आहे आणि काय चालणार नाही, याचा पाढा त्यांनी आधीच वाचला होता ना! तसंच त्यांचं वागणं होतं. माझ्या किंवा त्यांच्या स्थानाला कुठल्याही प्रकारचा डाग लागणार नाही, असंच त्यांचं वागणं होतं. सगळं गुपचूप चालायचं. माझ्यासाठी साड्या, ब्लाउझचं कापड भरपूर आणत. माझ्या नवऱ्याला प्रमोशन द्या, असं मी कधीच तोंड उघडून सांगितलं नाही. पण त्यांनी पुढाकार घेतला नसता तर नवऱ्याची कोईमतूरला ट्रेनिंगसाठी निवड होऊ शकली नसती हे नक्की! नंतर बदली मिळणं तर अशक्यप्राय! तेही केलं. पण कधीही मी अमुक केलं, असं आपल्या तोंडानं सांगितलं नाही.

पण एवढंच!! संपूर्णपणे देता-घेता येत नसेल तर संपूर्ण अधिकार चालवणं तरी कसं शक्य आहे? थोडक्यात, सुब्बय्या संपूर्णपणे स्वतःला विसरून माझ्याबरोबर कधीच राहिले नाहीत. कदाचित स्वतंत्र माणसंच स्वतःला संपूर्णपणे स्वाधीन करू शकतील. सुब्बय्यानं कधीच स्वतःला माझ्या स्वाधीन केलं नाही. हे अधिकारी सतत स्वतः कुणाच्यातरी स्वाधीन असतात, त्यामुळे स्वतःला पूर्णपणे अर्पणही करू शकत नाहीत.

सरोजाक्षीनं आरशात आपल्या कानशिलाजवळचा भाग निरखून पाहिला. वरचं

सालपट निघायला सुरुवात झालीय. तिथं नव्यानं तयार होत असलेली लालसर कातडी वर यायला लागलीय. सुब्बय्यांनी कधीच अशा प्रकारचा संताप दाखवला नाही. हात उगारायचा तर प्रश्नच नव्हता. संताप व्यक्त करण्यासाठी आधी जी जिवाची खदखद व्हावी लागते, तिचाच तिथं अभाव होता ना!

एकाएकी वाटलं, हा मंजय्याच खरा प्रेमी होऊ शकेल! मला हवा तसा प्रेमी! या विचारानं मनात विचित्र समाधान दाटून आलं. सगळं देऊन सगळं घेणारा, प्रत्येक बाबतीत तादात्म्य पावून जीव एकरूप करणारा हाच आहे, असं वाटलं. हा स्वतंत्र आहे; नोकरीचा दास नाही! त्यामुळे कशालाही घाबरायचं कारण नाही! जमीनदार. या कॉन्ट्रॅक्टवरही त्याचं आयुष्य अवलंबून नाही.

बायको याला सोडून गेलीय, अशी एक बातमी आहे! की यानंच तिला सोडलंय? काहीही असलं तरी हा स्वतंत्र आहे, एवढं मात्र खरं! त्यांच्यासाठी स्वयंपाक करणं असो वा कॉफी-खाणं; मन संपूर्णपणे त्यातच गढून जात होतं. त्या वेळी अप्पाजप्पा घरात असले किंवा नसले तरी मला काहीच फरक पडत नव्हता. मीही त्यांना काही बाहेरची कामं सांगून वर सांगत असे, 'भर उन्हात यायची अजिबात घाई करू नका. निवांतपणे तुमच्या आवडत्या दुकानातून आवडता सोडा पिऊन या. अरे हो! मुलांनाही सोडा आवडतोय. त्यांनाही घेऊन जा!' कधी 'मुलांना कंटाळा आलाय... सिनेमा दाखवून घेऊन या...' असं सांगितलं, तर नम्रपणे मुलांना घेऊन जायचे.

अशाच प्रकारे मंजय्याबरोबर हवं तितकं सुख लुटता आलं असतं. पण मला तशा प्रकारचे संबंध नको होते ना! नात्याला याहून जास्त खोली हवी होती. खरोखरीचा सखा-सखी संबंध!

तसा हा नेहमीच आदर दाखवायचा. दर खेपेला येताना फुलं-फळं आणून गौरवाची भावना दाखवायचा. चेहऱ्यावर सतत आत्मविश्वासाचं हास्य! ही आपल्याला हवं ते देणारच, असा विश्वास! मी स्वयंपाकघरात जाऊन काम करू लागले, तेव्हा चोरासारखा आत येऊन म्हणतो कसा, "सरोजा! मनं एक झाली असताना देहानं दूर राहणं कृत्रिम नाही का?" मीही लगेच स्वतःला अर्पण करत होते.

तरीही हा का असा वागला?

हा कधी ना कधी आपल्याकडे निश्चितच येईल, असं तिचं अंतःकरण तिला सांगत होतं. हे अंतरंगाचं सांगणं आहे की तशी मनाची अपेक्षा आहे, असा संशयही मधूनच डोकं वर काढत होता. एक आठवडा, दोन-तीन आठवडे गेले तरी तो आला नाही. हा कधीच येणार नाही, अशी निराशा मनात निर्माण होत असतानाच

एक दिवस त्याच गावात शिक्षिकेची नोकरी करत असलेल्या त्याच्या बायकोची भेट घ्यावी, असंही मनात येऊन गेलं. का भेटायचं, भेटून काय करायचं यांसारख्या प्रश्नांची स्पष्ट उत्तरं सुचत नसली तरी तिला भेटायची इच्छा दोन दिवसांत प्रबळ होत चालली होती. वॉचमन उस्मानीनं याच्या बायकोचं वर्णन करून सांगितलं होतं; उत्तम रंग, उत्तम शरीरयष्टी, रेखीव चेहऱ्याची ठेवण... थोडक्यात, त्यानं तर 'बेहद्द खूबसूरत' असंच तिचं वर्णन केलं होतं. याची पार्श्वभूमी काय, याचीही मी चौकशी केली होतीच.

एकदा मुलीच्या माध्यमिक शाळेपाशी जाऊन गेटपाशी उभी राहिले. इतर मुलं आणि शिक्षिकांबरोबरच एक देखणी तरुणी शाळेकडे आली. हीच त्याची बायको हे कुणी सांगायची गरज नव्हती, इतकी देखणी बाई! चेहऱ्यावर आत्मविश्वास! पण चेहऱ्यावर एक प्रकारची विषादाची छाया! तिथल्या एका विद्यार्थिनीपाशी चौकशी केली तेव्हा तिनं 'सावित्र्यम्मा मिस् ...' असंही सांगितलं होतं.

ती शाळेत जात असताना पाहत राहिलेल्या सरोजाक्षीच्या सर्वांगाला सूक्ष्मपणे घाम सुटल्यासारखं झालं. इतक्या देखण्या आणि आत्मविश्वासपूर्ण बायकोला कुठल्याही सबळ कारणाशिवाय इतकी वर्षं ज्यानं सोडून दिलंय, तो माझ्यासाठी पुन्हा येईल याची काय खात्री? आपोआप मनात उमटलेल्या या उत्तरानं इथं आल्याचा उद्देशच फोल ठरला. ती खिन्न मनानं घरी परतली होती.

दोन दिवसांत मनातली खिन्नता कमी होऊन मनात विजयी भावना उमटली. फक्त चेहरा, नाक-डोळे आणि रंग-बांधा म्हणजेच माणसाचं व्यक्तित्व समजलं, तर याचमुळे पुरुषाचंही व्यक्तित्व ठरायला पाहिजे ना! तरमग हीच सगळी वैशिष्ट्ये असली तरी अप्पाजप्पांना का तसं व्यक्तित्व नाही, या विचारानं थोडं समाधान वाटलं. बायकोला सोडून सतरा वर्षं झाली आहेत म्हणे! याचाच अर्थ त्याच्यासाठी तिचं अस्तित्वच नाही. त्यामुळे तुलना करायची आवश्यकताच नाही.

तिनं स्वत:ही मंजय्याची उपेक्षा करायचा आणि त्याला विसरून जायचा प्रयत्न केला होता. सिनेमा पाहणं, मुलांबरोबर जास्त वेळ काढणं, हायस्कूलमध्ये नोकरी करणाऱ्यांपैकी एकाची ओळख काढून तिथं मिळतील ती पुस्तकं आणून वाचायची अशा गोष्टीत मनाला गुंतवायचा प्रयत्न केला होता. तेव्हा काही क्षणी आपण त्याला विसरण्यात यशस्वी झाल्याची भावनाही मनात तयार होत होती. पण त्याच्या बायकोला बघून आल्यानंतर तर सतत मंजय्याची आठवण त्रस्त करू लागली. आपल्याला ही प्रतिस्पर्धी आहे, असं उगाचच मनात घोळत राहायचं. सतरा वर्षांनंतर ती कशी काय स्पर्धक राहील? काय हा वेडेपणा? मनाचं असं समाधान केलं, तरी तिचं चित्र मनातून नाहीसं होत नव्हतं. ही तर त्याच्यापेक्षा आपल्याला व्यापून राहतेय, हे लक्षात आलं की तिची तिलाच लाज वाटायची. वाटायचं, छे!

काय चाललंय हे? मीही अतिसामान्य बाईच्या पातळीवर उतरून विचार करतेय काय?

एक दिवस अप्पाजप्पांनी एक भयंकर बातमी सांगितली. मळ्यात नारळांची चोरी करायला आलेल्या एका चोराचं डोकं ठेचून मंजय्यांनी त्याचा खून केलाय! पोलीस इन्स्पेक्टर बी. एस. नारायणमूर्ती आपल्या माणसांसह बिळीकेरेला गेले आहेत. अजून मंजय्या त्यांच्या हाती सापडले नाहीत.

बातमी ऐकून थरकाप उडाला! का? मंजय्यांनी एवढं क्रूर काम केलं म्हणून? की यानंतर मंजय्यांना कोर्टात कठोर शिक्षा होऊ शकेल, म्हणून? याचं नेमकं उत्तर मात्र मनात स्पष्ट झालं नाही.

त्याच दिवशी संध्याकाळी भाजीपाला घेऊन उस्मानी घरी आला. तिनं त्याच्याकडे न राहवून चौकशी केली, ''ऐकलीस ना बातमी?''

''खरा मर्द! दुसरं काय! आपल्या मालकीच्या मळ्यात कुणीतरी येऊन चोरी करून जातोय, तरीही गप्प राहायला त्यानं काय हातात बांगड्या भरल्यात काय! ही ताकद आनखी कुनापाशी हाय? मोठे-मोठे साहेब लोकबी गप्प ऱ्हात्यात! पन हा नाय गप्प ऱ्हात!'' मंजय्याचं कौतुक करताना त्याला एक तोंड पुरत नव्हतं.

''पण अजून पोलिसांच्या हातात सापडले नाहीत म्हणे! पुढं काय होईल कोण जाणे!''

''याचं डोकं एकदम तल्लख हाय! आधीच वकिलांना विचारून कुटंतरी निघून गेलाय वाटतं! आधी विचार केल्याशिवाय खून करणारा गडी नाय तो! पुढची सगळी व्यवस्था होईपर्यंत पोलिसांची नजर चुकवत असेल. सगळी तयारी झाल्यानंतर बगा कसा आपनहोऊन पोलिसांकडे जाऊन हजर होतोय! तुमी कायबी काळजी करू नगा घ्या!''

त्याचं बोलणं ऐकून तिला थोडा धीर आला. तरीही भीती पूर्णपणे गेली नाही. कोर्टात अमुकच होईल, असं खात्रीनं सांगता येत नाही, हे तिला समजत होतं. त्यामुळे मंजय्या या प्रकरणातून सुखरूप सुटेल की नाही याची भीती होतीच. पुढे काय झालं, काय होऊ शकेल हे जाणून घ्यायची इच्छा होती. पण कोण सांगणार? एवढा पुढचा विचार करायची शक्ती अप्पाजप्पांकडे तर नाही! मग कुणाला विचारायचं? मदत करायची असेल, तर ती कुणामार्फत आणि कशी करायची?

याच विचारात ती रात्रभर तळमळत होती. अप्पाजप्पांना गाढ झोप लागल्याचं त्यांच्या घोरण्यावरून समजत होतं.

जागीच असल्यामुळे दारावर हलकेच थाप पडताच तिनं विचारलं, 'कोण?'

''मी!..'' म्हणणारा आवाज ओळखून तिनं घाईनं दरवाजा उघडला होता. पाच मिनिटं बोलून ते निघून गेले होते.

सरोजाक्षीच्या मनात एक मुद्दा स्पष्ट होता. अप्पाजप्पांना यात ओढू नका, ते धोक्याचं आहे, हे सांगणं अगदी योग्य आहे, याविषयी तिच्या मनात शंका नव्हती. क्षणभरही उलटतपासणीला तोंड द्यायची त्यांची बुद्धी नाही, हे तिच्याशिवाय आणखी कोण सांगू शकेल? स्वत:च्या बुद्धिमत्तेवर तिचा विश्वास होता. पण मंजय्याला वाचवण्यासाठी तिनं काहीही केलं नाही. तसं काय करता येईल, हे तिला सुचलंही नाही. त्यामुळे 'पुढं काय होईल?' हा प्रश्न दिवसेंदिवस तिला त्रस्त करत राहिला. एक दिवस त्याला भेटण्यासाठी ती नवऱ्याला सोबत घेऊन हासनलाही जाऊन आली. पण त्याची भेट घ्यायची त्यांना परवानगी मिळाली नाही. त्यामुळे त्यांना तसंच माघारी यावं लागलं. तिला वाईट वाटून तिच्या डोळ्यांत पाणी उभं राहिलं.

मंजय्याची केस उभी राहिली. त्याची सुटकाही झाली. सरोजाक्षीनं सुटकेचा नि:श्वास टाकला. तरीही नंतर तो तिला भेटायला आला नाही. ती दोन-तीन आठवडे त्याची वाट बघत राहिली. महिनाभर याच उत्कंठतेत गेला. मन त्याच्याशिवाय वेगळा विचार करायला तयार नव्हतं. तो भेटायला येईलच, हा विश्वास दररोज थोडाथोडा कमी होत चालला होता. घरी आलेल्या नवऱ्याकडेही 'ऑफिसला आले होते काय?' म्हणून चौकशी करायची तिची प्रबळ इच्छा होत होती. पण आपणहोऊन विचारायचाही संकोच वाटत होता. तसं काही घडलं असतं तर त्यांनी आपणहोऊन सांगितलं असतं, हेही तिला ठाऊक होतं.

एक दिवस अप्पाजप्पा दुपारी तीन वाजताच घरी परतले. चेहरा उतरला होता. बरेच दमल्यासारखे दिसत होते. खुर्चीवर बसले, ते अजिबात उठले नाहीत. बायकोला काहीतरी सांगायचं होतं; पण कसं सांगायचं ते कळत नसावं. नवऱ्याची ही परिस्थिती तिच्या लक्षात आली होती. तिनंच विषय काढला, "आज एवढ्या लवकर कसे? काय झालं?"

त्यांच्या डोळ्यांमध्ये पाणी तरळत होतं. त्यांनी सांगितलं, "सस्पेन्ड केलंय! तुला मी सांगितलं नव्हतं. लाच घेतो म्हणून सगळ्या तालुक्यातून अर्ज गेले होते म्हणे! चार दिवसांपूर्वी डेप्युटी कॉन्झर्वेटर आले होते. सात-आठ ठिकाणी जाऊन चौकशी करून आलेत. सगळी चौकशी पूर्ण होईपर्यंत 'सस्पेन्शन ऑर्डर विथ इमिजिएट इफेक्ट!' अर्सीकेरेच्या वेंजय्याला चार्ज द्यायला सांगितलं होतं. ती ऑर्डर घेऊन तोच आला होता. त्यानं चार्ज घेतलाय." हे सांगताना डोळ्यांना धारा लागल्या होत्या.

आधी तर तिला कशाचा काही अर्थच लागला नाही. लाच खाण्याचं प्रकरण काही तिला नवं नव्हतं. पण जबरदस्तीनं काहीतरी वसूल करण्याइतकी ज्याची

ताकदच नाही, त्याला असं वागवणं म्हणजे... यामागं नक्कीच कुणाचातरी हात असला पाहिजे. कारणही वेगळं असलं पाहिजे!

अचानक तिला मंजय्या आठवला. 'तुझ्या नवऱ्याला पगार मिळणार नाही असं करून तुला अक्कल शिकवतो...' ही सूडबुद्धी यामागं असेल काय? कोर्टात त्याच्या बाजूनं साक्ष द्यायला नकार दिला, त्याचं हे पर्यवसान असेल काय? मी म्हटलं होतं, 'खोटी साक्ष देताना हे सापडले आणि नोकरी गेली तर आमची काय गत?' यावरचं हे उत्तर असेल काय? 'बघ! मी तुझ्या नवऱ्याची नोकरी जाईल, असं करतोय! आता काय करशील?'

तिच्या मनात नवऱ्याविषयी तिरस्कार निर्माण झाला. एकीकडे चूक केल्याची भावनाही होतीच. अश्रू ढाळणाऱ्या नवऱ्याविषयी एकीकडे तिरस्कार होता, तर दुसरीकडे आयुष्यात कधीच अश्रू न ढाळलेल्या त्या पशूविषयीही मनात तिरस्कार निर्माण झाला.

अप्पाजप्पांची एकदा खाली गेलेली मान वर झाली नाही. अशा वेळी रडत असलेल्या नवऱ्याचं समाधान करावंसं वाटलं तरी काय बोलायचं, हे तिला समजेना. पुन्हा मनातून तिरस्कार वर येऊ लागला.

रात्री झोप येत नव्हती. कूस पालटत त्यांनी विचारलं, "एवढ्यात मंजय्या भेटलेच नाहीत. कोर्टकचेरीच्या कामात ते चलाख आहेत. त्यांनाच सांगितलं, तर ते वाचवतील. दुसरा कुठलाही मार्ग दिसत नाही!"

ती पट्कन म्हणाली, "तुम्ही ऑफिसर आहात! तुमच्या शिफारशीवरून त्याला वरच्या अधिकाऱ्यांनी कॉन्ट्रॅक्ट दिलंय! तुमच्या वरच्या ऑफिसरांकडच्या कामासाठी त्याला का घेऊन जायचं?"

"असा का एकेरी उल्लेख करतेस त्यांचा?"

"त्यांना हवा तितका, राजाएवढा मानसन्मान देऊ या हवं तर! मला विचारायचंय, त्यांना न घेता तुम्हाला एकट्याला जाऊन वरच्या साहेबांची सही घेऊन येता येणार नाही काय?"

यावर ते काहीच बोलले नाहीत. रात्री बराच वेळ ते जागेच असल्याचं तिला समजत होतं. तिला तर झोप येण्याचा प्रश्नच नव्हता. हा माणूस एवढ्या नीचपणे वागेल, याची तिला कल्पनाच नव्हती. जर याची आधीच कल्पना असती, तर आपलं मन तिकडं वळू दिलं नसतं की काय कोण जाणे!

अचानक आपल्या स्वभावातली विसंगती तिच्या लक्षात आली. ज्या स्वभावाचं एकीकडे आकर्षण वाटतंय, त्याच स्वभावाविषयी संतापही येतोय? तरीही, त्याचा स्वभाव, वागायची पद्धत समजूनही त्याला मनातून काढून टाकायला मला का जमत नाही? सगळं समजल्यावर त्याच्याविषयी मनात तिरस्कार निर्माण व्हायला

हवा होता. पण तसं करायला मन का नकार देतंय? तिनं ठरवलं, यानंतर त्याच्याशी संबंध राहील तो फक्त द्वेषाचाच. पण... नाही! एखाद्याचा द्वेष करणं माझ्या स्वभावात बसत नाही. फार फारतर तिरस्कार करणं शक्य आहे. माझ्या नवऱ्याची नोकरी घालवून मला घाबरवू पाहतोय हा क्षुद्र जंतू! तिच्या सर्वांगाचा तिळपापड झाला.

सकाळ झाली. ती काहीतरी काम करत स्वयंपाकघरात होती. बाहेर येऊन पाहिलं तर नवरा दिसला नाही. तिथंच गणित सोडवत बसलेल्या शशिकांतला तिनं विचारलं, "अप्पा कुठं गेले?"

"कपडे बदलून ऑफिसला गेले!" त्यानं सांगितलं. तिला खुलासा झाला. नवऱ्याचा राग आला. मला न सांगता असे निघून गेलेत, याचा अर्थ काय! हे नेहमीचंच आहे. आपण जीव तोडून काहीतरी सांगायचं, तरी हे काहीतरी आपल्या मनाचं करणार! जे करतील, ते शेवटपणे निभावायचा मर्दपणाही नाही! तो असता तर माझ्यावर ही का पाळी आली असती?

तिचे डोळे भरून आले. ती शशिकांतची नजर चुकवून स्वयंपाकघरात आली. पण तिथं असलेल्या वैजयंतीनं विचारलंच, "अम्मा, काय झालं? कशाला रडतीस?"

"तुला अभ्यास नाही का करायचा? अ आ इ ई लिहून दाखवलं नाहीस!.."

मनात शंका होती, हा कुठं जाऊन आणखी काय काय करेल, कुणाला भेटेल कोण जाणे! दुसरं म्हणजे त्यालाच हा भेटला आणि तो खरोखरच आला तर?

तिनं स्वतःला समजावलं. उगाच काहीतरी विचार करण्यात अर्थ नाही. माझा नवरा मला विचारल्याशिवाय तसं काही करणार नाही. थोडाफार रागावेल. पण शेवटचा शब्द माझाच राहील. तिचा तिलाच विश्वास वाटला.

पण काय हे! नवरा कसा हवा? शिखरासारखा! मान वर करून बघावं तसा! इतकी उंची की आकाशाला भिडावी... नेहमीप्रमाणे ही कल्पनाच तिला भुरळ घालून गेली. कुठल्यातरी कवनात किंवा कादंबरीत ही उपमा वाचली होती का?

तिच्या अपेक्षेप्रमाणेच घडलं. अप्पाजप्पा दुपारी परतले नाहीत. उशिरा आठ वाजता आले. सायकलच्या कॅरियरवर भलामोठा लांबूनही वास येणारा पिकलेला फणस आणला होता. त्याच्या शेतातला फणस! यांना भरपूर आवडणारा! त्यानंच घरी पाठवून दिलाय! घरात सायकल आणून फणस खाली ठेवताना त्यांनी क्षमायाचनेच्या सुरात म्हटलं, "बिळीकेरेला गेलो होतो!"

"दुपारच्या जेवणात दुधाची खीर केली होती की नाही?" तिनं विचारलं.

"होय. पण तुला कसं ठाऊक? उस्मानी आला होता काय?"

ती काही बोलली नाही. नंतर म्हणाली, "बरं! चला. जेवून घ्या! एव्हाना त्यानं पाजलेली खीर सायकल चालवत आलात तेव्हा पचून गेली असेल!"

"पण तुला कुणी सांगितलं? त्या वेळी तर उस्मानी तिथून निघून गेला होता. इथं आला होता काय?"

"असू दे! आधी जेवून घ्या."

एव्हाना मुलं पेंगायला लागली होती. तिनं आधी मुलांना वाढलं. फणस दुसऱ्या दिवशी कापायचं ठरलं. दोघंच स्वयंपाकघरात जेवायला बसले. तिनं विचारलं, "किती पैसे घेऊन यायला सांगितलंय काम करून द्यायला?"

"ते आमच्याकडून पैसे कसे घेतील? ते तर आपल्याला पैसे मिळण्याची व्यवस्था करतात!"

"ते असू दे. वरच्या अधिकाऱ्यांना किती पैसे द्यावे लागतील, म्हणाले?"

"दोन हजार."

"तेच दोन हजार तुम्हीच नेऊन दिले, तर काम नाही का होणार?"

"मी!!" अप्पाजप्पाच्या चेहऱ्यावर भीती उमटली, "लाच द्यायला आलात म्हणत ॲन्टी-करप्शनकडे दिलं तर?"

"मग मंजय्यांना नाही धरणार?"

"त्यांना कसं बोलायचं असतं, ते ठाऊक आहे! धमक आहे तेवढी!"

पुन्हा तिच्या मनात या नवऱ्याविषयी तिरस्कार निर्माण झाला. या असल्या बाबीसाठी मंजय्याविषयी तिरस्कार निर्माण होत नाही! तरी जाडजूड सोट्यानं ठेचून काढावं, असं तिला वाटू लागलं. त्यात त्यानं तरी मरायला पाहिजे, मी तरी मरायला पाहिजे! मनात या विचाराचं विचित्र आकर्षण वाटू लागलं. एकत्र भांडून दोघांनी एकत्र मरून जायचा विचार तिला आकर्षक वाटला. ती पुढं काही बोलली नाही.

जेवण झालं. अप्पाजप्पा झोपायला गेले. अंथरूण घालणं आणि मच्छरदाणी बांधणं, हेही त्यांचंच काम होतं. त्यांनी ते आपल्या मनानंच अंगावर घेतलं होतं. तेवढ्या वेळात ती स्वयंपाकघरातली आवराआवर करत होती.

रात्री झोपताना त्यांचं मन दोन हजार कसे जमवायचे, या विचारात व्यग्र होतं. पैशाची देखरेख तीच करायची ना! आज तीस तारीख. उद्या पगार मिळणार नाही! हातात असलेले पैसे पुढच्या महिन्याच्या खर्चासाठी हवेत. तिच्याकडचा एखादा दागिना मागायची त्यांना शरम वाटली. ती देईल का? 'देणार नाही...' म्हणाली, तर काय करायचं? त्यांची तगमग चालली होती.

दोघांनी परस्परांना रक्तबंबाळ होईपर्यंत मारून जोडीनं मरून जायची कल्पना करत ती झोपली होती.

मध्यरात्र सरत चालली होती. तेव्हा ते म्हणाले, "थोडं सोनं विकल्याशिवाय दोन हजारची कशी व्यवस्था करायची?"

ती बोलली नाही. पुन्हा तोच प्रश्न विचारला तर ती रागावेल, हे ठाऊक असल्यामुळे ते पुढे काही बोलले नाहीत. ती जागी आहे आणि तिला आपला प्रश्न समजला आहे, याची त्यांना खात्री होती. ती उद्या-परवा काहीतरी उत्तर देईल, असं वाटून ते गप्प राहिले.

सकाळ झाली. मुलांना आता फणसाचा मोह सुटत नव्हता. त्यामुळे फणस फोडायचा की काय हे ठरत नव्हतं. तिनं अचानक विचारलं, ''त्यांनी दिला म्हणून तुम्ही का घेऊन आलात?''

यात आपलं काय चुकलं, हे न समजून त्यांनी विचारलं, ''काय झालं? मागंही ते देतच होते.''

''ठीकाय... काढून द्या गरे मुलांना!..'' तिनं परवानगी देताच त्यांनी कोयत्याला तेल माखायला सुरुवात केली. काढलेले गरे त्यांनी स्वयंपाकघरात आणून ठेवल्यावर ती म्हणाली, ''खाणं आटोपून तुम्ही बिळीकेरेला जा आणि त्यांना सांगा, पैसे उभे करायचे असतील तर सोनं विकायला पाहिजे किंवा गहाण ठेवायला पाहिजे. आमच्या माहितीचा कुणी सोनार नाही. विश्वासू माणूस पाहिजे. तुम्हीच घरी या, माझ्या बायकोशी बोला, तिला घेऊन जाऊन सगळा व्यवहार होईल असं पाहा!''

हे ऐकून त्यांना अतिशय आनंद झाला. रात्री केलेली आपली सूचना आपल्या बायकोनं इतक्या लवकर मान्य केल्यामुळे त्यांना तिचा अभिमान वाटला. तीच म्हणाली, ''तुम्ही जास्तीचं काही बोलू नका. जे काही बोलायचंय, ते मीच नीट बोलेन! ते इथं आले की तुम्ही काहीतरी कारण काढून घराबाहेर जा. मी बघून घेते सगळा व्यवहार!''

घाईघाईनं अंघोळ करून, देवापुढचे पूजेचे सोपस्कार उरकून त्यांनी खाणं उरकलं, कॉफी पिऊन ते सायकल घेऊन बाहेर पडले.

ते परतले, तेव्हा दुपार होऊन गेली होती. आल्या आल्या सांगितलं, ''त्यांच्या उजव्या पायाला मार बसलाय. सायकल चालवायला जमणार नाही, म्हणाले. मी म्हटलं, डबलसीट घेऊन जातो. तर म्हणाले, कॅरियरवर बसायला जमणार नाही.''

''पाय सुजला होता का?''

''नाही. दुखतंय म्हणत होते. माझ्यासमोरच कुठलंतरी तेल मागवून लावत बसले होते. मीही थोडं चोळून दिलं.''

ती काहीच बोलली नाही. बोलायला काही राहिलं नाही, हे तिला जाणवलं.

आठवडा गेला तरी मंजय्या आला नाही. अप्पाजप्पांनी बायकोला विचारलं, ''आता काय करायचं?''

''पैसे लागणार असतील, तर मी दागिने देते. तुम्हीच जाऊन काम करून

यायला पाहिजे. कुणाचीही मध्यस्थी नको!'' सरोजाक्षीनं स्पष्टच सांगितलं. घरी बसून बसून अप्पाजप्पा कंटाळले होते. वेळ घालवण्यासाठी काहीतरी काम शोधून काढून करू लागले. पारोशा कपड्यांचं गाठोडं घेऊन तळ्यावर जायचं, कपडे धुवून वाळवून घेऊन यायचे. केर काढायचे, फरशी पुसायचे. घरात बायको असताना यांनी असली कामं करायची म्हणजे अपमान आहे, हेही न समजणाऱ्या आपल्या नवऱ्याचा सरोजाक्षीला संताप येई. तिनं संताप दाखवला की ते आणखी आणखी नम्रपणे वागत. तो बघून तिचा संताप आणखी वाढत होता. आपण सस्पेन्ड झाल्यामुळे ती संतापतेय, असं वाटून ते कानकोंडे होऊन आणखी आज्ञाधारक होत.

एकदा ती चिडून म्हणाली, ''तुम्ही घरकाम करून पडून राहा, असं मला म्हणायचं नाही.'' म्हणजे तिला काय म्हणायचंय, हे न समजून ते विचारात पडले. त्या दिवशी खाणं झाल्यावर ते सरळ गावात फिरायला म्हणून निघून गेले. दुपारचं जेवण करून पुन्हा बाहेर गेले आणि संध्याकाळी घरी परतले. अशा प्रकारे गावात कुठल्याशा दुकानामध्ये, बसस्टॅन्डवर किंवा आणखी कुठंतरी वेळ काढणं, हा त्यांचा दिनक्रम झाला. निदान तेवढ्या वेळापुरता तरी तो रडतराऊत चेहरा बघणं टाळलं जाईल, म्हणून तीही यावर काही बोलली नाही.

एकदा दुपारी जेवायला आलेले असताना त्यांनी सांगितलं, ''तालुका-ऑफिसात मंजय्या भेटले होते.''

''काय म्हणत होते?''

''मी विचारलं, घराकडं का आला नाही? कामासाठी हासनला निघालोय, म्हणाले. मी म्हटलं, माझ्या सस्पेन्शनला काहीतरी करा... मी आठवणही करून दिली, तेव्हाच सांगितलं होतं; घरी या, सोनं विकायला मदत करा म्हणून! तुम्ही तिच्याशी बोला. पैसे जमा करून घेऊन काम करून द्या, म्हटलं. पण ते म्हणाले, दागिन्यांचा विषय बायकांचा! मी येणार नाही! एवढं सांगून ते निघूनच गेले.''

''यानंतर ते भेटले तर तुम्ही त्यांच्याशी बोलू नका!''

''असं कसं? आपलं काम कसं होणार बोललं नाही तर?''

तिला राग आला. पण तिनं तो दाखवला नाही. ती विचारात पडली. त्याच्या वागण्याचा नेमका काय अर्थ समजायचा? त्याला केवळ त्रासच द्यायचा आहे की आणखी काय आहे? त्रास द्यायचा म्हणून त्यानं हे सस्पेन्शनचं काम केलंय, यात शंका नाही. पण भेटायला ये म्हणून निरोप पाठवला, तरीही यायला तयार नाही. याचा अर्थ शरम किंवा भय वाटत असणार!

जवळचे सगळे पैसे संपले. संसार चालवण्यासाठी जवळचा एखादा दागिना विकल्याशिवाय गत्यंतर नाही, अशी परिस्थिती आली. घर चालवायची जबाबदारी तिचीच असल्यामुळे पुढे काय करायचं, याचा निर्णय तिचा तिलाच घ्यायचा होता.

कायद्यानं निम्मा पगार मिळणं आवश्यक असलं तरी मंजूर होऊन तो मिळायला बराच वेळ लागेल, हे तिला ठाऊक होतं. मंजय्यांनीच रयतांकडून कंप्लेंट करायला लावली, आहे हे तिला समजत होतं. एकाच वेळी तीस रयतांनी तसे अर्ज करणे, ते सगळे एकाच वेळी बेंगळूरला पोचणं, या सगळ्याचा अर्थ सरळच होता. कुणीतरी हे ठरवून केलं होतं. मंजय्याशिवाय दुसरं कोण करणार?

बेंगळूरहून आदेश आला, काहीतरी निर्णय होईपर्यंत काहीच करता येणार नाही. अप्पाजप्पांना आश्चर्याबरोबरच मोठा धक्का बसला. 'मी कुणाचं काय वाईट केलं होतं?...' म्हणत त्यांनी दुःख व्यक्त केलं. ती तिरमिरीसरशी म्हणाली, "हासनला जाऊन ही बातमी तर काढून आणता आलीच असती ना?"

"पण हे कसं समजणार?"

"तुम्ही भेटायला गेला होता, तेव्हा तरी चौकशी करायची!"

"पण तेव्हा काय बोलायचं?..." अप्पाजप्पांना खरोखरच काही समजेनासं झालं होतं.

आता तिच्या मनात त्याच्याविषयी रोष निर्माण झाला. खरंतर यालाही चांगला धडा शिकवायला पाहिजे! पण नेमकं काय करायचं, हे तिला समजत नव्हतं. जर मी स्वतःहून त्याला भेटायला गेले, तर तो परिस्थिती बदलू शकेल. तेवढी त्याची ताकद आहे! पण हे कसं घडवून आणायचं? त्याच्यासमोर असं वाकलं तर पुढं काय होईल? त्याचं सगळं ऐकायचं, नम्र होऊन त्याच्याकडे जायचं! या विचारानं तिच्या जिवाचा संताप झाला. त्याची मदत न घेता हे प्रकरण मिटावं, तरच त्याच्यावर विजय मिळवल्यासारखं होईल. पण प्रकरण बेंगळूरपर्यंत गेलं असेल तर दागिने विकून त्या पैशानं प्रकरण मिटवणं अशक्य आहे, हेही तिला समजत होतं. ही परिस्थिती निर्माण व्हायला मीच कारणीभूत आहे; त्यामुळे यातून बाहेर पडायची जबाबदारीही माझीच! नाहीतरी हे काहीच करू शकत नाहीत!

एका रात्री हताश होऊन विचार करत असताना सुब्बय्यांची आठवण झाली. त्या क्षणीच तिला आपली सरशी झाल्यासारखं वाटलं. इतक्या दिवसांत का आठवण झाली नाही, याचा खेदही वाटला. त्यांचा शोध घेतला पाहिजे. ते जिथं कुठं असतील, तिथं वरच्या जागेवर असतील. त्यांना साकडं घातलं, तर आपलं वजन वापरून ते नक्की काम करतील! या विचारासरशी एकीकडे आनंद वाटला, तरी दुसरीकडे अवघडही वाटलं. वैजयंतीच्या वेळेला दिवस राहिले, त्यानंतर त्यांच्याशी काहीच संपर्क राहिला नाही. त्यांची बेन्नूरहून तुमकूरला बदली झाल्याचं समजलं होतं, तेवढंच. तेव्हा चार महिने झाले होते. त्यामुळे त्यांना विसरणं सोपं गेलं असावं. नाही. तेही तेवढं सोपं गेलं नव्हतं. त्यांना विसरायला बराच त्रास झाला

होता. अगदी खरं म्हणजे मंजय्यांशी संपर्क वाढल्यानंतरच सुब्बय्यांची आठवण मागं सरली. पुन्हा त्यांना भेटायचं आणि त्यांची मदत मागायची!... मनात संमिश्र भावना दाटल्या. दुसरा कुठलाही मार्ग नाही हे ठाऊक असलं तरी असेच सात-आठ दिवस गेले. घरातले पैसे संपले. बँकेतही जेमतेम पन्नास रुपये राहिले. तेव्हा मात्र नाइलाजानं तिनं नवऱ्याला सांगितलं, "सुब्बय्या कुठं आहेत, याचा तुम्ही शोध घ्या. त्यांना दोघंही जाऊन भेटू या."

अप्पाजप्पा हासनला गेले. तिथून त्यांनी बातमी आणली, डेहराडूनला होते, आता बेंगळूरलाच आहेत असं समजलं. डेप्युटी कॉन्झर्वेटर म्हणून! ती म्हणाली, "उद्या सकाळच्या बसनं बेंगळूरला जाऊ या!"

नवऱ्याच्या चेहऱ्यावर भय उमटलं. तिनं पुन्हा तेच सांगितलयावर मात्र म्हणाले, "ते रागावले तर?"

"बोलायचं, ते सगळं मीच बोलेन. तुम्ही बाहेर बसा. मग तर झालं?"

हे मात्र मान्य केलं. शेजाऱ्यांना संध्याकाळपर्यंत मुलांकडे लक्ष द्यायला सांगून त्यांनी बस पकडली.

सकाळी अकरा वाजता ते जाऊन पोचले, तेव्हा साहेब ऑफिसात होते. तिला ठाऊक होतं, आपलं नाव लिहून पाठवलं तर ते लगेच आपल्याला बोलावून घेतील! की गेल्या साडेपाच वर्षांत ते विसरले असतील? सतत शंभर बायकांशी संपर्क येणाऱ्यांना विसर पडणं स्वाभाविक आहे! पण हे तसल्यापैकी नाहीत, असा विश्वासही वाटला. कुठंतरी तेव्हाचं आकर्षणही जागं होत होतं. आता ते पन्नाशीत असतील. केस-मिशा करड्या झाल्या असतील!

उशीर करण्यात अर्थ नाही, हे लक्षात येऊन तिनं चपराश्याकडून कागद घेऊन चिठी लिहिली. आपलं नाव लिहून त्याचबरोबर अप्पाजप्पांचाही संदर्भ दिला.

बाहेर आलेल्या चपराश्यानं लगेच तिला आत जायची खूण केली. नवऱ्याला बाहेरच बसवून ती चपराश्यापाठोपाठ केबिनमध्ये गेली.

तिला पाहताच सुब्बय्या खुर्चीवरून उठले आणि आनंदानं तिचा हात हातात घेतला. मिनिटभर हातात हात राहू देऊन नंतर तिला बसायला सांगितलं. चौकशी केली, "कुठं आहात आता?"

तिनं पाहिलं, चेहऱ्यावर अजूनही तोच स्नेह होता. नजरेत आशा होती. केस काळेभोर. अक्कडबाज खास कोडगच्या मिशा. केसांना कलप लावत असल्याचं तिनं मनोमन जाणलं. तरी काय बोलावं, ते तिला सुचलं नाही. तेव्हासारखेच दिसताहेत. मध्ये साडेपाच वर्षं गेल्याचं कुठल्याच बाबतीत समजत नाही. तेही नजरेनं तिची अंगयष्टी जोखत होते. त्यांची मागची भिंत भरून जाईल, असं मोठं चित्र टांगलं होतं. ते वनराईचं होतं. आजूबाजूच्या भिंतींवरही अरण्याचे फोटो टांगले

होते. तिच्यावर बराच वेळ नजर खिळल्याचं जाणवून त्यांनाही थोडा संकोच वाटला. त्यांनी विचारलं, "कुठं असतेस आता?"

"चनरायपट्टणला.."

"मी डेहराडूनला गेलो होतो स्टाफकॉलेजला. इथं येऊन महिनाच झाला. आल्याआल्या भरपूर काम समोर होतं. त्यातून मोकळा झाल्यावर तुझी चौकशी करायचा विचार होता. तेही जपून करायला पाहिजे ना! कुणाच्यातरी लक्षात येणं योग्य ठरणार नाही."

तिच्या चेहऱ्यावर चिंता होती. ती काहीच बोलत नाही, हे पाहून त्यांनी विचारलं, "काय झालं? अशी का दिसतेयस? आता तू समोर दिसल्यावर मी असं बोलतोय याचा राग आला का? देवाशप्पथ सांगतो. डेहराडूनलाही तुझी आठवण भरपूर येत होती. पण आता समजलं ना! चनरायपट्टण म्हणजे काही दूर नाही. सहज जमवता येईल."

आपण येण्यामागचं कारण यांना सांगू नये, असं एकीकडे वाटत होतं. पण दुसरा काही उपायही दिसत नव्हता. तेवढ्यात समोरच्या घड्याळात बाराचे ठोके पडले. गावात सोडून आलेल्या मुलांची, त्यातही धाकट्या वैजयंतीची आठवण झाली. आपलं निरीक्षण करणाऱ्या यांचीच ती मुलगी! यांना तर मुलगा की मुलगी याचीही आठवण नाही. मैसूरहून बदली झाली, तेव्हा चार महिने झाले होते. हे आपलंच, असं यांनीही तेव्हा मान्य केलं होतं ना! तेव्हा एकीकडे अभिमान वाटला होता, तर दुसरीकडे जीव कासावीस झाला होता. यांनी त्या जिवाची चौकशीही केली नाही! यांच्याबरोबर हॉटेलमध्ये काढलेल्या दिवसांचं ते फलित होतं.

पण या क्षणी त्यांना त्यातलं काही आठवत नाहीय! फक्त त्या दिवसांमधला आनंद तेवढा आठवतोय! यानंतर त्याच सुखाचा आस्वाद घेण्यासाठी निर्माण झालेली आतुरता तेवढी उठून दिसतेय. काही न बोलता ती त्यांचा चेहरा निरखत राहिली. वैजयंतीचे डोळे, नाक, भुवया, चेहऱ्याची ठेवण, बऱ्याच गोष्टींशी असलेलं साम्य नव्यानं जाणवू लागलं. या क्षणी अप्पाजप्पा इथं आले तरी हे साम्य त्यांच्या लक्षात येणार नाही! या विचारानं तिचा चेहरा म्लान झाला. वाटलं सांगावं, 'तेव्हा आपल्याला मुलगी झाली आहे. तुमचीच कार्बन कॉपी म्हणावी एवढं साम्य आहे...'

तिनं स्वत:ला आवरलं. त्यांनीच पुन्हा विचारलं, "काय झालंय? अशी का दिसतेस? काही अडचण आहे का? सांग. मी आहे ना! मी बघून घेईन."

"त्याचं काय आहे; इथं एक चंदनाचा कॉन्ट्रॅक्टर आहे. त्यानं काही जणांना हाताशी धरून अप्पाजप्पांना सस्पेन्ड केलंय. पगार मिळत नाही..." एवढं बोलता बोलता तिला आपलं मन सुबय्यांबरोबरच्या संबंधापासून बाहेर आल्यासारखं होऊन हलकं वाटलं. तो कॉन्ट्रॅक्टर कसा माणूस आहे, हेही तिनं सांगितलं. कसा तो

स्वत:ला एकीकडे वकील, दुसरीकडे अधिकारी समजतो आणि वरच्यांना पैसे द्यायच्या निमित्तानं स्वत: पैसे खातो, हे सगळं तिनं विस्तारानं सांगितलं.

क्षणभर विचार करून त्यांनी विचारलं, "समज, पुन्हा त्याला संधी मिळाली तर... त्याचा तुझ्यावर डोळा आहे काय?"

तिला स्वत:विषयी हीन भावना निर्माण झाली. म्हणजे या अधिकाऱ्याचाही शक्य असेल तेव्हा इच्छापूर्तीचा विचार आहे की काय? माझ्याकडे पाहायचा याचाही हाच दृष्टिकोन?

"सरोजा, तुला त्रास द्यावा म्हणून मी हे तुला विचारत नाही. शत्रूचा उद्देश स्पष्टपणे समजला असेल, तर त्याच्यावर हल्ला करायची पद्धत ठरवता येते. म्हणून विचारलं मी!"

ते उठले आणि समोरच्या भल्यामोठ्या टेबलावर पुढे वाकून तिचा दंड दाबला.

क्षणभर तिला वाटलं, सगळं सांगून टाकावं. त्याच्याशी आलेला संबंध, त्यानं खोट्या साक्षीसाठी आणलेलं दडपण, त्याला बळी न पडल्यामुळे केलेला उपद्व्याप हे सगळं सांगितलं तर त्याला भरपूर शिक्षा करायची ताकद या पातळीच्या अधिकाऱ्याकडे निश्चितच असते!

क्षणभर थांबून ती म्हणाली, "तुमच्यासमोर कसली लपवाछपवी? याच्या बाबतीत तसं काही नाही. चंदनाच्या व्यवहारातच त्याचा अप्पाजप्पांशी काहीतरी वाद होऊन दोघांमध्ये शत्रुत्व आलंय. खरंतर अप्पाजप्पांना तुम्हीही ओळखताच. त्यांचा तसा स्वभावच नाही. पण तो महाबिलंदर माणूस आहे! त्यानंच काहीतरी खुसपट काढलं आहे!"

"इट्स ऑल राइट!" म्हणत त्यांनी टेबलावरची बेल दाबली. बाहेरचा क्लार्क आत आला. त्याला त्यांनी विचारलं, "हासन रेंजच्या अप्पाजप्पांचा काही रिपोर्ट आलाय का?"

"आपल्या ऑफिसकडून त्यांना सस्पेन्शन ऑर्डर गेलीय सर! तुम्ही यायच्या आधीच."

"ती सगळीच फाइल घेऊन या बघू!" त्यांनी ऑर्डर सोडली. काही मिनिटांतच त्यानं एक भलीमोठी फाइल आणून त्याच्यासमोर ठेवली आणि निघून गेला. त्यातली काही पानं बघून सुब्बय्या म्हणाले, "सगळ्या अर्जांमधला तपशील एकसारखाच आहे. तारखाही जवळपासच्याच आहेत. हे एकूण कुणीतरी एकानं पुढाकार घेऊन घडवून आणलेलं प्रकरण दिसतंय. ही सगळी गावं एकमेकांपासून किती लांब आहेत, हे आम्हाला ठाऊक नाही. एकंदरीत कुणीतरी रागाच्या भरात केलेलं काम आहे हे! हा खरा शहाणा माणूस असता तर दोन अर्जांमध्ये दोन-चार दिवसांचं अंतर राहील, असं केलं असतं! तू एक काम कर. अप्पाजप्पा बाहेर

बसलेत ना?''

त्यांनी चपराश्याला सांगून अप्पाजप्पांना आत बोलावून घेतलं. त्यांना आत यायला पाच मिनिटं लागली. आल्यावरही ते थोड्या अंतरावरच उभे राहिले.

सुब्बय्यांनी थोड्या जोरातच विचारलं, ''काय हे! तुमच्याविरुद्ध इतक्या कंप्लेंट्स?'

अप्पाजप्पा काहीच बोलले नाहीत. सुब्बय्यांनी एक कागद टेबलावर ठेवला आणि म्हणाले, ''हं लिहा... चीफ डेप्युटी कॉन्झर्वेटर साहेबांच्या चरणासी...'' सगळा मजकूर त्यांनीच सांगितला. उभ्या उभ्या त्यांनी त्यावर सही केली आणि सांगितलं, ''ठीकाय! आता तुम्ही बाहेर बसा!'' अप्पाजप्पांनीही लगेच काढता पाय घेतला आणि बाहेर आला. साहेबांच्या भेटीसाठी आलेल्यांपैकी कुणीतरी त्याच्या जागेवर बसल्यामुळे तो थोड्या लांबच जाऊन उभा राहिला.

हातातल्या अर्जावर एकवार नजर फिरवत साहेबांनी हलकेच चौकशी केली, ''कुठं उतरलात?''

तिनं सांगितलं, ''बसमधून उतरल्यावर थेट इथंच आलोय. इथून परत गावाला जाणार.''

''तू असं कर, म्हणावं काम होणार आहे, पण काही रेकॉर्ड्स बघायला पाहिजेत. ती शोधायचं काम आहे. त्यासाठी थांबायला पाहिजे, असं सांगून त्यांना गावी पाठवून दे! उद्या येते म्हणावं! ते मुलांकडे बघतील. अरे हो! किती मुलं?''

तिला शरम वाटली. त्याच्या शेवटच्या प्रश्नाला गर्भित अर्थ आहे, असं वाटलं. वैजयंतीचा चेहरा नजरेसमोर तरळून गेला. म्हणावं, ती तुमची आहे, तुम्ही एकदा तरी तिला बघितलं पाहिजे!.. तुम्ही बदली होऊन गेलात तेव्हा मला चार महिने झाले होते, हे आठवत नाही काय तुम्हाला? काय झालं? मुलगा की मुलगी, याची तरी चौकशी केली का? पण आलेला संताप तिनं आवरला.

''काय प्रॉब्लेम आहे?'' त्यांनी पुन्हा विचारलं.

''मला ठाऊक आहे, तुम्ही झोप घेणाऱ्या वाघाची शिकार करता! झोपलेल्या वाघाला मारत नाही! गाभण मादीला मारत नाही, जखमी जनावरालाही मारत नाही... असं तुम्हीच मागं सांगितलं होतं एकदा.''

''होय! शिकार करतानाही काही पथ्यं आवश्यक आहेत! स्पोर्टमनशिप पाहिजे. समोरच्याला संधी दिली पाहिजे! आजारी किंवा जखमी प्राण्यासमोर सवाल टाकण्यात काय मजा आहे?''

''आपला दोघांचा स्नेह काही नवी गोष्ट नाही. किती जुना आहे, आठवून पाहा. पण मी मदतीची याचना करत तुमच्याकडे आले आहे. अशा वेळी जर खोटं बोलून मी इथं मुक्कामाला राहिले, तर माझ्या मनातलं माझं स्थान कमी होईल आणि कधी ना कधी तुमच्या मनातही आपलं स्थान कमी झाल्याची भावना निर्माण झाल्याशिवाय

राहील काय?''

त्यांची अवस्था सापळ्यात सापडलेल्या सावजासारखी झाली. तिला पाहिल्यापासून दिसणारी चेहऱ्यावरची चमक नाहीशी झाली. पण क्षणार्धात त्यांनी स्वत:ला सावरत म्हटलं, ''ऑफकोर्स ऑफकोर्स! एक्सप्लॉइट करायचा प्रश्नच नाही! कुणालाही चुकीच्या पद्धतीनं कुणी संकटात आणत असेल, तर त्याचा बचाव करायला मला सरकारनं इथं बसवलं आहे. हा आग्रहही माझाच होता. वाघ कितीही शक्तिवंत असल्यासारखं दिसत असेल, पण बुद्धिवान माणसासमोर तोही असहाय ठरतो ना! वुई बोथ आर इन इक्वल फुटिंग. मला तुझं ऐकलंच पाहिजे. स्नेह महत्त्वाचा! बाकी सगळं ठीक चाललंय ना? भेटून बरीच वर्षं झाली होती. थोडी बारीक वाटतेस! काळजी घे!''

''सस्पेन्शनमुळे पगारच नाही ना!'' ती मंद हसत म्हणाली.

''डोन्ट वरी. सुरू होईल लवकरच,'' त्यांनी सांगितलं.

सगळं बोलून झालं होतं. त्यामुळे ती उठत म्हणाली, ''तुमच्यावर सगळा भार टाकल्यावर आम्ही काय वरी करायची?''

पुन्हा एकदा तिचा हात हातात घेऊन तेही म्हणाले, ''शुअर! शुअर!''

दोघंही तसेच बसस्टॅन्डला आले, तेव्हा चनरायपट्टणची बस उभीच होती. बसायला जागा होती, पण वेगवेगळ्या ठिकाणी मिळाली. हे तिला बरंच वाटलं. याच रस्त्यानं कुणिगल-बेंगळूर आणि दोन-तीन दिवसांनंतर पुन्हा बेंगळूर-कुणिगल असा केलेला प्रवास आठवला. त्या वेळी सुब्बय्यांची चोरटी भेट मनात किती उल्हास भरत होती! आता ते नातं तर राहिलं नाहीच, उलट हाही एक सामान्य माणूसच आहे असं वाटतंय! हा तरी काय विचार करत असेल? त्याच्यासारखाच? 'हिला माझ्या पायाशी आणेन....' हीच वृत्ती असेल का याचीही? तिचं अप्पाजप्पांकडे लक्ष गेलं. काम झाल्याच्या समाधानात ते निवांतपणे डुलकी घेत होते.

दहा

आतापर्यंत त्यानं प्रयत्न केल्यावर प्रत्येक वेळी प्रत्येक बाई हाताला लागली, असंही नव्हतं. नेम कितीही उत्तम असला तरी एखाद्या वेळी इतर कुठल्यातरी कारणानं नेम चुकू शकतोच, हे मंजय्याला ठाऊक नव्हतं, अशातला भाग नव्हता. पण याआधी कधीच तो कुणावर अशा प्रकारे सूड उगवायला गेला नव्हता. प्रत्येक वेळी त्याच्या मनात येई, असल्या छप्पन्न मिळतील! उगाच कशाला डोकं पिकवून घ्यायचं? स्वत:हून खेड्यापाड्यांमध्ये फिरून, तिथल्या एक-एक रयताला हाताशी धरलं, आवश्यकता असेल तिथं तिथल्या माणसाकरवी काही माणसं मिळवली, त्यांच्याकरवी अर्ज करायला लावला... केवढा हा उपद्व्याप? पण तसं करून अगदी लवकर त्यानं अप्पाजप्पा सस्पेन्ड होतील असं केलं होतं. ती ऑर्डर निघाली, त्या दिवशी तो विजयी उन्मादानं दिवसभर वावरत होता. दुसऱ्या दिवशी स्वत: अप्पाजप्पा बिळीकेरेला आले, तेव्हा ती हरल्याची खात्रीच झाली होती! दुसऱ्या दिवशी दागिन्याच्या व्यवहारासाठी तिनं बोलावलंय, असा त्यांनी निरोप आणला तेव्हा तर अहंकार गगनाला भिडला. पण पाठोपाठ हिनं आपला नैवेद्य देऊन काम करायची गळ घातल्याचं लक्षात येताच त्याला पराकोटीची शरम वाटली.

यामागचं कारण त्या क्षणी स्पष्टपणे जाणवलं नसलं तरी तिच्यासमोर उभं राहायची त्याला प्रचंड लाज वाटली. हे सगळं माझ्यामुळे घडलंय, हे तिला ठाऊक नाही, कदाचित अजून समजलं नसेल. मग आता का एवढी शरम वाटावी? दुसरं म्हणजे मला लाज वाटावं, असं तिथं काय घडलंय? उलट मीच तिच्या कानफटीत मारून निघून आलोय! मला नव्हे; वाटलीच तर तिलाच लाज वाटायला पाहिजे!

त्यानं अनेक वकिली मुद्दे काढून स्वत:ला समजावायचा प्रयत्न केला, पण शरमेचा लोंढा काही कमी झाला नाही. तिनं सांगितलं होतं, अप्पाजप्पांची साक्ष घेतली तर कोर्टात आपल्याला प्रतिकूलच होईल. हे काही खोटं नव्हतं, हे त्याला

आता जाणवू लागलं. पण तेव्हा मात्र असं न वाटता ती आपला तिरस्कार करतेय, असंच त्याला वाटलं होतं. त्या क्षणी पाय मुरगळल्याचं निमित्त सांगून त्यानं जायचं टाळलं होतं.

पण अप्पाजप्पा निघून गेल्यानंतरही त्याची समस्या तशीच राहिली होती. आणखी एक उत्तर सुचलं. आज ना उद्या हे मीच करवलंय, हे तिला समजेल. तेव्हा समोरासमोर यायची पाळी आल्याशिवाय राहणार नाही. तेव्हा काय सांगायचं? तू माझा अपमान केलास, म्हणून मी असं वागलो, हे उत्तर द्यायला मनाची तयारी होत नव्हती. कारण त्यावर ती विचारेल, 'माझ्या कुठल्या बोलण्यानं तुमचा अपमान झालाय? मी सांगितलं त्यात तथ्यांश होता की नाही?' हे ती अगदी हसतमुखानं विचारेल! मग?

आजवरच्या आयुष्यात त्याच्यासमोर कधीच असा अपमानास्पद प्रसंग आला नव्हता. अजूनही तो सगळा प्रसंग जसा घडला, तसा नजरेसमोर आणून तो त्याचं मूल्यमापन करत होता.

जाऊ दे! एवढा विचार करायचंच कारण काय? ही काही त्रिभुवनसुंदरी नाही, जिच्यासाठी मी इतका विचार करावा! रंग? रूप? बांधा? काय आहे एवढं विशेष हिच्यात?

पण हा सगळा विचारही या आधी अनेकदा करून झाला होता. त्यामुळेही मनात शिरलेली हताशा कमी व्हायला कणभरही मदत होत नव्हती. तिच्या नजरेतली चमक आठवली की त्याचे सगळे तर्क बाजूला पडत होते. रात्रीच्या अंधारात तिची ती प्रखर नजर त्याला सोलून काढत असल्यासारखं वाटत होतं. या हडळीला कुठला मंत्र तर सापडला नसेल? पण हा विचार क्षणभरच येऊन जायचा. त्याचा मंत्रविद्येवर विश्वास नसल्यामुळे हा विचारही क्षणिकच ठरायचा.

असेच दोन-तीन दिवस गेले. आणखी एक मार्ग दिसला. खरंतर हे आधीच लक्षात यायला हवं होतं. अशा नात्यामध्ये कुणीतरी अशा प्रकारे त्रास देणं, हे नेहमीचंच होतं. जिची मनात अपेक्षा निर्माण झाली आहे, ती त्याच क्षणी हाती लागेल याची कधीच खात्री नसते. त्यामागं अनेक कारणंही असत. अशा वेळी आणखी एखाद्या सुलभपणे हाती लागलेल्या बाईलाच जवळ करायचं, तिच्याशी रत होताना मनात मात्र अपेक्षा असलेल्या बाईचंच चिंतन केलं की मनाचा त्रास कमी होतो, असा त्याचा अनुभव होता. आताही या सरोजाक्षीच्या जागी... पुरे झाली हिची मस्ती! डोळ्यांचा भाग शुभ्र पांढरा असेल, तर नजर तेजस्वी वाटणारच. त्यात काय वेगळं? हिचा रंग आहे सावळा, अं... काळा! त्यामुळे तिच्या कानांतल्या कुड्या आणि शुभ्र दात चमकून उठतात. तशाच एखादीला जवळ केलं, तर समस्या सुटेल! तो विचार करू लागला, अशी कोण आहे या परिसरात?

तो उठला. खिशात नोटा भरून तो हासनला गेला. पुट्टम्माला म्हणाला, "नवी करकरीत मुलगी असली तरच सांग!" संध्याकाळी कुसुमाक्षी नावाची एक मुलगी तिनं दिली. अठरा वर्षांची. डोळे तसेच तेजस्वी. ती रात्र तो तिथंच राहिला. बाकी विभ्रमातही पुट्टम्माच्या तालमीत तयार झाली होती. फर्स्टक्लास! हिच्यापुढे त्या सरोजाक्षीची काय लायकी! या विचारानं तो तिच्यातला कणन्कण शोषून आनंद घेऊ लागला.

पण सगळं संपलं आणि कुसुमाक्षी हलकेच घोरू लागली, तेव्हा आत रितं-रितं असल्याचा अनुभव येऊ लागला. या मुलीचं नावही काही अपरिचित नाही. काळी किंवा कोळी असं काहीतरी नाव आहे. इथं आल्यावर कुसुमाक्षी किंवा कमलाक्षी झाली आहे! मनात आलं, आज हिच्याशी संग केल्याचं सरोजाक्षीला समजलं तर? कसं समजणार? तरीही... समजलं तर?

या विचारानं त्याला भय वाटलं. पाठोपाठ संतापही आला. तिची कशाला पर्वा करायची? त्या दिवशी तर मारे हसत हसत विचारत होती, पण तिला कसं समजलं? मी तिला धरायला गेलो म्हणून मला असं विचारायचा अधिकार तिला कसा मिळाला? पटत असेल तर होकार द्यायचा, नाही तर नको म्हणायचं. हिला काय करायचंय आणखी खोलात जाऊन? मी काही विचारलं का तू किती जणांसोबत झोपलीस म्हणून? त्याला राग आला.

आणखी मनात आलं. नवरा सोडून ती आणखी कुणाला हात लावू देत नसेलही. तसं असेल, तर मला का नाही म्हणाली नाही? तरीही माझ्याबरोबर का इतकं प्रेमाचं वागणं-बोलणं? मोठ्या आस्थेनं जेवायला वाढणं, जेवताना पंखा ढाळणं! या सगळ्याचा काय अर्थ? काहीही समजत नाही! उगाचच वाटलं, या कुसुमाक्षीला विचारावं, खरं काय नाव आहे ते! ती तर मस्त घोरत होती. कशाला जागं करायचं? केलं तरी पुन्हा तेच समजून 'हूं' म्हणेल! पण पुन्हा ती इच्छा नाही. मनात सरोजाक्षीच आहे. हिच्याबरोबर झोपलो, याची किळस वाटायला लागली. दिलेल्या मैसूर सॅन्डलसोपनं अंघोळ करून केसांत फुलांचा गजरा... पुट्टम्मा अंथरूणही नेहमीच स्वच्छ ठेवते. एकही ढेकूण नाही. तरीही किळस वाटते! इथून निघून जाऊन बसस्टॅन्डपाशी एखाद्या सिमेंटच्या बाकावर झोपायची इच्छा होतेय. का? तडक जावं आणि सरोजाक्षीच्या पेकाटात लाथा हाणाव्यात, असं तीव्रपणे मनात आलं. मी कितीही बायकांबरोबर झोपेन नाहीतर काहीही करेन! हिला काय करायचंय ते ऐकून? रात्रभर अजिबात झोप लागली नाही.

सकाळी कुसुमाक्षीनं बाहेर जायची परवानगी मागितली. त्याला एकूणच सगळ्याचा कंटाळा आला होता. त्यानं तिला जायची अनुमती दिली. प्रातर्विधी संपवून तोही बाहेर पडला. पण कुठं जावं, काय करावं हे त्याला सुचेना. या गावात

सहज जावं अशी सात-आठ तरी ठिकाणं होती. पण नेमकं कुठं जावं, हे समजलं नाही. पोटात भूक जाणवली, त्यामुळे तो संतोष रेस्टॉरन्टमध्ये जाऊन बसला. वेटर आला. सरोजाक्षीच्या घरातलं सामीष जेवण आठवलं. पण काय सांगावं, ते सुचलं नाही. ओळखीचा असल्यामुळे वेटरनंच विचारलं, ''खायला काय आणू, सर?''

पुन्हा सायकल घेऊन गावी परतला. मनात एकीकडे सरोजाक्षीला भेटायची तीव्र इच्छा आणि दुसरीकडे पराकोटीची शरम यात मन दोलायमान होत राहिलं.

असाच महिना गेला. या अवधीत स्वत:मध्ये झालेला बदल पाहून त्याचं त्यालाच आश्चर्य वाटत होतं. बायकांना बोलवायची इच्छा होत नव्हती. अचानक म्हातारपण आलं की काय? वर्षापूर्वीपासून जवळ आलेली चन्नव्वा गावाबाहेरच्या रस्त्यावर भेटली होती आणि विचारत होती, ''काय हे, धनी? भगवी कापडं घातली की काय?''

तिनं एवढ्या सरळसरळ विचारलं, तरी तिला मळ्यातल्या खोपीत ये म्हणून सांगायची इच्छा झाली नाही. तिनं पुन्हा खोडकरपणे सूचना केली, ''कायबी म्हना! म्हातारपन आलं तुमास्नी!''

मग मात्र तो चिडून म्हणाला, ''व्हय तर! मी म्हातारा झालोय आन तू माजावर येऊन नाचायला लागलीयस!'' खिशातून दोन रुपये काढून तिच्या हातात देऊ लागला. ते न घेता ती म्हणाली, ''मला काही दोन दमड्या नकोत! माज्याकडंबी पैशे हायेत. देते. घ्या!...''

तिनं खरोखरच कनवटीच्या चंचीला हात घातला, तेव्हा त्याला खरोखरच अपमान वाटला. तरीही अशा प्रसंगी रागावायचं नसतं, हे आठवून त्यानं राग आवरला.

अप्पाजप्पा सस्पेन्ड झाल्यानंतर यानं चंदनाचा व्यवहार पूर्णपणे बंद केला होता. अरसीकेरेचे रेंजर आठवड्यातून एकदा इकडच्या बाजूला येत होते. अप्पाजप्पांविरुद्ध अर्ज देऊन त्यांना सस्पेन्ड केलं, या एकाच कारणानं नव्हे, गावोगाव फिरून आवश्यक ती कागदपत्रं तयार करायचा उत्साहही कमी झाला होता. या नादाला लागून माझं वकिली काम मागं पडतंय, असं वाटून तो वैतागत होता.

एकदा बोचीहळ्ळी निंगप्पा याला शोधत आला आणि म्हणाला, ''धनी, एक चौकशीचं पत्र आलंय बघा!''

त्यानं दिलेलं पत्र मंजय्यानं पाहिलं. अप्पाजप्पाच्या प्रकरणाची चौकशी अरसीकेरेच्या इन्स्पेक्शन बंगल्यात होणार असून तिथं हजर राहायला सांगण्यात आलं होतं. सोबत आपल्या अर्जाच्या पुष्टीसाठी आवश्यक असलेले पुरावेही गोळा करून

आणायला सांगण्यात आले होते. निंगप्पानं विचारलं, "काय-काय न्यायचं असतंय? काय उत्तरं द्यायची? आन तुमी आस्ता न्हवं तिकडं?"

"खात्याचा माणूस म्हणून मला नोटीस आली तर मी येईन. नाहीतर मी येणं कायद्याच्या विरुद्ध होईल. मला येता येणार नाही!" असं म्हणत त्यानं सोडवणूक करून घेतली. तरीही त्याला अमुक कर-अमुक नको वगैरे सांगायचा उत्साह त्याला वाटला नाही. सस्पेन्ड होऊन तीन महिने झाले, चार महिन्यांचा पगार मिळालेला नाही; तरीही अप्पाजप्पा इकडे फिरकला नाही! अगदी सुरुवातीला उस्मानीबरोबर एकदा येऊन गेला, तेवढंच! थोडक्यात; या मार्गानं तिला हरवता येणार नाही. चौकशी चालेल, तेव्हा थोडी हुशारी दाखवून त्याची लाचखोरी सिद्ध करणं काही फारसं कठीण नाही, पण तशीही इच्छा होत नव्हती. सिद्ध करूनही आपला विजय प्रस्थापित होणं शक्य नाही, हे त्याला समजत होतं. तिचा चेहरा बघायचंही गेल्या तीन महिन्यांत टाळलं असताना काय करायचंय? अगदी अप्पाजप्पा यात सापडला तरी काय होणाराय? एखादी बढती किंवा एखादं इन्क्रिमेंट थांबेल. पण मला काय मिळणार आहे? फारसा विचार न करता, त्या क्षणी जे काही सुचलं, तेवढं सांगून त्यानं निंगप्पाला निरोप दिला.

नंतर सुचलं, इतर रयतांनाही अशीच नोटीस आलेली असणार. तेही असेच आपल्याला शोधत येतील. हे लक्षात येताच दुसऱ्या दिवशी सकाळीच तो गावाबाहेर पडला. आठ दिवसांनंतरच घरी परतला.

तो घरी आला, तेव्हा खात्याकडून एक नोटीस आली होती, 'खात्यामधल्या अधिकाऱ्यांविरुद्ध रयतेला चिथवून खोटेनाटे आरोप करणारे अर्ज लिहायला लावून सरकारी कामात आडकाठी निर्माण केल्यामुळे त्याचं कॉन्ट्रॅक्ट रद्द करण्यात आलं होतं. ही नोटीस मिळताक्षणी सगळ्या चंदनाच्या झाडांच्या तपशिलासोबत आणि इतर कागदपत्रांसोबत ऑफिसमध्ये हजर होण्याची आज्ञा झाली होती. तसं हजर न झाल्यास पुढील कारवाई केली जाईल,' असा दमही भरला होता.

कॉन्ट्रॅक्ट हातचं गेल्याचं त्याला काही फारसं दुःख झालं नाही. पण सगळंच प्रकरण आपल्यावर उलटल्याचं मात्र वाईट वाटलं. हे कसं झालं असेल? हे समजणार कसं?

त्यानं सायकलीच्या चाकात पंपानं हवा भरली आणि सायकलवरून उस्मानीला गाठलं. त्याच्याकडून सगळी माहिती समजली.

अंगठा उठवलेल्या अनेक अर्जदारांपैकी कुणीच चौकशीसाठी उपस्थित राहिलं नव्हतं. जे मोजकेच आले, त्यांनीही जबानी दिली, 'आमाला कायबी ठाव नाय बा! आमास्नी मंजय्यांनी आंगठा लावा म्हटलं, आमी लावला!' त्यातल्या त्यात निंगप्पाच उलटतपासणीला व्यवस्थितपणे तोंड देऊ शकला होता. पण जेव्हा

अधिकारी त्याला जास्तच खोलात जाऊन विचारू लागला, तेव्हा त्या वाघासारख्या अधिकाऱ्यासमोर निंगप्पाचंही उसनं अवसान ओसरून गेलं.

"पण शेवटी अप्पाजप्पाला काय झालं?"

"त्याची कायबी चूक नाय असं म्हणत त्याचा सगळा पगार द्यायचा हुकूम झाला. शिवाय त्याची नेलमंगलला बदली झाली! चौकशी झाल्याच्या दुसऱ्याच दिवशी हुकूम आला!"

नंतर उस्मानी म्हणाला, "त्या बयेला हरवायला तुमच्यासारख्यांना जमनार नाय घ्या! नवऱ्याला घेऊन ती वरच्या सायेबाकडे बी जाऊन आली! तो सायेब सुब्बय्या तिचा जुना यार हाय!" एवढं सांगून त्यानं डोळा मारला.

हा मंजय्याला धक्का होता. त्यानं विचारलं, "कुणी सांगितलं?"

"अप्पाजप्पा बसस्टॅन्डपाशी असलेल्या सोडावॉटरच्या दुकानात भेटले होते. तवा त्यांनीच सांगितलं, बेंगळूरला जाऊन सायबापाशी रिपोर्ट देऊन आलोय, म्हनून! सायबाशी आधीपासून ओळख हाय म्हनूनबी सांगितलं! त्याच्या दुसऱ्याच दिवशी तपासणीसाठी बोलावलंय म्हनून नोटीस आली. आता तुमालाबी सगलं समजलं आसलंच की!"

अलीकडच्या काळात वरच्या पातळीवर काय-काय बदल झालेत, हे मंजय्याला समजलं नव्हतं. तसा त्यानं प्रयत्नही केला नव्हता. आता डेप्युटी चीफ सुब्बय्याचं नाव ऐकताच त्याला आतल्या आत कोसळल्यासारखं झालं. न राहवून तो उद्गारला, "पण हा कधी आलाय?"

"दोन महिने झालेत. आमालाच ठावूक न्हवतं!"

मंजय्या सरळ गावी परतला. यानंतर काहीही करून काहीच उपयोग नाही, हे त्याच्या लक्षात आलं. आपल्याकडची त्या संदर्भातली सगळी कागदपत्रं कचेरीत दिली, वर पाचशे रुपये देऊन सगळं व्यवस्थित असल्याचं पत्रही त्यानं लिहून घेतलं. याचा अर्थ आपला या खात्याशी काहीही संबंध राहिला नाही, हे त्याला जाणवलं.

म्हणजे अखेर तीच जिंकली! वरच्या सगळ्या अधिकाऱ्यांना मुठीत ठेवून असणारी ही छिनाल! मलाही तसंच मुठीत ठेवून घ्यायला धडपडली! मीही चार दिवस तिच्याशी खेळून कंटाळा आल्यावर तिला वाऱ्यावर सोडून दिलं! या विचारानं त्यानं स्वत:ची समजूत काढायचा प्रयत्न केला. पण त्याचं समाधान झालं नाही. ही सतत मनात घुसून छळत राहते. ही सतत जवळ राहावी म्हणून साहेबानं अप्पाजप्पाची बदली नेलमंगलला केलीय, हे समजत नाही काय! आता आपण जवळ गेलो तरी ही मान वर करून बघणारही नाही! यानंतर तिला विसरण्याशिवाय दुसरा पर्याय नाही!

आता त्याच्या कामात आणि वावरण्यात आधीचा पक्केपणा आणि ठामपणा नव्हता. घरचं, मळ्यातलं काम, पुट्टय्यावर देखरेख या सगळ्या कामात मन लागत नव्हतं. सदा घरात झोपून राहायचं, किंवा सायकलनं टीबीत येऊन तिथं झोपून राहायचं. बाजारातून उगाच इकडून तिकडं भटकायचं, उगाच कुणाच्यातरी ओसरीवर बसून वेळ काढायचा, भूक लागली की एखाद्या हॉटेलात जाऊन मिळेल ते खायचं, त्याचाही कंटाळा आला की पुन्हा गावी निघून जायचं, एवढाच त्याचा दिनक्रम राहिला होता.

असाच भटकत असताना एकदा बाजारपेठेतल्या चिंतामणीच्या ओसरीत बसला असता त्याला रस्त्यावरून त्याची बायको सावित्री आणि तिचा मेहुणा मत्तिकेरेचा सत्यनारायणप्पा जाताना दिसले. पांढरं खादीचं धोतर, खादीचा झब्बा, खांद्यावर पिशवी होती. चार बोटं जाडीचे काठ असलेली रेशमी साडी नेसलेली सावित्री! कानात पांढऱ्या खड्याच्या कुड्या, गळ्यात सोन्याची साखळी, हातात सोन्याच्या चार-चार बांगड्या, हातात एक प्लॅस्टिकची पिशवी. त्याच्या हातात एक मोठी पिशवी. एकंदरीत मैसूर-बेंगळूरकडे नवरा-बायको जसे जोडीनं फिरायला आणि खरेदीला जातात, तसं दृश्य दिसत होतं! व्वा! ती तर अगदी कडक दिसत होती!

बघता बघता दोघंही पुढे निघून गेले. मनात विचार आला, पण हा का इथं? सूज उतरली नाही म्हणून रडत रडत मेहुणीकडे आलाय वाटतं! त्यालाही महिना होऊन गेलाय. आता हा बरा झालेला दिसतोय! वा वा! इतके दिवस ब्रह्मचर्य पालन करणारा हा गांधीवादी! मी चटक लावल्यावर हा मेहुणीच्याच कुशीत शिरलेला दिसतोय! काय विचार असेल याचा? दोघं कट करून मला आत टाकायचा तर प्लॅन करत नसतील?

या विचारासरशी तो पट्कन उठला आणि त्यांच्या मागोमाग निघाला.

दोघंही कांतावरांच्या स्वस्तातल्या भांड्याच्या दुकानात शिरले होते. ती हातात एक पातेलं घेऊन हातानं त्याचं वजन जोखत होती. हा तिच्या शेजारी मुकाट्यानं उभा होता. इथंच उभं राहिलं तर त्या दोघांपैकी कुणाच्यातरी नजरेला पडू, असं वाटून तो न थांबता तसाच पुढे निघाला. जास्तीची माहिती काढायचा आणखी एक मार्ग सुचला. तो तसाच बाजारातल्या हकीम डॉक्टरांपाशी जाऊन 'सलाम डॉक्टर' म्हणत उभा राहिला. समोरच्या खुर्चीत बसून खुशालीची चार वाक्यं बोलून झाल्यावर विचारलं, "डॉक्टर, मी तुमच्याकडे मत्तिकेरेच्या सत्यनारायणप्पा नावाचा एक पेशंट पाठवला होता. तो आता बरा आहे की नाही?"

"त्यांना काही फार सीरियस आजार झाला नव्हताच. आठ दिवसांत सगळं सुकून गेलंय. काही का असेना, मीच थोडं जास्त औषध आणि इंजेक्शनं दिली

आहेत.''

''पण कुठं मुक्काम केला? मला त्यांना फार वेळ देता आला नाही. कामं निघाली परगावी!''

''त्यांची मेहुणी याच गावात राहते. कन्नडची शिक्षिका आहे. त्या आल्या आणि आपल्या घरी घेऊन गेल्या. आता तर अगदी छान आहेत. पंधरा दिवसांपूर्वीच मी त्यांना गावी जाऊ शकता म्हणून सांगितलं होतं. तरी अजून बरं व्हावं म्हणून इथंच राहिले आहेत. यानंतर गावाकडे जाणार आहेत. आजच सकाळी आले होते भेटायला! फी द्यायला. मी नको म्हटलं तरी जबरदस्तीनं दोनशे रुपये, वर फुलं आणि फळं ठेवून गेलेत! चांगला माणूस!''

याहून जास्तीच्या गप्पा मारत बसायची मंजय्याची इच्छा राहिली नव्हती. ''तेवढंच विचारायचं होतं... निघतो...'' म्हणत तो तिथून बाहेर पडला. आणखी कुठंही जायची इच्छा राहिली नाही. तसाच टीबीमधल्या आपल्या खोलीत जाऊन झोपला. रात्री त्यानं तिथंच जेवण मागवून घेतलं. जेवण नेहमीचंच असलं तरी जेवायची इच्छा झाली नाही. थोडं अन्न चिवडून त्यानं ताट बाजूला सारलं.

तो इतक्या वेळा चनरायपट्टणला येत असला तरी त्यानं सावित्रीला फारच क्वचित पाहिलं होतं. फार फारतर तीन-चारवेळा पाहिलं असेल. ती राहत असलेली आणि नोकरी करत असलेली जागा याच्या वहिवाटीच्या क्षेत्रात येत नव्हती. या आधी त्यानं तिला पाहिलं असलं तरी तिचं आपल्याकडे लक्ष गेलं असेल की नाही, हा प्रश्न त्याच्यासमोर कधीच उभा राहत नव्हता. तिला पाहताच, 'अहंकारी!' हा एकच शब्द मनात उमटत होता. वर्षानुवर्षं अशीच भावना राहिली होती. त्यातच निरासक्तीही मिसळून तिच्याशी कसलाच संबंध जाणवत नव्हता. साक्षीच्या प्रकरणाच्या वेळीही तिची आकृती त्याच्या मनात स्पष्टपणे उमटली नव्हती.

पण तिला तिच्या मेहुण्याबरोबर बघितल्यापासून मात्र तिची आठवण छळू लागली होती. सतरा वर्षांपूर्वी, नुकतंच लग्न झालं होतं तेव्हा तिचा रंग-रूप-बांधा-शरीराचा घट्टपणा यातलं आता काहीही राहिलेलं नाही! मुकाट्यानं सुखानं संसार करता राहा म्हटलं तर हट्टीपणानं वागून तिनं आपला संसार आपल्या हातानं नष्ट केला. इथं चनरायपट्टणातही तिचा कुणाशीही शारीरिक संबंध आलेला नाही. आला असता तर आपल्याला समजल्याशिवाय राहिलं नसतं. पण काल तिला तिच्या मेहुण्यासोबत बघितल्यापासून मनातली तळमळ वाढली आहे! असला रोग झालेल्या माणसाला स्वत:हून आपल्या घरी बोलावून घेऊन जायचं, त्याची सेवा करायची, डॉक्टरांनी गावी जायला सांगितल्यानंतरही आग्रहानं आपल्या घरीच ठेवून घ्यायचं! मनात शंकेऐवजी मत्सर भरून राहिला. अर्थात मत्सर कसला म्हणा! असल्या माणसाच्या हातून काय होणाराय, या विचारानं चेहऱ्यावर कुजकट हसू उमटलं तरी

मनाच्या पातळीवर दोघांचं जुळत असेल, असं वाटून मनातली तळमळ वाढली.

रात्रीही गाढ झोप आली नाही. असं का होतंय, याची त्याला चिंता वाटू लागली. किती बायकांपाशी रात्र काढून येतो मी! माझ्यानंतर ही आणखी कुणाला घेतेय, याचा विचार करून डोकं पिकवून घ्यायची माझी कधीच पद्धत नाही! पण का कोण जाणे, हिच्याच बाबतीत असं का होतंय?

अंहं! सरोजाक्षीच्या संदर्भातही हेच घडतंय. तो कुठला कोण सुब्बय्या! असेल कोडगचा! पण माझ्याइतका मर्द आहे काय? तिनं एकदा माझी चव घेतली तर इतर कुठल्याही पुरुषात तिचं मन रमताच कामा नये! त्या दिवशी माझंच चुकलं. तिचा हात तेव्हा सैल सोडायला नको होता. त्याच क्षणी सगळं संपवायला पाहिजे होतं. एकदा माझी चव समजली असती तर नंतर त्या सुब्बय्या की कोण, त्याच्याकडे गेलीच नसती ही!

याच विचारात तो बराच वेळ पडून राहिला.

दुसऱ्या दिवशी थोड्या उशिराच उठला. निवांतपणे अंघोळ करून नाश्ता करताना एक विचार सुचला. इस्त्रीचे कपडे घालून वेळ न दवडता चपला घालून तो तिथून बाहेर पडला. सायकल टीबीच्या खोलीतच होती. सावित्री नंजप्पांच्या कोटेतल्या घरात राहते, हे त्याला ऐकून माहीत होतं. फारच दंगा झाला, तर 'मी तिचा नवरा आहे...' म्हटलं की झालं! तो भरभर निघाला.

नंजप्पांच्या मोठ्या घराला कुलूप लावलेलं होतं. गेट उघडून मागच्या बाजूला असलेल्या सावित्रीच्या घराकडे तो निघाला. घराचा दरवाजा उघडा होता. सरळ दारापाशी जाऊन उभा राहिला. सावित्री विद्यार्थ्यांच्या वह्या एकत्र करत टेबलापाशी उभी होती. याच्याकडे लक्ष जाताच ती घाबरी झाली. तिच्या तोंडून शब्द फुटेना.

"हे पाहा! तुझ्याशी बोलायला आलोय..." म्हणत तो तिच्यापाशी गेला. तिला काय बोलावं, तेच कळेनासं झालं होतं.

"तुझे वडील मरण पावले त्याला मी अजिबात कारणीभूत नाहीये! कारण त्यांनी साक्ष दिलीच नाही. ते जाऊ दे. मीच आपणहोऊन तुला बोलवायला निघालो होतो. तेवढ्यात ते वारले... काय-कायतरी होऊन गेलं."

तिच्या चेहऱ्यावर गोंधळ दिसत होता. काय बोलावं-कसं वागावं, हे न सुचल्यामुळे ती खालच्या मानेनं टेबलावर नजर खिळवून उभी होती.

वेळ न दवडता त्यानं दार लावलं आणि "सावित्री, तुझ्याशी बोलायचंय... इकडं पाहा..." म्हणत तिच्यापाशी गेला. तिच्या तोंडावर हात ठेवत त्यानं तिला दुसऱ्या हातानं कवटाळलं. तिला तिथल्यातिथं खाली पाडलं. एकीकडे "माझं ऐक...माझं ऐक..." म्हणत तिच्या मनाचा गोंधळ उडवून देत आपल्या देहाच्या शक्य तितक्या सगळ्या भागांचा तिच्या देहाला स्पर्श करत तिच्या देहाला उद्दीपित

करू लागला. सरोजाक्षीपाशी जी चूक केली होती, ती इथं करायची नाही, हे त्याचं पक्कं ठरलं होतं.

तिनं तिच्या परीनं विरोध करायला सुरुवात केली. पण त्याच्या शारीरिक शक्तीपुढे तिची ताकद कमी पडली, तेव्हा गप्प राहण्याशिवाय तिच्या हातात काहीच राहिलं नाही.

इतक्या वर्षांच्या अनुभवातून ती नरम झाल्याचं लक्षात येताच त्यानं तिच्या तोंडावरचा हात बाजूला केला आणि तोही बाजूला झाला. तिचा चेहरा शरमेनं काळाठिक्कर पडला होता. तो बाजूला होताच ती उठली, धावतच न्हाणीघरात जाऊन तिनं कडी घालून घेतली. तोही वेळ न गमावता तिथून बाहेर पडला, बाहेरचं गेट ओलांडून तितक्याच वेगानं टीबीमधल्या आपल्या खोलीत परतला.

आता त्याला पुन्हा आपला विजय झाल्यासारखं वाटू लागलं. 'मी हार मानणार नाही, मी अजिबात हरलो नाही...' असं स्वत:ला बजावत त्यानं तो दिवस काढला. त्या संपूर्ण दिवसात सरोजाक्षीची अजिबात आठवण आली नाही.

अकरा

सकाळची वेळ होती. वीस वर्षांचा तरुण रामकृष्णाच्या घरी आला. रामकृष्ण त्या वेळी शेतमळ्याकडे गेला होता. सुकन्या घरकाम करत होती. तरुणाचे कपडे घामानं चिंब झाले होते. चेहराही धुळीनं माखला होता. तो बऱ्याच लांबून आला असावा. त्याला सुकन्येची ओळख पटली; पण तिनं त्याला ओळखलं नाही. पायजम्याच्या खिशातली एक चिठ्ठी काढून तिच्या हातात देत तो म्हणाला,

"तुमच्या वखारीत वजन करणं, सामान चढवणं ही सगळी कामं करतो. पुट्टस्वामी माझं नाव. सावकारांना पायाला एक जखम होऊन ती चिघळत चालली आहे. आतलं मांस दिसतंय. पाय सुजलाय. डॉक्टरांनी सांगितलंय, जगणं कठीण आहे म्हणून. रायटरनी तुम्हाला आणि तुमच्या यजमानांना घेऊन यायला ही चिठ्ठी दिली आहे. रस्ता ठाऊक नव्हता म्हणून कुठल्या-कुठल्या गावी जाऊन आलो मी! पहाटे चारलाच गाव सोडलंय!"

तिनं चिठ्ठी वाचली. तीच बातमी तिथंही लिहिली होती. वडिलांच्या वखारीचे रायटर सार्थवळ्ळी नंजप्पांनी हे लिहिलं होतं. त्यांनाही फारच कमी पगार मिळत होता. पण हातात दुसरी नोकरी नसल्यामुळे ते अजूनही तीच नोकरी करत होते.

तिनं विचारलं, "कसली जखम झालीय? काय झालं होतं?"

"सावकारांना साखरेचा आजार होताच. अशा लोकांना असंच होतंय म्हणे! कम्पाउंडरांनी सांगून टाकलंय म्हणे, माझ्या हातात आहे तेवढं मी करतोय. पण माझ्या हातात काही नाही! साखर असणाऱ्यांच्या जखमा बऱ्या होत नाहीत म्हणे!"

पुट्टस्वामीला पटकन माघारी जायची घाई होती. त्या दिवशी खोबऱ्याचा लिलाव होता. त्यामुळे रायटरनी लवकर यायला सांगितलं होतं. तिनं घाईनं त्याला दोन भाकऱ्या करून खायला दिल्या. आपण कधी निघायचं, हे नवऱ्याला विचारायला पाहिजे, अशा प्रसंगी ते जाऊ नको म्हणणार नाहीत. मुलाला त्यांच्या घरात

शिकायला ठेवलं, त्याचा अन्नखर्च म्हणून दोन हजार रुपये त्यांना दिले; मुख्य म्हणजे त्यांनी ते घेतले! ही घटना घडली तरी नवऱ्याच्या मनात नेमकं काय आहे, ते तिला ठाऊक नव्हतं. कुठल्याही संदर्भात मोकळेपणानं बोलणं त्यांच्या स्वभावातच नाही! त्यामुळे या विषयावर कुणाशीतरी बोलून मनातली मळमळ कमी करून घ्यायची सोय नाही! आता आपले वडील अखेरच्या घटका मोजत असताना हे सोबत येतील की नाही? तिला निश्चित उत्तर सुचलं नाही.

ते केव्हा घरी परततील ठाऊक नाही. शेतावर किंवा मळ्यात गेले तरी काखेत अध्यात्मावरचं एखादं पुस्तक घेऊनच जातात. विहिरीपाशी वाचत बसले की त्यांना खाण्यापिण्याचंही भान राहत नाही!

काय करायचं ते न सुचून ती बाहेर आली आणि शेजारच्या घरात राहणाऱ्या लक्ष्मम्मांना हाक मारली. त्यांच्या मुलाला मळ्यात पाठवून आपल्या नवऱ्याला घरी कुणीतरी आल्याचा निरोप द्यायला सांगितलं.

रामकृष्ण घरी आला, तेव्हा पुट्टस्वामी भाकरी खाऊन जायला उठला. रामकृष्णच्या हातात मोरपिसाची खूण घातलेलं पुठ्ठ्याचं पुस्तक होतं. तो येताच पुट्टस्वामीनं सगळी हकिकत सांगितल्यामुळे तिचं सांगायचं काम वाचलं. तिनं चिठ्ठी त्याच्या समोर ठेवली आणि घरात निघाली.

चिठ्ठी वाचून त्यानं आत डोकावून विचारलं, ''मग? काय म्हणतेस?''

काही न बोलता तिनं त्याच्याकडे पाहिलं. तोच म्हणाला, ''अकरा वाजता चनरायपट्टणची बस आहे. तिनं निघू या. तिथं चलपतीरायांकडून थोडे पैसे मागून घेऊ या. तिपटूरला संध्याकाळपर्यंत पोचू.''

तिच्या जिवात जीव आला. तिनं बाहेर येऊन पुट्टस्वामीला सांगितलं, ''संध्याकाळपर्यंत येतो, म्हणावं!'' रामकृष्णकडून नीट रस्ता विचारून तो सायकलवर बसून निघाला.

घरची सगळी व्यवस्था लावून, रात्री सुब्बय्यांच्या घरच्यांना झोपायला सांगून कुलपाची चावी त्यांच्याकडे देऊन दोघंही निघाले. बस मिळाली. चनरायपट्टणच्या बसस्टॅन्डवर तिला बसवून रामकृष्ण एकटाच चलपतीशास्त्रींच्या दुकानात गेला. इकडं ही एकटीच 'ना दुःख-ना आणखी काही' अशा मनःस्थितीत बसली होती. एक प्रकारचं भय आणि उत्कंठा. यातून अप्पा उठणार नाहीत, असं मन सांगत होतं. मनात अचानक एक आशा निर्माण झाली. काहीतरी करून गणेशला ही बातमी कळवून त्याला लगोलग तिपटूरला बोलावून घ्यायला पाहिजे. आजोबांच्या अखेरच्या क्षणी हा नातू त्यांच्यासमोर राहिला पाहिजे! पण कसं कळवायचं? चनरायपट्टणहून आज पत्र लिहिलं तर उद्या हासनला पोचतं म्हणे. शिवाय त्याचा पत्ता आपल्याला ठाऊक नाही. आपण पत्र लिहायचा प्रसंग आजपर्यंत आलेला

नाही. नवऱ्याला काय सांगायचं? नातवानं धावत यावं, असं त्या आजोबांशी त्याचं नातंच कुठं होतं? नवराही हा प्रश्न विचारल्याशिवाय राहणार नाही! तिला अप्पांचा पराकोटीचा राग आला. तिथं जवळच भिंतीपाशी तिकीट आणि वही घेऊन बसलेल्या माणसाला तिनं विचारलं, "तिपटूरची बस किती वाजता आहे?"

"साडेतीनला एक आहे आणि साडेपाचला एक." उत्तर मिळालं. आता नवऱ्याला उशीर झाला, तर तेवढंच बरं असं तिला वाटलं. नाहीतरी सगळी लिखापढी झाल्याशिवाय चलपतीशास्त्री कुठला पैसे द्यायला? त्यात यांचाही स्वभाव असा! भराभरा बोलून पैसे घेऊन पट्कन निघणार नाहीत! उगाचच एखाद्या मूर्तीसारखे हे बसून राहिले, तर आमची घाई त्यांना कशी कळणार?

तेवढ्यात समोरून कुणीतरी ओळखीची व्यक्ती दिसल्यासारखं झालं. लक्ष देऊन पाहिलं तर... होय. गावचेच. हासनला मुलीच्या घरी तम्मण्णाशेट निघाले असावेत. त्यांच्याजवळ जाऊन तिनं हाक मारली. त्यांचंही हिच्याकडे लक्ष गेलं. आधी ओळख पटली नाही. हिनं 'परमेश्वरय्यांची सून...' अशी ओळख सांगताच ओळख पटली.

तिनं सांगितलं, "मी आणि आमचे यजमान बसनं तिपटूरला चाललोय. हे बाजारातलं काम संपवून येताहेत. तिपटूरमध्ये माझ्या वडिलांची परिस्थिती खराब आहे म्हणून सांगावा आलाय. हासनमध्ये आमचा मुलगा शिकतोय. गणेश त्याचं नाव. मारुतीच्या देवळामागच्या गल्लीत राहतोय. कुणीतरी केंचप्पा आहेत, त्यांच्या घराच्या मागं खोल्या आहेत, तिथं राहतोय. त्याला निरोप सांगाल काय? परस्पर तिपटूरलाच ये म्हणावं. आम्ही दोघंही तिकडंच चाललोय."

"तुम्हाला कसं ठाऊक मी हासनला चाललोय म्हणून?"

तिला उत्तर सुचलं नाही. तेच म्हणाले, "सांगतो. संध्याकाळीच जाऊन निरोप देतो. माझ्या लेकीचं घरही मारुतीच्या देवळापाशीच आहे."

या दोघांना साडेतीनची बस मिळाली. तिपटूरला पोचून घर गाठेपर्यंत दिवस मावळत होता. घरात फक्त रायटर नंजप्पा आजाऱ्याची शुश्रूषा करत होते. मिणमिणता उजेड देणारा लहानसा बल्ब जळत होता. हॉलमधल्या जमिनीवर चटई अंथरून त्यावर मंडी नागप्पांना झोपवलं होतं. पांढरं बॅन्डेज गुंडाळलं असलं तरी खोलीत जखमेची दुर्गंधी पसरली होती. त्यांची प्रकृती खरोखरच खराब दिसत होती. रायटर नंजप्पांनी त्यांच्या कानांत ओरडून सांगितलं, "तुमची मुलगी-जावई आलेत बघा!"

हे त्यांना ऐकू आलं असावं. समजलंही. रामकृष्णनं जवळ जाऊन विचारलं, "कसे आहात?"

हे समजल्यासारखे त्यांनी डोळे हलवले. तो तसाच अंथरुणापाशी बसून राहिला. सुकन्या अंथरुणापाशी आली. वडिलांच्या खांद्याला हात लावला. दंड आणि हात हलवून पाहिले. डोळे टिपले. त्यांच्या डोळ्यांतही पाणी आलं.

तिनं रायटरना विचारलं, "काय म्हणाले डॉक्टर?"

त्यांनी तिला आत बोलावून घेतलं. तिथला दिवा लावला. छोट्या चिमणीच्या उजेडाएवढाच उजेड देणारा कमी कॅन्डलपॉवरचा बल्ब पेटला. हलक्या आवाजात ते म्हणाले, "सीतारामय्या डॉक्टरांना दाखवलंय. तेच औषध देताहेत. साखरेच्या आजारामुळे हे झालंय. लगेच बेंगळूरला घेऊन जायला सांगितलं होतं आठवड्यापूर्वी! तेव्हा हे बऱ्यापैकी शुद्धीवर होते. पण हे तयार झाले नाहीत. सीतारामय्या आपल्या मित्राचा फायदा व्हावा म्हणून असं सांगतोय, असंच म्हणत राहिले! नुसता कारल्याचा रस पीत राहिले. मीही समजावून सांगायचा खूप प्रयत्न केला. पण मी त्यांच्या हाताखालचा माणूस! किती सांगणार? हे सीतारामय्यांचे पैसेही द्यायचे नाहीत. त्यांनीही यायचं सोडून दिलं. नंतर सरकारी हॉस्पिटलमध्ये कम्पाउंडर म्हणून काम करणाऱ्या नंजुंडप्पांकडे निरोप पाठवला. ते कमी पैसे घेतात. तेच बॅन्डेज बदलतात, काहीतरी गोळ्या देतात. त्यांनाही हे काहीच पैसे देत नाहीत."

तिलाही सीतारामय्या डॉक्टरांना पाहिल्याचं आठवत होतं. ती लहान मुलगी होती, तेव्हाच त्यांचं मोठे डॉक्टर म्हणून तिपटूरमध्ये नाव होतं. तिनं सगळी हकिकत आत बोलवून नवऱ्याच्या कानांवर घातली. त्यानं रायटरनाच सांगितलं, "काहीतरी करून तुम्ही डॉक्टरांना घेऊन या. किती होतील ते पैसे मी देतो. थांबा. मीही येतो."

पण सुकन्याला जाणवलं, पैसे आहेत तरी कुठं? यांनी चलपतीशास्त्रीकडून किती पैसे उचल म्हणून आणले आहेत, कोण जाणे! रामकृष्ण निघाला. दवाखाना दाखवायला रायटरही त्याच्याबरोबर निघाले.

दवाखाना पेशंटनी भरला होता. पण रायटरनं आत जाऊन सांगताच शुभ्र डोक्याचे आणि शुभ्र कपड्यांतले सीतारामय्या डॉक्टर बाहेर येऊन त्याला आत बोलावून घेऊन गेले. त्याला समोरच्या खुर्चीत बसवून ते त्याच्याशी बोलू लागले, "मंडी नागप्पांचा जावई! गाव कोणतं?"

"बिळीकेरे."

"हो हो... आठवलं. तिथले परमेश्वरय्या तुमचे वडील ना? कोर्टात खोटी साक्ष दिली म्हणून पश्चात्तापानं आत्महत्या केली; ते सगळं ठाऊक आहे. त्यांना भेटायची संधी नाही मिळाली! आता तुम्ही कसे इकडं आलात? अगदी धावत-पळत आलेले दिसता! हातपायही न धुता!"

"मी पैसे आणलेत. कितीही खर्च होऊ दे. तुम्हीच उपचार करून माझ्या

सासऱ्यांना वाचवायला पाहिजे! त्यांची तब्येत पूर्ण सुधारेपर्यंत मी आणि माझी बायको इथंच मुक्काम करू!''

"हे पाहा...'' रायटरनं नाव सांगितल्यावर डॉक्टर म्हणाले, "हे पाहा रामकृष्णय्या! मी तर दहा-बारा दिवसांपूर्वीच सांगितलंय इथं उपचार होणार नाहीत, बेंगळूरला जा म्हणून! तिथला पत्ता देतो, मी जे काही इलाज केलेत, तेही लिहून देतो म्हणून सांगितलंय. मंडी नागप्पा पैसे देत नाहीत, हे एकच कारण नाही मी उपचार थांबवायला! पुढचे उपचार या गावात होणार नाहीत. होऊ शकणार नाहीत. बेंगळूरच्या हॉस्पिटलमध्ये तशी व्यवस्था असते. शिवाय त्या विषयातले तज्ज्ञही असतात. त्यामुळे पैसेही घेतात. पण मी सांगितलं, त्यालाही बारा दिवस झाले! याचा अर्थ... तुम्ही अगदी आजच्या आज बेंगळूरला घेऊन गेलात तरी ते वाचणं शक्य नाही! तुम्ही घरी जा. इथले पेशंट संपल्यावर घरी जाताना मीही बघून जाईन. तेव्हाही मी एवढंच सांगू शकेन, हे आणखी इतके दिवस जगतील! तुम्ही या रायटर नंजप्पांना विचारा! मी काही गर्वानं बोलतोय असं नाही! माझा अंदाज एवढा अचूक असतो. गरोदर बाईला तपासलं, तर ती कधी बाळंत होईल हे मी अचूक सांगू शकतो! फार फारतर एखाद्या दिवसाचा फरक होईल! तेच मरणाऱ्या माणसाचंही!''

रामकृष्णला काय बोलावं, ते समजेना. त्यांनी सांगितलं, "साडेसात वाजलेत. सगळे पेशंट संपवून पावणेनऊ ते नऊच्या दरम्यान येऊन जाईन.''

दोघंही घरी परतले. डॉक्टर काय म्हणाले, ते रायटरांनीच सुकन्येला सांगितलं. तेवढ्यात सुकन्यानं स्वयंपाकघराचं निरीक्षण केलं होतं. या खेपेला घरात शेरभर नाचणीचं पीठही नव्हतं. एका दगडीत काळ्या पडलेल्या मिठाव्यतिरिक्त घरात काहीही खायला नव्हतं. बाकी सगळी भांडी-डबे रिकामेच होते. चूल पेटवायला लाकूडफाटा मात्र होता. स्टोव्ह आणि एका पातेल्यात दूध तेवढं होतं. या आधी तिनं या घरात स्टोव्ह पाहिला नव्हता. बहुधा तो रायटरनीच आपल्या घरातून आणून ठेवला असावा. तिचा अंदाज खरा ठरला.

इथं किती दिवस राहावं लागणार आहे, याचा तिला काहीच अंदाज येईना. परिस्थिती अशी होती की केवळ बघायचं शास्त्र आटोपून माघारी निघून जाणं शक्य नव्हतं. इथंच राहायचं म्हटलं तर स्वयंपाकासाठी लागणारं सगळं सामान नवऱ्याला सांगून मागवून घेतलं पाहिजे. त्यानंतर स्वयंपाक करायचा! घरातून सकाळी निघताना दोघंही घाईघाईनं एकेक भाकरी खाऊन बाहेर पडले होते. त्यामुळे आता भूक जाणवायला लागली होती.

तिला अप्पांचा राग आला. एवढ्यात नवरा आणि रायटर घरी परतले. सामानाचा विषय काढताच रामकृष्ण म्हणाला, "आता कसलं सामान? हॉटेलात जेवून येऊ या. पाहिजे तर इथंच मागवू या.'' त्यानं रायटरकडे पाहिलं. त्यांनीही

होकारार्थी मान हलवली. त्यांच्या हातात पैसे देऊन त्यानं सांगितलं, "तुम्हीही इथंच जेवून जा. आणि त्यांच्यासाठी दूधही आणा."

तासाभरानं खरोखरच डॉक्टर आले. पायाच्या जखमेचं निरीक्षण केलं, श्वासोच्छ्वास आणि नाडी तपासली. थोडं बोलून पाहिलं. नंतर सांगितलं, "आणखी चोवीस तास! तुम्ही विमानानं लंडनला नेलं तरीही यात फरक पडणार नाही! पुढच्या तयारीला लागा!" आणि निघून गेले.

सुकन्यानं थोडं दूध गरम करून अप्पांना पाजलं. थोडं आत गेलं. नंतर तिनं रायटरना म्हटलं, "नंजप्पा, तुम्ही आज तुमच्या घरी जाऊन झोप काढा. इतके दिवस तुम्हाला नीट झोप झाली नसेल." त्यांनीही सांगितलं, "माझं घर ठाऊक आहे ना? पाहिजे तर भाऊजींना माझ्याबरोबर येऊन बघू दे. काही गरज लागली तर लगेच सांगून पाठव."

रामकृष्ण त्यांचं घर बघून आला. तो परतला, तेव्हा नागप्पांचा श्वास थोडा जलद चालला होता. पण ही अखेरची घटका नाही, हे रामकृष्णला ठाऊक होतं. ते त्यानं बायकोलाही सांगितलं. दुपारची झोप न झाल्यामुळे त्याला आता जांभया येत होत्या. शिवाय प्रवासाचीही दमणूक जाणवत होती. पण सुकन्या झोपणं शक्य नाही, हे त्याला समजत होतं. अशा परिस्थितीत आपण झोपणं योग्य नाही, असं वाटून तो तिथल्या भिंतीला टेकून बसून राहिला.

करायला काम नव्हतं आणि बोलायला विषयही नव्हते. सुकन्येला मात्र अशा परिस्थितीत काहीतरी बोलून ताण कमी करावा, असं वाटत होतं. त्यानं काहीतरी बोलायला पाहिजे, आपण बोलू ते ऐकून घ्यायला पाहिजे. अशा प्रसंगीसुद्धा नाही बोलायचं तर केव्हा बोलायचं?

पण तिला नवऱ्याचा स्वभाव ठाऊक होता. सासऱ्यांनी झाडाच्या फांदीला गळफास लावून जीव दिला तेव्हा, शव झाडावरून खाली उतरवलं तेव्हा, दहन करायला नेण्यात आलं तेव्हाही हे असेच न बोलता होते. फरक एवढाच, काही रात्री झोप लागली नाही. पण त्याव्यतिरिक्त कधी वडिलांची आठवण काढली किंवा दुःख वाटून अश्रू ढाळले, असं काहीच घडलं नाही. कधी त्यांची प्रेमळ आठवणही काढली नाही. चेहरा उतरलेला होता. मन आणि दृष्टी आत वळली होती. अजूनही तसंच आहे. यावरूनच जे काही समजायचं, ते समजायचं! बोलण्यातून काहीच व्यक्त होत नव्हतं. प्रत्यक्ष वडिलांच्या अनैसर्गिक मृत्यूच्या वेळी असं वागणारे हे! आता कुठून बोलायला?

तीही स्वतःला जागं ठेवत होती. अधूनमधून अप्पांच्या मुखात दुधाचे थेंब सारत होती. याव्यतिरिक्त आणखी काहीही करायला नव्हतं. मरण केव्हा येतंय, याची जागं राहून वाट बघायची. तेव्हा तरी काय करायचं? नवऱ्याला दाखवायचं.

जीव तर आपल्याआपणच जाणार आहे.

तिला आठवलं. देवघरात पूजेच्या सामानात सीलबंद गंगाजलाची लोटी होती. ती फोडून त्यातलं पळीभर गंगाजल तोंडात घालता येईल. हे आठवताच ती स्वयंपाकघरातल्या देवघरात गंगाजलाची लोटी पाहून बाहेर येत नवऱ्याला म्हणाली, "त्याचं तोंड उघडून ठेवा तुम्ही."

नवरा म्हणाला, "बरं. पण त्या आधी त्यावरची धूळ नीट पुसून ठेव. आणि कोयताही बघून, धुवून ठेव."

कधी नव्हे ते नवरा आपल्याशी एवढं वाक्य बोलला, यानं तिला भरून आलं. शिवाय जागं राहण्यासाठी एक स्पष्ट कामही मिळालं. ती उठली. चिंच सापडली नाही, तरी तिनं मातीनंच गंगाजलाची लोटी आणि पळी घासून धुवून पुसून ठेवली. नंतर ती पुन्हा आसन्नमरण पित्यापाशी जाऊन बसून राहिली.

नागप्पा मधूनच डोळे उघडत होते, पुन्हा आपोआप डोळे बंद होत होते. डोळे उघडे असताना ती कानाशी जाऊन "मी आलेय... सुकन्या..." वगैरे सांगत होती. त्यांच्या डोळ्यांत पुसटशी ओळख दिसली की तेवढ्यानंच तिला समाधान वाटत होतं.

मध्यरात्र उलटून गेली. आता वेळ जाणं आणखी कठीण झालं होतं. नवऱ्याशी बोलायचा आणि त्याला बोलतं करायचा दुसरा कुठलाही विषय सुचेना. तिलाही डुलकी येऊ लागली. बसून बसून पाठीला रग लागली होती. नवऱ्याला टेकायला किमान भिंत तरी आहे. अंथरुणापाशी बसल्यामुळे तिच्या पाठीला तेवढाही आधार नव्हता. बाजूला सरून भिंतीचा आधार घ्यावासा वाटलं नाही.

एवढ्यात कुणीतरी आल्यासारखं वाटलं. दारावर थाप पडली. रायटर नंजप्पा असतील असं वाटून 'कोण?' असं विचारलं तेव्हा 'मी...' ऐकू आलं.

तो गणेशचा आवाज होता.

तो ऐकताच सुकन्येला बळ आल्यासारखं वाटलं. निरोप पोचलाय... आता कुठली बस? या प्रश्नापाठोपाठच नुकताच रेल्वेचा आवाज ऐकल्याची आठवण झाली.

गणेश आत येऊन म्हणाला, "तम्मण्णशेटनी संध्याकाळी निरोप सांगितला. तेवढ्या उशिरा कुठलीही बस नव्हती. रात्री रेल्वे पकडून अरसीकेरेला आलो. तिथून मेलनं आलो."

रामकृष्णही तम्मण्णशेटना कुणी सांगितलं, वगैरे विचारत बसला नाही. असल्या फुटकळ तपशिलात लक्ष घालायची त्याला गरज वाटली नसावी. गणेश आजोबांच्या शेजारी बसला आणि विचारू लागला, "काय झालंय आजोबांना? तुम्ही कधी आलात?"

त्याच्या आईनं सगळं सांगितलं. नंतर नवऱ्याकडे वळून ती म्हणाली, "तुम्ही थोडे आडवे व्हा. गणेश आणि मी जागे राहू."

त्याप्रमाणे रामकृष्ण आतल्या खोलीत गेला आणि तिथली एक चटई घेऊन तिच्यावर आडवा झाला. थोड्या वेळात सुकन्याही भिंतीलगत टेकून डुलकी घेऊ लागली. गणेश जमिनीवरच आडवा झाला.

पहाटे जाग आल्यावर सुकन्येनं ओल्या फडक्यानं अप्पांचा चेहरा पुसून घेतला. घोटभर दूधही पाजलं. रामकृष्ण आणि गणेश शेजारी बसले होते. रायटरही घरून येऊन जवळच उभे होते. पायाच्या जखमेची दुर्गंधी वाढली होती. कम्पाउंडरनी नवं बॅन्डेज बदललं होतं. जखमेवर पांघरलं असलं तरी दिवस उजाडताच भरपूर माश्या घोंघावत होत्या. रोग्याच्या अंगावरच्या शर्टाच्या घामाची दुर्गंधी जखमेच्या दुर्गंधीपेक्षा जास्त जाणवत होती. त्यांना थोडं बसतं करून शर्ट बदलायचा खटाटोप करण्यात सुकन्या गुंतली असताना नागप्पांनी एकवार डोळे उघडले. चेहऱ्यावर भय होतं. काहीतरी विचारण्यासाठी धडपडत असताना तोंडावाटे फक्त 'कॉय... कॉय...' एवढाच आवाज फुटला. त्यांनी मोठ्या कष्टानं उजवा हात उचलून छातीपाशी घट्ट धरला. सुकन्येनं मोठ्या आशेनं विचारलं, "काय? काय पाहिजे? समजत नाहीये! मी आलेय! हा पहा, इकडे गणेशही आलाय! हेही आलेत!..."

यातलं काहीच त्यांच्यापर्यंत पोचलं नसावं. तिनं पुन्हा विचारलं, "काय पाहिजे? सांगा, काय हवंय?"

जवळ उभे असलेल्या रायटरनी सांगितलं, "जानव्यात लोखंडी पेटीच्या कुलपाची चावी आहे! तिची आठवण झाली की तिला पुन्हा पुन्हा हात लावून पाहायचे! तेच पाहत असावेत."

रामकृष्ण त्यांच्याजवळ आला आणि त्यानं त्यांचा कळकट शर्ट बाजूला केला आणि त्याहीपेक्षा कळकट जानव्याचा शोध घेऊन तिला बांधलेली जाडजूड चावी चाचपून बघितली. ती हलक्या हातानं सोडवून त्यानं चावी त्यांच्या हातात दिली. नागप्पांनी आपल्या दुर्बल हातात ती चावी घट्ट पकडली. मूठ घट्ट धरली. आधार नसलेला तो मुठीसकटचा हात त्यांच्या छातीवर झोपला. हळूहळू डोळे मिटले गेले. चेहऱ्यावरचं भय आणि अस्वस्थता नाहीशी होऊन शांतता पसरली. सगळ्यांची नजर तिथंच खिळली होती.

रामकृष्ण बायकोला म्हणाला, "तू तोंड धुवून घे. काडेपेटी कुठं आहे? मी पाण्याचं चुलाण पेटवतो. तुला थंड पाण्याची अंघोळ बाधते!"

ती उठून आत गेली. चुलाण पेटवणाऱ्या नवऱ्याला तिनं विचारलं, "स्वयंपाकाचं सामान मागवता ना?"

तो म्हणाला, "कशाला स्वयंपाक करत बसतेस? हॉटेलमधलं आणलं तर

चालणार नाही काय? आता थोड्या इडली आणि कॉफी मागवतो. दुपारच्या जेवणाचं नंतर बघू या.''

ती काही बोलली नाही. रायटरनी तोंड धुतलं नव्हतं. त्यांना रामकृष्ण म्हणाला, ''कालचं दूध अजून आहे. तुम्ही घरी जाऊन आवरून या. येताना वीस इडली-चटणी घेऊन या.''

पैसे घेऊन ते बाहेर पडले. गणेश नागप्पांच्या शेजारी बसून राहिला. सुकन्येनं घर झाडून स्वच्छ केलं. अंघोळ आटोपून कपडे पिळून वाळत टाकून ती परत आली. गणेश तिथंच बसून होता. नंतर तो उठून अंघोळीला गेला. नागप्पांचे डोळे अजूनही मिटलेलेच होते. घट्ट चावी धरलेली मूठ छातीवरच होती. आणखी घोटभर दूध पाजण्यासाठी सुकन्या त्यांच्या शेजारी बसली. ओठ विलग करायला गेली, पण झाले नाहीत. जबरदस्तीनं तिनं बोटं तोंडात घातली.

सगळं थंड होतं.

तिनं नवऱ्याला हाक मारून सांगितलं, ''बघा! सगळं थंडगार लागतंय!''

रामकृष्ण जवळ आला. चावी असलेल्या हाताची नाडी त्यानं पाहिली. जीव जाऊन कितीतरी वेळ झाला होता. सुकन्या रडू लागली, ''रात्रभर वाट पाहिली! शेवटच्या घटकेला गंगाजल घालता आलं नाही!...''

थोड्या वेळात एका पिशवीत इडली-चटणी आणि हातात दुधाचं भांडं घेऊन रायटरही येऊन पोचले. परिस्थिती बघून ते तसेच उभे राहिले.

रामकृष्ण त्यांना म्हणाला, ''या गावात आमचा कुणाशी परिचय नाही. पुढची सगळी तयारी तुम्हीच केली पाहिजे!'' आणि खिशातून पैसे काढून दिले, ''एवढे आहेत. कमी पडले तर नंतर देईन.''

पुढची व्यवस्था होईपर्यंत करायला काहीच नव्हतं. एव्हाना पहिला रडण्याचा आवेग संपल्यामुळे सुकन्याही मुकाट्यानं बसली होती. गणेश उगाच आतबाहेर करत होता. त्याला रडू आलं नाही, काय बोलावं तेही सुचलं नाही.

दोन-अडीच तास गेले, तरी रायटरचा पत्ता नव्हता. बारा-साडेबारा वाजता सगळी व्यवस्था करून ते परतले. मागोमाग पुरोहित आणि शव नेण्यासाठी मोजून चार माणसं होती. आत पाऊल टाकताच पुरोहितांनी आक्षेप घेत म्हटलं, 'हात-पाय दुमडले नाहीत काय? आखडलं असेल आतापर्यंत!'

''सुचलं नाही!...'' म्हणत रामकृष्ण प्रेताच्या जवळ जाऊन उभा राहिला. मुठीत घट्ट धरलेल्या चावीकडे नजर जाऊन तो तसाच उभा राहिला. नंतर पुरोहितांकडे वळून म्हणाला, ''कृपा करून तुम्ही थोडा वेळ बाहेरचं काम करता काय? थोडं घरगुती काम आहे.'' पुरोहित आणि रायटर बाहेर गेले आणि तिरडी बांधायच्या कामी लक्ष घालू लागले.

रामकृष्णनं खोलीचा दरवाजा बंद केला आणि बायकोला म्हणाला, ''ती चावी काढून घे!''

ती नवऱ्याच्या चेहऱ्याकडे पाहू लागली. त्यानं पुन्हा तेच सांगताच ती प्रेताच्या हातातून चावी काढून घ्यायला गेली. पण पकड इतकी घट्ट होती की ते शक्य झालं नाही. तिनं हलकेच एकेक बोट सैल करायचा प्रयत्न केला. पण तेही शक्य झालं नाही. तिनं ताणून धरलेली बोटं पुन्हा तिच्या बोटांवर येऊन घट्ट बसली.

आता मात्र ती भयानं घामेघूम झाली. नवऱ्याकडे पाहू लागली. किती प्रयत्न केले तरी मुठीतली चावी सोडायला ते प्रेत तयार झालं नाही. तिनं नवऱ्याला चावी खेचून घ्यायला सांगितलं. त्यानं जागचं न हलता सांगितलं, ''तूच काढून घेतली पाहिजे!''

तिनं गणेशला हाक मारून चावी काढून घ्यायला सांगितलं. गणेश जवळ आला. माय-लेक चावी काढून घेण्यासाठी धडपडू लागले. अखेर ते यशस्वी झाले. सुकन्या ती नवऱ्याच्या हातात द्यायला गेली, पण ती न घेता त्यानं सांगितलं, ''आतल्या खोलीत माळ्यावर ठेवलेल्या लोखंडी पेटीची ती चावी आहे. उघडा जा!... पेटीत जितके म्हणून पैसे असतील, ते एका पोत्यात भरून आणा. प्रेतासोबत घेऊन जाऊन त्यांचीही राख करायला पाहिजे.''

रामकृष्ण काय म्हणतोय, हे त्या दोघांना समजलं नाही. ती तशीच उभी राहिली. शेवटी तिच्या हातातली चावी गणेशच्या हातात देत त्याला रामकृष्णनं पुन्हा तेच सांगितलं.

आता मात्र सुकन्या भानावर आली. म्हणाली, ''काय बोलताय! तुमचं डोकं ठिकाणावर आहे काय? नोटा जाळायच्या म्हणताय?''

आता मात्र तिचा आवाज बंद खोलीच्या बाहेर गेला. त्यानं समजावलं, ''किंचाळू नकोस! मी सांगतोय, त्याला अर्थ आहे! सांगतो तसं कर!''

''यात कसला अर्थ? तुम्हाला कधी कशाचा अर्थ समजलाय?'' तिनं आवाज खाली न आणता म्हटलं.

रामकृष्णनं अवचितपणे तिला थोबाडीत मारली आणि म्हणाला, ''तोंड बंद!''

आता मात्र तिचा थरकाप उडाला. असं याआधी कधीच घडलं नव्हतं. शेजारीच उभा असलेला गणेशही घाबरा झाला. रामकृष्णनं चावी त्याच्यासमोर धरून सांगितलं, ''सांगितलं ते मुकाट्यानं ऐक! समजलं?''

गणेश चावी घेऊन आतल्या खोलीत गेला. आतल्या बाजूला असलेली ती अंधारी खोली त्याला ठाऊक होती. त्याच्या आजोबांनी या खोलीत विजेचा दिवा घेतला नव्हता. दार उघडल्यावर दारामागं एक कंदील होता. दरवाजा बंद करून तो कंदील पेटवल्यानंतरच आजोबा तळघराचा दरवाजा उघडत असल्याचं त्याला

बाहेर ऐकू येणाऱ्या आवाजावरून समजत होतं. दिवसाही अंधार असणाऱ्या त्या खोलीच्या दारामागचा तो फुटका कंदील त्यानं बाहेर आणला. त्यात तेल घालून थोडा साफ केला आणि पेटवला. कंदील घेऊन तो तळघराच्या कुलपाला चावी लावायचा प्रयत्न करू लागला. पण चावी लागेना. काही वेळा इकडच्या बाजूला आणि नंतर काही वेळा तिकडच्या बाजूला फिरवल्यावर कुलूप उघडत असल्याचं कधीतरी अम्मानंच सांगितल्याचं त्याला आठवत होतं. तसं त्यानं इकडं-तिकडं फिरवायला सुरुवात केली. अखेर एकदाचं कुलूप उघडलं.

कंदिलाच्या उजेडात तळघरात नोटांची बंडलं विखुरली होती. एक बंडल काढून पाहिलं तर सगळ्या शंभराच्या नोटा होत्या. बाहेरून एक पोतं आणून तो गठ्ठे मोजत भरू लागला. शंभराच्या शंभर-शंभर नोटांचे पासष्ट गठ्ठे होते. मनातल्या मनात त्याचा हिशेब सुरू होता. त्यानं नोटांनी भरलेलं पोतं बाहेर आणून पुन्हा कुलूप लावलं. पोतं बरंच जड होतं. हे त्याला अनपेक्षित होतं. पोतं उचलून प्रेताच्या बाजूला ठेवत त्यानं वडिलांना सांगितलं, ''साडेसहा लाख आहेत!''

रामकृष्णनं एकदा त्याच्याकडे पाहिलं. म्हणाले, ''मी विचारलं का किती आहेत म्हणून? मोजायला तरी कुणी सांगितलं होतं? आगाऊपणा आणि अनावश्यक बोलणं कधीच असता कामा नये!''

गणेश बावळटासारखा वडिलांकडे पाहत राहिला. सुकन्या तर मस्तकावर काहीतरी अचानक कोसळावं, तशी बधिर होऊन भिंतीला टेकून बसली होती. तिच्या गालावर चार बोटांचे वळ आता स्पष्ट दिसत होते.

रामकृष्णनं पुढचा दरवाजा उघडला. तिरडी बांधणाऱ्यांना म्हणाला, ''चला लवकर! उन्ह वाढायला लागलंय. लवकर संपवू या!''

सगळे आत आले. दोघा-दोघांनी मिळून हातपाय वाकवले तरी प्रेत तिरडीच्या आकाराला आणणं कठीण होतं. जखम झालेल्या पायाला कुणीच हात लावायला तयार होईना, तेव्हा रामकृष्णनंच पुढं होऊन तो पाय वाकवला. पण तेवढं करेपर्यंत त्याला धाप लागली.

घरात करायचे सगळे विधी संपल्यावर रामकृष्ण हातात निखाऱ्याचं मडकं घेऊन उभा राहिला. त्यानं गणेशला सांगितलं, ''ते पोतं खांद्यावर घेऊन माझ्यापुढे चल.'' त्याच्या बोलण्यात ठामपणा होता.

पुरोहितांनी विचारलं, ''काय आहे ते?''

''घरगुती गोष्ट आहे. तुम्ही पुढच्या विधींसाठी परवानगी द्या.''

''हा तुमचा मुलगा ना? वडील असणाऱ्या मुलांनी स्मशानात यायचं नसतं!'' पुरोहितांनी शास्त्र सांगितलं.

''मीच, त्याचा बापच सांगतोय ना? मग हरकत नसते! चला...''

तिरडी उचलली. मंडी नागप्पांचा अखेरचा प्रवास सुरू झाला. माघ महिना असला तरी उन्हाचा चटका जाणवत होता. मोजक्याच माणसांची ती अंत्ययात्रा गावाबाहेरच्या स्मशानाच्या दिशेनं जायला निघाली.

अंत्ययात्रा स्मशानात येऊन पोचली. चिता लावून झाली होती. रामकृष्णनं गणेशला एका बाजूला बोलावून सांगितलं, "चितेचा वरचा भाग बाजूला कर आणि सगळ्या नोटा त्यावर पसरून ठेव. वर पुन्हा लाकडं येऊ देत. कुणालाही दिसू देऊ नकोस."

मुलाच्या जागी उभा राहून रामकृष्णनं सगळं शास्त्र पार पाडलं. केसांचं मुंडन करून नदीत बुडी मारली. अखेर प्रेत उचलून चितेवर ठेवण्यात आलं. आग पेटताच खालची लाकडं जळू लागली. लाकडं हलल्यावर आतल्या नोटांचे गठ्ठे दिसू लागले. पुरोहितांचं तिकडं लक्ष गेलं. त्यांनी विचारलं, "काय आहे ते?"

रामकृष्णनं उत्तर दिलं, "लाकडांनी नीट पेट घ्यावा म्हणून कागदाचे कपटे घातलेत."

कवटी फुटेपर्यंत कुणीतरी तिथं थांबायला हवं होतं. स्वत: रामकृष्णच त्या कामासाठी उभा राहिला. चितेबाहेर उडून येणाऱ्या नोटांना पुन्हा आगीत लोटून त्यांची संपूर्ण राख झाल्यानंतरच कवटी फुटल्याचा आवाज आला. सगळी कर्मं आटोपून सगळे जवळच असलेल्या तलावापाशी अंघोळ करायला गेले.

प्रेत घेऊन गेल्यानंतर शेजारच्या अनंतकृष्णय्यांच्या घरचे आले आणि सुकन्येशी बोलून आपल्या घरच्या गड्याकरवी हे घर धुवून स्वच्छ केलं. तसंच घरच्यांपुरतं जेवण आणून ठेवून गेले. अग्नी देऊन परतलेल्या तिघांनाही जेवायला वाढल्यानंतर सुकन्यानंही घासभर जेवून घेतलं. एवढं होईपर्यंत संध्याकाळ उलटत चालली होती. पुन्हा रात्रीसाठी काही नको होतं. त्यामुळे रामकृष्ण उशाशी एक पाट घेऊन आडवा झाला. संपूर्ण दिवसभर त्याची बरीच दमणूक झाली होती. त्याला खरोखरच झोप आलीय की तो नुसताच पडलाय, हे कुणालाच समजत नव्हतं. आपल्या वडिलांना 'कोर्टात साक्ष द्या...' असं सांगितल्यानंतर आपला नवरा अजिबात झोपत नाही, हे तिलाही ठाऊक होतं. सुकन्येनं प्रथेप्रमाणे जीव गेलेल्या जागी एक दिवा लावून त्यावर एक वेताचं टोपलं पालथं ठेवलं.

ती आणि गणेश जागेच होते. झोपायला घरात एकही अंथरूण नव्हतं. पांघरायलाही काही नव्हतं. आता गणेशला झोप येऊ लागली होती. पण सुकन्येला झोप येत नव्हती. एवढ्या वर्षांच्या सहजीवनात नवऱ्यानं तिच्यावर हात उगारला होता! तोही तरुण मुलाच्या समोर!

पण या कारणासाठी तिला रडू येत नव्हतं. उलट राग येत होता. रात्रीही

जेमतेम दोन तासच झोप झाली होती. तरीही झोप येत नव्हती. बऱ्याच उशिरा पुण्याकडे जाणारी रेल्वे निघून गेल्याचं आवाजावरून समजलं. काल गणेश आला होता, ती बेंगळूरची मेल गाडीही निघून गेली.

फार पूर्वीपासून हे असंच होतं. रेल्वेच्या आवाजावरूनच वेळ कळायची. अम्मा वारल्यानंतर या घरात एकटीनं काढलेले दिवस आठवले. सुरुवातीला 'माहेर'च्या ओढीनं तिचं येणं व्हायचं. पण... तरीही साडेसहा लाख रुपये आगीत जाळून टाकायचे म्हणजे काय!.. तिच्या मनात धैर्य एकवटू लागलं. तिनं ठरवलं, सकाळी उठल्यावर नवऱ्याला जाब विचारायचा, का असं केलंत? एकदा तर हात उगारला आहेच; आणखी काय करणार आहेत? तिचं मन धिक्कारानं भरून गेलं होतं.

सकाळी सगळ्यांच्या अंघोळी झाल्यानंतर रामकृष्णनं सगळ्यांना बोलावून सांगितलं, "उद्या राख सावडल्यावर गावी जाऊ या. एवढ्यासाठी किती डाळ-तांदूळ आणून स्वयंपाक करायचा? किंवा आणखी काय करायचं?"

"आणि पुढचे विधी?" तिनं विचारलं.

"तोच विचार करत होतो. इथं करायचे की मी एकटाच एखाद्या पश्चिमवाहिनीपाशी जाऊन करून येऊ? यातलं काहीही ठरलं तरी पुन्हा चनरायपट्टणला जाऊन चलपतीशास्त्रींकडून आणखी पाचशे मागून घ्यायला पाहिजेत. होळेनरसिंहपूरलाही करता येईल. तुलाही यायचं असेल तरी हरकत नाही. तू म्हणशील तसं!"

"तू म्हणशील तसं... तू म्हणशील तसं!" तिचा राग बाहेर पडला, "आणि काल मी सांगत होते, तेव्हा का ऐकलं नाही? काल का तसं वागलात?"

"काय वागलो?" त्यानं शांतपणे विचारलं.

"कधी नव्हे ते मला थोबाडीत मारलंत! आणि नंतर साडेसहा लाख रुपये...!" पुढे बोलण्याआधी तिचा गळा दाटून आला.

"एवढं सगळं घडलं तरी तुझ्या लक्षात नाही का आलं? एवढंच नव्हे, बाहेरच्यांना ऐकू येईल असं ओरडायला लागलीस! मग काय करणार मी? तो कागद चिता पेटवायला वापरण्याव्यतिरिक्त आणखी काय करायला पाहिजे होतं, तूच सांग!"

"अहो! साडेसहा लाख रुपये! त्याचं काय करायचं, हा काय प्रश्न आहे? आपण आहोत, आपला मुलगा, त्यांचा नातू आहे रक्ताचा! त्याचा त्या पैशावर काहीच हक्क नाही काय?"

यावर रामकृष्ण काही क्षण काही बोलला नाही. हे त्याच्या स्वभावाचं वैशिष्ट्य. महत्त्वाचा प्रश्न विचारला की गप्प बसायचं. नंतर कधीतरी त्या संदर्भाची आठवण करून देऊन दोन-तीन वाक्यं बोलायची. आताही तो घराच्या वाश्यावर नजर खिळवून बसला. नंतर न्हाणीघराकडे गेला. आपण इथंच थांबलो तर आपल्याला

उत्तर मिळेल, इथून हललं तर पुन्हा कधी उत्तर मिळेल कोण जाणे! असा विचार करून ती तिथंच थांबली.

न्हाणीघरातून चार तांबे पाणी ओतून आणि हातपाय धुवून आल्यानंतर पुन्हा पहिल्याच जागी बसल्यानंतर त्यानं पुन्हा आढ्याकडे नजर लावली आणि म्हणाला, ''पण आपल्या माघारी हा पैसा कुणाला द्यावा, हे त्यांनी सांगितलं नाही, लिहूनही ठेवलं नाही.''

''बापाचा पैसा मुलांना नाही मिळणार तर कुणाला मिळणार? त्यासाठी लिहून काय ठेवायचं?'' तिनं वाद घातला, ''तुमच्या वडिलांनी मरताना जमिनी मुलाला मिळाव्यात, असं लिहून ठेवलं होतं काय? आता तुम्ही त्याचा उपभोग घेताच ना?''

पुन्हा काही वेळ शांततेत गेला. ती तशीच उभी होती. नंतर तो म्हणाला, ''नागप्पा चारचौघांसारखे नव्हते. मेलेल्याच्या अवगुणांचा पाढा माझ्या तोंडून वदवायचा तुझा कसला हट्ट? तिजोरीची चावी हातात घट्ट धरून त्यांनी जीव सोडला. त्या चावीच्या आतलं त्यांच्याबरोबर पाठवायचा दुसरा कुठलाही मार्ग नव्हता.''

''पण जाळून काय साधलं? त्यांच्या नावानं तीच रक्कम कुठंतरी दान केली असती!''

''त्यांच्या चित्तात संकल्प नसेल तर दान करायचा आपल्याला कुठून अधिकार?''

यावर तिला काही उत्तर सुचलं नाही. तोच पुढे म्हणाला, ''सगळ्या गोष्टी बोलायच्या नसतात. काही गोष्टी समजून घ्यायच्या असतात.'' आणि तो बोलायचा थांबला.

सुकन्येला काही बोलायला सुचलं नाही. पण हे तिला पटलंही नव्हतं. नवऱ्याचं हे वागणं अगदीच अविचारीपणाचं, याविषयी तिच्या मनात शंका नव्हती. ती फणकाऱ्यानं स्वयंपाकघरात निघून गेली.

तो संपूर्ण दिवस आणि रात्र तिनं तळमळत काढली. फारशी चर्चा न होता दिवसकार्य रामकृष्णनं एकट्यानं एखाद्या पश्चिमवाहिनीपाशी जाऊन उरकून यायचं आणि बाकीच्यांनी बिळीकेरेला निघून जायचं, असं ठरलं होतं.

राख सावडून तिघंही गावी निघाले, तेव्हा रायटर नंजप्पा समोरून आले. तिनं नवऱ्याला आत बोलावून विचारलं, ''घराची चावी कुणाच्या हातात देऊन जायची?''

तोही विचार करू लागला. तिनं घाई केली, ''लवकर सांगा!''

काही वेळ विचार करून तो म्हणाला, ''कुणाकडेही द्यायचा आपल्याला अधिकार नाही. तसंच आपल्यापाशी ठेवून घ्यायचाही अधिकार नाही! गणेशकरवी

स्मशानात फेकून आलं, तरच बरोबर होईल!''

संतापाच्या भरात तर बोलत नाहीत ना? तिनं त्याचा चेहरा निरखून पाहिला. चेहरा नेहमीप्रमाणे शांत होता. तिला राग आला. तिनं विचारलं, ''मग अशा माणसाचे दिवसकार्य कशाला करताय एवढे पैसे खर्च करून?''

''त्यांना मुलगा नाही आणि मी त्यांच्या मुलीशी लग्न केलंय. तेही एकुलत्या एक मुलीशी! मग हे माझं कर्तव्यच आहे ना? श्राद्ध-दिवसकार्य केलं नाही, तर ते मध्येच लटकून राहतील, असंच सांगतात ना? कुणीतरी करणारं असतं, तर खरोखरच मी काहीही केलं नसतं.'' एवढं बोलून तो बाहेर निघाला.

तीही थोडावेळ तशीच उभी राहिली. नंतर तिनं रायटरना आत बोलावलं आणि ''तुम्ही सगळं बघून घ्या...'' असं सांगून बाहेर पडली. हातात पिशवी घेऊन गणेशही जायला निघाला.

बारा

सावित्री अपमान आणि शरमेनं आतल्या आत धुसमुसत होती. एका टवाळखोर माणसानं घरी येऊन केलेल्या अत्याचाराला आपण बळी पडलो. तशी पोलिसांमध्ये जाऊन तक्रार करायची की गावी जाऊन भावाला सांगून त्याच्याकरवी अत्याचार करणाऱ्याला पकडून ठोकून काढायचं? की आपणच त्याला पायतणानं फोडून काढायचं? तो शारीरिकदृष्ट्या कदाचित आपल्यापेक्षा बलवान असेलही. त्याच्या दारात उभं राहून... पण तो तर पराकोटीचा निर्लज्ज माणूस आहे. आपल्यावरच्या अत्याचाराला कशी वाचा फोडावी हे न समजल्यामुळे तिची आतल्या आत तगमग होत होती. तिला समजत होतं, याच्या बाबतीत आपण काहीही करायला गेलं तरी हा 'मी तिचा नवरा आहे!..' असं म्हणून स्वत:चं समर्थन करू शकतो. माझ्या मनात आणखी शरम निर्माण होईल असं करेल. काय करावं? अण्णय्याला सांगायचं की मीच एक सुरा कुशीत दडवून संधी साधायची; कोर्टात विचारलं तर खरं कारण सांगायचं, हा विचार तिच्या मनात त्या संध्याकाळपर्यंत पन्नास वेळा येऊन गेला. सकाळपासून संध्याकाळपर्यंत मंजप्पा आणि त्यांच्या पत्नी लग्नासाठी परगावी जायचीच वाट बघत असल्याप्रमाणे हा दबा धरून बसला होता की काय कोण जाणे! ते असते तरी मला तोंडातून ब्र काढायची संधी न देता यानं कार्यभाग उरकलाच असता! ते काही नाही... याला धारदार सुऱ्यानंच शिक्षा करणं योग्य ठरेल.

त्या दिवशी तिला शाळेत शिकवणं शक्य झालं नाही. वर्गात तिला नीट उभंही राहायची शक्ती नव्हती. दुपारी आणि रात्री तिला जेवणही गेलं नाही. रात्री झोपही लागली नाही. ती तशीच पडून असताना तिला सकाळची घटना पुन्हा आठवली. तिला स्वत:चा तिरस्कार वाटला. तो तर लंपट माणूस आहे! लफंगा! मनातला

उद्देश पक्का करूनच तो आला होता. पण विरोध करता-करता मी का निष्क्रिय झाले? मीही लंपट व्हावं म्हणूनच तो तसा वागला. पण मी का त्याच्याबरोबर वाहवत गेले? सतरा वर्षांपूर्वी त्याच्या घरात तो जे वेड लावण्यासारखा वागत होता, त्याची आठवण होऊन मी त्याला अखेरीस साथ दिली का? त्या वेळी माझी अक्कल कुठं शेण खायला गेली होती?

यां विचारामुळे आता अपमानाची जागा तिरस्कारानं घेतली. स्वत:विषयीचा तिरस्कार! त्याच्याविषयी वाटलेला राग तिच्या स्वत:कडे वळला. स्वत:लाच शिक्षा झाली पाहिजे, असं तिला वाटू लागलं. त्याच्या शरीरात खुपसायचा चाकू आपल्या शरीरात खुपसायला पाहिजे, असं तिला वाटू लागलं.

पहाटे पहाटे केव्हातरी झोप येण्याची लक्षणं जाणवू लागली. प्रयत्नपूर्वक मनस्ताप कमी करून घेऊन तिनं स्वत:ला झोपेच्या स्वाधीन केलं. सकाळी जाग आली, तेव्हा तीन तास झोप झाल्यामुळे मन थोडंतरी ताळ्यावर आलं होतं. सकाळी उठून कामं उरकताना आठवू लागलं, आपण एकटे राहत असलो तरी काही प्रसंगी कामवासना विविध रूपं घेऊन दर्शन देत असतेच.

त्याचं घर सोडून आल्यानंतर काही दिवस तिचा अजिबात मागमूस नव्हता. पण नंतर मात्र उष्टं खाऊन सोकावलेल्या कुत्र्यानं पुन्हा उष्ट्याकडे मोर्चा वळवावा, तसं तिचं मन पुन्हा त्याच उष्ट्या आठवणीत रमत होतं. त्याचं ते घर, तो पलंग, त्याच्या बाजूला असलेले ते मोठाले आरसे, त्यामध्ये दिसणारं प्रतिबिंब... या आठवणींमध्येही आणखी कुणा पुरुषाचं रूप येत नव्हतं. थोडक्यात, कामवासनेचं सदेह रूप म्हणजे तो, असंच काहीसं झालं होतं. त्याला या जगातली कुठलीही मादी चालत होती, पण तिचं तसं नव्हतं. तरीही वाटलं, परमेश्वरय्यांची मुलगी आहे मी! मला एवढं तरी साधायला पाहिजे होतं. यानंतर तरी या भावनेला पूर्णपणे पायदळी तुडवायला...

...अंहं... संपूर्णपणे पायदळी तुडवणं ही वल्गना ठरेल. तसं शक्य असतं तर त्यानं जेव्हा अप्पांनी खोटी साक्ष दिल्यानंतर नांदायला घेऊन जातो, असं सांगितलं, तेव्हा मी का मौन-संमती दर्शवली? अप्पांनी आत्महत्या केल्यानंतर माझ्यामधली कामवासना पूर्णपणे भस्म झाली आहे, असं मी समजत होते! ते खोटंही नव्हतं. कारण इतक्या दिवसांत ती भावना कधीही डोकं वर काढून मला छळायला आली नव्हती. असं असताना त्यानं उत्तेजित केलं म्हणून मी का त्याला बळी पडले? थ!..

म्हणजे मीही एक क्षुद्र जंतूच आहे का? मादी पातळीवरची? मनानं असहकार पुकारला तरी शरीरानं हरामीच केली! तिला स्वत:चाच पराकोटीचा तिरस्कार वाटू लागला.

त्या संध्याकाळी शाळेतून घरी येताना मत्तिकेरेच्या भाऊजींची आठवण आली.

शारीरिक पातळीवर किळस वाटावी, असा आजार झाला असतानाही त्यांनी त्या आजाराची सगळी जबाबदारी स्वत:वरच घेतली होती. तेव्हाही त्यांचं मन माझ्यासारखी स्वत:ची निर्भर्त्सना करून घेत न बसता आपलं सगळं जीवन नजरेसमोर आणून नेमक्या कुठल्या क्षणी चुकीचा मार्ग धरला, याची चिकित्सा करण्यात गढलं होतं. तेव्हा, ते मंजय्याचा राग करत नाहीत, त्याच्यावर दोषारोप करत नाहीत, याचा मला किती राग आला होता!

ती सगळी रात्र मनातल्या मनात आपल्या वागण्याची भाऊजींच्या वागण्याशी तुलना करण्यात गेली. त्यांच्या मनात केवळ बोलण्यामुळे वासना निर्माण होईल असं केलं. मला त्यानं शारीरिकदृष्ट्या चेतवलं! बलात्कारानं आम्हा दोघांच्या मनात वासना निर्माण केली! त्याला मी बळी पडले. यात चूक कुणाची? माझी चूक आहे का? छे! माझी कशी चूक ठरेल?

पण भाऊजीही असंच म्हणू शकले असते! पण नाही म्हणाले! त्यामुळे असं समर्थन शोधणं, हा हीनपणा आहे! तिच्या मनानं ग्वाही दिली.

चार दिवसांनंतर ती या भावनेतून बाहेर पडली आणि विचार करू लागली, हा असा कसा अचानक आला? याचा यामागं काय हेतू असेल? माझ्या दुर्बलतेचा वेध घेतल्यानंतर तो एक क्षणभरही न थांबता अक्षरश: पळून गेला! पुन्हा असाच अचानक येईल काय? तो पुन्हा तसा आला, तर मी त्याला बळी पडणार नाही! तिनं स्वत:शीच निश्चय केला. त्यालाही ते इतकं सोपं जाणार नाही! या विचारानं तिला धैर्य वाटलं.

तरीही अपमानित झाल्याची, असलेल्या स्थानापासून ढळल्याची भावना कमी झाली नाही. केवळ पतित झाल्याची नव्हे, तर व्यभिचार केल्याचीही भावना त्यात मिसळली. या विचारानं तिला अन्न गोड लागेनासं झालं. झोपही येईना. कुणापुढे तरी व्यक्त झालं, तर थोडं समाधान मिळेल असं वाटलं.

पण कुणापुढे मन मोकळं करायचं? याआधी तिनं आपल्या वैवाहिक जीवनाविषयी कुणालाच काही सांगितलं नव्हतं. या गावी ती राहायला आली, तेव्हा त्याच्यावरच्या तिरस्कारापोटी, आपण अप्पा किंवा अण्णाचं न ऐकता त्याच्याशी लग्न केलं, त्या चुकीसाठी या संदर्भात कुणाशीही बोलत नव्हती. शिक्षिकेच्या पेशात दोन-तीन वर्षं काढल्यानंतर तर याविषयी उच्चार करणंच आपल्याला शोभणार नाही, ही भावना वाढली. गावाकडे घरात कुणीच त्याचा विषय काढायचा नाही. पण चनरायपट्टणात अनेकांना त्याची माहिती आहे. त्याचं माजावरच्या कुत्र्यासारखं वागणंही बऱ्याच जणांना ठाऊक आहे. बिळीकेरेच्या कितीतरी मुली या गावात सुना म्हणून आल्या आहेत आणि इथल्या तिथंही गेल्या आहेत. तरीही जे काही अवचितपणे घडलंय, त्याविषयी मोकळेपणानं बोलता येईल असं कोण आहे? सहानुभूतीनं ऐकून घेऊन

त्यातली पतनाची वेदना नेमकेपणानं समजून घेण्याची शक्ती कुणाकडे आहे?

तिला अण्णय्याची आठवण आली. तो समजू शकेल; पण हे सांगून त्याला दु:ख देता कामा नये. मंजय्याकडून आपल्या घरात आधी मला, नंतर अप्पांना आणि त्यानंतर पुन्हा मला जो काही त्रास झाला, त्याचा अण्णय्याच्या मनालाही त्रास होणारच, असं तिच्या मनानं तिला सांगितलं. नंतर जर यातून कोर्टकचेरी सुरू झाली, तर तोही एक त्रासच! त्याला काहीही सांगायला नको, असं तिनं ठरवलं. मग कुणाला सांगायचं? भावजयीशी तर तसं नातं कधीच निर्माण झालेलं नाही, याची तिला आठवण झाली.

कुणालाच नको सांगायला! माझ्यातच ठेवून घ्यायला पाहिजे. सगळं मौनात वितळवून टाकायला पाहिजे! अण्णय्यासारखं! हा निर्णय होताच काहीसं शांत वाटलं.

तरी त्या रात्रीही तिला मत्तिकेरेच्या भाऊजींची आठवण झाली. इथून जाऊन चार महिने होऊन गेले. काय करत असतील ते? स्वत:ला गर्देतून बाहेर काढण्यासाठी त्यांनी काय उपाय केला असेल? तिच्या मनात उत्सुकता निर्माण झाली. आपल्या अध:पतनाच्या संदर्भात किती मोकळेपणानं बोलले ते माझ्याशी! खरंच! अशा व्यक्तीशी अशा अवघड विषयावर बोलणं सोपं जाऊ शकेल. मुख्य म्हणजे त्यांना ते समजेल. आम्ही दोघांनीही मंजय्यामुळे चेतवले जाऊन व्यभिचार केला...

पाठोपाठ तिला भय वाटलं, आपल्यालाही तोच रोग झाला नसेल ना?

या विचारानं तिचा थरकाप उडाला. मनातले बाकी सगळे विचार बाजूला होऊन हे एकमेव भय तिला व्यापून राहिलं. मध्यरात्र उलटून गेली तरी झोप आली नाही. तिनं आठवून पाहिलं, ती घटना घडून आठवडा झाला होता. पण तसं कुठलंही लक्षण दिसलं नव्हतं. भाऊजींना दुसऱ्याच दिवशी लक्षणं दिसायला लागली होती म्हणे! कसा का असेना, सहा महिने त्याच्याबरोबर संसार केला होता ना! तेव्हाही त्याचं वागणं असंच स्वैर होतं. तेव्हाही काही झालं नव्हतं, हेही आठवलं आणि थोडं समाधान वाटलं.

सकाळी-सकाळी तिला सुचलं, सगळं आवरलं की हकीम डॉक्टरांपाशी जायचं. तो संभावित डॉक्टर आहे. त्यांना सगळी हकिकत सांगायची, जे काही घडलं तेही सांगायचं, अजून काही लक्षण नाही, पण आगाऊ काही देणं शक्य असल्यास घ्यायचं.

एकीकडे संकोच वाटत असला तरी तिनं तो बाजूला सारला आणि ठरवल्याप्रमाणे डॉक्टरांच्या दवाखान्यात गेली. तिचं सगळं ऐकून घेतल्यावर ते म्हणाले, "मंजय्या कसला माणूस आहे याची मला कल्पना आहे, अम्मा! तुम्ही त्याच्या बीवी आहात, हे मात्र ठाऊक नव्हतं. मला वाटतं, तुम्हाला काहीही झालेलं नाही. नाहीतर एवढ्या

दिवसांत दिसलं असतं. काहीतरी त्रास झालाच असता. मनात शंका असेल तर सहा इंजेक्शनं घ्या. थोडी दुखतात. पण तेवढंच. आजच एक घेऊन टाका. आणखी पाच दिवस यावं लागेल.''

तिचं मन निश्चिंत झालं.

या घटनेनंतर चौथ्या दिवशी गणेश संध्याकाळी तिच्याकडे आला. हासनहून बिळीकेरेला जाताना हासनहूनच त्यानं वेगळी बस धरली होती. वाटेत चनरायपट्टणला उतरून एक रात्र आत्याच्या घरी मुक्काम करून दुसऱ्या दिवशी पहिल्या बसनं निघून कॉलेजच्या वेळेपर्यंत जाऊन पोचायचं, ही त्याची नेहमीची पद्धत. सावित्रीही जाताना खाणं करून देऊन सकाळ-संध्याकाळचा डबा बांधून देत होती. याशिवाय शिकणाऱ्या मुलाकडे असू देत, म्हणत पन्नास-शंभर रुपये देत होती. तो तिच्याकडे या पैशाच्या आशेपोटी येतोय, हे ठाऊक असलं तरी ती ते कधीच दाखवून देत नव्हती. शिवाय आत्याशी त्याच्या अनेकदा मनमोकळ्या गप्पा होत होत्या. आपलं कॉलेज, स्ट्राइक, शिकवायला न येणारे प्राध्यापक यांसारखे आपल्या विद्यार्थी-जीवनातले तपशील स्वत:ला प्रमुख पात्र कल्पून तो विस्तारानं सांगत असे.

या खेपेला आल्या-आल्या त्यानं एक महत्त्वाची बातमी सांगितली. तिपटूरचे आजोबा वारले, त्या मृत्यूचा सगळा तपशील सांगून त्यानं हातात चावी घट्ट धरून त्यांनी कसा प्राण सोडला, अम्मानं किती प्रयत्न केला तरी त्या प्रेतानं मुठीतून चावी सोडायला कसा प्रतिबंध केला, प्रेताची बोटं कशी लोखंडापेक्षा घट्ट झाली होती, अखेर त्यानं आणि अम्मानं कसा प्रयत्न करून ती चावी सोडवून घेतली हा सगळा तपशील त्यानं अभिनय करत थट्टेच्या सुरात सांगितला.

ती मात्र सगळं गंभीरपणे ऐकत होती.

नंतर अप्पांनी कसे त्या लोखंडी पेटीतले साडेसहा लाख रुपये प्रेताबरोबर जाळल्याचा तपशील सांगताना अखेर तो म्हणाला, ''मी त्यांच्याकडे राहत असताना माझ्या अन्नखर्चासाठी म्हणून अडीच हजार रुपये मागून घेतले ना, त्या रागापोटी अप्पा तसं वागले!''

सावित्रीला हे माहीत नव्हतं. तिनं विचारलं, ''कुठले अडीच हजार?''

''मलातरी कुठं ठाऊक होतं? अप्पा तर कुणालाच काही सांगत नाहीत! काल गावी परतल्यावर अम्मानंच सांगितलं, तेव्हा कळलं.''

अण्णय्यानं शेत विकल्याचं तिला ठाऊक होतं. मागं कधीतरी काढलेलं थोडं कर्ज असल्याचंही तिच्या कानांवर होतं. तेव्हा तिनं थोडा वादही घातला होता, ''मला न कळू देता अन्न देणारी जमीन का विकलीस? माझ्याकडे थोडी शिल्लक होती. शिवाय बांगड्या आणि चेन होती. त्या विकून कर्ज फेडता नसतं का आलं?''

यावर तो म्हणाला होता, "तेवढ्यानं भागलं नसतं, एक! दुसरं म्हणजे मी तुला खाऊ घालायला पाहिजे; तू कष्टानं कमावलेलं मी काढून घेऊ?" असं म्हणून त्यानं विषय तिथंच थांबवला होता.

"गणेश, कर्ज फेडताना तुझे अप्पा काय म्हणाले?"

अम्मानं डोंगरावरच्या रंगनाथाला बोललेला नवस, गावी गेल्यावर सगळे पैसे समोर ठेवल्यानंतर आजोबांनी एका जुन्या नोटेवरून घेतलेला आक्षेप, हे सगळंच त्यानं सांगितलं.

"साडेसहा लाख जाळल्यानंतर तुझ्या अप्पानं अम्माला काय उत्तर दिलं? तू होतास ना तेव्हा तिथं?"

"हो. हातातली चावी एवढी घट्ट धरून त्यांचा जीव गेलाय. याचा अर्थ त्यांचा त्या पैशात एवढा जीव गुंतलाय. असं असेल तर तो पैसाही त्यांच्याबरोबरच पाठवायला पाहिजे, असा त्यांचा वाद होता. त्यांची इच्छा नसताना त्यांचा पैसा दान करायचा आपल्याला काय अधिकार आणि त्याचा उपभोग घ्यायचा तरी काय अधिकार, असा त्यांचा वाद!"

सगळं ऐकल्यावर अण्णय्याच्या मनाचा ठाव लागणं सावित्रीला मुळीच कठीण नव्हतं. थोडा वेळ सगळा संदर्भ लावण्यात गेला. नंतर तिनं विचारलं, "गणेश, तुला काय वाटतं? तुझ्या अन्नखर्चाचे अडीच हजार घेतले म्हणून तुझ्या अप्पांनी साडेसहा लाख रुपये जाळले असतील? त्यांनी चावीचं सांगितलं, ते तुलाही जाणवलं नाही काय?"

"ते ठीकाय, आत्या! पण साडेसहा लाख? चेष्टा आहे काय?"

यावर त्याच्याशी वाद घालायची तिला इच्छा झाली नाही. ती काहीच बोलली नाही. तिचं हे मौन गणेशला वडिलांच्या मौनासारखंच वाटलं. खरंतर आत्याचा स्वभाव अप्पांसारखा नाही. ती आपल्याशी भरपूर गप्पा मारते. ती अशी मौन राहिली तर कसं? या दोघा भावंडांचा आतून सारखाच स्वभाव आहे! त्याला थोडं अवघडल्यासारखं वाटलं. रात्री त्याला लवकर झोप आली. सावित्रीच्या मनात मात्र मुठीत घट्ट धरलेली चावी आणि साडेसहा लाख भस्मसात करणारा अण्णय्या नजरेसमोर तरळू लागले. त्यात तिच्या मनातली तळमळ नष्ट होऊन गेली. तिला आतून समजत होतं, अण्णय्यानं हे केवळ रागापोटी केलेलं कृत्य नव्हतं. अशा कृत्याचा अर्थ केवळ मौनातूनच समजू शकेल. वादविवादातून हाती काहीच लागणार नाही!

त्या दृष्टीनं पाहिलं तर अण्णय्याच्या मौन स्वभावातच बराच अर्थ दडलेला आहे!

पुढचे सगळे विधी पश्चिमवाहिनीपाशी जाऊन करायचे आणि त्यासाठी गणेशनं कॉलेजमधून सुट्टी घ्यायची, असं ठरलं होतं. तिनंही ठरवलं, अशा प्रसंगी आपणही चार दिवस रजा काढून वहिनीसोबत राहिलं पाहिजे. कसेही असले तरी ते तिचे वडील होते. तिला दुःख होणं स्वाभाविक आहे. उद्या चारच्या बसनं निघावं आणि परवा सकाळी परत यावं.

सकाळी लवकर उठून गणेशचं खाणं आणि डबा करून दिल्यानंतर वर तिनं पन्नास रुपयेही दिले. हे त्याला वरखर्चासाठी आपण वरचढ देतोय, हे तिला ठाऊक होतं. वडिलांनी कितीही दिले तरी आई त्यांची नजर चुकवून चार पैसे देतेच, तसे आपण हे पैसे देत असल्याची भावना तिच्या मनात आधीपासूनच होती. एवढ्या लहान वयात याला आपल्या आजोबांचे दिवस करायची पाळी यावी ना! तिच्या मनात गणेशविषयी अनुकंपा आणि माया जन्मली. त्याच्यावर असलेले संस्कार, आलेले काही पिढीजात गुण-अवगुण याकडे तिचं लक्ष न जाता केवळ या एकाच मुद्द्यावर मन केंद्रित झालं होतं.

तेरा

पश्चिमवाहिनी नदीच्या पात्राजवळच्या धर्मशाळेत एक स्वयंपाकघर आणि आणखी एक खोली अशी जागा मिळाली. याहून मोठी जागा यांनाही नकोच होती म्हणा! चार दिवसांच्या सगळ्या विधीचे म्हणून पाचशे रुपये ठरले होते. याशिवाय काहीही वेगळा खर्च नाही, अशा बोलीवर एका गुरुजींनी कॉन्ट्रॅक्ट ठरवलं होतं. यांच्यापैकी चार-पाच जण होते. तो दररोज कर्म करायला जायचा. इतर काही जबाबदारी नसल्यामुळे गणेश बसनं एक दिवस श्रीरंगपट्टण, एकदा मैसूर फिरायला जाऊन येत होता. त्यामुळे धर्मशाळेत सुकन्या आणि सावित्री दोघीच असायच्या. सुकन्या या खेपेला याआधी कधीच बोलली नव्हती, तेवढ्या असमाधानानं बोलत होती. वहिनी इतक्या रोषानं बोलू शकेल, याची सावित्रीला कल्पनाच नव्हती.

"यांचे वडील गेले, तेव्हा सगळ्या पंचक्रोशीत बातमी पोचवून शिवालयासमोरच्या पटांगणात हजारो लोकांना बोलावून समाराधना केली! आता माझे वडील गेलेत! तर कुठल्यातरी अनाथ भिकाऱ्याचे कसेबसे विधी करून मोकळं व्हावं, तसं करताहेत!"

आपल्या वडिलांना भेटायला जाताना आपल्या नवऱ्याला चलपतीशेट्टींकडून कर्जाऊ पैसे घ्यावे लागले होते, हे तिलाही ठाऊक होतंच. हे सावित्रीलाही ठाऊक होतं. नवऱ्याविषयीचा राग बोलून दाखवतेय, तिला तरी हे बोलायला आणखी कोण आहे; असा विचार करून सावित्री तिचं बोलणं ऐकून घेत होती.

"ते साडेसहा लाख जाळून टाकले ना! त्यातले दहा हजार खर्च केले असते तर माझ्या वडिलांच्या घरातच मोठ्या थाटात अन्नदान करून क्रियाकर्म करता आलं नसतं काय? काही नाही! माझ्या वडिलांचा अपमान व्हावा म्हणूनच तुझे भाऊ असं वागताहेत! तुला नाही समजणार ते! कबूल आहे, माझ्या वडिलांना हात आखडता घ्यायची सवय होती. पण म्हणूनच एवढी शिल्लक केली! आणि शिल्लक तरी

कुणासाठी? त्यांच्या मुलीसाठीच की नाही? ते राहिलं बाजूला! रस्त्यानं जाणाऱ्या-येणाऱ्यांना अन्नदान करत सगळं गमावून बसायचं, बायको-मुलांसाठी कर्ज करून ठेवायचं! तूच सांग सावित्री! तुमच्या घरी सून म्हणून येऊन कसलं सुख अनुभवलं मी?''

या प्रश्नावर सावित्रीच्या जिभेच्या टोकावर उत्तर आलं होतं, पण ठरवल्याप्रमाणे ती काही बोलली नाही. दुसरंही तिच्या लक्षात आलं होतं, वहिनीचं सगळं दुःख प्रेताबरोबर जाळून टाकलेल्या साडेसहा लाख रुपयांशी संबंधित आहे. तिचं म्हणणं, हवंतर अण्णय्यानं त्यातल्या दमडीलाही हात लावला नसता तरी चाललं असतं. पण त्यानं ते जाळायला नको होते. यातही तथ्य आहे, असं एकदा सावित्रीलाही वाटून गेलं.

''माझ्या अप्पांनी स्वत: जिवंत असताना काहीही दिलं नाही, मान्य! पण आपल्या मृत्यूनंतर सगळी संपत्ती मुलीला जाणार आहे, हे त्यांना ठाऊक नसेल काय? मुलीऐवजी आणखी कुणी ती संपत्ती लुटून नेईल म्हणून त्यांनी ती चावी घट्ट धरून ठेवली नसेल कशावरून? आम्ही पोचलो, तेव्हा त्यांची शुद्ध हरपली होती. जर त्यांना मुलगी आलीय असं समजलं असतं, तर त्यांनी ती चावी आपणहोऊन माझ्या हातात दिली असती. त्या वेळी शुद्ध नव्हती, एवढंच काय ते चुकलं! पण माझ्या अप्पांनी आयुष्यभर एवढे कष्ट घेऊन जमवलेलं धन जाळायचा हक्क यांना कुणी दिला म्हणते मी! यांचं स्वत:चं काय आहे? पिढीजात आलेली जमीन राखायलाही येत नाही यांना! सगळं विकून खाताहेत!''

सावित्रीच्या मनात येत होतं, मुंडन करून, जवळ पैसे नसताना कर्ज काढून दिवसकार्य करायचा हक्क जसा मिळाला, तसाच हाही हक्क मिळाला, असं वहिनीला सांगावं! पण तिनं त्याचा उच्चार केला नाही. हिचं मौन तिला आणखी चिडीला आणत होतं. हिला आश्चर्य वाटत होतं, इतके दिवस आपण पाहत असलेली आपली वहिनी हीच काय?

तिला आणखी एका गोष्टीचं आश्चर्य वाटत होतं. जी वस्तुस्थिती अण्णय्याला इतकी स्पष्ट दिसत होती, ती वहिनीला का दिसत नाहीये? आपल्या वडिलांचा स्वभाव तिला तर सगळ्यांपेक्षा जास्त ठाऊक असायला हवा. की दिसत असूनही तिला तिकडे लक्ष द्यायचं नाही? समोरच्या सत्यावर असत्याचा पडदा ओढून ती स्वत:ला फसवतीय, की हे तिला समजतच नाही? आणि गणेश तर त्या घरी राहिला आहे. आजोबांच्या स्वभावाचा सर्वाधिक अनुभव त्यानंच घेतला आहे. तरीही स्वत:शीच ही प्रतारणा? माहेरची ओढ इतकी अंध असते? असू शकते?

बाराव्या दिवसाचे सगळे विधी संपले. या चौघांचं जेवण झालं. तिघांच्या

रात्रीच्या जेवणासाठी भात-सार-ताक ठेवून विधी करणाऱ्या रामकृष्णसाठी रात्रीचं खाणं म्हणून लाह्या आणि दोन केळी ठेवून भट्टांनी दुसरे दिवशी सकाळी आठ वाजताच येत असल्याचं सांगितलं आणि श्रीरंगपट्टणला असलेल्या आपल्या घरी गेले. रामकृष्णही त्यांच्याबरोबर श्रीरंगपट्टणला गेला होता. या दोघीच ओसरीत बसल्या होत्या. गणेश मैसूरहून आणलेलं एक सिनेमासिक वाचत बसला होता. समोरचा नदीचा प्रवाह शांतपणे वाहत होता.

तेवढ्यात तिपटूरहून रायटर नंजप्पा आले. हातात पिशवी, काळी टोपी, धोतर, कोट. गणेशला पाहताच ते 'ही धर्मशाळा होय...' म्हणत आत आले. सुकन्येला खूप बरं वाटलं. आपल्या अप्पांच्या तिथीसाठी कुणीतरी आपल्याकडचं आलंय, असं वाटून तिच्या चेहऱ्यावरचा रोष कमी झाला. त्याचबरोबर काहीतरी व्यवहाराचं काम असावं, हेही तिच्या लक्षात आलं.

ते म्हणाले, "मला वाटलंच होतं, क्रियाकर्म करायला कुठल्यातरी नदीच्या काठी गेला असाल म्हणून! पण कुठं ते ठाऊक नव्हतं. बिळीकेरेला जाऊन तुमच्या शेजारच्या सुब्बण्णय्यांना विचारून सरळ इथंच आलो. भेटणं आवश्यक होतं. चिठ्ठी किंवा पत्र लिहून जमण्यासारखं नव्हतं. म्हणून प्रत्यक्ष यावं लागलं."

सुकन्येनं सांगितलं, "नदीत हातपाय धुवून या. स्वयंपाक तयार आहे. आधी जेवून घ्या."

मुलगी असल्यामुळे सुकन्येचं सुतक तीन दिवसांतच संपलं होतं. त्यामुळे तिनंच केळीच्या पानावर जेवायला वाढलं. रायटर म्हणाले, "जेवता-जेवताच बोलतो. पुन्हा बस मिळायला पाहिजे. भाऊजी कुठं आहेत?"

"श्रीरंगपट्टणला गेलेत."

"ठीक आहे. त्यांच्यापुढेच सांगायचं होतं. पण आता तुमच्यापुढे सांगतो. गणेशलाही बोलावून घ्या."

सावित्रीनं गणेशला आत पाठवलं आणि स्वत: नदीच्या प्रवाहाच्या दिशेनं चालत जाऊन थोड्या अंतरावर प्रवाहात पाय ठेवून उभी राहिली.

जेवता जेवता नंजप्पा सांगू लागले, "सावकारांच्या स्वभावाविषयी मी काही सांगायची गरज नाही. भाऊजींना राग आला आणि त्यांनी लोखंडी पेटीतल्या सगळ्या नोटा प्रेताबरोबर जाळून टाकल्या. रागाच्या भरात नाक कापलं तर ते शांत झाल्यावर परत येईल काय? ते जाऊ दे. आता बाजारात काय झालंय, ते सांगतो. वखारीचं बँकेत खातं आहे ना! त्यावर कुणी सही करायची? जाळलं तेवढंच काही त्यांचं धन नव्हतं. बँकेतही त्यांच्या खात्यात ठेवता न आलेले पैसे त्यांनी घरातल्या लोखंडी पेटीत ठेवलेले होते. हीच सर्वसाधारण व्यापाऱ्यांची पद्धत असते. आपल्या वखारीत काही खोबरं आलंय. आणखीही येतंय."

“हा काही सीझन नाही.”

“हो. तरी किरकोळ माल येतच राहतो. त्यांना द्यायला पैसा पाहिजे. त्या चेकवर सही कोण करणार? तुम्ही त्यांच्या एकुलत्या एक अपत्य आहात. तसे योग्य ते कागद-दाखले सादर केले, तर वखारीची सगळी खाती तुमच्या नावानं होतील. सावकार पैशाच्या बाबतीत तसे असले तरी बाकी हिशेब, मुद्दल, व्याज या सगळ्या बाबतीत भारी खदीम माणूस! त्यामुळे एकदा आलेलं गिऱ्हाईक कधीच सोडून जायचं नाही. तुमच्या सोबत मीही असेनच. मला सगळे व्यवहार ठाऊक आहेत. तुम्ही, तुमचे यजमान आणि मुलगा तिथं राहायला या. सुखानं सगळं पहिल्यासारखंच सुरू राहील. असा व्यापार उभा करायला पाच-पंचवीस वर्षं लागतात. दैवाचीही साथ पाहिजे! आता विस्तारून फळ देत असलेला व्यवसाय बंद केला तर काय होणार आहे?”

ते पुढं सांगू लागले, “हे झालं व्यवहाराचं. पण सावकारांनी कुठल्या-कुठल्या गावात जमिनी घेऊन ठेवल्या आहेत, याची मलाही पूर्ण माहिती नाही. त्याची सगळी कागदपत्रं घरातल्या लोखंडी पेटीतच असतील. कदाचित बँकेच्या लॉकरमध्ये असतील. माझ्या अंदाजाप्रमाणे, दहा-बारा लाखांची तरी स्थावर असायला हरकत नाही! तेही सगळं तुम्ही त्यांचे वारस म्हणून तुमच्या नावावर करून घ्यायला पाहिजे. ते सगळं लवकर करायला पाहिजे. फार दिवस वखार बंद ठेवून चालणार नाही व्यवहारात! आर्थिक व्यवहारही थांबता कामा नयेत. अजून कर्मकांड सुरू आहे म्हणून! नाहीतर आजच माझ्यासोबत तुम्ही आला असता! तुमचे यजमान कदाचित तयार होणार नाहीत. पण म्हणून जे तुमचं आणि तुमच्या मुलाचं हक्काचं आहे, ते डावलण्यात तरी काय हशिल आहे?”

सगळं ऐकून सुकन्या उत्साहित झाली. भावविवश झाली. अप्पांनी कितीतरी गावांमध्ये जमीन विकत घेऊन ठेवल्याचं तिलाही ठाऊक होतंच. तरीही वखारीचा सगळा व्यवहार आपण बघून घेऊ शकू, हे तिच्या मनात कधीच आलं नव्हतं. आता हे रायटर नंजप्पा देवासारखे आले होते.

ते पुढे म्हणाले, “अक्का! आधीच सांगतो, सावकार हयात होते, तेव्हा ते आम्हाला सढळ हातानं द्यायचे नाहीत. मी एवढं काम करत असतानाही मला केवळ तीनशेच देत होते! त्या दिवशी आला होता ना निरोप द्यायला, पुट्टस्वामी? त्याला एकशे दहा! मी आताच सांगून ठेवतोय. फेराफेरी न करता, तुम्हाला सगळा हिशेब देत मी वखार सांभाळेन. पण मला आणखी दोनशे रुपये वाढवून द्यायला पाहिजेत. बाकी वजन करून देणं, खोबऱ्याची बाकी देखभाल करणं हे सगळं बघणाऱ्या पुट्टस्वामीला दोनशे द्यायला पाहिजेत. इतर कामगारांनाही बाजारात इतरांना दिलं जातं, तेवढं तरी द्यायला पाहिजे. तुमची तशी तयारी असेल, तर मी

त्यांच्याशी तसं बोलतो. हे लवकर व्हायला पाहिजे. नाहीतर ते इतर वखारींत एकदा शिरले तर माणसं मिळणं कठीण होईल.''

तिलाही हे सगळं पटत होतं. तिनं तशी मान हलवली. रायटरांचं जेवण संपलं होतं. त्यांनी सांगितलं, ''मला लगेच निघायला पाहिजे. आपले नेहमीचे वकील आहेत, चंद्रशेखर त्यांचं नाव. त्यांना सांगून ठेवतो. तुम्ही आल्यावर काय-काय करायला पाहिजे, त्याची तयारी करायला पाहिजे ना! वखार कुणाच्या नावानं करायची? फक्त तुमच्या? तुम्हा नवरा-बायकोच्या? मुलाच्या? की आई-मुलाच्या नावानं? हेही सगळं पक्कं करून या. कारण ते पक्कं होऊन तशी नावं चढल्याशिवाय बँकेचं अकाउंट वापरात आणता येणार नाही.''

एवढं सांगता-सांगता हात धुवून ते तयार झाले आणि लगेच जायला निघाले. चनरायपट्टण किंवा आणखी कुठलीतरी बस मिळेल, असा विचार करून चपला घालून ते चालू लागले.

सुकन्या सगळं ऐकून उत्तेजित झाली होती. एकीकडे तिला बरंही वाटलं. दुसरीकडे तिचा जीव तडफडला. एकीकडे आपली गरिबी नष्ट झाली, असंही वाटलं. कधी नव्हे ते वडिलांविषयी मनात माया निर्माण झाली. शेजारी उभ्या असलेल्या गणेशला ती म्हणाली, ''तुझ्या लक्षात आलं काय? तेव्हाच सगळं दिलं असतं, तर या बिळीकेरेच्या पाहुण्यांनी रस्त्यानं जाणाऱ्या सगळ्या टोळभैरवांना खाऊ घालून सगळं संपवून टाकलं असतं! हे ठाऊक असल्यामुळे तुझ्या आजोबांनी आपल्या मुलीसाठी आणि नातवासाठी सगळं गोळा करून ठेवलंय!...''

पुढं काय करावं, ते तिला सुचलं नाही. तिनं नंजप्पय्यांचं जेवणाचं पान काढून जमीन सारवून घेतली. पुन्हा पुन्हा मुलाला विचारत राहिली, ''समजलं की नाही, मी काय म्हणते ते?''

त्याच वेळी रामकृष्ण पिशवीभर फळं घेऊन आला. दुसऱ्या दिवशी जेवणाची व्यवस्था केलेली होती तरी आपल्याकडून काहीतरी वाढलं पाहिजे, असा विचार करून त्यानं ती आणली होती. पिशवी खाली ठेवून तो भिंतीला टेकून बसला. नंतर सुकन्या गणेशला म्हणाली, ''तुझी आत्या नदीच्या काठावर बसली असेल. जा. तिला बोलावून घेऊन ये.''

त्याप्रमाणे गणेश सावित्रीला घेऊन माघारी परतला.

सुकन्या म्हणाली, ''सावित्री, इथं अशी बस. रायटर का आले होते, ते सांगते ऐक... तिपटूरमध्ये तुझ्या या भावानं वयात आलेल्या मुलासमोर माझ्या थोबाडीत मारली होती! आताही तसाच हात उगारतील, हे मला ठाऊक आहे! त्यासाठी तूच साक्षीला असावं म्हणून तुला बोलावून घेतलंय!...'' अशी सुरुवात करून नंजप्पय्यांनी

सांगितलं होतं, ते सगळं सांगितलं.

वातावरणात शांतता पसरली होती. रामकृष्ण काहीच बोलला नाही. समोरच्या दरवाज्याबाहेर दिसणाऱ्या नदीवर त्याची नजर खिळली होती. त्या नदीची अलिप्तता त्याच्याही चेहऱ्यावर पसरली होती. त्यानं काहीतरी बोलायची बराच वेळ वाट बघून सुकन्या म्हणाली, "सावित्री, तुझ्या भावाला मला उत्तर दे म्हणून सांग!"

यावरही रामकृष्ण काही बोलला नाही. काही क्षण तसेच गेल्यानंतर तो म्हणाला, "ज्याला मुळातच समजच नाही, त्याच्या थोबाडीत मारूनही काही उपयोग नाही, हे मला ठाऊक नव्हतं. यानंतर तुला सांगण्यासारखं काहीच नाही. गणेशशी थोडं बोललं पाहिजे."

गणेशकडे वळून तो म्हणाला, "हे बघ बाळा! विचार कर. सरकारचा कायदा आहे म्हणून मेलेल्यांची संपत्ती आपली होत नसते! आपल्या मृत्यूनंतर आपल्या पैशाचा असा-असा विनियोग व्हावा, असा विचार करणं नागप्पांच्या संस्कारात कधीच नव्हतं. अशा परिस्थितीत त्यांच्या प्रारब्धाचा तूही एक भाग होण्यात कुठला शहाणपणा आहे? हीही एक प्रकारची चोरीच आहे. कुणाच्याही मळ्यात शिरून नारळ चोरणं आणि अशांचे पैसे घेणं यात तत्त्वश: काहीच फरक नाही."

एवढं बोलून तो बोलायचा थांबला.

सुकन्या न राहवून म्हणाली, "आपल्या माघारी आपली संपत्ती मुलीची होणार आहे, हा कायदा माझ्या बापाला कुणा भिकाऱ्यांकडून समजून घ्यायची परिस्थिती नव्हती! त्यासाठी वेगळा विचार काय करायचा? मंत्र म्हणून संकल्प करायला पाहिजे होता काय?"

रामकृष्ण तिच्याकडे वळून म्हणाला, "मी गणेशला विचारतोय! त्याला बोलू दे! अखेरचा निर्णय ज्याचा-त्याचाच असणार आहे!"

गणेशला वडिलांच्या नजरेला नजर देणं अवघड वाटलं. कुणीतरी त्या नजरेतून आपल्यावर हेरगिरी करतंय, असं वाटून तो कासावीस झाला. नजर चुकवत तो खांबाकडे पाहू लागला आणि म्हणाला, "आजच्या जगात केवळ बी.एस्सी. होऊन काय मिळणार आहे?"

"हे असंबद्ध बोलणं आहे! माझ्याकडे पैसा नाही म्हणून मी परक्याच्या घरी चोरी करतो, असं म्हटल्यासारखं आहे हे! तुला बी.एस्सी. अपुरं वाटत असेल, तर तू पुढचं शिक्षण घे! कर्ज काढावं लागलं तरी चालेल. शिकवेन मी! तुला पैसे पाठवत राहीन..." सावित्री उत्साहानं म्हणाली, पण ती मध्येच बोलायची थांबली. वहिनीची जळजळीत नजर आपल्यावर रोखली गेल्याची धग तिला जाणवली.

"तिपटूरच्या आजोबांनी स्वत: काहीच उपभोग घेतला नाही म्हणून आम्ही का सगळं सोडून द्यायचं? माझा अन्नखर्च अडीच हजार रुपये त्यांनी मागून घेतला, या

रागानं तुम्ही तसं म्हणताहात!'' खांबावर नजर खिळवून गणेश म्हणाला. ''तुम्ही आठ हजारांत जमीन विकली. माझ्या हातात वखार येऊ दे! वर्षाच्या लाभात तीच जमीन पुन्हा विकत घेऊन दाखवतो की नाही, बघा!''

यावर काही बोलायची इच्छा न होऊन रामकृष्ण गप्प राहिला. या बोलण्यामुळे मनावर झालेला आघातही त्यानं चेहऱ्यावर दाखवून दिला नाही. सावित्री मात्र मुळापासून हलली होती. तरी महत्प्रयासानं काही न बोलता तीही गप्प राहिली.

एवढं बोलून झाल्यावर मात्र तिथं उभं राहणं अशक्य वाटून गणेश बाहेर पडला. दारातल्या चपला घालून तो मागच्या रस्त्यानं निघून गेला. सुकन्याही बाहेर येऊन ओसरीवर बसली.

चौदा

त्या रात्री सुकन्या आणि गणेशला झोप आली नाही. गणेश सारखी कूस पालटत होता. रामकृष्णला झोप लागली की तोही नि:शब्दपणे जागाच होता, हे कुणालाही समजलं नाही. सावित्रीलाही झोप लागली नव्हती. आता अण्णानं तिला एवढ्या उंचीवरून जग दाखवलं होतं की त्या समोर मंजय्याकडून होणारा अपमान आणि मनस्ताप तिला गौण वाटू लागला.

पहाटे उठून अण्णा नाल्याकडे प्रातर्विधीसाठी गेला होता. वहिनी आणि गणेश सगळे कपडे गोळा करून प्रवासाला सिद्ध झाल्यासारखे दिसत होते. गणेशनं आईची लहान ट्रंक हातात घेतली होती. सुकन्या सावित्रीपाशी येऊन म्हणाली, "आता वखार बंद पडली आहे. वकिलांकडे जाऊन कोर्टाची परवानगी घेऊन बँकेचं खातं पुन्हा सुरू करायचंय. जसजसे दिवस जातील, तशी गिऱ्हाइकं गळतील, असं रायटर सांगून गेलेत. मी आणि गणेश इथून थेट तिपटूरला निघतोय. नाहीतरी इथं श्राद्धकर्मात बायकांचं काहीच काम नसतं! मुलगी असले तरी! हे या दोन दिवसांत सगळं शास्त्र संपवतील. बँकेचं खातं आमच्या नावानं सुरू झाल्यावर तिपटूरमध्ये माझ्या वडिलांच्या स्थानाला साजेसं, मोठ्या थाटामाटात सगळ्या गिऱ्हाइकांना बोलावून एक मोठं जेवण घालेन! गणेशही असंच म्हणतोय. तेव्हा इथले सगळे विधी संपल्यावर सरळ तिपटूरला यायला तुझ्या अण्णाला सांग!"

एवढं सांगून ती गणेशच्या पाठोपाठ चालू लागली.

थोड्याच वेळात विधी करवून घेणारे भट्ट आणि दररोज स्वयंपाक करणारे स्वयंपाकी आले. मासिक श्राद्धही उरकून घ्यायचं असल्यामुळे महत्त्वाचा दिवस. त्यामुळे स्वयंपाकी सोबत आणलेली भाजी चिरून स्वयंपाकाच्या कामाला लागले. भट्ट दर्भ निवडून घेणं आणि इतर तयारी करणं यांसारख्या कामाला लागले. थोड्या वेळानं रामकृष्ण माघारी आला. सगळी तयारी करून ठेवून भट्ट पुन्हा सायकलवरून

घरी गेले. आपण अकराच्या सुमारास आल्यावर विधींना सुरुवात करायची, असंही त्यांनी सांगितलं होतं.

रामकृष्णानं सावित्रीला विचारलं, "ते दोघंही आज तिपटूरला निघून गेलेले दिसतात. गणेशची पिशवी आणि तिची ट्रंक दिसत नाही!"

तिनं होकार दिला. वहिनीचा शब्दश: निरोप अण्णाला सांगायची तिलाच शरम वाटत होती. आता अण्णानंच विषय काढल्यामुळे तिला थोडं हलकं वाटलं होतं.

काहीही न बोलता रामकृष्ण उकिडवं बसून दात घासू लागला. तिलाही काही कळत नव्हतं. मृताची मुलगीच आज हजर नसल्याचं कदाचित भट्टांच्या लक्षात येईल. संधी मिळेल, तेव्हा ते तिची चौकशी केल्याशिवाय राहणार नाहीत. त्यावर काय उत्तर द्यायचं? केवळ कल्पनेनंच तिला जीव गेल्यासारखं वाटलं.

त्यांनी खरोखरच विचारलं, तेव्हा तिनं सांगितलं, "गावाकडं काहीतरी महत्त्वाचं काम निघालं, त्यामुळे जावं लागलं. उद्या येईल काम झालं की परत!"

भट्टांनी एकदा मान वर करून तिच्याकडे पाहिलं. नंतर म्हणाले, "त्यात काही बिघडलेलं नाही म्हणा! तिकडं कुणीही नसलं तरी चालतं. इकडचं मात्र कुणी नसलं तर चालणार नाही!"

सावित्रीला हे पटलं तरी मनात आलं, हे उपहासानं तर बोलत नसतील? नंतर वाटलं, तसं नसणार. त्यांनी केवळ शास्त्रात काय आहे, तेवढंच सांगितलं असावं.

त्या संध्याकाळी, रात्री आणि दुसऱ्या दिवसापर्यंत त्या धर्मशाळेत ते दोघंच होते. या संदर्भात अण्णापाशी उल्लेख करणं म्हणजे आपला क्षुद्रपणा दाखवल्यासारखं होईल, असं तिला वाटलं. मुख्य म्हणजे अण्णाच्या मनात नेमकं काय आहे, ते आपल्याला समजलंय! यानंतर काहीही विचारलं तरी मुद्दाम तो विषय खोदून काढल्यासारखं होईल, हे तिला समजत होतं. दोघांमध्ये काहीही बोलणं नव्हतं. तरीही एकमेकांना सगळं ठाऊक असल्यासारखा भाव मनात दाटून आला होता. एकमेकांमुळे परस्परांना बळ मिळाल्यासारखंही वाटत होतं.

रात्री काहीच काम नव्हतं. शिवाय त्या नदीकाठच्या निर्जन वातावरणात सूर्यास्त होताच रात्र झाल्यासारखं वाटू लागलं. त्यामुळे लगेच झोपी जाण्याशिवाय दुसरा उपाय नव्हता.

आडवं होऊन दोन तास झाले तरी त्याला झोप आली नव्हती. जांभईही आली नाही. तो नुसताच कूस पालटत होता. तिला हे जाणवून तिनं विचारलं, "तू साडेसहा लाख रुपये चितेत टाकलेस, तेव्हा तुझ्या मनात त्यांनी गणेशचा अन्नखर्च मागितल्याचा राग होता काय?"

त्यानं लगेच उत्तर दिलं नाही. आपला प्रश्न त्याच्यापर्यंत पोचलाय, याची तिला खात्री होती. काही क्षण गेल्यावर तो म्हणाला, "तसा किंचित जरी राग मनात

असता तर मी ते कृत्य केलं नसतं. जाळल्यामुळे तो पैसा नागप्पांच्या आत्म्याला मिळाला की काय हा वेगळा प्रश्न आहे. गेले तीन दिवस मी त्यांचे दिवसकर्म करतोय... हे सगळं तरी त्यांच्यापर्यंत पोचतंय की नाही, तू हे पाहिलंयस काय, असं कुणी विचारलं तर काय उत्तर द्यायचं? पोचतंय, याच श्रद्धेनं आपण करतो ना? अखेरच्या क्षणी हे जग सोडून जातानाही इतक्या आवेगानं त्यांनी ती चावी आपल्या मुठीत जिवाच्या आकांतानं घट्ट पकडून ठेवली होती! त्या चावीमागचं त्यांच्याबरोबर पाठवून द्यायचा आणखी कुठला मार्ग होता? धर्मात तर अग्नीचाच मार्ग सांगितलाय ना? म्हणून त्या मार्गानं पाठवून दिलं. आपल्या जावयानं अत्यंत योग्य गोष्ट केली असं नागप्पांच्या आत्म्यालाही वाटून आनंद झाला असेल, याविषयी माझी खात्री आहे. या सगळ्या प्रकाराकडे त्या मृताची इच्छापूर्ती म्हणूनच पाहायला पाहिजे. सरकारी कायदा लावून उपयोगाचं नाही. कायदा मोडू नये, असं म्हणत असताना त्यात बहुतेक वेळा स्वार्थ असतो.''

एवढं बोलून तो बोलायचा थांबला. पुढं काय विचारायचं, ते तिला सुचलं नाही. कारण अण्णय्यानं नागप्पांच्या संदर्भात कुठलाही उच्च-नीचतेचा मुद्दा काढला नव्हता. खरोखरच त्यांची प्रिय वस्तू त्यांच्यासोबत पाठवून द्यायचं कर्तव्य करायच्या दृष्टीनंच हा बोलतोय, हे तिला जाणवत होतं. दुसरंही मनात तीव्रपणे जाणवलं, हा अगदी अप्पांसारखा आहे! हा वीस वर्षांचा असताना अम्मा वारली. आता याचा गणेश विशीचा होत असताना याची बायको आपल्या वडिलांच्या संपत्तीसाठी याला सोडून निघून गेली. हेही दोघांच्या आयुष्यातलं अप्रिय साम्यच!

खरंच; यानंतर वहिनी पुन्हा बिळीकेरेला माघारी येईल काय? एवढा मोठा आर्थिक पसारा कोवळ्या मुलावर टाकून निघून येणं कसं शक्य आहे? तिची तशी इच्छाही दिसत नाही. आणि हा तर तिथं जाणं केवळ अशक्य! नागप्पा हयात असताना जो एक दिवसही तिकडं फिरकला नाही, तो त्यांच्या माघारी कशाला जाईल? त्यांनीही कधी याला बोलावलं नसताना!

म्हणजे यानंतर याच्या आयुष्यात एकटेपणा सुरू झाला! या भावनेनं तिच्या मनात गहिवर दाटला. मुळातच कितीही संकटात, दुःखात असलं तरी कुणाशी न बोलायचा याचा स्वभाव! बोललं नाही म्हणून काय झालं? मनात वेदना नसेलच, असं कुणी सांगितलंय? तिचं मन स्वतःचा वेध घेऊ लागलं.

थोड्या वेळानं अण्णय्या म्हणाला, ''पिंडदान करायचा अधिकार फक्त मलाच आहे. जसं मला सुचलं, तसं मी केलं. माझं चुकलंय, असा ती मला दोष देतेय! समज, माझं चुकलंच असेल, तर मी जाळलेले साडेसहा लाख कसे तरी कमावून तिला देऊन ऋणमुक्त व्हायला पाहिजे! उरलेल्या आयुष्यात मला जमेल तितके कष्ट केले तरी साडेसहा लाख राहू दे; त्याच्या सहा टक्के भागही परत देणं मला

शक्य नाही! एकदा या सगळ्याच प्रकरणाकडे व्यवहार म्हणून बघायला लागलं तर व्याजाचा विसर पडता कामा नये! शेकडा दहा म्हटलं तरी वर्षाला साडेसहा हजार व्याज झालं! चक्रव्याजानं ही रक्कम वाढायला लागली तर मी जन्मोजन्मी तिच्या ऋणातच खितपत राहिलं पाहिजे!''

हे सांगून तो खदाखदा हसला!

तिनं चमकून पाहिलं. त्या हास्यात विषाद आणि वेदना ओथंबत होत्या. की हा भासच? तो केवळ गमतीनं हसला असेल? याचा तिच्याबरोबर बावीस-तेवीस वर्षं संसार झाला आहे! तिच्या स्वभावाचा याला ठाव लागला असेलच ना? की स्वभावाच्या या कंगोऱ्याचा अंदाज लागण्यासारखा प्रसंगच यांच्या संसारात आला नसेल? गणेशही या घराचे संस्कार पेलू शकणार नाही!...

विचारांच्या आवर्तनात तिलाही झोप लागली नाही. अण्णय्याला यानंतर दोन वेळचं अन्न कोण शिजवून घालेल? लहानपणी तो स्वयंपाक करायचा. पण त्याला किती वर्षं होऊन गेली! हा केवळ स्वयंपाक करायचा प्रश्न नाही. या वयात आपलं अन्न शिजवून घ्यायचं, उरलंसुरलं बघायचं, झाकपाक करायची... तिच्या मनात कणव निर्माण झाली. मनात आलं, आपणच बिळीकेरेला बदली का करून घेऊ नये? या विचारानं तिला थोडं बरं वाटलं. हे अशक्यही नव्हतं. पण या बाबतीत घाई करता कामा नये. कदाचित वहिनी जाऊन-येऊन राहील. त्या वेळी तिला काय वाटेल, याचाही विचार करायलाच पाहिजे! तिनं ठरवलं, चार-सहा महिने जाऊ देणं शहाणपणाचं ठरेल. नंतर आपोआप मार्गही दिसेल.

या विचारावर मन स्थिरावलं. पाठोपाठ झोपही आली.

दुपारपर्यंत वैकुंठशास्त्राचे सगळेच विधी संपले. अडीचची बस मिळाली आणि ते साडेपाचच्या आधी चनरायपट्टणला पोचले. घराला कुलूप लावून बाहेर पडून पाच दिवस होऊन गेल्यामुळे रामकृष्ण सरळ गावाकडची बस धरून निघाला. दुसऱ्या दिवशी शाळा असल्यामुळे सावित्रीही आपल्या घराकडे निघाली.

चनरायपट्टणमधल्या आपल्या घरात मात्र सावित्रीला लगेच झोप लागली. सकाळी जाग आली तेव्हा मळमळत होतं. गेल्या चार दिवसांत बाहेरचं तिथीचं जेवण केलं असलं तरी पोट बिघडण्यासारखं तिनं काहीच खाल्लं नव्हतं. स्वयंपाक करणारेही स्वच्छता पाळत असल्याची तिनं खात्री करून घेतली होती. मग हे का होत असावं? ती गडबडली. तिला आठवलं, या नागप्पांच्या दिवसकार्यात तिला पाळीची आठवणच राहिली नव्हती. नुसत्या विचारानंही तिला धक्का बसला. इतके दिवस नागप्पांचा मृत्यू, अण्णय्यानं साडेसहा लाख रुपये चितेत जाळणं, रायटर

येऊन गेल्यावर वहिनी आणि गणेशनीही निघून जाणं आणि अण्णय्याचं एकटं पडणं यात ती गुंतून पडली होती.

घरी परतल्यावर तिला जाणवलं, आपण त्या सगळ्यांपेक्षा गहन परिस्थितीत अडकलो आहोत! मंजय्यामुळे अत्याचार झाला होता, घोर अपमान झाला होता. नको तो रोग झाल्याच्या भीतीपोटी इंजेक्शनंही घ्यावी लागली होती. एवढ्यावरही न थांबता ही वेळ यावी? याच्याकडून होणाऱ्या अन्यायाला अंतच नाही की काय? घशात बोटं खुपसून पोटातल्या मळमळीपासून आजच्या दिवसापुरती सुटकाही करून घेता येईल! पण त्या आवाजानं नंजप्पा आणि त्यांच्या बायकोला समजलं तर? तर? तिचा थरकाप उडाला.

ती पुन्हा अंथरुणावर येऊन पडली. तिला उठून काम करायचा उत्साहही वाटेना. आपल्याला दिवस राहिले, याविषयी तिला शंका राहिली नाही. ही गोष्ट ज्यांना ज्यांना समजेल, त्या सगळ्यांना मंजय्यानं केलेल्या अत्याचाराची गोष्ट सांगत बसावं लागेल. पण कोण विश्वास ठेवेल? मला अशाप्रकारे अपमानित करावं म्हणूनच त्या हरामखोरानं हे केलंय, त्यामुळे अशा प्रसंगी तो 'मी नाही...' असंच सांगेल! हे सांगताना कुठल्याही मादीच्या मागं धाव घेणाऱ्या स्वत:मध्ये आणि माझ्यामध्ये काहीच फरक नाही, हेच सिद्ध करेल!

थू! कसला हा बाईचा जन्म! होणाऱ्या अन्यायाचा परिणामही भोगावा लागणारा हा स्त्रीजन्म!

आपल्यावर ओढवलेली परिस्थिती मान्य करायला मध्ये आठवडा जावा लागला. तरीही ही परिस्थिती कुणाला सांगायची, हे काही तिला समजत नव्हतं. जवळचं म्हणावं असं अण्णय्याशिवाय दुसरं कोण होतं तिला? अशा परिस्थितीत एखादा साधा मार्ग शोधून काढणारी ती व्यक्तीच नव्हे! काय करायचं या मंजय्याचं? झाडाला बांधून ....पुढं काही सुचलं नाही. त्यात 'मी त्याच्या अत्याचाराला बळी पडले...' असं सांगणं म्हणजे निर्लज्जपणाची कमाल वाटू लागली. मी स्वत: हट्ट करून त्याच्याशी लग्न केलं! त्यानंतर त्याच्याकडून जे अनंत अत्याचार झाले, त्यातलाच हा एक! याविषयी पुन्हा अण्णय्याला काय नवं सांगणार? नकोच!

अशा परिस्थितीत सहजपणे सुचणारा मार्ग तिलाही दिसू लागला. असेच आणखी काही दिवस जाऊ दिले, तर हे काढून टाकणं आणखी कठीण होईल. त्यामुळे शक्य तितक्या लवकर हा विषय संपवून टाकायला पाहिजे. पण कुणाकडे जायचं?

दुसऱ्या दिवशी हकीम डॉक्टरांचंच नाव पुढं आलं. त्यांच्याकडे जाऊन सगळं सांगितलं, तर ही गोष्ट चारचौघांत पसरणार नाही. त्यांना फार काही सांगत

बसायचीही गरज नाही. मंजय्याकडून झालेला अन्याय ठाऊक आहे त्यांना! 'त्याचाच परिणाम म्हणून ही परिस्थिती आली आहे, यातूनही मोकळं करा...' एवढं सांगितलं तरी पुरेसं आहे! या विश्वासासरशी तिनं दुसऱ्या दिवशी लवकर त्यांच्या दवाखान्यात जायचं ठरवलं.

त्या रात्री पोटात आग उसळावी, तशी भावना होऊन दुःख दाटून आलं. अत्याचार आणि अवमानामुळेही एवढं दुःख झालं नव्हतं. आतून हुंदक्यावर हुंदके येऊ लागले. अप्पाजींच्या मृत्यूच्या वेळी उसळले होते, तसे हुंदके! आता नीट आठवत नसलं तरी वाटलं, कदाचित सीतक्का वारल्यावर असं रडू आलं असावं. याच्या व्यभिचाराविषयी समजलं तेव्हा, नजरेनं सगळे प्रताप बघितले तेव्हाही मनात संताप होता. डोळ्यांत अश्रू आले तेही रागातिशयामुळे. तेव्हाही अशा प्रकारचं दुःख दाटून आलं नव्हतं. सगळं जाळून टाकावं असा रागच आला होता. पण दुःख नव्हतं. जोरात रडलं तर थोडं तरी मोकळं वाटेल; पण तसं रडणं शक्य नाही. रात्रीची वेळ आहे. थोडासा मोठा आवाजही आजूबाजूच्यांना ऐकू येईल. मग नंजप्पांच्या पत्नी धावत येतील, आस्थेनं चौकशी करतील. सांत्वन करतील. तेव्हा तर रडू आणखी अनावर होईल! काय कारण सांगायचं?

ती तोंडात पदराचा बोळा कोंबून आवाज बाहेर पडणार नाही, अशाप्रकारे हमसून-हमसून रडत होती. काही वेळानं थोडं हलकं वाटलं. ती पुन्हा आडवी झाली.

काही वेळ तसाच गेला.

आता तिला आपल्या रडण्यामागचं कारण उमगल्यासारखं वाटू लागलं. अत्याचार झाला असेल, तोही जगातल्या सगळ्यात हीन माणसाकडून झाला असेल. पण एक जीव माझ्या पोटात अंकूरतोय! माझ्या रक्तामांसाकडून तो आधार मागतोय! त्याची चाहूल पहाटेच्या उलटीच्या रूपानं जाणवायला लागली आहे! या पस्तिसाव्या वर्षी हे शुभचिन्ह दिसतंय! माझं स्वतःचं, केवळ स्वतःचं असलेलं जीवन सामोरं येऊ पाहतंय! ते का खुडून टाकायचं? ही संधी पकडून तो नालायक 'हे माझं नाही...' असंही सांगत फिरेल! फिरू दे! संपूर्णपणे खोट्याच्या आधारावर जगणाऱ्यालाच एवढं धैर्य असेल तर सत्याच्या आधारावर जगू पाहणाऱ्या माझ्यासारखीला कशाचं भय? माझ्या नजरेला नजर भिडवून नकार द्यायचं त्याला कुठून धैर्य असणार? मी स्वतः सांभाळेन माझ्या बाळाला! मला कुणाच्याही आधाराची गरज नाही!

या विचारासरशी तिच्या मनात समाधान दाटून आलं. रडू थांबलं. तरी डोळ्यांतून धारा वाहतच होत्या. ते समाधानाचं पाणी असेल, असं तिनं स्वतःला समजावलं. त्यामुळे तिनं डोळे तसेच वाहू दिले. उरलेली रात्र पोटातलं बाळ कणा-

कणानं वाढत असल्याची कल्पना करण्यात सरली. मुलगा-मुलगी असा विचारही तिच्या मनाला शिवला नाही. याच्याशी लग्नाचा विषय निघाला, तेव्हा अप्पांसारख्या अतिशांत माणसानं मला तुडवून काढलं! म्हणजे त्यांच्या जिवाला किती पराकोटीचा त्रास झाला असेल! अण्णय्या मध्ये पडला नसता तर जीवच घेतला असता त्यांनी! अण्णय्यानंही समजावलं. तरीही दोघांचंही न ऐकता मी तर हट्टालाच पेटले होते! वेडा हट्ट!

तोच हट्ट अजूनही आहे या देहात! त्याच हट्टानं या बाळाचंही संगोपन करेन! आई होईन... त्याची 'आई' म्हणून हाक ऐकेन! सकाळ झाली, तेव्हा तिच्या मनातला हा निश्चय आणखी पक्का होत चालला होता. तिसऱ्यांदा. एकदा निश्चय पक्का झाल्यावर पुन्हा पुन्हा तो का पक्का करावासा वाटतो? तिला कळेना.

दूरवर कोंबडा आरवल्याचा आवाज ऐकू आला. जागं होण्याऐवजी थकलेल्या शरीराला गाढ झोप लागू लागली. त्यामुळे उशिरा जाग आली. उलटी आलीच तर जगाला कळेल, कळू दे! मनातला विचार एकीकडे दृढ होत असला तरी दुसरीकडे मनात सावधगिरी जन्मली. आवाज बाहेर पडू न देता उलटी करून तिनं प्रातर्विधी आवरले आणि शाळेत गेली.

थोडा निवांतपणा मिळताच तिचे विचार पुन्हा सुरू झाले.

किती केलं तरी हे त्याचं अपत्य असेल! नाक-डोळे-चेहरेपट्टी कुठल्या ना कुठल्या बाबतीत त्याच्याशी साम्य असल्याशिवाय राहणार नाही! सगळ्या दाखल्यांमध्ये आयुष्यभर बाप म्हणून त्याचंच नाव राहील! त्याच्यावर चांगले संस्कार करता येतील. पण प्रत्येक वेळी 'तुझा बाप असा-असा! तू तसं वागू नकोस!..' असं सांगावं लागेल! अशाप्रकारे आयुष्यभर त्याच्या आठवणींशी झगडावं लागेल. त्याच्यापासून दूर झाल्यानंतर इतकी वर्षं मी निवांत होते! आता कशाला त्यात अडकू?

बघता-बघता हाच विचार प्रबळ होऊ लागला. शेवटचा तास घेताना तर तो विचार इतका प्रबळ झाला की हे सगळं सोडून आताच्या आता डॉक्टरकडे जावंसं वाटू लागलं. तिनं स्वत:ला कसंबसं आवरलं. शाळा सुटल्यावर वाटलं, आता तिकडं भरपूर गर्दी असेल. तेव्हाही डॉक्टरांनी सकाळच्या वेळीच यायला सांगितलं होतं. त्याप्रमाणे दुसऱ्या दिवशी सकाळी जायचं ठरवून ती घरी परतली.

पण रात्री स्वयंपाक करताना मनात पुन्हा बाळाविषयी वात्सल्य दाटून आलं. तो तर पापी आहेच; पण मी तर आई आहे ना! जन्माला येण्यापूर्वीच मी त्याच्या नरड्याचा घोट घेऊ काय? सगळी रात्र त्याच पापाच्या भयानं ग्रासून टाकली होती. जर आपण या बाळाला जन्म दिला नाही, तर आपल्या जगण्यालाच काही अर्थ राहणार नाही; अशी भावना मनात दाटून आली.

दुसऱ्या दिवशी दुपारी मनात वेगळाच विचार आला. हा का असा वागला? याला काय कमी बायका मिळतात? सगळं जग मोकळं असताना माझ्याशीच असं वागण्यामागं त्याचा काहीतरी उद्देश असला पाहिजे! मला त्रास द्यायचा, माझ्यावर काहीतरी करून कब्जा मिळवायचा, असाच त्याचा डाव असला पाहिजे! असं असेल तर त्याच्या या डावाला आपण बळी पडायचं काय? इतका अन्याय... मलाच नव्हे माझ्या अप्पांनाही!... त्यांच्या मृत्यूलाही जो कारणीभूत झाला, त्याचं मूल मी माझ्या गर्भात वाढवू? पुढंही आयुष्यभर त्याच्याशी झगडत राहू? एवढा मूर्खपणा करू? तेही सगळं समजत-उमजत असताना? तिला स्वत:चाच तिरस्कार वाटला.

संध्याकाळी ती घरी परतली. डॉक्टरांकडे जायचा प्रश्नच नव्हता. तिथं गर्दी असणार, याची खात्री होती. रात्री स्वयंपाक करताना आणि रात्री झोपतानाही मनात तीच भावना भरून राहिली होती. हे बाळ सांभाळायचं ठरवलं, तरी संतापाशिवाय आणि मनस्तापाशिवाय त्याला सांभाळणं शक्य आहे का? त्याला मी केवळ माझ्या मनाप्रमाणे वाढवू शकेन काय? तिनं स्वत:लाच विचारलं.

रात्रभर तिच्या डोळ्याला डोळा लागला नाही. कोंबडं आरवल्याचं ऐकू आलं. कावळ्यांचाही आवाज ऐकू आला. डोळे उघडून पाहिलं तर चांगलंच फटफटलं होतं. डोळ्यांची आग होत होती. उठायची अजिबात इच्छा होत नव्हती. चार दिवस झोप नसल्याचा हा परिणाम असल्याचं तिला समजत होतं.

तरीही वेळ न घालवता सगळं उरकून तिनं हकीम डॉक्टरांचा दवाखाना गाठला. वेळेच्या आधी पोचली तरी दरवाजा उघडा होता. एक पोऱ्या केर काढत होता. अजून डॉक्टर आले नव्हते. बायकांसाठी केलेल्या आडोशाच्या पडद्याआड ती जाऊन बसली. कुणीच नव्हतं. डॉक्टर असते तर त्यांना सगळं सांगून मोकळं होण्यासाठी फारच योग्य वेळ होती.

डॉक्टर येताच ती आत गेली. ते खुर्चीत विसावल्यानंतर ती बोलू लागली. सगळं ऐकल्यावर त्यांनी सांगितलं, ''मी हे करत नाही. मला अनुभव नाही. अलीकडे कितीतरी डॉक्टर-नर्सेस भरपूर पैसे घेऊन असले उद्योग करतात. पण बऱ्याच पेशंटच्या नशिबी एकतर मरण येतं किंवा मरणप्राय वेदना! दुसरं म्हणजे अशा प्रकारात तोंड बंद ठेवायचं असतं, याचं भानही खेड्यातल्या डॉक्टरांना नसतं. अगदी तुम्ही हासनसारख्या गावी गेला, तरी खोदून खोदून तुमची खासगी चौकशी करतील! कुठल्यातरी मोठ्या गावात जा. तुमच्याबरोबर कुणी पुरुषमाणूस नाही काय? त्यांना घेऊन जा. त्यांनी सांगायचं, ही माझी बायको आहे; आम्हाला चार-पाच मुलं आहेत; हे मूल नको... तरच तुमचं काम होईल. मोठ्या दवाखान्यात प्रशिक्षित डॉक्टर असतात. तुम्हाला तिथं लाजही वाटणार नाही आणि भयही

वाटायचं कारण नाही. तशा परिस्थितीत हवी तर मी चिठ्ठी देईन, हे दोघं माझ्या माहितीचे आहेत म्हणून! अं... तुमचे मेहुणे आहेत ना! त्यांना का विचारत नाही? नंतरही विश्रांती घेऊन या. घाईनं बसमधून येऊ नका.''

त्याच डॉक्टरांकडून सत्यनारायणप्पा या नावानं चिठी लिहून घेऊन आणि इलाज होईपर्यंत घेण्यासाठी झोपेच्या गोळ्यांची पुडी घेऊन ती तिथून बाहेर पडली. आता तिचं मन शांत झालं होतं. मैसूर मोठं गाव आहे. भाऊजींशी बोलून तिथं जायचं ठरवलं, तर सुटकेचा मार्ग मिळाल्याशिवाय राहणार नाही. शाळेत गेल्या गेल्या तिनं घरगुती कारणासाठी आठवड्याची रजा मिळावी म्हणून अर्ज टाकला.

दुसऱ्या दिवशी पहिली बस पकडून ती मत्तिकेरे गेटला उतरली आणि पाच मैल चालत निघाली. सुमारे पंचवीस वर्षांनंतर ती या गावी आली होती. सीतक्काच्या मृत्यूनंतर ती परतली होती, ती रामचंद्रच्या लग्नालाही गेली नव्हती. तिनं मनोमन आणखीही निश्चय केला. त्या नराधमाची आठवण नको म्हणून पोटचं मूलही पाडायला निघालेय! यानंतर संताप-तिरस्काराच्या रूपानंही त्याला आठवायचं नाही!

घर सापडणं अवघड वाटल्यामुळे तिनं रस्त्यात चौकशी केली तेव्हा समजलं, सत्यनारायणप्पा घरात राहत नाहीत, मळ्यात राहतात. कुणीतरी रस्ताही दाखवला. पंचवीस वर्षांपूर्वीचे रस्ते, चिंचेचं झाड, पायवाटा त्याच होत्या. पण सभोवताली अजिबात रिकामी जागा न सोडता सगळी जमीन लागवडीखाली आणली होती.

ती पोचली, तेव्हा तिथल्या खोपट्यात भाऊजी राहत असलेले दिसले. दुसरं म्हणजे तिथंच आणखी तीन झोपड्या उभारल्या होत्या. त्यात बायका-मुलं होती. त्याचबरोबर वीसेक सिंधी गायीही होत्या. मळ्यातल्या बऱ्याच जमिनीवर भरपूर उंचीचं भारी गवत मुद्दाम वाढवलेलं दिसत होतं.

हा भाऊजींचा काहीतरी समाजसेवेचा प्रकार दिसतोय, हे तिच्या लक्षात आलं. भाऊजींनीच नंतर खुलासा केला.

''स्वत:ची वीतभरही जमीन नसलेल्या कुटुंबांना इथं थारा दिलेला आहे. या गाईही विकत आणून त्यांच्या देखभालीची जबाबदारी या कुटुंबांना दिली आहे. त्यांच्यातले कुणीतरी दिवसातून दोनदा सायकलवरून तिपटूरच्या हॉटेल्सना दूध पुरवतात. त्यातला जो फायदा मिळेल, तो या तीन कुटुंबांनी वाटून घ्यायचा. रोजचा खर्च निघून दर वर्षी प्रत्येक कुटुंब पंधरा-पंधरा हजार शिल्लक टाकू शकतील. अशी चार वर्षं काढल्यावर जमलेल्या पैशातून सवलतीच्या दरानं मिळणारी जमीन विकत घेऊन इथून बाहेर पडावं.'' सत्यप्पा सांगत होते, ''मी काही मोठ्या प्रमाणातल्या सुधारणांच्या मागं गेलो नाही. जर यात यश मिळालं, तर आमच्या गावापुरत्या दुग्धव्यवसायासाठी प्रयत्न करेन. गावात एखादा जनावरांचा दवाखाना

येईल, असं काहीतरी करायला पाहिजे.''

"आणि रामचंद्र?''

"निम्मी जमीन त्याच्यासाठी ठेवली आहे. हाच विचार त्यालाही सांगितला. दूध विकायची जबाबदारीही माझ्याकडे घ्यायची तयारी दाखवली. नाही तरी ही माणसं आपलं दूध द्यायला जातातच ना! पण तो रागावलाय माझ्यावर! त्याची निम्मी जमीन मी लुटली, असं समजून त्यानं माझ्याशी बोलणंही टाकलंय! माझ्याविषयी काही दंतकथाही तयार करून गावात सोडून देतोय तो!''

असं म्हणत तो हसला. तिला कशी प्रतिक्रिया द्यावी, ते सुचलं नाही.

तोच पुढं म्हणाला, "ही तीन कुटुंबं सुटी झाली की आणखी तीन कुटुंबांना असंच स्थैर्य मिळवून देईन.''

एकीकडे तो स्वयंपाकाला सरसावला. पण सावित्रीनं चुलीचा ताबा घेतला. डाळ, भात, सांबार करत असताना तो बोलतच होता.

"या गाईंसाठी बँकेत मी जामीन राहिलोय. ते काही विशेष नाही. इथं खरं काम आहे ते या माणसांना सुधारण्याचं! त्यांच्या सवयींपासून त्यांची सुटका करणं. काय सांगू! मी गावात नसेन, तर हे माझ्याच झाडांचे नारळ चोरतात! तिपटूरला दूध घेऊन जाताना वाटेत त्यात पाणी मिसळतात. काहीतरी करून त्यांना पटवायला पाहिजे, आपण कष्ट करून कमावू शकतो, त्यासाठी चोरीमारी करायची गरज नाही! पण हे फारच कठीण दिसतंय! कितीतरी वेळा इतका संताप येतो की वाटतं, या सगळ्यांना पळवून लावावं! यांना आर्थिक स्थैर्य मिळवून देण्यापेक्षा त्यांचं नैतिकमान उंचावणं म्हणजे कर्मयोग असं मानून मनाला समजावतो, रागाला आवर घालतो आणि पुन्हा कामाला लागतो! इतकी वर्षं अन्यायाला बळी पडून अधोगतीला गेलेल्यांना केवळ पाच-सहा महिन्यांत सुधारायची अपेक्षा करणं चुकीचं आहे, याचीही मला कल्पना आहे. पण... जाऊ दे. तूर्त तरी मीच त्यांच्या मुलांना शिकवतोय. शाळेलाही पाठवतोय.''

भाऊजींच्या प्रयत्नात काहीतरी अर्थ आहे, असं तिला वाटलं. जेवताना त्यानंही विचारलं, "तू अशी एकटी उगाचच येणार नाहीस! मीही त्याची चौकशी करायच्या ऐवजी माझंच सांगत बसलो!''

तिचा चेहरा संकोचानं इवलासा झाला. पण सांगणं भाग होतं. त्यामुळे "तुम्हाला मंजय्यामुळे एका संकटाशी सामना करावा लागला ना? तसंच माझंही झालंय...'' अशी सुरुवात करून तिनं सगळी हकिकत सांगितली. ते ऐकताना त्याच्या चेहऱ्यावरही वेदना दिसत होत्या. जेवण झाल्यावर बाकीची आवराआवर करून तीही चटईवर बसली, तेव्हा तो म्हणाला, "हकीम हे फारच सभ्य गृहस्थ आहेत! त्यांच्या बोलण्यात तथ्य आहे. आपण मैसूरला जाऊ या. मी येईन. पण

त्याआधी आणखीही एकदा विचार कर. समाजाचा विचार करून तर तू हा निर्णय घेत नाहीस ना? की त्याच्याविषयीच्या तिरस्कारामुळे तू हा निर्णय घेतलास?''

''समाज म्हणजे कोण? ओळखीची वीस-तीस माणसं. त्यांना स्पष्टपणे सांगण्याचं धैर्य माझ्यात नसेल काय? त्याचा संताप, त्याच्याविषयीचा तिरस्कार हेही सगळं मनात आहेच. ही भावना केवळ त्याच्यापुरती राहील आणि त्याच्या मुलासाठी नसेलच असं तुम्हाला वाटतं काय? तुम्ही महात्मा होण्यासाठी प्रयत्न करतही असाल! मला त्या कशाचीच अपेक्षा नाही. आपण लगेच निघू या. संध्याकाळपर्यंत आपण मैसूरला पोचू शकू.''

''अखेरचा निर्णय तुझाच राहणार आहे. लगेच निघू या. तिपटूरला जाऊन नंतर पुढं जाऊ या. थोडे पैसे घ्यायला पाहिजेत. इथं मी जवळ पैसे ठेवत नाही. चोरीला जाणार हे नक्की!''

''माझ्याकडे पैसे आहेत. त्याची काळजी नको!...'' पण हे त्याला पटलं नाही. तसे दोघेही तिपटूरला गेले, त्यानं दलालाकडून पैसे घेतले आणि मैसूरला निघाले. वाटेत तिनं नागप्पांचा मृत्यू आणि त्यानंतर घडलेल्या घटनांविषयी सांगितलं होतं. त्यामुळे उगाच गणेशच्या नजरेला पडायलाच नको, असा विचार करून तिला एका ओळखीच्या हॉटेलात बसवून तो एकटाच बाजारात जाऊन पैसे घेऊन आला.

तिनं विचारलं, ''इथूनच पैसे घेता आले असते ना!''

''नाही. हॉटेलमधल्या दुधाचा सगळा व्यवहार त्यांच्यावरच सोपवलाय मी!''

संध्याकाळी आठ वाजता ते दोघंही मैसूरला पोचले. तसेच दवाखान्यातही गेले. हकीम डॉक्टरांची चिठ्ठी बघितल्यावर लगेच ॲडमिटही करून घेण्यात आलं. दुसऱ्या दिवशी सकाळी स्त्रीरोगतज्ज्ञ येऊन योग्य ते उपचार करण्यात येतील, असंही समजलं. सत्यप्पाला झोपायची बाहेर व्यवस्था करायला सांगून नर्सला दुसऱ्या दिवशीच्या सगळ्या सूचना देण्यात आल्या. सत्यप्पानं जवळच्या एका हॉटेलातली खोली घेतली. दुसऱ्या दिवशी सकाळी सहा वाजता तो आल्यावर सावित्रीचा पती या नात्यानं त्यानं आवश्यक त्या कागदपत्रांवर सही केली. पुढचं सगळं अर्ध्या तासात संपवून तिला जनरल वार्डमध्ये आणून निजवण्यात आलं. लवकरच तिला शुद्ध आली. जवळच बसलेल्या सत्यप्पानं तिचा दंड थोपटला. तिच्या घशात गहिवर दाटला. पुन्हा डोळ्यांवर झापड आली आणि रडू आतच विरून गेलं.

दुपारी तिला फळांचा रस प्यायला दिल्यानंतर सत्यप्पा हॉटेलात जेवायला गेला. तो जेवून येईपर्यंत सावित्री पूर्णपणे शुद्धीवर आली होती. पण चेहरा गंभीर

होता. तिचा आपल्याशीच काहीतरी विचार चालला असावा. तो आला, तरी ती त्याच्याशी काहीच बोलली नाही. तोही एक खुर्ची घेऊन मुकाट्यानं बसून राहिला.

सुमारे अर्धा तास तसाच गेला. एका निर्णयाला आल्यासारखी ती पट्कन म्हणाली, "भाऊजी! तुम्ही उतरलात, त्या खोलीत मला घेऊन चला. मला इथं राहायचं नाही!"

"डॉक्टरांनी दोन-तीन दिवस राहायला पाहिजे, असं सांगितलं होतं ना?"

"होय. तुम्ही जेवायला गेला होता तेव्हा नर्स सांगत होती, मी शुद्धीवर नसताना लेडी डॉक्टर म्हणाल्या म्हणे, हिचं तर एकही बाळंतपण झाल्याच्या खुणा नाहीत! तरीही आधीची मुलं आहेत, म्हणून हे मूल नको, असं कसं म्हणताहेत हे? मला तर यात काहीतरी गोम दिसते! तो पन्नाशीचा-ही पस्तिशीची आहे... बरीच थट्टा झाली म्हणे यावरून! ही बातमी बाकीच्या नर्सेसमध्येही पसरलेली दिसते."

"कशावरून?"

"सगळ्या जणी काही ना काही निमित्त करून येताहेत आणि मला बघून जाताहेत! तुमच्याकडेही त्यांचं लक्ष असणार! तुमच्या लक्षात नाही का आलं?"

हे ऐकून तोही उद्विग्न झाला. सुशिक्षित असोत वा अशिक्षित, माणसाचा हा स्वभावच म्हणायचा काय? खेड्यातली माणसं काय आणि भरपूर शिकलेल्या डॉक्टर्स-नर्सेस काय, या बाबतीत सगळे सारखेच म्हणायचे काय? आपल्या देशातली सगळी माणसं अशीच असतात काय?

सावित्री त्याच्याकडेच पाहत होती. तो म्हणाला, "तो प्रश्न नाही. बघू दे हवं तर! पण आपलं काम झालंय. यानंतरही कसलीही घाई करायला नको. डॉक्टरांनी परवानगी दिली, तर हॉटेलमध्ये राहू. पण तुला संपूर्ण बरं वाटल्यानंतरच इथून गावी परतायचं! हवं तर टॅक्सी करून जाऊ या. तू फार विचार करून डोकं खराब करून घेऊ नकोस!"

तरीही ती अस्वस्थच होती.

तोच पुढं म्हणाला, "मी मळ्यात गावातले तीन संसार आणून ठेवले ना! आमचा रामचंद्रच म्हणत होता म्हणे; माझ्या बापाला बाईची चव कळलीय ना, म्हणून हवी तेव्हा असू दे म्हणून त्यानं मळ्यात तीन-तीन बायका आणून ठेवून घेतल्यात! यावर गावातली बाकीची माणसं कशाला अविश्वास दाखवतील? मग मी काय करावं? मी त्यातलं काहीच कानावर आलेलं नाही असं दाखवत मुकाट्यानं राहतोय!"

तिला रामचंद्रचा राग आला. जीवनाचा खरा अर्थ शोधू पाहणाऱ्या भाऊजींवर कसला पैसे-प्रॉपर्टी-बाई असल्या बाबतीतला हीन दर्जाचा आरोप!

दोन दिवस दवाखान्यात राहून त्यानंतर हॉटेलवर राहायला आल्यावर त्या

दोघांच्या दिवस-रात्र अखंड गप्पा चालल्या होत्या. कुणासमोरही उच्चार न केलेल्या कितीतरी गोष्टी ती त्याला मोकळेपणानं आणि आत्मीयतेनं सांगत होती. तोही आपल्या जुन्या अनुभवांच्या पार्श्वभूमीवर त्यांचं विश्लेषण करत होता. काही वेळा अनुमोदन देत होता, तर काही मुद्द्यांवर विरोध दर्शवत होता. तिला आतून जाणवत होतं, आयुष्यात प्रथमच आपल्या अंतर्मनातलं व्यक्त करायची वेळ आली आहे! तो दाराजवळच्या आणि ती खिडकीजवळच्या पलंगावर पडून गप्पा मारताना, मध्यरात्री ती म्हणाली, ''भाऊजी! त्याच्या चिथवणीमुळे या वयात तुम्ही वेड्यासारखे त्याला शोधत बिळीकेरेला चौदा मैल चालत गेला होतात! त्याचा नंतरचा परिणामही तुम्ही सांगितला होतात. मीही माझ्या मनातली एक गोष्ट सांगते, ऐका! अनुकंपा आणि समजून घेण्याची शक्ती तुमच्याकडे आहे! मला व्यवस्थित मार्गदर्शन करायचाही तुम्हाला अनुभव आहे. अप्पांच्या दिवस-कार्यासाठी तुम्ही आला होता, तेव्हा जळणाच्या खोलीत बसून आपण रात्रभर गप्पा मारल्या होत्या. त्या वेळी तुम्ही म्हटलं होतं, चोरी केली म्हणून जीव घेणं हे केवढं क्रौर्य आहे! अप्पांनी खोटं बोलून त्याला वाचवलं, तर त्याच्याशी पुन्हा संसार करायला कशी तयार झालीस? तू तयार झालीस म्हणूनच अप्पा खोटी साक्ष द्यायला तयार झाले ना? आठवतं काय?''

''हो.''

''तेव्हा मी काहीच उत्तर दिलं नव्हतं. त्या वेळी मला खरं बोलायची शरम वाटली होती. तेव्हा आपली भेटही बऱ्याच वर्षांनंतर झाली होती. आता मात्र त्या प्रश्नाचं खरं उत्तर स्पष्टपणे द्यावंसं वाटतं. लाज वाटत असली तरी!''

''बोल.''

''लग्नानंतरचे सहा महिने त्यानं विषयसुखात चिंब भिजवून काढलं होतं. त्या सुखाची चव दाखवून चटक लावली होती म्हणा हवं तर! त्यानंतर सतरा वर्षांचा खडतर उपवास घडला होता. हळूहळू मन ताब्यात आलं होतं. तरीही जेव्हा ती भावना जागृत होई, तेव्हा त्याचीच आठवण तनामनाला ग्रासून टाकायची. दुसऱ्या कुठल्याही पुरुषाची त्या क्षणी आठवण होत नसे. त्याला हव्या तेवढ्या बाया उपलब्ध होत्या! मला मात्र त्याच्याशिवाय कुणीच नव्हतं. नातं राहिलं नसलं तरी! त्या क्षणी वाटलं, जर ही संधी हातातून गेली तर आयुष्यात कधीच ते सुख आपल्या वाट्याला येणार नाही! केवळ याच भावनेपोटी अप्पांची खोटी साक्ष मी मान्य केली होती! दुसरं म्हणजे...''

ती बोलता बोलता थांबली.

''बोल! थांबू नकोस! मन मोकळं होतंय ते होऊ दे!'' तो म्हणाला.

''त्यानं बलात्कार केला! काही बोलायला, सुटका करून घ्यायला, किंचाळायलाही

त्यानं मला संधी दिली नाही. बाईला काहीही करायची संधी न देता कार्यभाग साधण्यासाठी जी विशिष्ट हुशारी लागते, ती त्याच्याकडे प्रचंड आहे! जशी पुरुषाचं दौर्बल्य हेरून त्याच्यावर पगडा मिळवायची हुशारी वेश्येकडे असते! तसंच याचं होतं.'' तिच्या आवाजात कडवटपणा भरला होता. ती तशीच बोलत राहिली, ''अखेरीस मी हरले होते, तेव्हा त्या क्रीडेत सहभागीही झाले होते! हे त्याच्यासारख्याला समजल्याशिवाय कसं राहील? तीच माझी हार आणि पराकोटीची शरमही! तुम्हाला आजार चिकटला, तेव्हा मी त्याला दोष दिला. तुम्ही मात्र सगळा दोष स्वत:कडे घेतलात! मीही या सगळ्या घटनेत माझा कमकुवतपणा शोधून त्यावरचा मार्ग शोधला पाहिजे! हे न करता केवळ त्याला नावं ठेवणं म्हणजे केवळ तोंडचा शिवराळपणाच होईल. मुख्य म्हणजे त्याचा काहीही उपयोग नाही ना!''

यावर लगेच काय बोलावं, ते त्याला सुचलं नाही. काही क्षण शांततेत गेल्यावर तो म्हणाला, ''मला समजतंय! पण यात काहीच अनैसर्गिक नाही. काहीतरी विचार करून उद्यापर्यंत यावरचा काहीतरी उपाय शोधून काढू या दोघं मिळून! कारण हीच समस्या नंतरही छळत राहणार आहे.''

यावर काही बोलण्यासारखं राहिलंय, असं तिला वाटलं नाही. त्यालाही लवकरच झोप लागली.

दुसऱ्या दिवशी सकाळची आन्हिकं आटोपून नाश्ता करून झाल्यावर तो म्हणाला, ''सावी, तू अजून पस्तिशीची आहेस. रूपानंही देखणी आहेस. नोकरी करतेस. व्यवस्थित पगार आहे. मोठ्या गावांमध्ये बायका या वयाला लग्न करतात म्हणे! मनात ठरवलंस, तर तू आणखी एक लग्न करू शकशील! आजचा काळ त्यासाठी अनुकूल आहे! त्यासाठी मी तुला मदत करेन. पेपरात जाहिरात देऊ. संपर्कासाठी माझा पत्ता देईन. मला जमेल तेवढी वरदक्षिणाही देईन. म्हणजे कन्यादान केल्याचं पुण्यही पदरी पडेल!''

म्हणत तो हसला. तिलाही हसू आलं. असं हसून किती काळ लोटला होता कोण जाणे!

तोच पुढे म्हणाला, ''याचाही आग्रह नाही. जर तुला लग्नच करायचं नसेल, तर माझ्या मार्गानं चल. कुठल्यातरी कामात पूर्णपणे बुडून जा! या तुझ्या शिक्षिकेच्या नोकरीत तुला जगण्याचा मार्ग सापडेल. पण सार्थकता नसेल. मन एकाग्र नसेल, तर ते पुन्हा कुठं ना कुठं ओढ घेईल. आणि दुसरं म्हणजे नेहमी मनावरच दोषारोप करणंही योग्य नाही! केवळ मनावर अवलंबून राहिलं तर जमणार नाही. ते शक्यही नसतं. तेवढी ताकद पुरेशी नसते. एक सुचवू काय?''

''काय?''

"आमच्या गावालगत एक बंजाऱ्यांची वस्ती आहे. बंजारहट्टी म्हणतात तिला. त्यांना सरकारनं गावाबाहेरची काही जमीन दिली आहे. पण तेवढ्यानं या लोकांचा काय फायदा होणार? ही माणसं जवळच्या गावांमध्ये चोऱ्यामाऱ्या करतात. दारू आणि इतर व्यसनांमध्ये बुडाली आहेत. स्वच्छतेची जाणीव नाही. या सगळ्याला मोठं कारण म्हणजे अज्ञान! तशी नावापुरती एक शाळा आहे तिथं. मास्तर आले नाहीत, तर वस्तीवाल्यांना आनंद होतो! मास्तरही तसलेच. तेही फिरकत नाहीत! असा सगळा आनंदीआनंद चाललाय! तुझी तयार असेल, तर मी बाकीच्या सगळ्या खटपटी करेन आणि तुझी तिथं बदली होईल असं करेन! तू हवं तर त्याच वस्तीवर राहू शकशील, नाहीतर माझ्या मळ्यावर व्यवस्था करता येईल. दीड मैल अंतर आहे. मला विचारशील, तर तू त्या वस्तीवरच राहावंस. पालकच अशिक्षित आणि अडाणी असल्यामुळे पहिल्या पिढीतल्या मुलांकडे विशेष लक्ष द्यावं लागेल."

या बोलण्यात तथ्यांश असल्याचं तिलाही ठाऊक होतं. तिच्या शाळेतही असे काही मोजके विद्यार्थी होतेच. ती लक्ष देऊन ऐकू लागली.

"पालकांनाही पशुपालन, रेशीम-व्यवसाय किंवा आणखी कुठलातरी व्यवसाय शिकवून नियमित उत्पन्न मिळेल, असं केलं पाहिजे. ते कामात गुंतले, तर मुलांना वाढवण्याचं मार्गदर्शन करणंही सोपं जाईल. दहा वर्षांचा कालखंड ठरवून तेवढ्या अवधीत मुलं मोठी होऊन वस्तीचं पुढारीपण बघतील, असं करावं लागेल. तिथली परिस्थिती अशी आहे, की या मुलांना केवळ शाळेत डांबून अंकगणित-भूमिती-बीजगणित-विज्ञान-इतिहास-भूगोल शिकवून पुरेसं नाही. केवळ तसं करणं म्हणजे सगळ्यांचीच फसवणूक होईल! शिक्षकी व्यवसायाशीही! तू तिथंच राहिलीस तर आधी पालकांना, नंतर मुलांना जगण्याची एक निश्चित दिशा दाखवू शकशील. प्रौढांनाही संध्याकाळी शिकवू शकशील. तुझ्याही आयुष्याला एक ध्येय मिळेल. हे सगळं करायचं असेल, तर तुला त्यांच्यातलीच एक होऊन राहावं लागेल. प्रौढ-शिक्षणासाठी हवं तर मीही तुला मदत करू शकेन. बघ! विचार कर!"

एवढं बोलून तो गप्प बसला. काहीतरी आठवून म्हणाला, "खाली जाऊन साबण घेऊन येतो. बरेच पारोसे कपडे साचलेत."

तो चपला घालून बाहेर पडला. साबण घेऊन परतल्यावर म्हणाला, "लग्न करण्यात काही कमीपणा आहे, असं समजू नकोस. कुठलाही निर्णय घेताना तू आधी तुझ्या मनोधर्माचा वेध घे." एवढं सांगून तो कपडे घेऊन धुवायला निघाला.

ती म्हणाली, "आता मी बरी आहे, भाऊजी! मला जमेल धुवायला. तुम्ही नका धुवू. मी धुते."

ती त्या ढिगातले आपले कपडे घेऊ लागली. तो म्हणाला, "हे बघ, अजून तू तेवढी बरी नाहीयेस. आता उगाच बाई-पुरुष या भेदात अडकू नकोस. आजारपणात

तर याला थाराच देता कामा नये.''

पण तिनं त्याचं ऐकलं नाही.

दोन दिवस शुश्रूषालयात आणि पुढचे दोन दिवस हॉटेलात काढल्यानंतर ते सकाळची बस धरून चनरायपट्टणला परतले. जेवून गावी जायचा विचार त्यानं बोलून दाखवला.

ती म्हणाली, ''भाऊजी! सात सागरांमध्ये, सात बेटांमध्ये, सात डोंगरांमध्ये, सात गुहांमध्ये असलेल्या पोपटामध्ये महामांत्रिकाचा जीव असल्याची कथा ऐकली होती ना! तसा तुमचा जीव तुमच्या मळ्यात आहे! माझी आणखी तीन दिवस रजा शिल्लक आहे. स्वत:च्या हातानं शिजवून खाण्याचं त्राण नाही. तुम्ही इथं राहिलात आणि मला स्वयंपाक करून वाढलंत तर कदाचित थोडी बरी होईन...'' म्हणत ती हसली.

त्यानं चमकून तिच्याकडे पाहिलं. तिच्या चेहऱ्यावरचे क्लेश नाहीसे होऊन त्यावर प्रसन्न स्मित पसरलं होतं.

त्यानंही हसत विचारलं, ''मला फक्त पथ्याचा स्वयंपाक बनवता येतो! चालेल काय?''

''तर मग स्वयंपाक मीच करेन. तुम्ही तुमच्या अमृतहस्तानं वाढायची कृपा करा!'' असं म्हणत त्याला कसलीही संधी न देता तिनं त्याची चटईवरची पिशवी उचलून आतल्या खोलीत नेऊन ठेवली.

तीन दिवस तिथंच राहून त्यानंतर तो मत्तिकेरेला परतला. सावित्रीच्या मनात अनाकलनीय अशी भावना भरून राहिली होती. मनातले सगळे चढउतार ज्याच्यापुढे सांगू शकू, जीवनातल्या सगळ्या अडीअडचणी व्यक्त करू शकू, जीवनाला इतकी वर्षं व्यापून राहिलेला एकटेपणा नष्ट होऊन कुणीतरी सहप्रवासी भेटल्यासारखं समाधान तिच्या मनात भरून राहिलं होतं. मंजय्यानं केलेले अन्याय-अत्याचार मनातून नाहीसे होऊन तिथं एक वेगळीच जाणीव भरून राहिली होती. ते सगळे अन्याय म्हणजे कधीकाळी घडून गेलेल्या घटनांचे तुकडे वाटू लागले. भाऊजींचं एकेक बोलणं आठवून त्यातून नवा-नवा अर्थ दिसत असल्याचं जाणवू लागलं. सीतक्का यांची सगळ्याच अर्थानं उत्तम सहचारिणी होती. 'पण तिनं एक चूक केली होती. त्याला कोण क्षमा करणार?' म्हणाले होते ते!' तिनं आग्रहानं ती चूक कोणती, असं विचारलं तेव्हा त्यांनी सांगितलं होतं, 'मला एकट्याला सोडून निघून गेली ना!' हे म्हणताना त्यांच्या नजरेत सव्वीस वर्षांपूर्वीच्या आठवणी तरळत होत्या ना! सीतक्का वारली, तेव्हा मला कुशीत घेऊन किती रडले होते ते! किती

वर्षांची ओळख त्यांची-माझी! एकोणीस. तेव्हा नऊ वर्षांची होते मी. ते साडेअठ्ठावीस वर्षांचे.

असेच पंधरा दिवस गेले. आठवणी-भाव-भावना यामध्ये घोटाळणाऱ्या मनात एक विचार हळूहळू दृढ होत चालला होता. एकोणीस वर्षांचं अंतर असलं म्हणून काय बिघडलं? सतरा वर्षांनी मोठा असलेल्या मंजय्याशी लग्न नाही का केलं? भाऊजींबरोबरच्या नात्यात तर वयाला काहीच महत्त्व नाही. वय शरीराशी संबंधित असतं. मला तर शरीराशी असलेला संबंधच नको. त्यांनाही त्या अनुभवानं भरपूर वेदना, तिरस्कार, किळस दिली आहे!

खरंच! का असं होऊ शकणार नाही? काय हरकत आहे?

ती पुढचे पंधरा दिवसही याच विचारात डुंबत होती. त्या वेळीही या संदर्भात त्यांना काय वाटत असेल, याचा विचार तिच्या मनात डोकावलाही नाही. जेव्हा हा विचार आला, तेव्हा तिनं सगळ्या आठवणी खरडून पाहिल्या. तिथं कुठंही तशा प्रकारची शक्यता वाटेल, असं तिला काहीच आठवलं नाही. तेव्हा मात्र तिचं मन निराश होऊ लागलं. स्वत:ला संपूर्णपणे ग्रामसेवेत गुंतवून घेतलंय त्यांनी! ते पुन्हा संसारी व्हायला तयार होतील का? त्यांना अशा वेळी संसार म्हणजे बंधनच नाही का वाटणार? जर त्यांना सांगितलं, मी तुमच्या ग्रामसेवेत कुठल्याही प्रकारची आडकाठी घालणार नाही, तुमचं सगळं उत्पन्नही तुमच्या कार्यासाठी हवं तर खर्च करा, माझ्या पगारात संसार चालवता येईल, माझी बदली करून घ्या... तर? मग काय अडचण असू शकेल?

या वैचारिक समाधानात पुढचे आठ-दहा दिवस गेले. आणखीही एक विचार आला. लग्न केलं तरी दोघांमध्ये शरीरसंबंध येता कामा नयेत. त्यामुळे दोघांनाही नात्यात हीनपणा आल्यासारखं वाटेल.

पण हे सगळं त्यांना कसं समजावून सांगायचं? सांगितलं, आणि ते म्हणतील, 'साती! तुझ्या भावना अजूनही अपरिपक्व अवस्थेत आहेत. तुला मुलीसारखं खांद्यावर बसवून तुझ्याशी खेळलोय मी!' तर?

एकीकडे आयुष्यातला मोठा आधार मिळाल्याचं समाधान असलं, तरी दुसरीकडे त्या आधाराचं नेमकं स्वरूप आकलनात न आल्याची भावना मनात गोंधळ निर्माण करत होती.

तिनं आणखी एक आठवडा जाऊ दिला. नंतर एका सुदीर्घ पत्राद्वारे तिनं आपल्या मनातल्या भावना त्यांना कळवल्या.

पंधरा

संतेमाळावर मंजय्यानं लक्कूला घालून दिलेलं टपरीचं दुकान चांगलं चालू लागलं. हासन-चनरायपट्टणमधून किरकोळ सामान आणून विकत असताना कुठल्या वस्तूवर किती फायदा आकारावा, यासंदर्भात विचारविनिमय करायला सुरुवातीला मंजय्यानं मदत केली. पण लवकरच लक्कूनं व्यापाराचं मर्म जाणून घेतलं. नारळाचा व्यापार करण्यात तर तिचा आधीपासूनच हातखंडा होता. आता तिनं त्यातही अधिक लक्ष घालायला सुरुवात केली. एक रुपयाच्या खोबऱ्यासाठी ती आठ आणे देत होती. सुटे नारळ किंवा शहाळी घेऊन त्या बदल्यात बिडीबंडल, साबण यासारखे लगोलग वापरण्यासारखे सुटे पदार्थ देत होती. त्यामुळे त्या परिसरातले भुरटे चोर आणि गरजवंत तिच्या दुकानात येऊ लागले.

त्याचबरोबर तिनं काही गुरं राखली होती. त्यांचं बघायला तिनं एक माणूसही नेमला होता. दुधाच्या व्यापारातूनही तिला कमाई होत होती.

दुकान सुरू केलं, तेव्हा तिच्या मनाचा अधूनमधून गोंधळ उडायचा. कंची मेल्यानंतर वर्षभरानं पाट लावल्यानंतर नवरा-बायको व्हायचंय. मग तेव्हा कशाला सकाळपासून संध्याकाळपर्यंत दुकानात बसायचं?

एकदा तिनं हेच मंजय्यालाही विचारलं. तर तो म्हणाला, ''पहिल्यापासून कष्ट करून खाणारी बाई तू! तू कशी घरात गप्प बसशील? नको असंल, तर तसं सांग! मी तुला खायला घालतो!''

हे ऐकून तिच्यातला स्वाभिमान उफाळून आला आणि ती म्हणाली, ''ते का म्हनून? काय नको!''

तिनं आपल्याच कष्टाचं खायचा निर्णय केला. कंचीला पैशाचा हिशेब कधीच कळायचा नाही. त्यामुळे सगळे पैशाचे व्यवहार तिच्याच हातात होते. मंजय्याची बुद्धी सापासारखी आहे! ते बरे व्यवहार आपल्या हातात देतील? त्यापेक्षा आपल्या

हातात पैशाची दोरी घट्ट धरायला पाहिजे, एवढं तिला समजत होतं. पाट लावल्यानंतरही दुकान सोडायचं नाही, हेही तिनं ठरवून टाकलं होतं. पण नंतर घरदार आणि शेतमळा सोडून दुकानात बसते म्हटलं तर हा गडी गप्पगुमान ऱ्हाईल काय, असंही अनेकदा मनात येऊन जाई.

पण मंजय्या भेटणं आणि त्याच्याबरोबर संग करायला मिळणंच दिवसेंदिवस कठीण होत होतं. आतापासून लोकांना समजायला नको म्हणून तो तिच्या घरी राजरोसपणे येत-जात नव्हता. रात्री सगळे झोपल्यावर अंधारात येऊन जात होता. तेही रोज नाही. त्यासाठी तो गावात तरी असायला पाहिजे! त्याच्या घरी तर ही जायचा प्रश्नच नव्हता. इतक्यात माझ्या पुट्टीला समजायला नको! हेही त्यानंच सांगितलं होतं. दिवसभर तिला दुकानापासून क्षणाचीही फुरसत नसायची. तशी ती दोनदा त्याच्या मळ्यातल्या खोपीत जाऊन आली होती. पण नंतर गावाकडे परतताना आपणही चार पैशासाठी त्याच्याकडे जाणाऱ्या गावातल्या आणखी चार बायांसारख्या आहोत, असं वाटून हीनपणाची भावना यायची. एकदा तिनं म्हणूनही पाहिलं, 'नवऱ्याला भेटायला बायकोनं मळ्यातल्या खोपीत यायला पायजे काय? यानंतर मी नाय हिकडं येनार!'

मंजय्याही तत्परतेनं म्हणाला, "तुझं अगदी खरं आहे!"

ते ऐकून तिला आनंद झाला; पण प्रत्यक्षात त्याची भेट आणखी कमीवेळा होऊ लागली. तो गावात असला की तिच्या दुकानाकडे येऊन घटका-दोन घटका बसून गप्पा मारून निघून जायचा. तेवढाच संबंध राहिला. त्यानं चटक लावल्यामुळे जेव्हा शरीराची भूक अनावर होई, तेव्हा तीच बोलण्यातून सूचना देई. यावर तो सुचवी, 'चल! आपण तिपटूर नाहीतर हासनला जाऊ या. हॉटेलात आरामात राहून मजा करून येऊ या.'

पण दुकान सोडून आणि गड्यावर दुभतं टाकून कसं प्रत्येक वेळी जमणार? असा विचार करून ती स्वत:च्या भावनांना आवर घालत असे. या सगळ्या प्रकारात मंजय्याची काही चूक नाही, हे तिला पटत असे. तरीही यानं मळ्यात इतर बायांना बोलवणं बंद केलेलं नाही, हे समजताच तिच्या जिवाचा संताप झाला. तिनं स्वत:लाच समजावलं, 'पाट लागला नाही, तोवर याचं जे चालायचं ते चालू दे! नंतर याचे सगळे असले उद्योग चालू देणारी बाई नाय मी!'

यानंतर तो दुकानात गप्पा मारायला आला, तेव्हा तिनं त्याला या संदर्भात थेटच विचारलं. त्यानं उत्तर दिलं, "आधीपासूनचे संबंध असे एकदम बंद करून कसं चालेल? का सोडलं म्हणून विचारलं तर काय सांगायचं? आणखी कुणीतरी भेटली असेल, म्हणतात! मग तुझ्या-माझ्या संबंधाचं समजेल. सगळ्या गावभर होईल. पाट लागल्यावर मात्र सरळच सांगेन, एकदा लक्कू मिळाल्यावर कोण

कशाला पायजे?''

यावर काय उत्तर द्यायचं, ते तिला समजेना. तरीही मानगुट पकडून विचारायचं म्हटलं तर आपण काही याची लग्नाची बायको नाही! तोच पुढं म्हणाला, ''सगळं समजल्यावर बाजारात आलेल्या त्या बायांनी भर बाजारात तुला शिवीगाळ करून, तू काय मंजय्याची लग्नाची बाईल नाहीस म्हणून हिणवलं तर तुझी काय गत? त्या सगळ्या निर्लज्ज रांडा आहेत! हलक्या हातानं एकेक करून त्यांना दूर करायला पाहिजे!''

असेच सहा-सात महिने गेले. दिवसेंदिवस तिला एक गोष्ट स्पष्ट होऊ लागली, हा काही आपल्याशी पाट लावणार नाही! एकीकडे त्याचा राग आला, पाठोपाठ असल्या माणसाशी पाट लावण्यात काहीच अर्थ नाही, आपण या फंदातच पडता कामा नये, हेही तिला स्पष्ट जाणवू लागलं. या अवधीत व्यापार वाढला होता. दुकान चांगलं चालायला लागलं होतं. आणखी थोडं सामान आणून विकायला ठेवलं तर गावातलं वीरसिद्धलिंगप्पाच्या दुकानाला मागं सारता येईल, अशी आशा तिच्या मनात निर्माण झाली. त्याचा व्यापार चांगला चालतो म्हणून त्याला गावात सगळे 'सावकार' म्हणतात. चांगला व्यापार केला, तर मलाबी सगळे 'सावकारीण' म्हनतील!

ही आकांक्षा बोलून दाखवल्यावर मंजय्यानं त्याला भरपूर खतपाणी घातलं. तिच्या दुकानाजवळच्या आपल्या मालकीच्या जागेवर दुकान बांधायचा विचार त्यानं बोलून दाखवताच ती तर हरखून गेली. तसं झालं तर आपणही त्या दुकानात भागीदार राहू, असं त्यानं सांगताच तिला आकाश ठेगणं वाटू लागलं. तिनं लगेच सांगितलं, ''मी दुकान बघंन. तुमी दुकान बांदून द्या..'' हेही त्यानं क्षणार्धात मान्य केलं. वर म्हणाला, ''तुझं तर नावच लक्ष्मी आहे! तुझ्याबरोबर व्यापार केला तर मलाही बरकत येईल! तूच राब, तूच कमाव! हवं तेवढं शिल्लक ठेव! मला यातून कशाचीच अपेक्षा नाही! दोन वेळचं अन्न मिळालं की पुरे!''

हे म्हणताना त्यानं पाट लावायचा विचार आणखी दूर लोटल्याचं तिच्या लक्षातच आलं नाही! तरीही खोबरं विकायच्या निमित्तानं तिपटूरला जाऊन संपूर्ण दिवस त्याच्याबरोबर काढल्यानंतरच तिचा जीव शांत होई. त्या दृष्टीनं, त्याच्याशिवाय आपल्याला राहता येणं अशक्य आहे, हे तिला समजलं होतं. कधीतरी एखाद्या दिवशी रात्रीच्या वेळी तिच्या घरी जाऊन तो औदार्य दाखवत होता.

दिवस चालले होते. आता लक्कूला दोन मार्ग स्पष्टपणे दिसू लागले होते. एका मार्गानं चालत राहिलं तर दुकान वाढवायचं आणि पंचक्रोशीत 'सावकारीण'

म्हणून नाव कमवायचं; दुसरं म्हणजे हासनमध्ये शिकत असलेल्या लेकीला ती म्हणेल तितकं शिकवायचं.

आता लताही पंधरा संपून सोळाची झाली होती. बापाचा चेहरा, तोच बांधा, तेच धारदार नाक; बुद्धी मात्र बापाची घेतली नव्हती हे सुदैव! हायस्कूलमध्ये शिकत असतानाच ती हुशार म्हणून ओळखली जायची. या बाबतीत आईवर गेली! मी जन्म दिलाय न्हवं काय तिला! तसं गावातही हायस्कूल होतं. पण खेड्यातल्या शाळेत शिकायला नाही म्हणाली! हासनमधल्या मावशीच्या घरी राहून शिकायला तयार झाली. ती तिथं राहिली तर सिनेमा बघायला मिळेल म्हणून लक्कूनंही संमती दिली होती. तीही हासनमध्ये राहिली होती, पण तेव्हा परिस्थिती अशी होती की सिनेमा लांब राहिला, दोन वेळचं जेवण मिळणंही कठीण होतं. तेव्हा हासनही किती लहान होतं!

आता किती बदलून गेलंय! तिच्या बहिणीला कॉफी-प्यूरीत नोकरी होती. तिच्या नवऱ्याला सॉ-मिलमध्ये नोकरी. त्याच्या थोरल्या मुलीचं लग्न होऊन तिलाही मुलं झाली होती. मुलांपैकी फक्त एकटाच शिकत होता. लक्कूनंही तिथं आपल्या मुलीला काही फुकट ठेवलं नव्हतं. दर महिन्याला ती पैसे पाठवत होती. तरीही मावशीच्या घरची उकड खात मिंधं होऊन राहण्यापेक्षा हॉस्टेलमध्ये का ठेवू नये, असं तिच्या मनात आलं. तिनं सगळा खर्चाचा अंदाज घेतला होता. मंजय्यानंच अंदाज दिला, दर महिन्याला एकशे पन्नास लागतील. लक्कूनं विचार केला, तर मग इतक्यात ठेवायला नको. अजून दुकान चांगलं चालू दे. नंतर विचार केलेला बरा. दुपारच्या सुट्टीत उपाशी राहायला लागू नये, हॉटेलात जाऊन इडली-दोसा खायला मिळावं म्हणून कंचीच्या नकळत ती लेकीला पैसे पुरवत होती. अलीकडे तिला जायला उशीर होणार असेल, तर लेकीची खोटी होऊ नये म्हणून ती मंजय्याच्या हाती पैसे पाठवून देऊ लागली.

लक्कूच्या मनात काळजी होती, आपण मंजय्याशी पाट लावणार आहे हे आपल्या लेकीला पटंल काय? आपला बाप अपघातानं मेला, ही गोष्ट लेकीला पटवून देण्यात ती यशस्वी झाली होती. ती गावी आली, तर गावातल्या साळकाया-म्हाळकाया तिला काहीतरी भडकवून देतील म्हणून सुट्टीलाही ती गावाकडे येणार नाही, याची लक्कू काळजी घेत होती. मंजय्या पाठीशी राहिले नसते तर दुकानाचं अजिबात जमलं नसतं, हेही तिनं लेकीला पटवून दिलं होतं. तरीही त्यांच्याशी पाट लावते म्हटलं तर लेक मानेल काय, याची धाकधूक मनात होतीच. काही विरोध झालाच तर 'माज्या पोटाला आन तुज्या शिक्शनाला कोन पैसा देईल?' असं म्हणून तिच्यावर जोर करायचा, असंही तिनं ठरवलं होतं.

आता तर तोही प्रश्न राहिला नव्हता. मनातला पाट लावायचा विचारही आता

पहिल्यासारखा राहिला नव्हता. एकीकडे वयात आलेल्या, शिकणाऱ्या लेकीसमोर आपल्या दुसऱ्या लग्नाचा विचार मांडायचं संकट टळलं म्हणून हायसंही वाटत होतं. कधी मंजय्याबरोबर निवांत वेळ काढायचं ठरवलं तर ती तिपटूरला जायची, हासनला जायचा विचार चुकूनही करायची नाही. किती केलं तर त्याच गावात थोरली बहीण, तिचा नवरा, तिची मुलं आणि मुख्य म्हणजे मुलगी – लता राहत होते! गावात ओळखणारेही भरपूर होते. त्यातल्या कुणी बघितलं आणि लताला सांगितलं तर?

एका बाबतीत मात्र तिनं पक्कं ठरवलं होतं.

पाट लावला नाही तरी हरकत नाही; पण हा माणूस आणखी कुणा बयेकडे वळणार नाही, हे बघायला पाहिजे! कंचीची वर्षाची तिथी होईपर्यंत गप्प राहायला पाहिजे! त्यानंतर वस्तीवरल्या कुनालाबी घाबरायचं कारन नाय! रातीच्याला राहून सकाळीच घरी जायचं, म्हनून सांगून टाकेन! नाहीतरी लता काही शहर सोडून या गावात येनार न्हाई! पाट लावल्यानंतरबी हे आसंच लपून लपून येत ऱ्हाईलं, तर माज्यात आन् त्या नागी-मल्लीत काय फरक ऱ्हायला? हा बावा असाच दुसऱ्या बाया हुंगत फिरायला तर... सोडनार नाय मी! मी लक्कू हाय! तसं कायतरी करायला लागला, तर दिवसाढवळ्या भर बाजारात त्याचा काष्टा धरून... आरं... मी साक्ष देऊन वाचवलं नसतं तर फासावर लटकला असतास! देवीफुडं मला शबूद दिला व्हता ते इसरलास काय?... भर बाजारात दिवसाढवळ्या विचारल्याशिवाय ऱ्हानार नाय! सोडनार नाय याला! नाय ऐकला तर जातवाल्यांची पंचायत बसवेन! मी काय बामणीन नाय रडत माघारी निघून जायला!

पाट लावला नाहीतरी हातात आलेल्या मंजय्याला सोडायचं नाही, हा तिचा निर्णय आणखी दृढ होत होता. पण हा माणूस आपल्यापेक्षा भारी बुद्धिवान आहे, हे लक्षात येताच ती आणखी चिंताक्रांत होत होती. कधी तरी 'मरू दे तिकडं!' असं वाटून मन निराश होई. पण पाठोपाठ फसले गेल्याची भावना तीव्र होऊन 'याला सोडायचं नाही..' हा निर्धार पक्का होत होता.

कंचीला मरून वर्ष होऊन गेलं. आता आणखी थांबायला काहीच कारण नव्हतं. पाट लावायचा आग्रह तर तिच्या मनातून कधीच गेला होता. पण यानंतर राजरोसपणे मंजय्यानं आपल्या घरी यावं आणि त्याच्या घरी राजरोसपणे जायला कुणाची आडकाठी नसली पाहिजे, याविषयी तिचा आग्रह वाढला.

पण अलीकडे मंजय्या तिच्या हातीच लागत नव्हता. फारसा गावातही नसायचा. कधी चनरायपट्टण, कधी हासन, कधी तिपटूर... कधी गावी यायचा आणि कधी निघून दुसऱ्या गावाला जायचा, हे कुणालाच ठाऊक नसायचं. विचारलं

तरी तो नीट सांगायचा नाही. उडवाउडवीची उत्तरं देतानाही 'तू काही यजमानीण नाहीस..!' असं दाखवून देत तो काहीबाही सांगायचा. पुट्टलय्यासारख्या काहीजणी तिला जाणूनबुजून विचारायच्या, तेव्हा तीही तशीच उडत उत्तरं द्यायची. तरी मनात खदखद व्हायची, काय समजतोय हा या लक्कूला!

दिवस मावळला होता. अंधार पडू लागला होता. लक्कू दुकान बंद करून दाराची आडवी फळी लावून जाडजूड कुलपाला चावी लावत होती. चनरायपट्टणहून येणारी शेवटची बस नेहमीप्रमाणे तिच्या दुकानासमोर थांबली. काही जण उतरले. सहा जण चढले आणि बस निघाली. उतरलेल्यांपैकी एक जण हातातली पिशवी सावरत तिच्याच दिशेनं येत असलेली दिसली. लक्कूनं निरखून पाहिलं, ती लता होती.

लताला पाहताच लक्कूचा जीव आभाळाएवढा झाला. चेहऱ्यावर हसू उमटलं. तिला अचानक आलेली बघून आश्चर्यही वाटलं. जवळ येताच लक्कूनं विचारलं, "शाळंला सुट्टी काय?"

"हूं..." ती उत्तरली.

पोर पार कोमेजून गेल्याचं लक्कूच्या लक्षात आलं. घराकडे जातानाही ती खालच्या मानेनं पाऊलभर मागंच चालत होती. हे खटकलं तरी लक्कूला वाटलं, मोठ्या गावात राहायची सवय झालेय! गावात आल्यावर संकोच वाटत असेल. पन असं कसं? मोठ्या शहरात राहाणाऱ्या मुलींना तर जास्त धैर्य असतं!...

दोघी घरी पोचल्या, तेव्हा गडी रुद्र दूध काढायच्या तयारीत होता. लक्कूची तशी ताकीदच होती. तिच्यासमोर दूध काढून ते मापून झाल्यानंतरच ठरलेल्या मापात पाणी मिसळून एका मोठ्या कॅनमध्ये भरलं आणि अर्ध्या शेराच्या मापासह त्याला पाठवून लक्कू घरात आली तरी लता अजूनही तशीच भिंतीला टेकून उभी होती. खाली न बसता. खाली घातलेली मान वर न करता.

आता मात्र लक्कूला लेकीची काळजी वाटू लागली. तिनं विचारलं, "का गं? उभीच ऱ्हायलीस? बस की!"

तरी लता काहीच बोलली नाही. जवळ जाऊन तिचा चेहरा वर करत लक्कूनं विचारलं, "काय झालं? सांग बघू!"

लताचे डोळे पाण्यानं भरले होते. लक्कूनं पुन्हा आग्रह केला तेव्हा, "नंतर..." म्हणत लता स्वत:ला सोडवून घेऊन न्हाणीघरात निघून गेली. कधी नव्हे ते लेक घरी आली होती. तिला सकाळची गार उकड खाऊ घालणं योग्य न वाटून लक्कूनं चूल पटवून त्यावर भाताला ठेवलं. न्हाणीघरातून येऊन लता आईपाशी स्वयंपाकघरात न येता माळ्याच्या शिडीच्या पायरीवर बसून राहिली. दुधाचा रतीब घालून रुद्र

परतला. दुधाचा कॅन आणि इतर भांडी धुवून ठेवून त्यानं गुरांना चारा-वैरण आणि आंबोण दिलं; दुसऱ्या दिवशी लवकर यायला बजावल्यावर तो निघून गेला.

तो जाताच लक्कूनं दरवाजा बंद केला आणि लेकीकडे वळली. शिडीच्या दोन पायऱ्या चढून "लतक्का... बेटा... ये न्हवं खाली!" म्हणत तिला खाली ओढलं. लता सावकाश पायऱ्या उतरून खाली उतरू लागली. शिडी घसरू नये म्हणून लक्कूनं शिडी घट्ट धरून ठेवली होती.

लता खाली उतरली. स्वयंपाकघरात चुलीवरच्या भाताला नुकताच कढ आला होता. लताला चटईवर बसवून लक्कूनं तिचा दंड धरला आणि विचारलं, "काय झालंय? बोल बाळा! बोल माझ्यासंगं!..." लक्कूनं तिच्या डोक्यावरून हात फिरवला. त्या स्पर्शानं लताला रडू कोसळलं तरी ते आवरत तिनं आईकडे पाहत म्हटलं, "तू मला मारशील... पन माजी काय बी चूक नाही!"

"नाय गं माज्या बाई! कशाला मारंन? काय झालंय ते तरी बोलशील?" आता मात्र लक्कू हवालदिल झाली होती.

"माजी पाळी आली नाही!"

लक्कूला सगळा खुलासा झाला. ती कळवळून म्हणाली, "असं कशापायी केलंस गं? कोन त्यो? नाव सांग मला!" तिनं लताचा चेहरा हातात उचलून घेत तिच्या नजरेत नजर मिसळून विचारलं.

लतानं नजर मिसळत सांगितलं, "मंजय्या! लगीन करीन म्हनून शब्द दिलाय मला!"

"असं सांगून तुलाबी दगा दिला त्यानं? मलाबी पाट लावतो आसं सांगून..."

दोघींनाही एकमेकीत अडकलेली नजर सोडवून घेणं जमलं नाही. लताचं वासलेलं तोंड जबडा आखडल्यामुळे वासलेलंच राहिलं.

चुलीवरच्या भाताचा कढ उतू जाऊन चूल विझून गेली होती.

धक्का ओसरताच दोघींनाही एकमेकींकडे बघायची शरम वाटू लागली. लता मट्कन खाली बसली आणि तिनं गुडघ्यात तोंड लपवलं. लक्कू काही न सुचून भिंतीपाशी गेली आणि तिनं स्विच बंद करून दिवा मालवला.

लेक गावी आली की लक्कू तिला मायेनं आपल्या कुशीत घेऊन झोपे. आता मात्र भोवताली अंधार असतानाही एका खोलीत राहणं तिला असह्य वाटू लागलं. नव्हे; एका जगात दोघी जिवंत आहोत, याचीही तिला किळस वाटू लागली. उभं राहणं अशक्य होऊन ती तिथंच भिंतीपाशी कलंडली.

असहाय लता आईपाशी सरकून तिच्या मांडीवर डोकं ठेवून कसं काय घडलं,

याची सगळी हकिकत सांगू लागली. तिला नजर वर करून अंधारातही आईकडे पाहायची किळस वाटत होती. लक्कूलाही त्याच्याबरोबरचे देहसंबंध आठवत होते.

दोघींनाही परिस्थितीची कल्पना येत चालली होती. पोटात डचमळल्यासारखं होऊन रडू येऊ लागलं. लताला मळमळ दाटून उलटी येत असल्याची भावना झाली. दोघींनीही स्वतःला महत्प्रयासानं आवरलं. भोवतालच्या घनदाट अंधारात दोघीही आपापलं अस्तित्व दाखवू न देता लपवू पाहत होत्या.

सोळा

पुन्हा दोन दिवस मंजय्या सावित्रीवर विजय मिळवल्याच्या आपल्याच गर्वात वावरत राहिला. पण हा उत्साह ओसरला आणि जीवन कंटाळवाणं वाटू लागलं. तिच्यावर विजय मिळवला खरा! पण नंतर काय करायचं? हरलेलीला सतत आपल्या वर्चस्वाखाली ठेवलं तर जिंकण्याला अर्थ आहे, हे समजत असलं तरी ते शक्य नाही, हेही त्याला ठाऊक होतं. तसं राहणं म्हणजे आपणही सतत तिच्या आधीन राहणं. नाही तर ती बरी तयार होईल? तिच्यासारख्या मस्तवाल बाईबरोबर कायम कशाला राहायचं? तिला फक्त एक जाणवलं पाहिजे, त्या मत्तिकेरेवाल्या भाऊजीपेक्षा मंजय्या खरा मर्द आहे हे! तूर्त एवढं पुरे! त्यानं स्वतःला समजावलं. पण त्या मत्तिकेरेवाल्याला खरोखरच तेवढं धैर्य आहे काय?

त्याहीपेक्षा सरोजाक्षीची आठवण त्याला जास्त छळत होती. डेप्युटी चीफला कह्यात घेणाऱ्या त्या रांडेची भूकच जास्तीची असली पाहिजे! कधीतरी संधी बघून जशी सावित्रीवर जबरदस्ती केली, तशी हिच्यावरही करायला पाहिजे! पण एकदा तशी आगळीक करायचा प्रयत्न केल्यापासून ती मला पाहताक्षणीच सावध होते! शिवाय या बाबतीतल्या अनुभवी बाईची मस्तीही जास्त असते, असं वाटून त्याचा चेव कमी होत होता.

काहीच न सुचल्यामुळे तो उगाचच बिळीकेरे-हासन-चनरायपट्टण असा गावोगावी भटकत होता. त्यात, चनरायपट्टणमधल्या बाजारपेठेतच फिरून तो वेळ काढत होता. अलीकडे तर त्याला बिळीकेरेच्या स्वतःच्या घरात एकटं राहणंही नकोसं वाटत होतं.

त्यातच तिपटूरचे मंडी नागप्पा मरण पावल्याचीही बातमी आली. काहीतरी सुचलं. त्याच पावली तो बिळीकेरेला परतला, पेटीतून त्यांच्याशी केलेला करार बाहेर काढला. बारकाईनं वाचल्यानंतर तसाच तो तिपटूरला गेला. गुरुशांतप्पा

वकिलांना तो दाखवला. त्यांच्या सूचनेप्रमाणे कोर्टात एक नोटीस पाठवून माघारी आला. आपल्या पंचक्रोशीतल्या शेतकऱ्यांकडून दहा लाखांचं खोबरं गोळा करायचं आणि त्यांच्या वखारीत घालायचं आणि त्या बदल्यात रुपयातला एक आणा नागप्पांनी त्याला द्यायचा, असा तो करार होता. त्या पद्धतीनं नागप्पांच्या वखारीत त्याचीही भागीदारी होती. त्यामुळे आता ती वखार आपल्या मालकीची व्हावी म्हणून त्यानं दावाही केला.

गुरुशांतप्पांनी स्पष्टच सांगितलं होतं, या दाव्यात दम नाही, जिंकायची शक्यता अजिबात नाही! पण यानं पटवलं, 'खटल्यात हार-जित होते ती कायद्यामुळे नाही; झगडा द्यायच्या ताकदीवरून. साडेसहा लाख रुपये सासऱ्याच्या चितेबरोबर जाळून टाकणाऱ्या जावयाच्या कथेवरून एक लक्षात आलं होतं, या झगड्यात जावयाचं बळ तिथं नाही! दुसरं कोण आहे भांडायला? मग हा एक धागा पकडून रस्सी खेचली, तर सगळा व्यवहार का हाती येणार नाही?' आणि त्यानं एक नोटांचं बंडल समोरच्या टेबलावर ठेवलं. वकीलमहाशयांनीही अर्जावर त्याची सही घेतली.

यानंतर तिपटूरला वरचेवर जाऊन यायला पाहिजे. लक्कूचा एक मोह आहेच; पण हा व्यवहार जमला तर तिचं काय महत्त्व? तिपटूर आणि जवळपासच्या सगळ्या गावांतल्या हव्या तेवढ्या रांडा मागं लागून धावत येतील! या विचारासरशी मात्र उत्साह वाटला आणि तो खूश झाला.

पण अनपेक्षित पद्धतीनं सगळा व्यवहार उलटापालटा होऊन गेला. अचानक नागप्पाची मुलगी आणि नातू येऊन हजर झाले. त्यांनी सगळ्या व्यवहारावर अधिकार सांगितला. मंजय्याच्या हातात तसा कुठलाही करार नव्हता. तरीही खेचलं तर फार फारतर एक आण्याइतका भाग मिळू शकेल. त्या मायलेकाला मात्र पंधरा आणे भाग जाणार यात शंका नाही! त्यामुळे सगळ्याचा सगळा व्यवहार त्यांच्या हातातच राहणार! रयतांना द्यायचा तो पैसा पट्कन दिला नाही तर सगळी गिऱ्हाइकं दुसरीकडे जाऊन सगळाच व्यवहार ठप्प होऊ नये, म्हणून ही व्यवस्था केली होती. कालांतरानं जे काही ठरायचं ते ठरवता येईल, असा काहीसा निर्णय झाला. त्यामुळे मंजय्या काही न बोलता चनरायपट्टणच्या बसमध्ये चढला.

पुन्हा मंजय्याचं मन निराशेनं भरून गेलं. वाटलं, आपण कोर्टात जायलाच नको होतं. त्याला वाटलं होतं, आपल्याकडे कसला तरी करार आहे, असं ऐकताच तिथं जो कोणी असेल तो नरम पडेल, मुलगी किंवा नातू पुढे झाले तरी 'तुम्हाला काहीच अनुभव नाही; काही काळजी करू नका... मी आहे सगळं बघायला...' असं सांगत शिरकाव करून घेतला असता तरच काहीतरी फायदा होता. पण ते तरी कसं जमलं असतं? सुकन्येच्या मनात आपल्याविषयी काय भावना असणार?

तिच्या सासऱ्यानं आपल्या पायीच जीव दिला, तिची नणंद एकटी राहते... या सगळ्या प्रकारामुळे तिचीही डोकेदुखी वाढलेलीच असणार... शिवाय ही काय फार सुंदर बया नाही, जिच्या आशेपायी काही करावं!...

काही का असेना, आपले ग्रहच वक्री झालेले दिसतात... असंही त्याच्या मनात येऊन गेलं. हातात घेतलेलं कुठलंच काम व्यवस्थित होत नाही! काहीतरी करून त्या सरोजाक्षीला पकडून एकदा तिच्यावर विजय मिळवला, तर सगळे ग्रह मार्गी लागतील! पण कसं घडवायचं हे? तो विचारात पडला. याच विचारात त्यानं चनरायपट्टणात मुक्काम केला. अप्पाजप्पानं नेलमंगलला जाऊन रिपोर्ट केलाय. ही मुलांबरोबर इथंच राहतेय म्हणे. आणखी कशाचीही वाट न पाहता आपणच फुलं-फळं घेऊन जाऊन का संधी साधू नये?

पण एव्हाना संध्याकाळ झाली होती. उद्या हा विचार कार्यवाहीत आणायचं पक्कं करून तो बाजारात फिरायला निघाला. सर्कलपासून थोडा पुढे गेला होता; तेवढ्यात पाठीमागून एक मुलगा धावत येऊन विचारू लागला, "तुम्ही बिळीकेरेचे मंजय्या काय? तुम्हाला डॉक्टर बोलवताहेत!"

कुणातरी ओळखीच्या पेशंटविषयी बोलायचं असेल, असं वाटून मंजय्या तिकडे निघाला. तो दवाखान्यात पोचला, तेव्हा दवाखाना माणसांनी भरला होता. याला पाहताच डॉक्टर म्हणाले, "आता बिझी आहे. तासाभरानं याल काय? तुमच्याशी थोडं बोलायचं आहे!.." एवढं बोलून ते पेशंटच्या मागोमाग पडद्यामागं गेले. काय बोलायचं असेल, याच आश्चर्यात बुडून गेलेला मंजय्या तिथून बाहेर पडला.

तासाभरानं हॉटेलमध्ये जेवण संपवून नऊ वाजता तो दवाखान्यात पोचला, तेव्हा सगळे पेशंट्स निघून गेले होते. डॉक्टर म्हणाले, "संध्याकाळी तुम्हाला रस्त्यावरून जाताना पाहिलं. आठवलं, म्हणून मुलाकडून निरोप पाठवला. बसा तुम्ही! बरे आहात ना?"

तो बसला. डॉक्टरांनी थेटच विचारलं, "त्या मॅडम तुमच्या पत्नी आहेत म्हणे! मला ठाऊकच नव्हतं! बारा वर्षं झाली म्हणे तुम्ही त्यांना सोडल्याला! भारी मानी बाई! तुम्ही संधी साधून त्या बाईंवर रेप केला! बायको आहे, रेप नाही असा तुम्ही कोर्टात वाद घालू शकाल! पण इतकी वर्षं काहीही संबंध नसताना तुमचं हे वागणं!... तुम्हाला कोर्टात शिक्षा होऊ शकते! हे तुम्हाला ठाऊक आहे की नाही?"

अचानक समोर आलेल्या या प्रसंगानं मंजय्या अवाक् झाला. या धक्क्यातून पूर्णपणे सावरायच्या आधीच डॉक्टर पुढं म्हणाले, "कायदा काहीही असला तरी अशा प्रसंगी कुठली घरंदाज बाई कोर्टात जाईल? त्या बाईही जाणार नाहीत. पण

तो प्रसंग घडल्यानंतर चार-पाच दिवसांनी त्या माझ्याकडे आल्या होत्या. जीव मुठीत धरून विचारत होत्या, माझ्या नवऱ्याची अशी-अशी लायकी आहे; मला कुठला तरी रोग होणार नाही ना? मला जो उपचार करायचा तो मी केला; पण नवरा जवळ आला तर बाईला रोगाची भीती वाटावी... म्हणजे त्या नवऱ्याची काय किंमत?''

त्याला काय बोलावं, ते सुचेना. पण त्याच्या त्या अवस्थेकडे लक्ष न देता डॉक्टर पुढं म्हणाले, ''एवढ्यावरच नाही थांबलं ते! त्या बाईंना पुढं आपल्याला दिवस राहिले असावेत, अशी शंका आली. वयाची पस्तिशी आलेली, पुढच्या आयुष्यात बघणारं कुणी नाही... अशा वेळी कुठलीही बाई मूल असू दे, असंच म्हणेल. पण त्यांनी याला नकार दिला. का? हे मूल ठेवलं तर नको असलेल्या नवऱ्याशी संबंध मान्य केल्यासारखं होईल, म्हणून! त्या माणसाची आयुष्यात कसलीही आठवण नको म्हणून! त्यासाठी आल्या होत्या माझ्याकडे. मी त्याची व्यवस्था केली. बाईनं तुमच्यासारख्या नवऱ्याच्या पायात मातृत्वही नाकारावं! म्हणजे हे फारच झालं घ्या, मंजय्या!''

आता मात्र ते बोलायचे थांबले. मंजय्याचा चेहरा पार पिळवटून गेला होता.

याआधी कुणीही, कधीही असं त्याला तोंडावर बोललं नव्हतं. स्वत: डॉक्टरच सांगत असल्यामुळे ते सांगत होते, त्यात काहीच खोटं असायचा प्रश्न नव्हता. स्वत:च्या वागण्याचं समर्थन करायचा विचारही फारसा वर आला नाही.

काही क्षण शांततेत गेल्यावर डॉक्टरच म्हणाले, ''हे पाहा मंजय्या, मी डॉक्टर आहे. कुणाचा कसलाही आजार असला तरी हसतमुखानं त्यावर इलाज करणं, हा माझा धर्म आहे. तुम्ही माझ्याविषयी काय बोलता, तेही मला ठाऊक आहे. तरीही तुमचा अधर्मानं आलेला आजारही धर्माप्रमाणे वागून ट्रीट करतो मी! याचा अर्थ मी व्यभिचाराला पाठिंबा देतो, असं समजू नका! समजलं?''

डॉक्टरांच्या या बोलण्यानं त्याला स्वत:ची निर्भर्त्सना झाल्यासारखं वाटलं. पण काय उत्तर द्यावं, ते सुचलं नाही. त्याच वेळी असले आजार पट्कन बरे करणाऱ्या या डॉक्टराच्या विरोधातही जाता कामा नये, हेही त्याला समजत होतं. डॉक्टर हातातलं घड्याळ पाहत म्हणाले, ''उशीर झाला. घरी जायला पाहिजे. काम आहे.''

मंजय्याला सुटल्यासारखं वाटलं. डॉक्टरांचा निरोप घेऊन तो तिथून बाहेर पडला.

टीबीकडे जाता-जाता त्याच्या मनात तिच्याविषयी संताप भरून राहिला. ती याच्याकडे गेली म्हणून हा मला एवढा लंबाचौडा उपदेश करायला बसला ना!

याचा धंदा काय! याची स्पेशालिटी काय! सगळ्या पंचक्रोशीला ठाऊक आहे! त्यामुळे सगळे त्याची चर्चा करणारच ना! मीही केली तर काय बिघडलं? याला का त्याचा राग यावा? मुख्य म्हणजे कुणा रांडेच्चानं मी असं म्हणालो म्हणून याच्यापर्यंत पोचवलं असेल?

रात्री टीबीमध्ये झोपला असताना मागून तो विचार समोर आला, आपला गर्भ तिनं काढून टाकायचा निर्णय घेतला!

तसं पाहिलं तर याआधी कधीही मंजय्याच्या मनात आपली मुलंबाळं असा विचारच आला नव्हता. आताही काही फार मोठं दु:खाचं भरतं आलं, असंही नाही. त्याच्याशी संबंध आलेल्या कितीतरी जणी गर्भार राहिल्या होत्या. निदान तसं कुणी सांगत आलं तरी त्यानं 'माझा याच्याशी काहीही संबंध नाही' असं सांगून हात झटकले होते; काही वेळा मान्यही केलं होतं. त्या बायकांना त्यानं सगळा खर्च अंगावर घेणं अपेक्षित असायचं. शिवाय हे सगळं निस्तरण्यात त्यालाही मोठा पुरुषार्थ वाटायचा! हासनची मणियंबा ही लेडी डॉक्टर या बाबतीत अगदी विश्वासू होती. जास्त काही चौकशी न करता मोजक्या फीमध्ये सगळं बिनबोभाट करून देण्यात हातखंडा! इतका अनुभव होता की दोन-पाच मिनिटांत सगळं प्रकरण हातावेगळं करून मोकळी व्हायची.

पण हिला हकीम डॉक्टरनं कुठं पाठवलं असेल? यानं पाठवलं असलं तरी ती गेली असेल काय? काही सांगता येत नाही!

या विचारासरशी त्याचं मन तिथंच अडकल्यासारखं झालं. माझ्याशी कसलाही संबंध नको म्हणून ती हे मूलच नको म्हणाली! माझा एवढा तिरस्कार! माझा कसलाही संबंध नको, कसलीही आठवणही नको म्हणून!

पाठोपाठ तीव्रपणे आठवलं, हा असला स्वभाव तिच्या घराण्यात सगळ्यांचाच आहे! मौन! तुझा-माझा काहीही संबंध नाही, असं दर्शवणारं मौन! हिचा बापही तसाच! तो भाऊही तसाच! कुणीच तोंड उघडून घडाघडा बोलत नाही!

एकाएकी त्याला वाटलं, आपण जिंकलो नाही, हरलोय! पार हरलोय!

कितीतरी वेळ झोप फिरकली नाही. मन त्याच हरलेल्या भावनेत गुरफटून गेलं होतं. 'उभ्या आयुष्यात हा मंजय्या कधीच हरत नसतो!..' असं स्वत:ला कितीही बजावलं तरी कोसळल्यासारखं वाटत होतं. खूप उशिरा पहाटेच्या वेळी थोडाफार डोळा लागला.

जाग आली, तेव्हा नऊ वाजून गेले होते. तरी उठायची इच्छा होत नव्हती. उठून तरी काय करायचं? मनात हाच निरुत्साह भरून राहिला होता. गर्भार राहिल्यावर नवऱ्यापाशी येणं, हाच खरा न्याय आहे! त्याला विनवायला पाहिजे! ते सगळं सोडून स्वत: एकटीनं एवढा मोठा निर्णय घ्यायचा म्हणजे केवढा हा

अहंकार! की त्या गर्भाचा बाप दुसरा कुणीतरी... तो मत्तिकेरेवाला?...आणि हिनं माझं नाव पुढं केलं असेल काय? नाहीतरी लग्न झालेल्या बायकांकडे हा एक आडोसा असतो ना लपायला!... पण या विचारानं बरं वाटण्याऐवजी आणखी खचल्यासारखं वाटू लागलं. त्यानं प्रयत्नपूर्वक तो विचार बाजूला सारला. त्या विशिष्ट काळात आपणच तिच्यापाशी गेलो होतो. शिवाय नागी सांगत होती, 'त्याच्यात कसला दम नाही...' म्हणून! तेही आठवलं. मुख्य म्हणजे ती हकीम डॉक्टरांपाशी केव्हा आली होती, ते विचारायला पाहिजे होतं. कदाचित अजूनही तिनं गर्भपात केला नसेल... केला नसेल... नसेल केला.

त्याची विचारधारा तिथंच अडकल्यासारखी झाली. आपण तिला भेटायला गेलो आणि तिनं तोंडावरच सांगितलं, 'होय! तुझी आठवण नजरेसमोर नको म्हणून मी हा निर्णय घेतलाय!' तर?

तर?

अहंकाराची पराकाष्ठा! ही कोण फार मोठी सुंदरी, म्हणून त्या दिवशी तिच्याकडे जायची बुद्धी झाली? पस्तीस वर्षांची थेरडी! बाईचं जे काही आकर्षण असतं, ते तिशीच्या आतच! यानंतर तिशीच्या पुढच्या बाईला हात लावणार नाही, असा निश्चय करायला पाहिजे! होय... होय! म्हणजे सरोजाक्षीचा त्रासही थांबेल!

या विचारानं त्याला हायसं वाटलं. काय असेल तिचं वय? तीस? एकतीस? बत्तीस? किती का असेना... यानंतर सरोजाक्षी डिसकॉलिफाय!...

या विचारासरशी मात्र उठून तोंड धुवून कॉफी मागवण्याचा उत्साह संचारला. पण कॉफी संपायच्या आधीच पुन्हा निरुत्साहानं ग्रासलं. आता आणखी कुठं जाण्यापेक्षा मुकाट्यानं घरी जाऊन पडून राहावं, असं वाटू लागलं. तसं केलं तर दोन दिवसांत त्याचाही कंटाळा आला. जाणं आवश्यक असल्यामुळे तो हासनला गेला. तिथं ज्या कामासाठी तो गेला, ते कामही बरोबर झालं नाही. काही काळ जाऊ दिला तर सगळं आपोआप ठीक होईल, असा विचार करून तो चनरायपट्टणला आला. तिथं तरी थांबून काय करायचं? कुणाकडे जायचं? त्याला सगळाच कंटाळा येऊ लागला. दुपारचं जेवण उरकून तो टीबीवर गेला. डुलकी आली. जाग येत असतानाच रामकृष्णची आठवण आली. त्यानं सासऱ्याच्या प्रेताबरोबर एवढ्या नोटा जाळून टाकल्याचं संपूर्ण तिपटूरला समजलंय. काय साधलं त्यानं नोटा जाळून? सुखाचा उपभोग घेण्यासाठीच पैसा असतो खरंतर! नागप्पाकडे अशा प्रकारची देवाणघेवाण करायची मनोवृत्ती नव्हती. त्याच्या दृष्टीनं व्यवहार म्हणजे केवळ पैसा गोळा करून ठेवणं. हा तर जावई. ते पैसे घेऊन हा जर मुंबई-बेंगळूरला गेला असता तर तारुण्य असेपर्यंत तिथल्या एकापेक्षा एक चढ मुलींचा अनुभव घेत राहिला असता. तेही मुद्दलाला हात न लावता, केवळ व्याजावर! हा कसला सासरा

आणि हा कसला जावई! 'हयात असताना जावयाला कसलाही आनंद दिला नाही! यानंतर तुमच्याच पैशानं सुख अनुभवून तुम्हाला तर्पण देतो!...' असं यानं शय्येवर बसूनच सांगायला पाहिजे होतं!

या आपल्या विचारानं त्याचं त्याला खदखदून हसू आलं. त्यासरशी थोडं हलकं वाटलं. चुकलंच! मीच त्या नागप्पाचा जावई असायला हवं होतं. या असल्या माणसाशी लग्न करून नागप्पाच्या मुलीला तरी कसलं सुख मिळालं असेल? ज्याच्यात तसला दम नसेल, त्यालाच हा असला संन्यास- असली विरक्ती- नोटा जाळून टाकायचा अविचारीपणा जमेल! असल्या माणसाशी लग्न करून ती तर उपाशी राहून भुकेनं तळमळत राहिली असेल! त्याच्या मनात सुकन्येविषयी कणव दाटून आली.

मन रामकृष्णच्याच विचारात गढून गेलं. पैसा हा विनिमयासाठीच असतो; एवढं सोपं तत्त्व ज्याला समजत नाही, त्याला वेदान्त कसा समजेल? बायकोनं तिरस्कृत केलेल्या रामकृष्णविषयी त्याच्या मनात कणव निर्माण झाली. त्याचबरोबर, इथं हे नाही आणि बापाचा पैसाही नाही अशा दुरवस्थेत सापडलेल्या त्याच्या बायकोविषयीही करुणा दाटली.

कुणीतरी हाक मारल्यासारखं वाटलं. त्यानं उठून दरवाजा उघडला. दारात उस्मानी उभा होता. त्याला पाहताच याच्या मनात उत्साह निर्माण झाला. याच्याशी गप्पा मारायला नेहमीच मजा यायची. शिवाय याच्याकडे या भागातल्या कितीतरी चविष्ट गोष्टी असतात, असाही अनुभव होता.

उस्मानी गडबडीत होता. बाहेर उभ्या केलेल्या सायकलीला कुलूप न लावता आला होता.

"तुम्ही गेल्यापासून डिपार्टमेंटमध्ये काहीच खबर नाही बघा!.." म्हणत तो निघालाच, "मला जायला पायजे. नवीन रेंजर भारी स्ट्रिक्ट माणूस हाय. मुनीरंगप्पा. तुमाला कायतरी सांगायचं होतं म्हनून आलो बगा! हां... ती बाई भेटली होती. तुमच्याकडं तिची तीन भांडी हायेत म्हनाली. आणून द्यायला सांगितलंय. अजून त्यांनी नेलमंगलचं क्वार्टर सोडलेलं नाय. मुलांचं शिक्षण तसंच चालू व्हायला म्हनून ती बाई तिथंच राहते. तुमाला घराकडे यायला सांगितलंय बगा!"

एवढं सांगून त्यानं डोळा मारला.

"का रे? चेष्टा करतोयस काय?"

"चेष्टा कसली? झालं गेलं सोडून द्यायचं. मी अजूनही तिला फुकटात सरपण पुरवतोय. तसंच तुमी बी जायचं, भेटून यायचं! काय बिघडलं?" तो सायकलला हात घालत गंभीरपणे म्हणाला आणि तेवढ्याच घाईनं सायकल पकडून निघून

गेला.

आता मात्र मंजय्या मरगळ झटकून उल्हसित झाला. तीन भांडी माझ्याकडे आहेत म्हणे! बघायला पाहिजेत! तो लगेच उठला. आवरून सायकलवर सवार झाला.

तिच्या घरापुढे उतरला, तेव्हा चार वाजले होते. ती तेव्हा हॉलमध्ये बसून पुस्तक वाचत होती. तो दाराशी येताच पडलेल्या सावलीमुळे तिचं तिकडं लक्ष गेलं. बोलायला लगेच सुचलं नाही तरी त्याला बघून तिचा चेहरा खुलला. त्याचा चेहरा मात्र संकोचून गेल्यासारखा झाला होता. काही क्षण काय बोलावं, ते कुणालाच समजलं नाही. तरी ती पट्कन भानावर येऊन म्हणाली, ''तुम्ही सायकल उन्हात ठेवलीय! आत आणून ठेवा.''

त्यानं तिच्याकडे पाहिलं. तिनं पुन्हा तेच सांगताच तो उत्तरला, ''मला लगेच निघायचंय.''

''निघायचंय तेव्हा निघा. जायचंच होतं तर आलात कशाला? आलात ना? आता माझं ऐकायचं! सायकल आत ठेवून या!''

त्यानं तसं केलं. त्याच्यासाठी पाण्याचा तांब्या-भांडं आणून ठेवल्यावर तिनं विचारलं, ''खायला काय करू?''

''नको! खाणं झालंय.''

''बरं! सांगा, रात्री जेवायला काय करू?''

त्यानं पुन्हा तिच्याकडे पाहिलं.

''काय पाहताय? तुमच्यासाठी स्वयंपाक करून किती दिवस झाले! रात्री राहा! तुम्ही नाही म्हटलं तरी मी सोडणार नाही! सांगून ठेवते!'' म्हणत ती हसली.

कुठंतरी त्याचा संकोच गळाला. तोही सलगीनं म्हणाला, ''तर मग नाही जाणार!''

पुन्हा शांतता पसरली. पुढं काय बोलावं, ते दोघांनाही सुचेना. ती आत गेली. पाच मिनिटांनी बाहेर येऊन तिनं विचारलं, ''येताना नेहमी फुलं आणत होता! या खेपेला का रिकाम्या हातानं आलात?''

त्याच्या चेहऱ्यावर चूक केल्याची भावना दिसू लागली. दृष्टी खाली वळली. ती त्याच्या जवळ गेली. त्याचा चेहरा ओंजळीत घेऊन ती म्हणाली, ''हे पाहा! तुमच्या मनात चूक केल्याची भावना असता कामा नये! तुम्ही असं काय केलं? प्रेमाची मागणी केली. ती नाकारल्यावर राग येणं, तेही तुमच्यासारख्या मर्दाला; स्वाभाविक आहे! साक्ष द्यायला अप्पाजप्पांना नको म्हटलं, ते योग्यच झालं, हे एव्हाना तुम्हालाही पटलं असेलच. प्रेम नाकारलं म्हणून मला धडा शिकवण्यासाठी तुम्ही तसे वागलात! तुमच्याकडून चूक एकच झालीय! इतक्या दिवसांत राग

ओसरायला हवा होता. का नाही ओसरला? दागिने विकायला तुम्हीच यायला पाहिजे, असा अप्पाजप्पांबरोबर निरोपही पाठवला होता तुम्हाला! तेव्हाही नाही का समजलं? तुम्ही फार हुशार आहात, असं ऐकून होते मी! एवढे ढ आहात असं ठाऊक असतं, तर मी एवढं सगळं करतच बसले नसते! बोला! का नाही आलात? उस्मानीकडून निरोप पाठवेपर्यंत का वाट पाहायला लावलीत?''

''निंगप्पानं रयतांना गोळा करून खोटी साक्ष द्यायला लावली. कॉन्ट्रॅक्ट गेल्याचं मला काही दुःख नाही! माझं जीवन काही त्याच्यावर अवलंबून नाही. पण तुम्ही माझ्याविषयी चुकीची समजून करून घेतली, याचं मला दुःख आहे. त्या दिवशी मला राग आला होता, हे मी नाकारत नाही. थोबाडीतच मारलं ना तेव्हा मी! नंतर हळहळलो. साक्षीच्या संदर्भात तुमचं म्हणणं अगदी बरोबरच होतं. पण मी कंप्लेंट केलेली नाही! यावर तुम्ही विश्वास ठेवायला पाहिजे!'' म्हणत त्यानं तिचा हात धरला.

तिनंही त्याचा हात धरला. क्षणभर ती काही बोलली नाही. अजूनही तो तिच्या नजरेला नजर भिडवून बोलत नव्हता.

त्याच्याकडे बघत ती म्हणाली, ''त्या दिवशी तुम्ही मला एकेरी हाक मारत होता! आठवतं? मला व्यवस्थित आठवतंय! मग आज पुन्हा का आदरार्थी सुरू केलंत?''

तो काही बोलला नाही.

''अलीकडे तुमची आठवण झाली की बोलावंसं वाटतं. तेव्हा मी एकवचनानंच उल्लेख करते. सहजच होतं ते. आपण दोघंच असताना एकमेकांशी एकेरीच बोलायला पाहिजे. आदरार्थी बोलणं म्हणजे कुणातरी परक्याशी बोलल्यासारखं वाटतं. वयाचा फरक असतानाही समवयस्कासारखं वागलं तर स्नेह वाढल्यासारखा वाटतो. समजलं का, मी काय म्हणते ते?''

एवढ्यात मुलं शाळेतून आली. त्यांची चाहूल लागताच ती त्याच्यापासून दूर उभी राहिली. दाराशी जाऊन 'कोण आलं ते!...' म्हणत वैजयंती आणि शशिकांताचं कौतुकानं स्वागत केलं. याला पाहताच ओळख पटली तरी त्या मुलांना आश्चर्य वाटलं. फारसं काही न बोलता दोघंही आतल्या खोलीत निघून गेली. सरोजाक्षीही त्यांच्याबरोबर आत गेली आणि त्यांना खायला देऊन पुन्हा बाहेर येऊन बसली.

त्याला काय बोलावं सुचेना. इतका वेळ एकटीच बोलत असल्याचं लक्षात येऊन तीही गप्प बसली. खाणं संपवून बाहेर आलेल्या शशिकांतला तिनं विचारलं, ''बाळा, मटण घेऊन येशील? खूप दिवसांनी मामा आलेत ना! रात्री मस्त बेत करू या!''

''जा! मी नाही जात! मला खेळायचंय!''

"आणून देऊन जा ना खेळायला! माजा शाणा बाळ तो! तुला नको पुलाव?" म्हणत तिनं आतून पैसे आणून त्याच्या हातात दिले. वैजयंतीही शेजारच्या घरी खेळायला निघून गेली.

ती स्वयंपाकघरात स्वयंपाक करत होती. मुलं बाहेर रस्त्यावर इतर मुलांशी खेळत असल्याचा आवाज येत होता. तो एकटा हॉलमध्ये खुर्चीवर बसला होता. त्याच्या मनात नुकताच झालेला तिच्या हाताचा स्पर्श भरून राहिला होता. त्याचं मन भरून आलं होतं. सरोजाक्षी म्हणजे सरोजाक्षी! हिच्या पासंगालाही कुणी पुरणार नाही! तिनंच रात्री मुक्काम करायला सांगितल्यामुळे त्याच्या मनातला संकोचही कमी झाला. बाहेरचा अंधार वाढत चालला होता. तिनंच बाहेर येऊन स्विच लावला. खेळून आलेली मुलं त्याच हॉलमध्ये एका खांबापाशी अभ्यास करत बसली. त्याचं त्या मुलांकडे लक्ष गेलं. दोन्ही मुलं देखणी होती. त्यात मुलगी तर सिनेमातल्या मुलीइतकी सुंदर होती.

स्वयंपाक झाल्यावर सरोजाक्षीनं मुलांना आत बोलवून जेवू घातलं. नंतर त्याचंही जेवण एका चांदीच्या ताटलीत वाढून बाहेरच्या टीपॉयवर आणून ठेवलं. आपलंही अन्न घेऊन येऊन त्याच्या पुढ्यात बसून जेवली. नंतर आत जाऊन मुलांना झोपवून पुन्हा बाहेर आली. म्हणाली, "चला. झोपू या!"

त्यानं तिच्याकडे पाहिलं. ती सहज स्वरात म्हणाली, "आत अंथरूण घातलंय."

तो उठून आत जायला निघाला. तीही पुढचा दरवाजा बंद करून आणि दिवा मालवून आली. वेगळ्या खोलीत मुलं झोपली होती.

त्या खोलीतल्या मोठ्या लाकडी पलंगावर अंथरूण घातलं होतं. मच्छरदाणीही घालून ठेवली होती. सगळं अतिशय स्वच्छ होतं. शेजारीच विड्याचं तबक ठेवलं होतं.

मुलांच्या खोलीचा दरवाजा बंद केल्यावर या खोलीचाही दरवाजा लावत तिनं विचारलं, "कोट-शर्ट घालूनच झोपताय काय?"

त्यानं काढून दिलेले कपडे तिनं हँगरला लावले. त्याचा हात धरून त्याला मच्छरदाणीच्या आत नेलं. नंतर त्याच्या मांडीवर डोकं ठेवून ती म्हणाली, "त्या दिवशी मला मारून तुम्ही निघून गेलात! तेवढा अधिकार वाटल्याशिवाय कुणी कुणावर हात उगारेल काय? नंतर तुमच्या आठवणीनं मी किती तळमळले, ठाऊक आहे? का नाही आलात तुम्ही? मीही तेव्हा तुमच्यावर हात उगारला! तोही अधिकार नसताना उगारला, असं वाटलं का? आता तरी लक्षात घ्या! आपला दोघांचाही एकमेकांवर अधिकार आहे!"

त्यानंही तिला जवळ घेतलं. काय बोलावं, हे त्याला समजलं नाही. तीच म्हणाली, "बोल ना रे! मंजू... माझ्याशी बोल ना!"

तिच्या बोलण्यानं तो उत्तेजित झाला.

तीच म्हणाली, "एका मिठीत भरपूर गप्पा मारत झोपू या म्हटलं, तर तुला दुसरंच काही सुचतं का? मला तर वाटतं, रात्रभर मी तुझ्या मिठीत बोलत राहावं, तूही माझ्या बोलण्याला तशीच उत्तरं देत, उत्तेजन देत राहावंस! एक मात्र मी बजावून सांगते. माझ्यापाशी तू खोटं बोलता कामा नयेस! मीही तुझ्यापाशी खोटं बोलणार नाही!"

तीच पुढं म्हणाली, "त्या दिवशी मी तुला विचारलं होतं, तू किती शिकारी केल्या आहेस! ते मी तुला चिडवायला विचारलं नव्हतं. माझा मंजू खरा मर्द आहे, तसा मर्द असल्याशिवाय एवढी सावजं मारणं शक्य नाही! होय ना? म्हणून कौतुकानं मी विचारलं होतं. पण तुला राग आला! तूही लगेच विचारलंस, तू किती जणांसोबत झोपलीस? तुझी दोन्ही मुलं कुणाकुणापासून जन्मली आहेत ते सांग, म्हणालास! तू मला विचारलंस, याचा मला राग नाही. पण ही विचारायची पद्धत नव्हे! एक समजून घेशील?"

"हं!..."

"नुसतं हं काय? तू तर मला सांगायचा आग्रह करायला पाहिजे! नाही सांगितलंस तर कमरेत लाथ घालेन, अशी धमकी द्यायला पाहिजे! देशील की नाही?" तिनं जरा जोरातच विचारलं.

आता त्याचाही मूड बदलला. तो म्हणाला, "बोल! नाहीतर पेकाटात लाथ मारेन!"

"हं! अस्सं! हे बघ राजा, तुझ्या-माझ्यात लपवाछपवी नको! एक लक्षात ठेव. आजवर मी काय केलं, ते कुणाशीच बोललेली नाही! ते शक्यही नाही. पण तुला आज सांगणार आहे! ऐक. नंतर तूही सांग. एखाद्या बाईनं याविषयी कुणाशी बोलायचं असेल, तर केवढा विश्वास पाहिजे! एवढ्या बायकांना तूही पाहिलंयस! तुला हे ठाऊक असलंच पाहिजे. आज तू इथं आलास. रात्री इथं राहिलास. सायकल इथं ठेवलीस. हे सगळं शेजाऱ्यापाजाऱ्यांना ठाऊक असतं! तू कोण, तुझी काय ख्याती आहे, हेही कदाचित ठाऊक असेल. तू त्या कांतामणीकडे येत असतोस, हेही बऱ्याच जणांना ठाऊक आहे. तरीही आज रात्री तुला मी इथं मुक्कामाला ठेवून घेतेय! हे धैर्य मला कुठून आलं असेल? काही कल्पना?"

"प्रेम!" म्हणत त्यानं तिचं चुंबन घेतलं.

"केवळ प्रेमामुळे हे धैर्य नाही येत! ते येतं विश्वासामुळे! विश्वास नसेल तर प्रेमात काहीच अर्थ नाही. चल. आपण झोपून बोलू या. आपल्या दोघांमध्ये आणखी काहीच यायला नको! हे कपडेदेखील!.."

त्याला शरम वाटली.

"हे काय! इतक्या स्त्रियांसमोर वाटली नाही... आत्ताच कसली लाज?" तीच हसत म्हणाली.

तिनं त्याला विवस्त्र केलं, तरी त्याला ते धैर्य झालं नाही. ती स्वतः विवस्त्र होऊन म्हणाली, "आपण दोघांनीही मरेपर्यंत असंच राहिलं पाहिजे एकमेकांसमोर!.. कसलाही आडपडदा न ठेवता!..." म्हणत तिनं दिवा बंद करून अंधार केला.

त्याला हायसं वाटलं.

नंतर तीच म्हणाली, "आधी मी सांगते. माझा दोघांशी संबंध आला. अप्पाजप्पा तर नवरा! त्यांना यात घ्यायला नको." असं म्हणत तिनं सुब्बय्या आणि लक्कप्पासोबत असलेल्या नात्याविषयी सांगितलं. नवऱ्याच्या सस्पेन्शनच्या संदर्भात सुब्बय्याची भेट घेतल्याचं सांगून नेलमंगलला बदली करण्यामागचा त्यांचा हेतूही सांगितला. नंतर म्हणाली, "हे बघ, शशिकांत या दोघांपैकी कुणाचा हे मलाही खात्रीनं सांगता येणार नाही. वैजयंती मात्र सुब्बय्यांची आहे, हे मला तिच्या जन्माआधीच ठाऊक होतं. हे मी त्यांनाही सांगितलं होतं. पण त्यांच्या ते लक्षात असलेलं दिसलं नाही. ही घटना बाईच्या मनात पुरुषाविषयी तिरस्कार निर्माण व्हायला पुरेशी नाही काय? मी काही त्यांच्यावर तिची जबाबदारी टाकायला निघाले नव्हते! पण त्यांना यातलं काहीही आठवतच नव्हतं. पुसट आठवण असती तरी त्यांनी मुलगा आहे की मुलगी याची तरी चौकशी केली असती! काय म्हणायचं या असल्या नात्याला?"

एवढं बोलून ती बोलायची थांबली.

काही क्षण शांततेत गेले. भावनावेग ताब्यात आल्यावर त्याला गाढ आलिंगन देत ती म्हणाली, "माझ्या आयुष्यात हे दोघं केव्हा आणि कसे येऊन गेले, हे सांगितलं. त्यानंतर-खरं सांगते-तुला भेटेपर्यंत माझ्या मनात पुरुषाची पुसट आठवणही आली नाही. तुला पाहताच जाणवलं, हा खरा पुरुष आहे! खरा मर्द! तुझं काय! तुला शंभर जणी आहेत! या सरोजाक्षीवर प्रसन्न व्हायला इतकी वाट बघावी लागली! आता तू सांग! तुझ्या आयुष्यात कोण-कोण येऊन गेलं? सगळं खरं-खरं सांग! मला ठाऊक आहे, तुझ्यासारख्या मर्दाला नैतिकतेच्या तागडीत जोखणं चुकीचं आहे. मीही ते करणार नाही! बोल! दुसरं म्हणजे मला त्या शंभर जणींशी काढलेल्या एकांताची वर्णनं ऐकण्यात रस नाही. मला सांग, या वागण्यामागं काय कारण होतं? किंवा काय कारणं होती? तुला स्त्रीकडून काय हवं होतं? कसला शोध होता तुझा? मला खरं-खरं सांग."

त्याला काय बोलावं, हे सुचेना. तो कासावीस झाला.

"मी का इतका आग्रह करतेय, सांगू? रयतांना एक करून खोटी साक्ष निंगप्पानं दिली, असं सांगितलंस ना मघाशी? ते खोटं हे तुलाही ठाऊक आहे, मलाही ठाऊक आहे! का केलंस असं? तुला धडा शिकवायला म्हणून तसं केलं,

असं सांगितलं असतंस तर मी काय केलं असतं? मला तुझ्या धैर्याचं कौतुक वाटलं असतं! मी तुला शरण आले असते! तसंच, इतक्या बायका भोगल्या, पण सरोजाक्षीसारखी त्यात एकही नव्हती; असं काहीतरी तू सांगितलंस, माझ्यात काय सापडलं, हे सांगितलंस तरी मला बरं वाटेल! सांग! का वागलास असा?''

तो स्वत:शीच विचार करू लागला. मी का इतक्या बायकांच्या जवळ जात राहिलो? त्यातल्या कुणाकडून काय मिळालं? ही म्हणतेय, तसा माझा काही शोध चालला होता काय? हिच्यात मला असं काय वेगळं गवसलं? तिचे सगळे प्रश्न त्याला विद्ध करत होते; पण कशाचंच उत्तर मिळत नव्हतं.

बराच वेळ तीही काही बोलली नाही. नंतर ती म्हणाली, ''आत्ताच्या आत्ता सांगायला पाहिजे, असा माझा काही आग्रह नाही. उद्या मुलं शाळेला गेल्यावर आपल्याला पुन्हा एकांत मिळेल ना, तेव्हा सांगितलंस तरी चालेल! उद्या... परवा... तुला काही गावी परतायची घाई नाही ना! मी काही तुला संकटात टाकायला हे विचारत नाही. सत्य काय आहे ते मला सांग आणि तूही समजावून घे!..'' म्हणत तिनं त्याला गाढ आलिंगन दिलं.

तीच पुढं म्हणाली, ''माझ्यापुढचा प्रश्न लक्षात घे! मला नेलमंगलला जावंच लागेल. तिथं पुन्हा सुब्बय्यांचं येणं-जाणं सुरू होईल. तेही मला घेऊन बेंगळूरला जायचं ठरवतील! त्यांचं चूक नाही. मागं तीन वर्षं त्यांच्याशी माझाही स्नेह होताच ना! त्यातून हक्क येतो. त्याच्याच जोरावर मी त्यांच्यापाशी नवऱ्याचं सस्पेन्शन कॅन्सल करून घ्यायला गेले होते ना! ते नसते, तर मला तरी तिथंपर्यंत जायचं धैर्य झालं असतं काय? त्यांनी जर मला पुन्हा बोलावलं तर? मी नकार दिला तर ते पुन्हा माझ्या नवऱ्याला कुठल्या ना कुठल्या प्रकारे त्रास देऊ शकतील अशा जागेवर ते आहेत! पण ते देणार नाहीत, याची मला खात्री आहे! पण मला एका पुरुषाचं रक्षण हवंय, मंजू! सहा फूट उंचीचे अप्पाजप्पा त्या जंगलात माझं रक्षण करू शकणार नाहीत. त्यामुळे मला सुब्बय्यांचा स्नेह नाकारणं शक्य होणार नाही. पण आता काय झालंय सांगू? माझं मन तुझ्यावर जडलंय! माझ्या दृष्टीनं जगात तूच एकमेव पुरुष आहेस!''

त्याच्या कानात ती पुटपुटली, ''मंजू, मला काय वाटतंय सांगू? अप्पाजप्पांना तरी का खोटं सांगायचं? ते तर मला कधीच काही विचारत नाहीत. तरीही त्यांचं अन्न खात, त्यांची बायको म्हणून समाजात मिरवत, दुसरीकडे प्रेम दुसऱ्यावर करत का खोटं आयुष्य जगायचं? मी तुझ्या गावी येईन. तुझ्या घरात स्वयंपाक करत, तुझे कपडे धुवत, तुझ्या घरची पडतील ती कामं करत... आलं का मी काय म्हणते ते लक्षात? तुझ्या घरात तू ठेवशील, तशी मी राहीन. एका गोष्टीची मात्र शपथ आहे! त्या तुझ्या-माझ्या घरात आणखी कुठलीही स्त्री येता कामा नये! मळ्यातल्या

खोपीत हवं तर तू कुणालाही बोलावून घे. चनरायपट्टण-हासनमध्ये हव्या तितक्या बाया ठेव! तेवढी तुझ्यासारख्या मर्दाची शक्ती असेल, तर मी कशाला मध्ये येऊ? शपथेवर सांगते, त्या संदर्भात मला कधीच मत्सर वाटणार नाही. लग्नाच्या बायकोला जसा या बाबतीत मत्सर असतो, पाप-पुण्याचा विचार असतो; तसा माझ्यासारखीच्या मनात कधीच नसेल याची खात्री बाळग!''

तो काहीच बोलला नाही. तीच म्हणाली, ''तुला कदाचित माझ्या मुलांची जबाबबदारी वाटेल. मी त्यांची आई आहे. मी सांगितलं, तर अप्पाजप्पा ती जबाबदारी नाकारणार नाहीत. ते माझ्यावर किती अवलंबून आहेत, हे तुलाही चांगलंच ठाऊक आहे! पण एकदा त्यांची साथ सोडल्यावर मी कशाला माझी मुलं त्यांच्या पैशानं सांभाळू? तुझ्यावरही ती जबाबदारी टाकणार नाही. माझ्या माहेरकडून मला काही पैसे मिळाले आहेत. दहा वर्षांपूर्वी. ते मी बँकेत ठेवले आहेत. त्याचं व्याज तिथंच जमा होतंय. ते व्याज मी खर्चासाठी वापरू शकते. त्यात त्यांचं शिक्षण आणि वरखर्च होत राहील. तुझ्यावर त्यांचा नया पैशाचाही भार पडणार नाही. मी जरा जास्तच बोलले! पण काय करू? किती वर्षांची इच्छा होती माझी! म्हणून एकाच दमात बोलत राहिले! मंजू, खरं सांगते. तू माझ्यावर रागवायला पाहिजे माझं काही चुकलं तर! चूक मोठी असेल तर कंबरडं मोडेल, अशी लाथ घातलीस तरी हरकत नाही! ये...'' म्हणत उत्तेजित होऊन ती त्याच्या कपाळाची, चेहऱ्याची, त्याच्या छातीची चुंबनं घेऊ लागली. तोही पेटून उठावा म्हणून...

पण तो थंडगार बर्फाच्या पाण्यानं अंघोळ करावी, तसा गारठून गेला होता. कशाचाही परिणाम न होता तो थंडगार बर्फाचा गोळाच बनला होता.

हे लक्षात येताच तिनं त्याच्या कानात उष्ण उसासत विचारलं, ''का मंजू? काय झालं?''

तो काहीच बोलला नाही.

काही वेळ वाट पाहून तीच म्हणाली, ''खट्टू होऊ नकोस! मला ठाऊक आहे. एकमेकांचा मनोधर्म एकमेकांशी भिडला नाही तर पुरुषाला काहीच शक्य होत नाही! चूक माझीच आहे.'' म्हणत तिनं कूस पालटली, पलंगावरून खाली उतरली आणि तिथल्या चटईवर झोपली.

पुन्हा शांतता पसरली. तीच म्हणाली, ''हे बघ, शशिकांतला मध्यरात्री लघवीसाठी उठायची सवय आहे. जागा झाला, तर दिवा लावून मला शोधत इथं येईल. मी झोपायला तिकडं जाते. तूही शांतपणे झोप. उद्या मुलं शाळेला गेली की पुन्हा बोलता येईल.''

तिनं दिवा लावला. त्याला पराकोटीची शरम वाटली. तिनं मच्छरदाणीची कड गादीखाली दुमडली आणि कपडे करून ती निघून गेली.

शेजारच्या खोलीचा दरवाजा उघडून वैजयंतीच्या शेजारी जाऊन ती झोपली, तरी तिला झोप आली नाही. तिच्या अंदाजाप्रमाणे शशिकांत उठला. त्याच्याबरोबर न्हाणीघरात जाऊन येऊन ती पुन्हा अंथरुणावर आडवी झाली. कितीतरी वेळ गेला तरी तिची झोप उडाली ती उडालीच. दोन्ही मुलं गाढ झोपी गेली असल्याचं त्यांच्या श्वासाच्या गतीवरून कळत होतं. अंधारात शेजारच्या खोलीत पलंगाचा आवाज ऐकू आला. मंजय्या कूस पालटत असल्याचं तिला जाणवलं.

मनात पुन्हा आशा निर्माण झाली, तिथं का जाऊ नये? पण कुठंतरी मनात आशंका निर्माण झाली होती. हा काही आपल्याप्रमाणे आपलं मन संपूर्णपणे मोकळं करून दाखवणार नाही! काय करावं? तिचा निर्णय होत नव्हता.

त्याच वेळी बाहेरच्या दाराचा बोल्ट उघडल्याचा आवाज ऐकू आला. ती उठून बाहेर आली, दिवा लावला. मंजय्यानं कपडे घातले होते. तो हलकेच दरवाजा उघडून बाहेर निघत होता.

तिच्या जिवाचा संताप झाला. पण तो न दाखवून देता तिनं हळूच विचारलं, "हे काय मंजू? न सांगताच जायला निघालास? चल." म्हणत तिनं त्याचा हात धरला, पुन्हा दार लावलं, दिवा बंद केला आणि पुन्हा त्या झोपायच्या खोलीकडे निघाली. असहायपणे तो तिच्या मागोमाग निघाला. त्याला पलंगावर बसवून त्याला गाढ आलिंगन देत ती म्हणाली, "मला सांगायचं होतं, ते सगळं मी सांगितलंय. तू का असा गप्प आहेस? काहीच का बोलत नाहीस? यानंतर मुलं अजिबात उठणार नाहीत. ती काळजी नको. मोकळेपणानं बोल. दोघांमध्ये कसलीही आडकाठी नको म्हणून मी तुला तो प्रश्न विचारला. पण तुला उत्तर द्यायचं नसेल तर नको देऊस! तुला सांगितलं, सुब्बय्यांनी नेलमंगलला का बदली करायचं ठरवलंय ते! तिथून बेंगळूरला जायला-यायला हव्या तेवढ्या बसेस आहेत. माणूस तसा वाईट नाही. तीन वर्षं उत्तम स्नेह सांभाळला त्यांनी. वैजयंतीसारखं गोड लेकरूही मला दिलं. पण माझं मन तुझ्यात गुंतलंय. अशा वेळी त्यांच्या सहवासाच्या कल्पनेनंही मला किळस येते! तू माझ्यावर हात उगारलास, त्याला वर्ष झालं. मला तो दिवस-महिना व्यवस्थित लक्षात आहे! बायकांची स्मरणशक्ती असल्या बाबतीत अतिशय तीव्र असते!" त्याचा हात हातात घेऊन कुरवाळत ती उसासून म्हणाली, "मला मारायचा हक्क या हातांव्यतिरिक्त आणखी कुणालाही नाही!"

पण त्याची अवस्था एखाद्या रबरी बाहुल्यासारखी झाली होती. हातापायांतला जीव नाहीसा झाला होता.

"जाऊ दे! मला काही तुला अडचणीत आणायचं नाही. मुलांच्या शिक्षणाचं कारण सांगून मी अजूनही इथं राहतेय. ते खरंतर तुझ्या भेटीसाठी! पण तुलाच माझं ओझं होणार असेल, तर मी अप्पाजप्पांना कळवून तिथं निघून जाईन! पण त्या

आधी एक गोष्ट... मंजू... तू ऐकणार असशील तर सांगते. सांगू ना? बोल... काहीतरी बोल!''

त्याचा हुंकारही एखाद्या खोल गुहेतून ऐकू येणाऱ्या क्षीण स्वराप्रमाणे होता.

''सगळं मीच माझ्या तोंडून सांगायला पाहिजे? बावळट! तुझं माझ्यावर किती प्रेम आहे हे मला ठाऊक नाही, पण तुझ्या आठवणीशिवाय माझा एखादा तासही जात नव्हता. अप्पाजप्पांना पत्र लिहून पुढची सगळी व्यवस्था व्हायला आणि मला नेलमंगलला जायला काही नाही तरी महिना लागेल. तेवढ्या अवधीत मला तुझ्याकडून एक बाळ हवंय! माझी एवढी इच्छा पुरी कर! एक तुझ्यासारखा खोडकर मुलगा! मोठा झाल्यावर त्याला बघताक्षणी सगळ्या बायका विवश होतील, असा मर्द मुलगा! तेवढा मुलगा मला दे! तेवढं मला पुरेसं आहे!'' असं म्हणत तिनं त्याला कवटाळलं.

''मंजू! एवढं दे मला! स्त्रीला तिच्या प्रेमाची खूण म्हणून तिनं प्रेम केलेल्या पुरुषासारखं एक मूल हवं असतं!'' पुढं थट्टेनं म्हणाली, ''पुरुषांचं आपलं बरं असतं! त्यांना कुठलंच बंधन नसतं!''

यापैकी कशाचाच कसलाही परिणाम न होता तो निश्चल होता. ती मात्र भावविवश होऊन त्याला विनवत राहिली, त्याला चेतवण्यासाठी धडपडत राहिली.

पण हळूहळू तिचा आवेग ओसरत गेला. नंतर ती काही वेळ हुंदके देत रडत राहिली. तिला काय सांगावं, कसं तिचं समाधान करावं, हेही त्याला समजेना. कूस पालटून ती त्याच्यापासून दूर झाली आणि आतून उन्मळून येणाऱ्या दुःखाला उशीत तोंड खुपसून वाट करून देऊ लागली. मुलांना ऐकू जाईल याचं भय न बाळगता ती हुंदके देऊन हमसाहमशी रडू लागली.

कितीतरी वेळ ती रडत राहिली. हळूहळू हुंदके कमी कमी होत पूर्णपणे थांबले. सगळीकडे मौन पसरलं. निःशब्द मौन. तो तर श्वासाचीही चाहूल लागू नये अशा मौनात गाडला गेला होता.

अचानक सरोजाक्षी उठली. तिनं खोलीतला दिवा लावला. त्या प्रकाशानं त्याचे डोळे दिपले. तिच्याकडे दृष्टी जाताच तिच्या कानांतल्या तेजस्वी कुड्यांहूनही तीक्ष्णपणे खुपणारी तिची नजर सहन न होऊन त्यानं डोळे मिटून घेतले. शरम वाटून त्यानं पायांशी पडलेली चादर अंगावर ओढून घेतली. पण तिनं त्वेषानं ती ओढून काढली. स्वतः त्याच्या पुढ्यात बसून म्हणाली, ''ज्याच्यात पुरुषार्थच नसतो, तोच जास्त वल्गना करतो! पुरुषार्थाच्या वल्गना! हेच पुरुष आपल्या पुरुषार्थाच्या वावड्या उडतील, असं करत असतात! तुम्हाला पाहिल्यापासून मीच माझ्या मनाला सांगत राहिले, संपूर्ण जगातला हा खरा मर्द! पण आता माझा भ्रमनिरास झालाय! आणखीही समजतंय! तुमच्यात पुरुषत्वच नसल्यामुळे तुमची

बायको तुम्हाला सोडून गेली असावी! सभ्य बाई असल्यामुळे ती हे इतर कुणापुढे बोलली नसेल! जाऊ दे! तुम्ही कपडे करा आणि तुमची सायकल घेऊन निघून जा! यानंतर मला असलं फसवं नातं नको!''

ती वेगानं मुलांच्या खोलीत निघून गेली.

उठून निघून जाण्याइतकीही शक्ती मंजय्याच्या अंगात राहिली नव्हती. संपूर्ण शरीराला लकवा मारल्यासारखं त्याला वाटत होतं. त्याच्या कुठल्याच इच्छाशक्तीला त्याचा देह प्रतिक्रिया देत नव्हता. मन ओल्या कागदाच्या बोळ्यासारखं झालं होतं. संपूर्ण आयुष्यात हा अनुभव त्याला याआधी कधीच आला नव्हता.

काही क्षण तसाच पडून राहिला. एका क्षणी त्याच्या मनात भय निर्माण झालं. जर ही पुन्हा अशीच अपेक्षा ठेवून आपल्यापाशी आली तर?

या विचारानंच तो घामाघूम झाला. ताड्कन उठून बसला. पलंगाखाली पडलेले कपडे भराभरा अंगावर चढवून तो खोलीबाहेर पडला. हॉलमध्ये येऊन बाहेरचा दरवाजा उघडला. चपला चढवल्या. मागं वळूनही न पाहता दरवाजा तसाच उघडा टाकून सायकलवर स्वार झाला आणि अतिवेगानं पायडल मारत शक्य तितक्या लवकर तिथून दूर जाण्यासाठी धडपडू लागला. ती पुन्हा येईल अशा भयानं!

सतरा

सकाळी दहा वाजता लक्कू आपल्या दुकानापुढे उभ्या असलेल्या बसमध्ये धपाधपा पावलं टाकत चढत मोठ्यानं किंचाळली, ''बिगीबिगी चालव रे ड्रायवर! उशीर करू नगंस!''

त्या आवाजानं ड्रायव्हर-कंडक्टरबरोबरच इतर प्रवाशांनी तिच्याकडे वळून पाहिलं. सगळेच दचकले.

तिच्या डाव्या हातातला रक्तानं माखलेला मांसाचा गोळा काळा ठिक्कर पडत चालला होता. पण ते नेमकं काय आहे, हे कुणालाच समजत नव्हतं. उजव्या हातातल्या कोयत्याचं पातंही रक्तानं माखलं होतं. तिच्या अंगावरचं लुगडंही रक्तानं अधूनमधून माखलं होतं. बिळीकेरेला चढलेल्या एक-दोन प्रवाशांनी विचारलंही, 'काय आहे ते, लक्कू?'

यावर त्यांना काही उत्तर न देता ती ड्रायव्हरलाच म्हणाली, ''हे बग, गाडी थेट चनरायपट्टणच्या पोलीस ठेसणात नेऊन थांबवायची! समजलं? इकडंतिकडं फिरवायला लागलास तर तुजं मुंडकंच कापते बग!'' तिनं हातातला कोयता उगारला. डावा हात मात्र तसाच होता. हिचं डोकं फिरलंय, असंच सगळ्यांना वाटलं. ही काहीतरी घात करून आलीय, हे लक्षात घेऊन ड्रायव्हरनं लगेच बस सुरू केली. काहीतरी अघटित घडलंय, हे तर स्पष्टच दिसत होतं. अशा वेळी पोलिसांना कळवणं कर्तव्यच. त्यात हीच पोलीस स्टेशनकडे घेऊन जायला सांगतेय! कंडक्टरला सांगून मध्ये कुठेच न थांबता त्यानं गाडी चनरायपट्टणच्या दिशेनं हाकली. बसमधले बाकीचे प्रवासी भयभीत होऊन एकमेकांकडे पाहत बसले होते.

बस पोलीस स्टेशनपुढे थांबताच लक्कू डाव्या मुठीतली ती वस्तू आणि उजव्या हातातला कोयता घेऊन बसमधून उतरली. त्याच वेगात ती आत घुसली. दारातल्या शिपायानं ''कोण बाई तू? अशी काय आत घुसतेस? थांब...'' म्हणत

असतानाच ती म्हणाली, "आदी तुज्या इन्स्पेक्टरला बोलाव! लवकर!"

तिचा तो चढा आवाज आणि तिचा हातात रक्तानं माखलेला कोयता घेतलेला अवतार पाहून तोही दचकलाच. तिला पाहताच इन्स्पेक्टर बी. एस. नारायण मूर्ती खुर्चीवरून उठून उभे राहिले.

लक्कूनं डाव्या हातातली वस्तू आणि रक्तानं माखलेला कोयता त्यांच्यासमोरच्या टेबलावर ठेवला आणि म्हणाली, "ए नारायणमूर्ती! तू सच्चा मानूस हायेस म्हनून मीबी ऐकलंय! मी कायबी खोटंनाटं सांगायला आले नाय! हे काय हाय ते आदी बगून घे!" एवढं सांगून ती समोरच्या खुर्चीवर बसली.

इन्स्पेक्टरनी निरखून पाहिलं आणि ते दचकलेच!

ते एका पुरुषाचं शिश्न होतं! रक्त वाहून गेल्यामुळे त्याचा आकार ओळखू न येईल इतका विचित्र झाला होता. केवळ कल्पना करूनच त्याची ओळख पटणं शक्य होतं.

त्यांनी लक्कूकडे पाहिलं. आता त्यांना तिचीही ओळख पटली. वर्षापूर्वी नवऱ्याच्या खुनानंतर प्रत्यक्ष कोर्टात उभं राहून हिनं आपल्याला गुंगारा दिला होता आणि मंजय्याची भलावण केली होती! तेव्हा तर तो स्वत: न्यायाधीशांनाही मोठा धक्का होता! नंतर तिचे मंजय्याशी असलेले संबंध, तिचं दुकान याविषयीही ते जाणून होते.

त्यांनी शक्य तितक्या शांत स्वरात विचारलं, "बाई! कुणाचं हे? कुणाचं कापून आणलंस?"

"हे बग! ही लक्कू कदीच खोटं बोलनार नाय! तवा कोर्टात खोटं बोलले व्हते! तवा जे झालं, ते झालं! आता मी काय सांगते, ते नीट लिहून घ्ये!... आता मी खोटं बोल्ले, तर मीच गू खाल्यासारकं हुईल बग! खोटं बोल्ले, तर याच कोयत्यानं माजी जीभ कापून देईन! घे कागद..."

इन्स्पेक्टरांनी कागद समोर घेतला आणि ते लिहून घेऊ लागले. ती सांगू लागली, "हे मंजय्याचं हाय. माज्यापाशी हाय म्हनून आईसंगट लेकीलाबी घालायला गेला तर काय करनार? कापून टाकलं बगा!"

"म्हणजे मंजय्यानं तुझ्यावर डाव साधला आणि नंतर तुझ्या मुलीवरही तेच करायला गेला, तुला हे समजलं!"

"व्हय! शाणा हायेस!" असं म्हणत हासनमध्ये शिकायला असलेल्या आपल्या मुलीवरही भूल टाकून त्यानं तिला कसं गर्भार केलं, ही सगळी हकिकत तिनं सांगितली. त्यांनी सगळं लिहून घेतलं.

नंतर विचारलं, "तो एवढा दांडगा माणूस! तू एवढं कापेपर्यंत तो बरा गप्प बसला? तू कसं कापलंस? सगळं नीट सांग!"

"आज सकाळला तो मळ्यातल्या खोपीत गेला होता. कितीतरी दिवस तो गावातच नव्हता. काल संध्याकाळी आला. दुकानातून मला तो आल्याला दिसला. दुकान लावून मी तिकडं धावले. हाक मारली. त्यानं मागं वळून बगितलं. काय म्हनून इचारलं. हसत-हसतच म्हनलं, बायकोला इसरला काय! त्यालाबी बरं वाटलं. तोबी हसला. म्हनला, तिपटूरला जाऊ या चल! मी मुरका मारत म्हनलं, इकडं माजा जीव भुकेनं मरायलाय! आन तुला तिपटूर सुचतंय काय! मळ्यात चाललाय न्हवं? मीबी तिकडंच येते, चल! पन त्याच्या मनात नव्हतं. मी सोडते व्हय! त्याची पाठ सोडलीच नाय. मीच फाटक लावलं, खोपीत चल म्हनलं. कुनीतरी बगंल म्हनल्यावर तो खोपीत यायला तयार जाला. आत गेल्यावर त्याला फुडून घट्ट धरलं. मीच पुढाकार घेतला. काय करायचं, ते तर माजं आदीच ठरलं व्हतं. तो खांबाला टेकून उभा ऱ्हायला. मी खांबामागं जाऊन त्याचे दोनी हात मागून घट्ट धरले. मग त्याचं धोतर फेडलं आन त्याच्या एका टोकानं त्याचे हात मागं बांदले. दुसऱ्या टोकानं दोनी पायबी मागून बांदले. धोतर फेडलं, तवा त्याच्या कमरेचा हा कोयताबी पडला. हा त्याचाच हाय! मळ्यात जाताना कमरेला बांदायची त्याची नेहमीची सवय मलाबी ठाऊक व्हती. माज्यापाशीबी हे व्हतंच..." म्हणत तिनं कमरेच्या चंचीत लपवलेला एक धारदार चाकू दाखवला.

"त्याला आज सोडायचं नाय, हे कापायचंच, आसं आदीच पक्कं ठरवलेलंच व्हतं म्या! म्या सांगतेय, तस्संच लिवतोस न्हवं? ही लक्कू खोटं सांगायची नाय!"

"आधीच ठरलं होतं तुझं?"

"व्हय. पन कारन त्याला सांगायला पायजे न्हवं? जज्ज पन तसंच करत्यात न्हवं? मला फशी पाडलं ते पाडलं, आता माज्या मुलीशीबी संग करायला गेला हा! ती गर्भार हाय! काय करावं तिनं? हे सगळं त्याला इचारलं. नंतर म्हनलं, तुज्यासारक्याला हीच शिक्षा! ह्याच्याच मस्तीत तू माजा आन माज्या लेकीचा घात केलास! असं सांगून नंतर हे या डाव्या हातात धरलं आन या उजव्या हातातल्या कोयत्यानं कापून काडलं! त्यो वरडत होता, लक्कम्मा... लक्कम्मा... नगं नगं... पाया पडतो म्हनून लई आरडत व्हता. लई वरडत व्हता. पन मी ऐकते व्हय! नंतर हितं यायचं माज्या डोसक्यातच आलं न्हवतं. कापल्यावर वाटलं, हितं येऊन सांगायला पायजे. लपूनछपून करायला मी काय खोटारडी नाय! म्हनून सरळ हितं आले. दारातच बसबी मिळाली.'

"पण तिथून निघायच्या आधी त्याला बांधलं होतं, सोडलं की नाही?"

"कापलं आन निगून आले म्हनून सांगतेय न्हवं? पुन्ना तेच काय इचारतोस?"

"हे कापल्यावर लगेच उपचार केले नाही, तर तो रक्त वाहून जाऊन मरून जाईल, हे तुला ठाऊक नव्हतं?"

ती अवाक् झाली. कसंबसं म्हणाली, "असं हुईल?"

इन्स्पेक्टरांना संपूर्ण भान आलं. तातडीनं निघून वाटेत सरकारी डॉक्टरांना घेऊन बिळीकेरेला जायला पाहिजे! त्यांनी दोन शिपायांना लक्कूला जीपकडे न्यायला सांगितलं. "मला का धरता? मी काय चोर नाही..." म्हणत तिनं स्वत:ला सोडवून घेतलं. दोन्ही शिपायांनी तिचे दंड सोडले आणि जीपमध्ये तिच्या दोन्ही बाजूंना बसले. बसमधून उतरलेली माणसांची गर्दी स्टेशनसमोर उभी होती. तिकडं लक्ष न देता इन्स्पेक्टरनी जीप बिळीकेरेकडे दामटली. परिस्थितीचं गांभीर्य त्यांच्या लक्षात आलं होतं.

मळ्यापाशी उतरताच लक्कूला पुढं करून ते आणि सोबतचे पोलीस खोपीकडे निघाले. खोपीचं दार अर्धवट लोटलेलं होतं. आत पाहताच ती किंचाळली, "अय्यय्यो! हा तर मरूनच गेलाय! आन येवडे कावळे... यांना कसं दिसलं? त्यो यमधर्मच धाडतोय म्हना! हिकडं आसं आसं मढं पडलंय म्हनून!..."

सगळे आत डोकावून पाहू लागले. सगळेच हादरून गेले.

मंजय्याचं खांबाला बांधलेलं प्रेत ढिलं पडलं होतं. कापलेल्या जागेवरून खाली चटईवर ओघळलेलं रक्त काळं पडलं होतं. आणि कावळ्यांचा घोळका कापलेल्या जागी टोचा मारून ती जखम आणखी खोल करत होता! प्रेताच्या इतर भागावर कुठेही किरकोळ ओरखडाही नव्हता.

आधी त्या कावळ्यांना उडवून लावण्याच्या उद्देशानं इन्स्पेक्टरांनी सगळ्यांना खोपीत एका कोपऱ्यात उभं राहायला सांगितलं. नंतर सगळ्यांना एकाच वेळी टाळ्या वाजवून आरडाओरडा करायला सांगितला. तसं केल्यावर सगळे कावळे मनाविरुद्ध खोपीबाहेर गेले. तरीही बाहेरच्या नारळाच्या झाडाखाली बसून राहिले. डॉक्टरांनी नकारार्थक मान हलवली, तेव्हा सगळ्यांनाच परिस्थितीची कल्पना आली. तरीही प्रेताचा पंचनामा करायचं काम शिल्लक होतं.

प्रेत खांबापासून सोडवून खोपीबाहेर आणून ठेवण्यात आलं. त्या गावात सरकारी डॉक्टर असल्यामुळे पंचनामा करायची जबाबदारी त्यांची होती. तसंच कदाचित धुगधुगी असेल तर उपचार करावे लागतील म्हणून इन्स्पेक्टरनी तिकडचे डॉक्टर सोबत आणले होते. पण आता इथले डॉक्टर आणि पंच आवश्यक होते. त्याप्रमाणे इन्स्पेक्टर कामाला लागले. शिवाय मृताच्या जवळच्या नात्यातलं कुणी असेल, तर त्यांनाही निरोप धाडणं आवश्यक होतं. पण तसं कुणी सापडलं नाही.

आता मळ्यात गावकऱ्यांची गर्दी जमू लागली. मुळात प्रत्येक बाब पट्कन करून संपवायची नारायणमूर्तींना घाई असे. पंचनामा झाल्यावर प्रेत कुणाच्या ताब्यात द्यायचं, याचा ते विचार करू लागले. सगळी पार्श्वभूमी ठाऊक असल्यामुळे त्यांनी गावकऱ्यांपुढेच हा प्रश्न टाकला.

पण कुणीच पुढं झालं नाही.

"अरे काय हे? या माणसाच्या जातीतले-नात्यातले या गावात कुणीच नाही? कुणीच तयार नसेल तर पोलिसांकडूनच जाळून विल्हेवाट लावली जाईल! त्या वेळी या माणसाचा कुणीही नातेवाईक नव्हता, अशी नोंद करावी लागेल!"

पटेल चंद्रेगौडा पुढं होऊन म्हणाले, "आता नातेवाईक म्हणाल तर त्याच्या बायकोचा भाऊ रामकृष्ण म्हणावा लागेल! लग्न झालं, पण बायको दहा-वीस वर्षांपूर्वीच याला सोडून वेगळी झालीय! याला वाचवायला खोटी साक्ष दिली म्हणूनच याचा सासरा गळफास लावून घेऊन मरून गेला! अशा वेळी तो बिचारा रामकृष्णप्पा या पाहुण्याला अग्नी देईल काय? तुमी तुमचा जो काही कानून आसंल, तसं करून टाका! तुमी सांगाल, तिकडं आमी गावकरी सही करतो नाय तर आंगठा लावतो!"

"तर मग त्या रामकृष्णप्पांना इथं बोलावून आणा!" इन्स्पेक्टरनी सांगताच पटेल आपणहून जीपमध्ये बसून निघाले.

शवविच्छेदन व्हायच्या सुमारास जीप परत आली. रामकृष्णही सोबत आला होता. पटेलांनी त्याला सगळी हकिकत येतायेताच सांगितली होती. भोवतालची गर्दी बाजूला सारत पुढं आलेल्या पटेलांनी सांगितलं, "हाच रामकृष्ण."

इन्स्पेक्टरांनी रामकृष्णला विचारलं, "तुम्ही या मृताला ओळखता काय?"

रामकृष्ण काहीच बोलला नाही. त्याच्या अंतर्यामी उलथापालथ चालल्याचं पाहणाऱ्याच्या लक्षात येत होतं. संताप-तिरस्कार-किळस यांसारख्या कितीतरी भावना दडवून ठेवायचा त्याचा प्रयत्नही लक्षात येण्यासारखा होता. इन्पेक्टरांनी पुन्हा विचारलं. तोपर्यंत तो एका निर्धारापाशी आला असावा. तो म्हणाला, "तो प्रश्न नाही! कितीही वाईट प्रवृत्तीचा चांडाळ असला तरी मृताचा संस्कार केल्याशिवाय राहू नये. मी या मृतदेहाचा संस्कार करेन! मी काय लिहून देऊन सही करायची तेवढं सांगा!"

नंतर तो गर्दीकडे वळला. त्या गर्दीवरून नजर फिरवताच देवरय्या जोईस त्याच्या नजरेला पडले. त्यानं खिशातून पन्नास रुपये काढून त्यांच्या समोर धरले आणि सांगितलं, "शक्य तितक्या लवकर सगळी तयारी करा. कुजून गेलेला आणि तुकडे झालेला हा मृतदेह तिरडीवरून घेऊन जाणं शक्यच नाही. शेजारीच तळं आहे. इथून घेऊन जाण्यापेक्षा इथंच संपवून टाकू या. माझ्या परसात दोन ओंडके आहेत. ते फोडत बसायला वेळ नाही. कुणाच्या घरात सरपण असेल तर द्या..."

पैसे घेऊन जोईस निघाले. तिथंच उभे असलेल्या पटेलांनी सांगितलं, "आमच्या घरात भरपूर लाकूडफाटा आहे. चिपाडंही आहेत." रामकृष्णनं सांगताच पटेलही निघाले.

आपलं काम मार्गी लागताच इन्स्पेक्टरनी शिपायाला विचारलं, "गुन्हेगार कुठाय?"

शिपायानं सांगितल, "खोपीत ढाराढूर झोपलीय! एक शिपाई पहाऱ्यावर आहे.'

त्यांनी पाहिलं, खरोखरच लक्कू पाऊल ठेवल्यावर आवाज करणाऱ्या तट्टीवर उताणी झोपून ढाराढूर घोरत होती. तिच्या डोक्यापाशी मंजय्याच्या गुप्तांगाच्या जागेतून गळलेलं रक्त येऊन थबकलं होतं. तिथं काळ्या रंगाचं थारोळं साचलं होतं. बाहेर काय चाललंय, याची पर्वा न करता तिची झोप चालली होती. जागं केल्यावर ती उठली. तशीच बाहेर आली.

तिथं काय झालं, याचा विचार न करता बाहेरच्या एका छोट्या झाडाकडे हात दाखवून ती म्हणाली, "नारायणमूर्ती! याच झाडाखाली माझ्या नवऱ्याचं डोकं चेचून मंजय्यानं मारलं होतं. माझा नवरा पाय घसरून पडला, अशी खोटी साक्ष दिली व्हती मी! हेच ते झाड! त्या रात्री मी घरातच होते. तिपटूरलाबी गेले नव्हते आन बारकूरलाबी गेले नव्हते! घरात झोपले होते... यानंच मला हिकडं आणून कायबी सांगायला लावलंय..." म्हणत ती पुन्हा खोपीत जाऊन पूर्वीसारखी झोपी गेली.

इन्स्पेक्टर काही क्षण विचारात पडले. नंतर म्हणाले, "तिला उठवू नका. झोपू दे. तुम्ही दाराशी बसून राहा. जागा सोडू नका."

जमलेल्यांपैकी कुणीच तिथून हललं नाही. जोईस आणि पटेलांनी सगळं सामान आणलं. कापलेल्या प्रेताचं कावळ्यांपासून रक्षण करणं अतिशय त्रासदायक होतं. काहीजण हातात काठ्या घेऊन अधूनमधून मोठे आवाज करत कावळे हाकत राहिले. काहीजण मंजय्याच्या शरीराच्या लक्कूनं कापलेल्या अवयवावरून थट्टा करू लागले.

हा प्रकार असह्य होऊन रामकृष्ण चिडून म्हणाला, "तुम्हाला लाज-लज्जा-किळस यातलं काहीच नाही काय? 'केलेल्याचं पाप बोलणाऱ्याच्या जिभेवर' म्हणतात, त्याची तरी आठवण ठेवा!"

सगळे बोलायचे थांबले.

नंतर रामकृष्णय्यानं डोकं भादरून शास्त्रोक्त पद्धतीनं अग्नी दिला. आग भडकल्यावर कावळे दूर गेले.

पटेल बोलवायला आले, तेव्हा रामकृष्णय्या चनरायपट्टणला जायच्या तयारीत होता. अंघोळ झाली होती. स्वयंपाक तयार होता. जेवून निघायच्या तयारीत असतानाच ते आले होते. ते जर पंधरा मिनिटं उशिरा आले असते तर तो भेटला

नसता. मंजय्याची अशी-अशी अवस्था झाल्याची बातमी शेजारच्या घरांपर्यंत पोचली होती, तरी कुणीच ती त्याच्या कानांवर घातली नव्हती. मुळात कुणाच्याही अध्यातमध्यात न राहायचा याचा स्वभाव. मंजय्याचे सगळे प्रताप, या कुटुंबाला त्याच्यापासून झालेला त्रास याची कल्पना असल्यामुळे कुणालाच हे त्याच्या घरी जाऊन त्याला सांगावंसं वाटलं नव्हतं. शिवाय त्यानं तिपटूरच्या सासऱ्याचे साडेसहा लाख रुपये जाळून टाकल्यामुळे त्याचा 'विक्षिप्तपणा'ही सगळे जाणून होते. यालाच कंटाळून याची बायको-मुलगा तिपटूरला निघून गेल्याची बातमी कर्णोपकर्णी झाली होती. कुणी त्याला शीघ्रकोपी म्हणत होतं, तर कुणी वेडा. त्यामुळे आधीच तो माणूसघाणा म्हणून ओळखला जायचा, आता तर कुणीच फिरकेनासं झालं होतं. एकटाच शेताकडे जाऊन यायचा, एकदा शिजवून तेच दोन्ही वेळेला खायचा. होळेनरसिंगपूरहून आणलेली पुस्तकं पुन्हा पुन्हा वाचण्यात त्याचा वेळ जायचा. तशी सावित्री दोनदा येऊन चार-चार दिवस राहून गेली होती. ती आली, तरी त्याचं मौन काही तुटत नव्हतं.

मंजय्याचा शवसंस्कार संपवून घरी येऊन रामकृष्णनं घराला कुलूप लावलं, शेजारी घराची चावी देऊन तो अखेरच्या बसनं चनरायपट्टणला गेला. हा तिथं पोचायच्या आधी मंजय्याचा मृत्यू आणि तो कसा झाला, याची बातमी तिथं पोचली होती. शाळा सुटून सावित्री घरी यायच्या वेळी घरमालकिणीनंच येऊन ती बातमी तिच्या कानांवर घातली. लक्कूशी मंजय्याचे संबंध तिलाही ठाऊक होते. आईला वश करून नंतर मुलीवरही डाव टाकला तर त्या आईचा संताप कुठल्या टोकाला पोचू शकेल, असंही तिला वाटून गेलं होतं. पण तिनं आपल्या मनावर विवेकानं कब्जा मिळवला होता. तिचा तसा त्याच्याशी कसलाही संबंध राहिला नसला तरी 'हा असा का वागतो?' हा प्रश्न मात्र तिच्या मनात कायम राहिला होता. रात्रीचा स्वयंपाक करायचा उत्साह नसल्यामुळे ती तशीच चटईवर पडली होती.

तेवढ्यात रामकृष्णय्या आला. तिनं दरवाजा उघडला. त्याचं क्षौर केलेलं मस्तक बघून तिला आश्चर्य वाटलं. न राहवून तिनं विचारलं, "काय हे?"

"मंजय्या गेला. अग्नी द्यायला कुणी वारसदार नव्हतं. मी दिला."

पुढं काही न बोलता तो भिंतीला टेकून बसला. नंतर म्हणाला, "तो कसा का असेना, तू डोक्यावरून पाणी घे! मी पश्चिमवाहिनीला जाऊन नवव्या दिवसापासून पुढचे विधी करून आत्म्याला पुढचा मार्ग दाखवून येतो."

आपल्या संपूर्ण घराला ज्यानं इतक्या प्रकारे छळलं, त्याच्या आत्म्यासाठी यानं इतकं सगळं का करावं? तिच्या मनात संताप दाटून आला. पण असं विचारलं तर तो काय उत्तर देईल, हेही तिला ठाऊक होतं. तो पुन्हा तेच सांगेल, "आणखी

कुणी नसल्यामुळे मी करतोय!'' हेच उत्तर तो नागप्पांच्या संदर्भातही म्हणाला होता. आता मंजय्याच्या संदर्भातही हेच सांगेल. नागप्पांविषयी याच्या मनात तिरस्कार नसावा, बहुतेक नसावा. तेच मंजय्याच्या संदर्भातही असेल काय? तसंच असेल. त्यामुळे काहीही विचारलं, सांगितलं तरी तो काही उत्तर देणार नाही, पण करायचंही सोडणार नाही!

ती मुकाट्यानं अंघोळ करायला निघून गेली. ती केस पुसत बाहेर आली, तेव्हा तो म्हणाला, ''परंपरेनुसार बघायचं तर माझ्यापेक्षा तुला सुतक आहे. दहा दिवस मला तुझ्या हातचं जेवता येणार नाही. तू म्हणशील, एवढं सगळं घडून गेल्यावर सोवळ्याओवळ्याचं आणि सोयरसुतकाचं काय एवढं? त्याला अग्नी दिला, त्याचे सगळे विधी करतोय म्हटल्यावर हे तरी का सोडायचं? माझ्या वडिलांचं श्राद्ध करतोय ना? मग या कर्मांवर विश्वास नाही, असं कसं म्हणता येईल? तू इथंच बैस. मी आत जाऊन स्वयंपाक करतो.''

उगाच वादविवाद नको म्हणून ती काही बोलली नाही. तिच्या सूचनेप्रमाणे त्यानं कुकर भरला आणि स्टोव्हवर ठेवून बाहेर आला. ती स्वयंपाकघराच्या दाराशी बसली. तो म्हणाला, ''तिपटूरला जायला निघालो होतो. त्या आधी तुझ्याशी बोलावंसं वाटलं. तिथं काय झालंय, ते कानांवर आलंय. वखारीच्या हिशेबात गणेश अतिशय चलाख झालाय म्हणे. मुंबई, कानपूर, दिल्लीशी व्यवहार करायला लागलाय. त्या बाबतीत आपल्या आजोबांपेक्षा जास्त डोकं चालवतोय! एवढ्या कमी अवधीत त्यानं दीड लाखांचा फायदा कमावलाय. असा हुशार व्यापारी तिपटूरमध्येच नाही, म्हणतात! पण एव्हाना त्याला बाईचा नाद लागलाय, असंही कानांवर येतंय! रेल्वेमधला नल्लतंबी नावाचा क्लार्क आहे, त्याच्या बायकोशी याचे संबंध आहेत म्हणे! आणखीही दोन-तीन कॉलेजमधल्या मुली आहेत! त्यातल्या एका मुलीची आई घरी येऊन सांगत होती, तुमच्या मुलाला आवरा, म्हणून! ती म्हणत होती, तुम्हीही तिपटूरला येऊन राहिलात, तर मुलाला वचक राहील. मी काही बोललो नाही. काय बोलणार?''

''आणि वहिनी?''

''एकदाच दोन दिवसांसाठी आली होती. अलीकडे ती फक्त रेशमी साड्या नेसते. दररोज अंगभर सोन्याचे दागिने घालून असते. तिची मर्जी. परवा त्या वखारीचे कारकून आले होते. तिनंच पाठवलं होतं. ते सांगत होते. गणेश हासनमध्ये शिकत होता, तेव्हापासूनच त्याच्या काही सवयी होत्या. आता त्या फार वाढल्या आहेत म्हणे. हातात एवढा पैसा खेळत असताना कसा आवर घालायचा? त्याला आता मुलीही सांगून येताहेत. एखादी देखणी मुलगी बघून त्याचं लग्न लावून दिलं, तर तो मार्गावर राहील. घरात मुलाचा बाप नसेल तर लग्नाचं कसं

जमायचं? म्हणून तिनं निरोप पाठवला होता. बाप आहे मी! त्यामुळे मुलाला गृहस्थाश्रमात प्रवेश करायला लावणं माझं कर्तव्य आहे. तेवढं करून मोकळं व्हावं, असं माझ्याही मनात आहे. त्याचबरोबर मनात शंकाही आहे, असल्या सवयी अशा सुटतात काय? याला सुधारण्याच्या नादात दुसऱ्याच्या घरातल्या एका मुलीचं आयुष्य बरबाद केल्यासारखं नाही का होणार? म्हणून मी स्वत: तिला आणि गणेशला समोरासमोर भेटून घ्यायचं ठरवलंय. या सवयी असणारे बिनधास्त खोटं बोलतात. त्यांच्याशी एकांगीच बोलणं होणार, हेही समजतंय. काय करावं, काहीच सुचेना. यासाठी इथं तुझ्याशी बोलून नंतर तिपटूरला जायचा माझा विचार होता. त्यात हे उद्‌भवलंय! आता मंजय्याचे दिवसकर्म संपेपर्यंत जाता येणार नाही.''

गणेशविषयी ऐकून सावित्रीला कोसळून गेल्यासारखं झालं. अप्पा-अण्णांसारख्या सात्त्विक घरातही एक मंजय्या जन्माला आला? हासनमध्ये तो शिकत होता, तेव्हा तीही वरखर्चासाठी त्याला पैसे द्यायची. ते पैसे हा असे उडवत होता? म्हणजे आपण केलं, ते चुकलं की काय?

सगळ्याचा सारांश सांगावा तसा अण्णय्या म्हणाला, ''कामभावना हे मूळ रूप आहे. ते कधी संपत्तीचं रूपही घेऊ शकतं, तर कधी स्त्रीचं रूप. या दोन्ही गोष्टी एकमेकाला पूरकच आहेत!''

हे सांगण्यामागं काय पार्श्वभूमी आहे हे ठाऊक असलं तरी त्याचं विधान सखोलपणे तिच्या आकलनात आलं नाही. तिचं मन गणेशची तुलना मंजय्याशी करण्यात गढून गेलं होतं.

तेवढ्यात भाऊजी आले. त्यांना पाहताच तिला आपण लिहिलेल्या पत्राची आठवण झाली. त्यासाठीच हे आल्याचंही तिच्या लक्षात आलं. पण रामकृष्णला त्यांना पाहून आश्चर्य वाटलं असावं. एवढ्यात कुकरची शिटी वाजली. त्यांची खुशाली विचारून तो आणखी थोडा भात लावण्यासाठी स्वयंपाकघरात गेला.

सावित्रीनं विचारलं, ''बातमी समजली ना?''

''बसमध्ये लोक बोलत होते. लक्कूशी बोलावं म्हणून मी पोलीस स्टेशनला गेलो होतो. परवानगी मिळाली नाही. सकाळी आठ वाजता इन्स्पेक्टर येतील, तेव्हा भेट होऊ शकेल. तिथल्या एका शिपायानं सगळी हकिकत सांगितली.''

''तुमचा लक्कूशी परिचय आहे?''

''नाही. बाईमाणूस. संतापाच्या भरात तिनं हे कृत्य केलंय. योग्य-अयोग्याची आता चर्चा नको. पण आता ती पोलिसांच्या कस्टडीत आहे. तिला कुणाची तरी मदत आहे की नाही? तिची बाजू कोण मांडणार आहे? तिला भेटावं आणि शक्य तेवढी मदत करावी, असा विचार करून भेटायला गेलो होतो.''

भाऊजींचं मन जसं काहीतरी कृती करायच्या दिशेनं धावलं, तसं आपलं मन धावलं नाही, हे तिला तीव्रपणे जाणवलं. रामकृष्णय्याही काही बोलला नाही. भात झाला. त्यानं या दोघांना वाढून स्वत:लाही वाढून घेतलं. त्यानं नको म्हटलं तर न ऐकता सत्यप्पानं भांडी घासून स्वयंपाकघर स्वच्छ केलं. या दोघांची अंगणात आणि सावित्रीचं तिच्या खोलीत अंथरूण घातलं.

सत्यप्पा म्हणाला, ''तुम्ही लक्कूला मदत केली, तर मंजय्याच्या खुन्याला मदत केल्यासारखं होणार नाही. तुम्ही एका गावचे. मी बाहेरचा. आपण एकत्र जाऊ या. नेमकं काय-काय घडलंय, त्याची चौकशी करू या. तिची ती गर्भार मुलगी कुठं आहे? तिची मन:स्थिती कशी आहे? तिची काय परिस्थिती? हे सगळं समजून घेऊन आपल्याला काहीतरी केलं पाहिजे.''

हा मुद्दा सावित्रीलाही भिडला. रामकृष्णय्यालाही पटला.

दुसऱ्या दिवशी सकाळी आठ वाजता हे तिघंही पोलीस स्टेशनला गेले. लक्कूला कोठडीतून बाहेर एका खास खोलीत बोलावण्यात आलं. बसायला दोन बाकडं होती. एकावर लक्कू बसली आणि दुसऱ्यावर हे तिघंही बसले. इन्पेक्टरनी इतर शिपायांना थोडं लांबच खोलीबाहेर उभं राहायला सांगितलं होतं. खोलीचा दरवाजाही बंद करण्यात आला. पण बाहेरून बोलणं ऐकू येईल, अशा जागी ते बसून राहिले. लक्कूच्या बोलण्यात काही वेगळं सापडतं का, यांच्याशी बोलताना तिला वेगळं काही सुचतंय काय, हे पाहण्याचा त्यांचा प्रयत्न होता.

सावित्रीला पाहताच लक्कू म्हणाली, ''काय बाई! मला तू काय सवत समजतीस काय? खरं सांगतेय ऐक. तुला बघितल्यावर माझ्या पोटात आग पडत होती. सारकं वाटायचं, एवढी चंद्रासारकी बायको हाय आन ह्यो मुडदा माज्यावर कशाला पिरेम करतोय? कळायचंच नाय तवा मला! मग वाटलं, शेतात काम करत नाय म्हनून आसा वागला आसंल! तोबी हेच सांगायचा. पन येवढ्या मोठ्या जमिनीची मालकीण आसंल तर ती कशाला शेतात कामाला जाईल?''

लक्कू बोलत होती. पण तिची मानसिक अवस्था असाधारण असली पाहिजे, हे या तिघांनाही समजत होतं.

सत्यप्पानं विचारलं, ''तुझा त्याच्याशी कसा काय संबंध आला? तेव्हापासून आतापर्यंत काय काय झालं, ते सांग. हे का विचारतोय, तेही सांगतो. इथून बाहेर पडलो की तुझ्यासाठी वकील बघायला पाहिजे, म्हणून! कितीही पैसे खर्च होऊ देत. तू काळजी करू नकोस.''

''मला कशाला पायजे वकील? खोटं बोलतात त्यान्ला वकील लागतोय! मंजय्याला सुटायचं होतं न्हवं? म्हनून त्याला वकील आन साक्श पायजे व्हती!

मला नगं! मी तर जज्जपुढं उभं ऱ्हाऊनबी हेच सांगनार, हे असं धरलं, आन हे असं कर्रकन कापलं!... मला कुनीबी खोटं बोलायला लावल तर आण हाय!'' म्हणत ती खदखदून हसली.

"बरं! तरीही सांग. तुझं खाणं झालं की नाही?''

"हा इन्स्पेक्टर हाय न्हवं, नारायणमूर्ती, खऱ्या बापाचं लेकरू हाय बगा! रात्री जेवन दिलं, आता इडली-काफी मागवून दिली. पोट भरून!...'' नंतर लक्कू मंजय्याच्या मळ्यात कंचीला मंजय्यानं कसं पकडलं, मंजय्या घरी येऊन कसा हलकटासारखा बोलला, रागानं आपणच कसं कंचीला पुन्हा चोरी करायला पाठवलं... सगळंच अगदी विस्तारानं सांगू लागली. लपून ऐकणाऱ्या इन्स्पेक्टरांना कालच्यापेक्षा जास्तीचा तपशील समजत होता. पण त्यात मूलत: कुठलाही विरोधाभास दिसत नव्हता. या तिघांना सांगण्यापेक्षा ती स्वत:च सगळ्याची संगती लावत स्वत:लाच सांगत असल्यासारखी सांगत होती.

मध्येच म्हणाली, "तोंडून एक खोटी साक्ष गेली म्हनून तुज्या बापानं गळफास लावून घेतला! मग मी कितीवेळा फास लावून घ्यायला पायजे? मीबी जज्जला हेच सांगनार हाये.''

नंतर तिनं मंजय्याला कसं खोपीतल्या खांबाला बांधून ठेवलं; त्यानंतर तो कसा गयावया करायला लागला, 'मला लगीन करायचा शबूद दिल्यावर माज्या लेकीबरोबर झोपायला तुजं मन कसं झालं?' असं विचारल्यावर तो कसा 'मी तिच्याशी लगीन करतो, देवाचान! मला सोडून दे...' म्हणाला; हे सांगितलं.

"म्या इचारलं, आईसोबत संग केल्यानंतर मुलीशी लगीन करतो म्हणतोस! हा कुठला धर्म हाय? तर तो काय म्हन्ला ठाऊक हाय? म्हन्ला, परमेश्वरय्यापेक्षा तुला जास्तीचा धर्म ठाव हाय होय! म्या म्हन्लं, त्या देवासारक्या मानसाचं नाव कशापायी घेतोस मुडद्या! तर म्हन्ला, त्यांनी कायबी खुसपट काडलं नाय, तूबी काडू नगंस! मी त्यांच्या बायकोबरोबर संग केला होता, तरीबी त्यांनी आपली लेक मला दिलीच की! मी बारा वर्षांनी ल्हान होतो आन ती मोठी! कुनालाबी ठाऊक नव्हतं. एकदा परमेश्वरय्या मागच्या दारानं आले आन समजलं. मी पळून गेलो, ती मातर तळ्यात त्या दगडापाशी पाण्यात मरून गेली! ती काही पाय घसरून पाण्यात पडली नाही! नवऱ्याच्या भीतीनं जीव दिला. हे फक्त परमेश्वरय्यांना ठाऊक होतं. तरीपण त्यांनी मला आपली मुलगी दिलीच की! त्याच्यासारका मानूस धर्म नसेल तर असा वागला असता काय? तसंच तू कर. तुज्या मुलीच्या पोटी जल्मलेल्या पोराला माजी सगळी जमीन आन पैसा मिळंल!''

तिघंही अवाक् होऊन ऐकत होते. तिकडं लक्ष न देता ती आपल्याच नादात बोलत होती.

"तो हे सांगत होता. मी कशी त्याच्यासारख्या मानसावर विश्वास ठेवू? मी त्याला म्हटलं, त्यांचा धर्म त्यांच्याबरोबर! हा माजा धर्म! आन मला जे काही करायचं होतं, ते करून टाकलं. नंतर मीच हितल्या पोलीस स्टेशनात येऊन हजर झाले..."

मंजय्या खोटारडाच होता. आपल्याला सोयीचं होण्यासाठी तो कुठल्याही थराला जाऊन खोटं बोलू शकतो, याविषयी या तिघांच्या मनात अजिबात शंका नसली तरी रामकृष्णय्या आणि सावित्रीच्या मनात त्यांच्या आईच्या मृत्यूची घटना तरळून गेली.

अम्मा गेली, तेव्हा पस्तीस वर्षांची होती. रामकृष्ण एकोणीस वर्षांचा. हासनमध्ये शिकायला होता. कपडे धुवायला गेली असता पाय घसरून पाण्यात पडली आणि मरण पावली, असंच सगळ्यानी सांगितलं होतं. विटाळाची अंघोळ करायला गेली होती म्हणे. त्या वेळी सात दिवस ती बाहेरचीच बसून राहिली होती म्हणे. अप्पाच स्वयंपाक करायचे तेव्हा. विटाळशी सात-सात दिवस कशी बाहेर बसेल? इतके दिवस अंघोळ न करता? आणि त्यानंतरही अंघोळीसाठी आणि कपडे धुवायला एवढ्या लांबवरच्या पाणवठ्यावर जाईल? आजवर न जाणवलेले प्रश्न आता त्याच्या मनात वेगानं उठू लागले.

त्याला दुसरंही आठवलं. अप्पा-अम्माचा सुखी संसार होता. तरीही अम्माच्या माघारी त्यांनी एकदाही तिची आठवण काढली नाही! नंतर त्यांचा स्वभाव पराकोटीचा अबोल झाला. ते पूर्णपणे अंतर्मुखी झाले. मंजय्याचे बायकांबरोबरचे चाळे त्याच्या वयाच्या सतराव्या वर्षीच सुरू झाले होते. अम्मा वारली, तेव्हा तो एकवीस-बावीस वर्षांचा होता. सगळा तपशील आठवू लागला, तसे आणखीही काही धागेदोरे जुळून येऊ लागले.

सावित्रीचं मनही भूतकाळात गेलं होतं. पाचेक वर्षांची असेल ती. खेळायला म्हणून शेजारच्या सुब्बण्णय्यांच्या घरी वरचेवर जायची. देवळाच्या आवारातही जायची. तिला आठवलं, तेव्हा अधूनमधून मंजय्या घरी यायचा. अम्माशी त्याच्या गप्पा चालायच्या. अम्मा जायच्या आधी काही दिवस तो दुपारच्या वेळी यायचा. जेवण झाल्या-झाल्या अप्पा शेताकडे जायचे. सीतक्काची शाळा संध्याकाळी पाच वाजता सुटायची. अशा वेळी अम्मा मलाही माझ्या मैत्रिणी देवळात खेळत असल्याचं सांगून तिकडं पिटाळायची. सोबत गूळ-खोबरंही द्यायची. मीही ते घेऊन धावत सुटायची.

पण एवढ्यावरून लक्कूच्या बोलण्यावर विश्वास ठेवायचा काय? अम्मा मरण पावल्यावर मंजय्यानं आमच्या घरात पाऊल ठेवलं नाही. त्यामागचं कारण विचारायचं माझं वय नव्हतं. घरात वयात आलेली सीतक्का होती. कदाचित

त्यामुळे अप्पांनीच त्याला घरी यायला मनाई केली असेल, असंही तेव्हा वाटलं होतं.

पण तरीही एवढ्यावरून लक्कूवर कसा विश्वास ठेवायचा?

तिला आठवलं. आपण जेव्हा याच्याशीच लग्न करणार असा हट्ट धरला, तेव्हा अप्पा कसे वागले होते? कधी जनावरावरही हात न उगारलेल्या अप्पांनी तेव्हा मला लाथा-बुक्क्यानं तुडवून मारलं होतं. तेव्हाचा त्यांचा तो संताप केवळ एका लोफर माणसाशी आपली मुलगी लग्न करतेय, एवढ्याच कारणासाठी होता का? अशा कारणासाठी एवढ्या वर्षांचे विचार-संस्कार सोडून माणूस एवढा हिंसक बनेल काय? तिला आठवत होतं, त्या वेळी अप्पांचा स्वत:वरचा ताबा संपूर्णपणे ढळला होता.

सावित्रीच्या हातापायांतली शक्ती नाहीशी झाली होती. तिनं शेजारी बसलेल्या अण्णय्याकडे पाहिलं. त्याचा चेहरा वरकरणी शांत दिसत असला तरी आतली खदखद तिला जाणवत होती.

बसल्या ठिकाणी सावित्री कलंडली. अण्णय्यानं आधार दिला नसता तर ती खालीच कोसळली असती. त्यानं तिला नीट झोपवलं. भाऊजी तिला आपल्याकडच्या पंचानं वारा घालू लागले. तिकडं लक्ष नसल्यासारखी लक्कू पुढं बोलत राहिली.

"लेकीचं चुकीचं पाऊल पडलं. तिचं वयच तसं होतं. मग अम्माला तोंड दाखवायची लाज वाटते. माझंबी चुकलंच की! असली चूक केल्यावर लेकीला तोंड दाखवायची मलाबी लाज वाटनारच की! तेबी एकाच मानसासोबत! दोगींनाबी एकमेकीचं तोंड बगायची लाज वाटायला लागली. आमा दोगींनाबी ठाऊक न्हवतं. पन त्याला तर आमी माय-लेकी हाय ते ठाऊक होतं न्हवं? तरीबी असले खेळ करणाऱ्याचा निवाडा करायला यमधर्माकडे पाठवायला नको काय? यानंतर जल्मभर या लक्कूला आपल्या लेकीचं तोंड पाहायला येनार नाही! तुमीबी सांगा मला फाशीच द्यायला! नायतर मरंपर्यंत जेलमध्येच राहीन! माज्या लेकराचं तोंड बगायची शिक्षा मातर मला नगं!"

सावित्रीला थोडं भान आलं. अण्णय्यानं तिला हाताचा आधार देऊन त्या खोलीबाहेर आणलं. भाऊजी मात्र लक्कूपाशीच राहिले. बाहेरच्या उन्हात परतल्यावर तिला पुन्हा या जगात आल्यासारखं वाटलं. तरीही आपल्या चिरपरिचित इमारती आणि ओळखीचे रस्ते काळ्या रंगानं माखल्यासारखे दिसत होते. अण्णय्यानं "चल, घरी जाऊ या.." म्हटलं. ती तिला इष्टापत्तीच वाटली.

घरी गेल्यावर तो अंगणातच भिंतीलगत बसला. ती आपल्या खोलीत जाऊन झोपली. गुहेत स्वत:ला लपवून टाकावं, असं काहीसं तिला वाटू लागलं. याआधी कधीही वाटली नव्हती तेवढी तिला शरम वाटू लागली. पायाखालचा भरभक्कम

आधार नाहीसा होऊन पाताळात कोसळत असल्यासारखं वाटलं. या बयेनं मला पाताळात लोटलं, असं मनात आलं तरी त्याचा स्पष्ट उच्चार मनातही करायला जमू नये अशी तिची अवस्था झाली होती.

तेवढ्यात अण्णय्या खोलीच्या दाराशी येऊन बसला. याआधी कधीच नव्हता एवढा त्याचा चेहरा गंभीर झाला होता. त्यातच एक प्रकारचा कठोरपणा चेहऱ्यावर पसरला होता. तरीही त्यानं हलक्या आवाजात विचारलं, "हे बघ, तेव्हा काही समजावं, असं तुझं वय नव्हतं. मरायच्या आधी सात दिवस अम्मा विटाळशी बसायच्या जागी बसली होती, म्हणे. अशा वेळी अंघोळीला जाताना कुठलीही बाई एकटी जाणार नाही. कुणीतरी पहिलं पाणी घालायला सोबत लागतंच. ती वारल्यावर अप्पांनी कधीच तिचा विषय काढला नाही. मला आठवतंय, त्याआधी अप्पा एवढे अबोल नव्हते. हे एवढं तर मलाही आठवतंय. तुला काही आठवतंय काय?"

खोल विहिरीत पडलेल्यावर वरून आणखी तीन फरशा पडाव्यात, तसं झालं होतं. तिनं दीनवाण्या नजरेनं अण्णय्याकडे पाहिलं. आणखी काही बोलायला नको, अशी विनवणी त्यात होती. नंतर ती म्हणाली, "आणखी काही खरं-खोटं करायला नको! आईच्या वागण्याचा मुलींवर किती गाढ प्रभाव असतो, ठाऊक आहे? यानंतर आयुष्यात मी कधीच ताठ मानेनं उभी राहू शकणार नाही!" तिनं पदरानं चेहरा लपेटून घेतला.

रामकृष्ण तसाच काही वेळ बसून होता. या संदर्भात आणखी कुणाला काही विचारून खात्री करून घेण्यासारखं राहिलं नाही, हे त्याच्या लक्षात आलं होतं. यानंतर आपणही अप्पांसारखं संपूर्ण मौन पाळणं, एवढंच आपल्या हातात आहे, असं त्याला वाटलं.

कितीतरी वेळानं तो उठला. सावित्री अजूनही चेहरा झाकून पडूनच होती. हलकेच दरवाजा लोटून घेऊन तो तिथून बाहेर पडला. धुळीनं भरलेल्या रस्त्यानं तो संतेमाळच्या दिशेनं चालू लागला. चनरायपट्टणच्या गावाबाहेरच्या तळ्यातही लाटा उसळून पाण्याचा शांतपणा ढवळून जात होता. आपल्या गावातल्या तळ्यासारखंच हेही आहे. पण इथं उंटाच्या आकाराचा खडक नाही आणि तिथं डोहासारखं खोल पाणीही नाही.

आता त्याला अप्पांच्या मौनाचा अर्थ पूर्णपणे उलगडला होता. त्यामुळे त्या वेळी नेमकं काय घडलं, हे कुणालाच समजलं नाही. त्यांनी सांगितलं नाही. ते काही शांतीतून आलेलं मौन नव्हतं. आतल्या आत त्यांच्या जिवाची किती तडफड झाली असेल! त्या घटनेनंतर अखेर गळफास लावून घेईपर्यंत त्यांच्या जिवाची जी काही तडफड झाली असेल, तिची कल्पना करत तो उन्हात उभा राहिला. समोरच्या

पाण्यातल्या लाटा शांत व्हायच्या प्रयत्नात काठावर निरर्थकपणे आपटत होत्या. अप्पांचंही अंतर्यामी हेच चाललं असेल काय? जेव्हा सावित्रीनं त्याच्याशीच लग्न करायचा हट्ट धरला, तेव्हा त्याच लाटा अनावर झाल्या असतील. म्हणून त्या वेळी त्यांनी हिला गुरासारखं फोडून काढलं.

पण तेव्हा त्यांनी सत्य का नाही सांगितलं? सांगितलं असतं, तर हिच्या मनातला मोह त्याच वेळी नष्ट झाला असता. मला एकट्याला वेगळं बोलावून ते सांगू शकले असते ते! पण का नाही सांगितलं? जी मरून गेली, तिची अब्रू जाऊ नये म्हणून तर ते गप्प राहिले नसतील? की भर तारुण्यात प्रवेश करणाऱ्या लाडक्या मुलीचं मन दुखवू नये म्हणून? ते मोकळेपणानं बोलले असते तर त्यांच्या पोटातली आग थोडीतरी शांत झाली असती! त्याच्या मनात आक्रंदन उठलं, अप्पा! का नाही तुम्ही सांगितलं? कुणाला विचारायचं हे? त्याची नजर भगभगीत आकाशाच्या पोकळीत फिरली. निरभ्र आकाशात दुःख आणि वेदना असहायपणे तरळत होते. त्या पोकळीत काव काव करत फिरणारे दोन-तीन कावळे...

उन्हाचा तडाखा वाढलेला जाणवला. क्षौर केल्यामुळे उघड्या पडलेल्या माथ्यावर उन्हाचा चटका जाणवत होता. क्षौर करताना किरकोळ खरचटलं होतं. त्या जागी उन्हाची किरणं जाणवली, तेव्हा तो दचकला. त्या कावळ्यांचंही त्या लालसर जखमेवर लक्ष गेलं नसेल?

मनातल्या मनात तो कळवळून म्हणाला, अप्पा, तुम्हाला जाऊन वर्ष झालंय. तरीही आत्म्याच्या रूपानं मला किंवा सावित्रीला काहीच का सांगितलं नाही, हे सांगाल का?

मस्तकावरचा चटका अनावर झाला. त्यानं अंगातला शर्ट काढून डोक्याला गुंडाळून घेतला. मन मंजय्याकडे धावलं. कुणीच करणारं नव्हतं म्हणून तो त्याचे दिवसकर्म करायला पुढं झाला होता. काल हा सगळा दुर्दैवविलास समजला नव्हता! यानंतरही मनात कसलंही किल्मिष न आणता अलिप्ततेनं केलेले दिवसकर्म आता त्याला अर्थहीन वाटू लागले. काल अग्नी देताना 'किती केलं तरी मेहुणा, हेही नातं आहेच! यानं अग्नी दिला, ते योग्यच झालं...' हे शेजारच्या वेंकटसुब्बय्यांचं वाक्य त्याच्याही कानांवर आलं होतंच...

म्हणजे अप्पांच्या बरोबरच याची कुणकुण असणारे आणखीही कुणीतरी जवळपासच होते म्हणायचे! आता तर सगळ्या कर्मकांडाची अर्थहीनता त्याला सगळ्या बाजूंनी घेरू लागली.

काही वेळ उन्हात उभं राहिल्यावर त्याला समोरच्या पाण्यात अंघोळ केली तर मन थोडं शांत होईल, असं वाटलं. सोबत टॉवेल नव्हता. उन्हात अंग सुकेल. या विचारासरशी त्यानं अंगावरचे कपडे काढून ठेवून पाण्यात बुडी मारली. पोहायची

इच्छा झाली. पोहणं ही त्याची आवड होती. पण गावातल्या तळ्यात पोहायला जायची त्याला इच्छाच होत नव्हती. एकतर भरपूर गर्दी. निवांत बाजूनं पाण्यात पोहत, उताणं तरंगत राहायला त्याला आवडायचं. मग का हे मागं पडलं? बायकोच्या हट्टापोटी गणेशला शिकायला त्याच्या आजोबांकडे पाठवल्यानंतर? पण त्याचा याच्याशी काय संबंध? आपण तसा जोडत असू तर ती आपलीच चूक म्हणायला पाहिजे. तो काठावर आला. काढून ठेवलेले कपडे नीट घडी करून ठेवून ते उडून जाऊ नयेत म्हणून त्यावर एक दगड ठेवला आणि तो पुन्हा पाण्यात उतरला. थोडं पोहताच दम लागला. उताणा पडून तो तरंगू लागला. थोडा दम खात असताना जाणवलं, सवय मोडल्यामुळे असं होतंय.

दम कमी होत असताना त्याला आपलं अप्पांशी असलेलं साम्य जाणवलं. बायको पाण्यात पडून मेली नसती, तर अप्पांनी तिचा स्वीकार केला असता का? पहिल्यासारखेच तिच्याबरोबर राहिले असते का? आतून उत्तर आलं, नाही. तिनंच मरणाला कवटाळून अप्पांची सुटका केली! त्यांच्यावर करुणा दाखवली. पण जीव देताना तिच्या मनात अशी काही करुणा नसेल! काय असेल तेव्हा तिच्या मनात?

हिचं तरी काय! तिपटूरला गेली आणि माझी सुटका केली! होय. असंच म्हणता येईल! पण अम्माच्या मृत्यूनं अप्पांची खरीखुरी सुटका झाली काय? ही तिपटूरला गेली म्हणून माझी सुटका झालीय काय?

काठापासून दूर आल्यावर लाटाचा जोर कमी झाला होता. त्या संथ पाण्यात उताणं पडून राहणं सहज शक्य झालं होतं. डोळ्यांवर-नाकावर लाटांचं पाणी येत नव्हतं. स्थिर राहून पाण्यात शरीराचा तोल सावरणं शक्य होत होतं. आकाशात पाहताना आठवलं, आज दुसरा दिवस. उद्या मंजय्याच्या अस्थी सावडायला हव्यात. किळस वाटली. विष्ठेला स्पर्श केल्याची भावना मनात दाटून आली. त्यानं कसंबसं मन नियंत्रणाखाली आणलं. पण ते नेहमीइतक्या सहजपणे झालं नाही. त्यानं मनाला समजावलं, तिपटूरच्या नागप्पांचं श्राद्ध नाही का केलं? पण तेवढ्यानं मनाचं समाधान होईना.

त्याला कशातच काही अर्थ वाटेना. आज जे समजलं, ते ठाऊक असतं तर काल मी शवसंस्कारही केले नसते! पण एकदा सुरुवात केल्यावर अर्ध्यात कसं सोडायचं? कुठल्याही विचारापाशी मन स्थिर होत नव्हतं. एकाएकी त्याला अम्माची तीव्रपणे आठवण आली.

तीस वर्षांपूर्वीची आठवण. काळात बुडाल्यामुळे ते चित्रही पुसट झालं होतं. तिच्या आठवणीसरशी तिच्याच चेहऱ्याची सावित्रीच समोर उभी राहते. त्याचं मन गोंधळून गेलं. हिनं का त्याच्याशीच लग्न करायचा हट्ट धरला? अप्पांनी पेकाट मोडेल अशाप्रकारे मारलं तरी? काही केलं तरी आईचंच रक्त! वाटलं, या क्षणी

घरी जावं आणि तिची हाडं खिळखिळी होईपर्यंत ठोकून काढावं! त्या त्वेषानं त्यानं पाण्यात लाथा मारायला सुरुवात केली. पाय दुखल्यामुळे त्यानं थांबून पाहिलं, हवेतसे पाय मारल्यामुळे तो कुठल्याकुठे गेला होता. काठापासून तो बराच दूर आला होता. आपल्या अविचारीपणाची त्याची त्यालाच लाज वाटली. तो पुन्हा उताणा पहुडला. असाच काही वेळ गेला. मन शांत झालं. पाणीही शांत होतं.

मनात आणखी एक विचार आला. मी एवढ्या सहजपणे तिपटूर नागप्पांविषयीचा तिरस्कार दूर ठेवून शांत मनानं दिवसकर्म पूर्ण केलं. मंजय्याविषयीची किळसही तशीच दूर केली पाहिजे. कर्म करायचं, तेच मुळी मन साफ करण्यासाठी ना! मनातला राग, किळस, तिरस्कार सगळं काही धुवून काढून पुसून स्वच्छ करून...

एकाएकी त्याला वेळेचं भान आलं. किती वाजले कोण जाणे! घरात सावित्री एकटीच आहे! या विचारासरशी तो गडबडला. हे आपण बरोबर नाही केलं. अशा वेळी तिला एकटीला सोडून यायला नको होतं. या बाबतीत स्त्रिया अधिक संवेदनाशील असतात.

ते दोघंही निघून गेल्यावर काही वेळानं सत्यप्पाही पोलीस स्टेशनातून बाहेर आला. निघताना म्हणाला, "पुन्हा येतो!"

लक्कू म्हणाली, "कशाला? तुला काय पडलंय हितं यायला?"

बाहेर येऊन तो इन्स्पेक्टरांना भेटला आणि म्हणाला, "तिला मदत करणारं कुणीच नाही. मला इथली फारशी माहिती नाही. हिच्यासाठी तुम्हीच एखाद्या विश्वासू वकिलाची माहिती द्या."

"मळलि वेंकटरामय्या नावाचे एक वकील आहेत तुम्ही म्हणता तसे! हासनला असतात. पैसे फार घेतात. अर्थात पोलिसांशी त्यांचं फारसं पटत नाही! पण ही एकंदरीत केस पाहता उत्तम वकील लागेल, असं दिसतंय. मी या विषयावर फारसं बोलू शकणार नाही!"

सत्यप्पाला त्यांच्याविषयी आदर वाटला! त्यानंही मळलि वेंकटरामय्यांचं नाव ऐकलं होतं. मंजय्याचा बचाव त्यांनीच केल्याचंही त्याला आठवत होतं. तो सरळ बसस्टॅन्डवर गेला आणि हासनची बस पकडली.

बस सुटली. त्यानं या संदर्भात वकिलाला द्यायच्या फीचा काहीच विचार केला नव्हता. कोर्टात जायचं तर अवांतर खर्च होतो आणि तो गरिबांना परवडत नाही, परिणामी ते कायद्यापासून वंचितच राहतात, हे ठाऊक असल्यामुळे त्यानं गावाच्या पातळीवर न्यायालयही सुरू करून पाहिलं होतं. पण कायदा गावातल्या मूठभर लोकांच्या हातात सापडल्यावर काय काय गडबड-गोंधळ होतो, याचाही त्यानं जवळून अनुभव घेतला होता. त्यापेक्षा हेच कोर्ट उत्तम असल्याच्या निर्णयापर्यंत

तो पोचला होता.

या वेळी वकीलसाहेब कोर्टात असतील हे ठाऊक असल्यामुळे तो सरळ कोर्टातच गेला. तिथं समजलं, ते केवळ मोठ्या केसेससाठी किंवा केस चाललेल्याच्या शेवटच्या दिवशीच फक्त येतात, बाकीच्या दिवशी त्यांचे बगलबच्चे येतात. त्यामुळे मळलिवकील बहुतेक वेळी घरातच असतात, असं समजलं.

त्याप्रमाणे रिक्षा करून सत्यप्पा त्यांच्या घरी गेला. रस्ताभर रिक्षाचालक वकिलांविषयीच भयभक्तीनं बोलत होता, "...असा जबरी वकील संपूर्ण जिल्ह्यात बघायला मिळणार नाही! कुठून-कुठून यांना बोलवायला माणसं येतात! किती का खून करेना, एकदा यांच्या फुड्यात सगळं कबूल केलं आणि यांनी वरदान दिलं, तर खुनी सुटलाच म्हणून समजा! क्रॉस-साक्षीसाठी आलेले इन्स्पेक्टर-डॉक्टर यांना बघितलं की कोर्टातच मुततात! पन्नास हजारांच्या खालची केस ते हातात पण धरत नाहीत! तुमचं गाव कुठलं? कसा कुणाचा खून झालाय?''

तिथं गेल्यावर मळलि आता दुसरीकडे राहायला गेल्याचं समजलं. जुनं राजवाड्यासारखं घर सोडून त्यानी आता नव्या एक्सेंशनमध्ये बंगला बांधल्याचं समजलं.

हाही एक भलामोठा राजवाडा असावा तसा प्रासाद होता. भोवताली मोठी बाग. बागेत काही सिमेंटचे बाक होते. बॅडमिंटनचं कोर्ट होतं. रिक्षाचे पैसे देऊन तो तिथल्या शिपायाच्या सूचनेप्रमाणे एका बाकावर वाट बघत बसला.

तो कितीतरी वेळ बसून होता. तरी भेटायला निरोप आला नाही. त्यानं चौकशी केली, तेव्हा शिपायानं सांगितलं, "आत पाच एम.पी. आणि एम.एल.ए. बोलताहेत. इलेक्शनची केस आहे. ते बाहेर पडले की तुमचाच नंबर आहे.''

तीनच्या सुमारास ते सहा जण बाहेर आले. त्यांच्याही चेहऱ्यावर वकिलांविषयीची भय-भक्ती ओसंडत होती. त्यानंतर वकीलमहाशय खाण्यासाठी आत गेले. अर्ध्या तासानंतर त्याला आत बोलवण्यात आलं.

वकिलांसमोरचं टेबलच पंधरा-वीस हजारांचं असावं. शिवाय तिथल्या सोफा आणि इतर फर्निचरची किंमत करणं मुश्कील होतं. आतल्या भिंतीवर सुमारे पंचवीस काचेच्या कपाटांमध्ये मांडून ठेवलेली असंख्य ग्रंथसंपदा! आत पाऊल टाकणाऱ्या पक्षकाराच्या छातीत धडकी भरवणारं तिथलं वातावरण. सत्यप्पानं वकिलांना नमस्कार केला आणि समोरच्या अनेक खुर्च्यांपैकी एकीवर बसला. स्वत:चा परिचय करून देत त्यानं मंजय्याच्या खुनापासून सांगायला सुरुवात केली. ते ऐकताच त्यांनी विचारलं, "ओह! तोच मंजय्या काय? सकाळी पेपरमध्ये वाचलं, तेव्हाच तसं वाटलं मला! वर्षापूर्वी मळ्यात यानं खून केल्याचा आरोप होता. तेव्हा ज्याचा खून झाला होता, त्याच्या बायकोनं या मंजय्याच्या बाजूनं साक्ष

दिली होती. आता त्याच बाईनं याचा, असा खून केलाय! येस येस! सगळा तपशील ठाऊक आहे. आता अनावश्यक तपशिलात जायला नको. फक्त मुद्दा सांगा.''

सगळं ऐकल्यावर ते म्हणाले, ''हिचं डोकं थाऱ्यावर नाही, असा आपण युक्तिवाद करू शकतो. ही कोर्टात खरं सांगणार आहे म्हणतेय ना? तेच तिचं डोकं ताळ्यावर नसल्याचं लक्षण! आधी नवऱ्याच्या खुन्याच्या बाजूनं साक्ष दिलीय! आता तर आपण आणि मुलगी दोघांनाही फशी पाडणाऱ्याचं लिंग कातरून... ती त्याला केवळ त्याच्या वागणुकीमुळे शिक्षा करायचा उद्देश होता... ठार मारण्याचा उद्देश नव्हता...'' अशा प्रकारे ते स्वत:शीच तिच्या वागण्याचा अर्थ लावत होते. नंतर म्हणाले, ''काही प्रॉब्लेम नाही. सिंपल...'' नंतर म्हणाले, ''ही भारी केस आहे. याची पाळंमुळं कुठं-कुठं असतील, ते शोधावं लागेल. तुम्ही इकडचेच दिसता. आजपर्यंत मळलि कधी हरला नाही, हे तुम्हालाही ठाऊक असेल!'' आणि त्यांनी उजव्या हाताची पाचही बोटं उघडून दाखवली.

ते पाच म्हणताहेत की पन्नास हे सत्यप्पाच्या लक्षात आलं नाही.

त्यानं विचारलं, ''म्हणजे किती? स्पष्टच सांगाल का?''

''फिफ्टी!''

''माझा या महिलेशी कसलाही संबंध नाही. ओळखही नव्हती. गांधीतत्त्वावर विश्वास ठेवून जगणारा निम्नमध्यम वर्गातला मी शेतकरी आहे.''

वकील शांतच होते. भोवतालच्या सगळ्या ग्रंथसंपदेकडे एकवार निर्देश करत ते म्हणाले, ''न्यायग्रंथांच्या किमतीच लाखांमध्ये असतात! प्रत्येक केसच्या संदर्भात कुठल्या कोर्टात कुठल्या न्यायाधीशांनी काय म्हटलंय, हे माझ्या साहाय्यकांना शोधून काढावं लागतंय. हे काही न करता केस स्वीकारणारा वकील हवा असेल तर तुम्हाला कुठंही मिळू शकेल. या गावच्या लोकसंख्येच्या पाव भागाइतके तेच तर आहेत! जाऊ दे! तीस हजार!''

''सर! मी हे सगळं धर्म म्हणून करतोय!''

''अरे वा! म्हणजे माझं शोषण करून तुम्हाला तुमचा धर्म करायचा आहे तर!'' आता मात्र त्यांचा आवाज तीव्र झाला होता.

''तुम्ही पूर्णपणे फुकट केस चालवावी, असं माझंही म्हणणं नाही! कुठलीही अपेक्षा नसताना मी एका असहाय स्त्रीला मदत म्हणून ही केस चालवायची म्हणतोय. हे लक्षात ठेवून तुम्ही फी आकारावी एवढंच माझं म्हणणं. तुमच्या बुद्धी-शक्तीची मलाही पूर्णपणे कल्पना आहे!'' यानं नम्रपणे पण दृढ स्वरात सांगितलं.

''तर मग मला पंचवीस. बाकी सगळी जबाबदारी तुम्ही बघायची. ऑलराइट.

तुम्ही त्या मुलीला एखाद्या सरकारी हॉस्पिटलमध्ये घेऊन जा. तिच्या गर्भारपणाची व्यवस्थित नोंद होईल, याची काळजी घ्या. त्यानंतर तिचा गर्भपात करून घ्या. त्यासाठीही तिचं संमतिपत्र घ्या. यात गडबड झाली, तर आपल्या हातातला मुख्य पुरावाच नष्ट होऊन जाईल! तिला इथं घेऊन या. ऑलराइट? आता मला कामं आहेत. परवा या. त्या नारायणमूर्तीचा पुन्हा एकदा घाम काढतो!'' म्हणत ते उठले.

यावर पैशाच्या संदर्भात काही बोलण्यात अर्थ नाही, हे याच्याही लक्षात आलं. तोही त्यांचा निरोप घेऊन बाहेर पडला.

गावाबाहेर रिक्षा न मिळाल्यामुळे त्याला पायीच बसस्टॅन्डपर्यंत यावं लागलं. स्टॅन्डजवळच्या हॉटेलमध्ये जेवून बसनं तो चनरायपट्टणला पोचला, तेव्हा रात्रीचे आठ वाजले होते. त्याचे विचार चाललेच होते. पंचवीस यांना दिले, तर वर पाच-सहा हजार तरी लागतील. एवढे पैसे कसे उभे करायचे, यांच्याऐवजी एखादा साधारण वकील धरला तर लक्कूचं काय होईल, या विचारात गढल्यामुळे गाव आलेलं त्याला समजलंच नाही. बसमधून उतरून सावित्रीच्या घरी तो पायीच गेला. त्यानं पाहिलं, दाराला कुलूप घातलं होतं. कुठं गेली असेल ही? त्याला आठवलं, आपणही हिला काहीही न सांगता परस्पर वकिलांच्या भेटीला गेलो!

घरमालकांकडे चौकशी केली, तेव्हा दोन्ही भावंडं सहाच्या बसनं बिळीकेरेला गेल्याचं समजलं. त्यांच्याकडे घराची चावीही दिलेली नव्हती. त्याची पिशवीही घरातच राहिली होती. त्याचाही विचार न करता हे दोघं तातडीनं निघून गेलेत! बहुतेक लक्कूच्या मुलीला, लताला भेटायला गेले असावेत. हो. असंच काहीतरी असावं. पाठोपाठ आठवलं, पोलीस स्टेशनात सावित्रीची शुद्ध हरपली होती. ही गोष्ट मनाला लावून घेऊन... सावित्री कशी असेल? रामकृष्ण तयार होईल काय? हिची तर शुद्ध हरपली होती. पण... का गेले असतील बिळीकेरेला?

त्यानं पाहिलं, साडेआठ वाजले होते. यानंतर बसही नव्हती. काहीतरी करून तिथं जायला पाहिजे, असा त्याचा निश्चय झाला. लगेच एका हॉटेलमधून चार इडली बांधून घेऊन तो बिळीकेरेच्या दिशेनं चालू लागला. सतत चाललं, तर दोन-अडीच तासांचा रस्ता. दिवस चांदण्याचे असल्यामुळे फारसा विचार न करता त्यानं चालायला सुरुवात केली. चालताना त्याचं मन लक्कू, सावित्री, लक्कूची मुलगी लता आणि या तिघींशी शारीरिक संबंध ठेवणाऱ्या मंजय्याच्या विचारात गढून गेलं होतं. याला काहीच निषिद्ध नाही. ती कशी बाई असावी, हेच समजत नाही. तिच्या पोटी जन्मलेली दोन्ही मुलं पाहताना साधारण कल्पना येते इतकंच. 'तो म्हणाला...' याशिवाय त्याच्या हिच्या आईशी असलेल्या संबंधाला आणखी कुठला पुरावा आहे? ही सातीच जरा जास्त भावनाशील आहे!

चंद्र वर आल्यामुळे चांदणं स्वच्छ पडलं होतं. त्या उजेडात रस्ता स्पष्ट दिसत

होता. आता त्या उजेडात त्याला वाटू लागलं, हीच रामकृष्णला गावी घेऊन गेली असेल. शक्य तितक्या लवकर गावी पोचायची त्याला घाई झाली. तळ्यातला तो खडक त्यानंही पाहिला होता. सीतेनंच ती जागा 'इथंच अम्मा पाय घसरून पडली...' म्हणून दाखवली होती. हे सांगतानाही तिच्या डोळ्यांत पाणी होतं. त्याच वेळी मनात आलं होतं, अशा ठिकाणी बायका कपडे धुवायला आणि अंघोळीला कशा जातील? भूक लागल्यावर त्यानं जवळच्या इडली संपवल्या. तो बिळीकेरेला जाऊन पोचला, तेव्हा रात्रीचे साडेअकरा वाजले होते. सरळ घरी जायच्या ऐवजी तो आधी त्या तळ्याकडे वळला. चांदण्याच्या उजेडात तळं आणखी विस्तीर्ण भासतं, असं मनाला समजावलं तरी मनातलं भय कमी झालं नाही. इकडंतिकडं बघत तो तळ्यातल्या त्या खडकापाशी जाऊन उभा राहिला. काही वेळ त्या चांदीच्या तबकाप्रमाणे सौम्यपणे प्रकाशमान होणाऱ्या तळ्याचं सौंदर्य पाहत उभा राहिला. परतत असताना तिथं कुणीतरी असल्याचं जाणवून तो जवळच्या चिंचेच्या झाडाच्या आडोशाला उभा राहिला.

ती कुणीतरी बाई होती. दृढ पावलं टाकत ती येत होती. काहीतरी ठाम निर्णय करून तिची पावलं पडत होती.

त्याचा अंदाज खरा होता. साती! ती पुढे जाईपर्यंत तो तसाच उभा राहिला. त्या खडकापर्यंत जाऊन मृत्यूचं दार ठोठावू दे! त्या नंतरच तिला मी काय म्हणतोय, याचा अर्थ समजू शकेल! त्या आधी काहीही सांगितलं तरी ते मनात शिरणार नाही. पुन्हा कधीतरी याच मार्गानं येईल. आत्महत्या करणारा त्या क्षणी किमान काही क्षण तरी स्तब्ध उभा राहतोच.

सावित्री चालत पुढं गेली. चपला काढून ठेवून हाही तिच्यामागं हलकेच पावलं टाकू लागला. ती त्या खडकावर जाऊन उभी राहिली. तो तिच्या मागोमाग होताच. जरी तिनं पाण्यात आधीच उडी घेतली तरी आपण पोहून तिला वाचवू शकतो, असा विश्वास त्यानं मनाशी एकवटला. खडकावर तीही एखाद्या दगडी पुतळ्यासारखी स्तब्ध उभी होती. हा तिच्या दृष्टीनं निर्वाणीचा क्षण हे त्याला जाणवलं. त्यानं हलकेच हाक मारली, "साती!.." तिला ती हाक ऐकू आलेली दिसली नाही. त्यानं पुन्हा हाक मारली आणि भरभर तिकडं निघाला. तो पोचला आणि ती मागं वळली. दोघंही समोरासमोर उभे राहिले. तिला स्पर्श न करता तो तिच्या चेहऱ्याकडे पाहत राहिला.

ती तशीच मूर्तीसारखी उभीच होती. चेहऱ्यावरचे भाव अंधारात स्पष्ट दिसत नव्हते. तो म्हणाला, "आधी बैस! माझ्याशी बोलल्यानंतर पाण्यात उडी घे."

यातलं काहीच तिच्यापर्यंत पोचलेलं दिसलं नाही. तिचे दोन्ही हात धरून त्यानं तिला बसती केली. स्वत:ही बसला. तिच्या मागं आकर्षकपणे चमकणारा

चंदेरी विस्तार होता. उजवीकडे दिसणारी भिंत.

तिला अजूनही समोर बसलेल्या भाऊजींचं अस्तित्व जाणवलं नव्हतं.

आता मात्र वेळ न घालवता तो बोलू लागला, "हे बघ! तुम्ही दोघं सकाळी, नंतर घरी परतलात. मी नंतर लक्कूशी आणखीही बोललो, सगळं समजून घेतलं. तिची विचारशक्ती सर्वसाधारण परिस्थितीच्या पलीकडे जाऊन वेगळ्याच पातळीवर स्थिर झाली आहे. अशा लक्कूसाठी योग्य वकील कोण नेमून देणार? मीच ना? त्या कामासाठी गेलो होतो. मळलि वेंकटरामय्यांना ठरवून आलोय. त्यांची फी कशी द्यायची, हा आता माझ्यापुढचा प्रश्न आहे! घरी आल्यावर तुम्ही गावी आल्याचं समजलं. तू का इथं आलीस, हे माझ्या लक्षात आलं. तू इथंच येशील, हेही मला ठाऊक होतं. कारण मी जेव्हा आत्महत्या करायचा विचार केला होता; तेव्हा मलाही जिथं हातून पाप घडलं, त्याच जागी आत्महत्या करायचा विचार माझ्या मनात आला होता. तेव्हा आधी मंजय्याच्या खोपीत फास लावून घ्यायचा विचार आला होता. तुला मंजय्याचा याच जागी मोह पडला होता. तुझ्या अम्माचा जीवही याच जागी गेला. त्यामुळे तू इथं येशील, याची मला खात्री होती. मी यायच्या आधीच तू इथं आलीस तर काय करायचं, या भयानं धावतच इथं आलो. समजलं?"

तो एवढं बोलला तरी ती काहीच बोलली नाही. तरीही ती हळूहळू भानावर येत असल्याचं त्याला जाणवलं. आपलं बोलणं तिच्या कानांतून मनात शिरत असल्याचं त्याच्या लक्षात आलं.

थोडावेळ जाऊ देऊन तो म्हणाला, "जे लक्कूनं केलं, ते तू केलं असतंस काय? सगळं आधी समजलं असतं, तरीही तशी वागू शकली असतीस काय? तिनं ते केलंय! आता तिला शिक्षा होणार नाही, हे बघणं तुझं कर्तव्य नाही काय? तिला वाचवण्यासाठी तीसेक हजार खर्च आहे. मला जेवढे जमणार, तेवढे मी उभे करेनच. कमी पडतील, ते तू देशील काय? किंवा दोन दागिने दिलेस तरी ते विकून मी पैसे उभे करेन."

तरीही ती काही बोलली नाही.

"बोल साती! देशील ना? तू देशील, हे मला ठाऊक आहे."

तिनं गळ्यात हात घातला. गळ्यातलं सोन्याचं मंगळसूत्र बाहेर काढलं. दोन्ही हातांतल्या बांगड्या काढून तिन्ही वस्तू ओंजळीत घेऊन त्याच्यापुढे ओंजळ धरली. ते घेत तो पुन्हा म्हणाला, "तू देशील, याची मला खात्री होती. पंधरा-वीस हजार येतील याचे. तूर्त हे तुझ्याकडेच असू दे. माझ्या खिशात राहिले तर कुठंतरी पडून जातील." असं म्हणत त्यानं ते तिच्या पदरात गुंडाळून तीन गाठी बांधल्या.

थोडा वेळ शांततेत गेल्यावर त्यानं विचारलं, "लक्कूची मुलगी लता गावातच

आहे म्हणून समजलं. लहान मुलगी! तिची काय अवस्था आहे कोण जाणे! तिचीही जबाबदारी आपल्यासारखीच कुणीतरी घ्यायला पाहिजे. आपण घेऊ शकतो!''

"भाऊजी! तुमचा प्लॅन आता माझ्या लक्षात आला. त्या मुलीची आणि त्याबरोबरच हे विकून पैसे उभे करायची जबाबदारीही तुम्ही माझ्यावरच टाकताय! मला हे नकोय! नाहीतरी मी मरणारच आहे. अंगावर सोनं ठेवून मरायची माझीही इच्छा नव्हती. घरातून निघताना हे लक्षात आलं नाही. निदान लक्कूला तरी याचा उपयोग होऊ दे म्हणून काढून दिले.'' ती पदराची गाठ सोडवू लागली.

तिला अडवत तो म्हणाला, "नाहीतरी मरणारच आहे, नाहीतरी ठेवून काय करायचंय, अशा विचारानं देणं म्हणजे सत्कार्य नव्हे! तूच हे सगळं करायला पाहिजे. आवश्यकतेनुसार कोर्टात खेटे घालायला पाहिजेत! समजलं की नाही?''

तिनं आता त्याच्याकडे पाहिलं. त्याची दृढ दृष्टी तिच्यावर रोखली होती.

ती भावनावेगानं हुंदके देऊन रडू लागली. त्याच्या जिवात जीव आला.

"भाऊजी, मी जिला अम्मा म्हणत होते, त्या बाईची मला नीट आठवण आहे! ती गेली, तेव्हा तर मी पाच वर्षांची होते. नंतर आळीतल्या आणि गावातल्या सगळ्या बायका मी किती मातृमुखी आहे, हे वरचेवर सांगायच्या! अण्णाही कितीतरी दिवस मला अम्मय्याच म्हणायचा. मला किती अभिमान वाटायचा तेव्हा! आता?...'' बोलता बोलता ती ताड्‌कन उठली आणि पाण्याच्या दिशेनं धावली.

तो सावध होता. त्यानं तिचा दंड धरून तिला आवरत म्हटलं, "मी काय सांगतोय, ते ऐक. त्या तुझ्या अम्मा होत्या! माझ्या सासूबाई! लक्कूनं सांगितलं ते खरं असेल; किंवा मंजय्यानंच खोटं काहीतरी रचून सांगितलं असेल! अगदी ते खरं असलं तरी मी माझ्या सासूकडे अपमानास्पद पद्धतीनं बघणार नाही. यानंतर तुझा अण्णा कदाचित तुझ्या अम्माचं श्राद्ध करणं थांबवेलही.''

"नाही. तो थांबवणार नाही.''

"हं! कदाचित तो थांबवणारही नाही. त्यानं मंजय्याचं अग्निकर्म केलंच ना! मी विचारलं, हे समजल्यावरही पुढचे सगळे विधी करणार काय? त्यानं होकारार्थी उत्तर दिलं. आई-वडील, कुणीही असू दे. त्यांनी काहीही पाप केलं असलं तरी ते त्यांना लखलाभ! आपण अशा कारणासाठी श्राद्ध केलं नाही तर ती आपल्या कर्तव्यातली तृटी राहील, असं त्याचं म्हणणं! त्यांच्या दोघांच्या संबंधाचा दाखला देत मी कशाला माझं कर्तव्य सोडू, असं त्यानं विचारलं मला! त्याला वाटतं, प्रेतात्म्याला पुढे नेणं आपलं काम! त्यानंतर त्यांच्या पापपुण्याचा हिशेब करणं, हे यमधर्माचं काम!''

ती ऐकत होती.

"तूही तुझ्या अण्णय्यासारखा विचार करायला पाहिजे! बैस!''

स्वत:ला सोडवून घेत ती म्हणाली, "नका अडवू मला! मला मरायचंय. जगायचं नाही!"

"काय करणार आहेस मरून?" त्यानं विचारलं.

तिला उत्तर सुचलं नाही. त्यानं पुन्हा तोच प्रश्न विचारला आणि म्हणाला, "तुला उत्तर दिलंच पाहिजे! जर तू उत्तर दिलंस, तर मी तुला अडवणार नाही!"

"मला निरुत्तर करताय तुम्ही! मी याला फसणार नाही!"

"हा निरुत्तर करायचा प्रश्न नाही, साती! मीही एकदा गळ्यात दोरखंड अडकवून उडी घेणार होतो! तेव्हा माझ्या मनात उमटलेला प्रश्नच मी तुला विचारतोय! या प्रश्नाला उत्तरच नाही! उलट जगलं तर काय, या प्रश्नाला शंभर उत्तरं सापडतील!"

"तुमचं उत्तर मलाही ठाऊक आहे!"

"मी काही तुला ग्रामोद्धार करायला सांगत नाहीये! तू फक्त लक्कू आणि तिच्या मुलीकडे बघ. दुसरं म्हणजे हे फक्त तूच करू शकशील. तिपटूरमध्ये जे काही चाललंय, ते तुला ठाऊक आहे की नाही ठाऊक नाही! एव्हाना गणेश छोटा मंजय्या झालाय! त्या गावात माझा वावर असल्यामुळे ते माझ्याही कानांवर येतंय. तुमच्या घरात, परमेश्वरय्यांच्या मुलाच्या पोटी, तुझ्या सात्त्विक भावाच्या पोटी जन्मलेला अंकुर हळूहळू मंजय्या बनतोय! मंजय्याला सुधारण्याची शक्ती माझ्या अंगात नव्हती. त्याला सुधारणं, हे एखाद्या महात्म्याचंच काम होतं. दुर्दैवाची गोष्ट म्हणजे या भागात तसा कुणी नव्हता. तसा कुणी असता तर मंजय्याचा मृत्यू इतका भयाण रीतीनं झाला नसता! पण गणेशच्या बाबतीत हे अशक्य नाही. अजून तो लहान आहे. कदाचित त्याला सावरता येईल. तू जर त्याला मायेनं जवळ घेऊन सत्य सांगितलंस; तू मंजय्याबरोबर काय काय भोगलंस ते सांगून समजावलंस तर जो त्याच्यावर परिणाम होईल, तेवढा परिणाम त्याच्या वडिलांनी सांगितलं तरी होणार नाही! हे तुझ्या लक्षात येतंय काय?"

"हं!"

"काय लक्षात येतंय?"

"त्याच्या वडिलांनी सांगण्यापेक्षा मी सांगितलं तर त्याचं मन द्रवेल!"

"आणखीही एक लक्षात घे. रामकृष्णचा स्वभावच निवृत्तीचा आहे. तो काहीही सोडू शकेल. कशापासूनही अलिप्त होऊन राहू शकेल! लक्कूकडून सगळं ऐकल्यानंतरही हा मंजय्याचे दिवसकर्म करायला तयार झालाय! हे सर्वसाधारण माणसाला शक्य आहे काय? दुसरा कुठलाही विचार मनात न आणता साडेसहा लक्ष रुपये जाळून टाकणं कुणाला शक्य आहे? ती त्याची असामान्य शक्ती, हे मान्य! पण अशा माणसापासून माणसं दहा हात लांबच राहतात. जवळच जात

नाहीत! मग प्रभाव तरी कसा पडणार? मीही हळूहळू माझ्या मुलाच्या, रामचंद्राच्या जवळ जायचा प्रयत्न करतोय. यानंतर तोही कदाचित थोडंफार ऐकेलही! माझ्या मुलाचं जाऊ दे. तू कायद्यानं मंजय्याची बायको आहेस. त्याच्या सगळ्या संपत्तीची तूच मालकीण आहेस. प्रेताच्या करदोट्याला बांधलेली चावी पोलिसांच्या ताब्यात आहे. त्या तिजोरीत सोनं-चांदी आणि कदाचित रोकडही असेल. शिवाय जमीनजुमला. या साऱ्याचं तू काय करणार आहेस?"

"भाऊजी! माझ्या मनात लोभ निर्माण करू नका! त्याची किळस वाटून मी त्याला सोडून आलेय! त्याची संपत्ती मी कशी घेईन? बोटही लावणार नाही!"

"ते मलाही ठाऊक आहे! त्या बाबतीत तू भावाची बहीणच आहेस! पण माझा काहीही संबंध नाही, असं तरी लिहून द्यावंच लागेल ना! मग सरकार त्याचा लिलाव पुकारेल. आलेले पैसे खर्च करून एखादा मंत्री त्याच्या वापरासाठी एखादं छोटं विमान विकत घेईल! हे योग्य होईल काय? मला वाटतं, तू त्यातला एक पैसाही स्वतःसाठी खर्च करू नयेस. तुझा पगार तुझ्या पोटापाण्यासाठी पुरेसा आहे. मंजय्याच्या पैशानं लोकांचं भलं होईल, असं काहीतरी करावंस! त्याच्या मळ्यातल्या त्या खोपट्यात बरीच पापकर्मं घडली आहेत. त्याच जागी त्याचाच पैसा खर्च करून तू काहीतरी चांगलं काम सुरू करावंस! पुण्याचं काम सुरू झालं की तिथलं पाप आपोआपच निघून जाईल! जर याला घाबरून तूही जीव दिलास, तर ते पाप आणखी थाटात मिरवत राहील!"

ती ऐकत होती.

"आणखीही एक आहे. बैस. सांगतो! पायी चालत आलोय मी! दमलोय!"

ती खाली बसली.

तिच्यासमोर बसून तो म्हणाला, "आपण लक्कूच्या मुलीला भेटून तिच्याशी बोलायला पाहिजे. हे मला एकट्याला शक्य नाही. ती तुझ्याशी मनमोकळं बोलू शकेल. मंजय्यानं तिच्यापुढे गर्भपाताचा प्रस्ताव ठेवला होता. पण तेव्हा तिनं त्याला विरोध केला होता. तो तिचा विचार अजूनही कायम असला तर तिला-तिच्या बाळाला मंजय्याच्या संपत्तीतलं काहीतरी मिळेल, असं करायला पाहिजे. काही सांगता येत नाही. कदाचित त्या परमपापी मंजय्याच्या पोटी एखादा मोठा आत्मा जन्म घेईल! त्याला योग्य प्रकारचं पालनपोषण मिळणं आवश्यक आहे! अर्थात तो निर्णय तिचाच असला पाहिजे. बघितलंस? तुला करायला किती काम आहे ते?"

तिला त्या बोलण्यात तथ्य दिसू लागलं.

"मी का आलो होतो, तेही सांगतो. तुझं पत्र मिळालं."

क्षणार्धात तिला संदर्भ लागला.

“आता तुलाच बिळीकेरेत करायला हवं तेवढं काम आहे! बाकी तर तूच सगळं लिहिलं आहेस! तुलाही शरीरसंबंध नको आहे. तेच एकदा ठरल्यावर आपण लग्न केलं काय आणि न केलं काय! दोन्ही सारखंच! याचा अर्थ आपण एकमेकांना परके आहोत, असं नाही! मला तुझी किती आठवण येते, तूच त्या अर्थानं माझी यजमानीण आहेस! पुढं कसं-काय त्याचा निर्णय सावकाश घेऊ या. चल, आधी घरी जाऊ या! रामकृष्ण काळजीत असेल!”

“नाही. मी खोलीत झोपले होते. दार लावून घेऊन आले होते.”

“आतून कडी न लावलेलं दार त्याच्या लक्षात येईल!”

तिला आपल्या चुकीची जाणीव झाली. हे त्या चांदण्याच्या प्रकाशात त्याच्याही लक्षात आलं. तो हसतच म्हणाला, “अशा मूर्ख मुलीबरोबर संसार करायचा म्हणजे माझं कर्मच!”

तिच्या चेहऱ्यावरचा ताण कमी झाला होता.

अठरा

"नियंत्या, काहीही सांगता येणार नाही, काही करता येणार नाही, काही सुधारू शकणार नाही... अशा अवस्थेत केवळ साक्षीदार होऊन राहायचं किती कठीण आहे! होणारं, होऊ पाहणारं, ते कितीही अन्यायकारक असलं तरी, ते थांबवण्याची शक्ती साक्षीदाराला कदापि नसते! मंजय्या असा आहे, हे जर मी लताला सांगू शकलो असतो तर ती बिचारी या संकटात सापडली नसती. माझा मुलगा रामकृष्णही कळवळून विचारत होता, अप्पा-अप्पा, तुम्ही का सांगितलं नाही? पोटात का दडवून ठेवलंत? काय कारण होतं? त्याच्या त्या तळमळून विचारलेल्या प्रश्नांनाही मी उत्तर देऊ शकत नाही. नियंत्या, तुझा नियम माझ्या लक्षात आलाय! त्या जगात असेपर्यंतच काहीतरी सांगायची, करायची, सुधारायची शक्ती आहे. सगळे संबंध सोडून इथं आल्यावर ते काहीही शक्य नाही! तू मला अदृश्य स्वरूपात त्या जगात धाडलंस! तेव्हा जे मला दर्शन झालं, ते वेगळंच! त्यातलं महत्त्वाचं आधीच सांगून मोकळा होतो.

"मी कोर्टात साक्ष दिल्यामुळे मंजय्याला त्रास झाला, हा आरोप खराच आहे. कोर्टात न्यायाधीशासमोर मी घाबरून चाचरलो. बोलायचा थांबलो. तसं केल्यामुळे माझ्या त्या साक्षीची किंमत केवळ कमी झाली नाही, परिणाम विपरीतच होणार ना! खरं सांगायचं तर त्याची सुटका झाली, ती लक्कूच्या साक्षीमुळे! त्यानं सावित्रीला पुन्हा नांदायला नेली नाही, याचं समर्थनही त्यानं तसंच केलं आहे.

"पण माझी अशी विनंती आहे, की परिणामावरून सत्य-असत्याचं मोजमाप करू नये. त्या शनिवारी मी तिपटूरला गेलो नव्हतो. मंजय्यालाही भेटलो नव्हतो. या दोन गोष्टी माझ्या तोंडून गेल्या, एवढं असत्यही पुरेसं आहे माझं सत्त्व नष्ट करायला! माणसाला अंतर्मनही असतं, हे मला त्या वेळी समजलं नव्हतं. माझ्या प्रज्ञेला जेवढं जाणवतं, तेच माझं मन आहे; असं मी मानत होतो. अपकीर्तीच्या

भयानं मी आत्महत्या केली काय? हा केवळ माझ्या मनाचाच प्रश्न असता तर मी एखाद्या डोंगरावर, निर्जन अरण्यात किंवा कुणालाही समजणार नाही अशा जागी जाऊन का आत्महत्या केली नाही? तोंडून खोटा शब्द गेला म्हणून यानं आत्महत्या केली, असं जगानं म्हणावं म्हणून मी संपूर्ण गावाच्या नजरेला पडेल अशा जागी गळफास घेतला काय? हीही एका प्रकारची उद्घोषणाच होती का? अशा उद्घोषणेला सत्याइतकाच मूलाधार होता का? हे सगळे प्रश्न मला आता दिसताहेत.

"सत्यभंगानंतर जगायला इतर कुठला आधार नाही राहिला नाही म्हणून मी आत्महत्या केली हे तर खरं. त्याआधी प्रश्न येतो, मी सत्यालाच जीवनाचा आधार का बनवला, याचं उत्तरही मीच तुला दिलं पाहिजे.

"मला समजतंय तेव्हापासून मी कधीच समजूनउमजून खोटं बोललो नाही. तो माझा जन्मजात स्वभाव म्हण हवं तर! बायकोचा व्यभिचार प्रत्यक्ष डोळ्यांनी पाहिल्यावर माझ्या मनात खरं-खोटं याविषयीचा गोंधळ पहिल्यांदा उसळला. तरीही, माणूस खरं-खोटं अशा दोनच मार्गांनी सगळं समजून घेत असतो. त्यात मध्यममार्ग नाहीच, अशी माझी त्या वेळी भावना झाली.

"तेव्हा मी चाळिशीचा होतो आणि ती पस्तीस वर्षांची. पाच मुलांची आई. त्यातली तीन जिवंत होती. थोरला एकोणीसचा, मुलगी सतराची, धाकटी पाच वर्षांची. संसारात मी तसा सुखीच होतो. माझी शेती, अतिथीला अन्नदान, जे आहे त्यात समाधान मानायची वृत्ती. अशा वातावरणात सुखात होतो मी! मी आपणहोऊन कधीही बायकोवर संशय घेतला नाही. संशय म्हणजे तरी काय? संबंधात खोटेपणा शोधणं! उत्तम वागणाऱ्या बायकोवर कुठला सर्वसामान्य नवरा उगाचच संशय घेईल? दररोज अतिथींचं जेवण झाल्यावर माझं जेवण. ते झाल्यावर थोडा वेळ विश्रांती घेऊन मी मळ्याकडे जायचो. दिवस मावळल्यानंतर, पक्षी घरट्यांकडे परतल्यानंतर माघारी यायचो.

त्या दिवशीही तसाच मळ्याकडे गेलो होतो. एका रयताला वीस रुपयांची उचल पाहिजे होती. त्याच्या बायकोला बरं नव्हतं म्हणून. लगोलग घरी गेलो. मी कधीच मोठ्यानं हाका मारत नाही. पुढचा दरवाजा थोडा ढकलून पाहिला. वाटलं, बायको कदाचित मागच्या दारी भांडी धुवत असेल. म्हणून मागच्या बाजूला गेलो. तिथंही ती दिसली नाही. कदाचित तिची वामकुक्षी चालली असेल; असा विचार करून तसाच राहिलो. पैसे तर तातडीनं हवे होते. सुचलं, मागच्या दारातून आत बोट सारून ती कडी काढता येण्यासारखी होती. म्हणून रात्री झोपताना तिथं खीळ घालायचो. तशी बोटानं आतली कडी काढून मी आत गेलो. तिला जाग येऊ नये म्हणून हे सगळं मी आवाज होऊ न देताच केलं. आत पाहिलं तर पस्तीस वर्षांची, पाच मुलांना जन्म देऊन आता तीन मुलांची आई असलेली माझी बायको... तिच्या

थोरल्या मुलापेक्षा थोड्या मोठ्या असलेल्या मंजय्याबरोबर कामक्रीडेत मग्न झाली होती! मला पाहताच ती कशी पांढरीफटक पडली, मंजय्या चट्कन उठून कसा सापडलेल्या फटीतून नाहीसा झाला हा सगळा तपशील इथे अनावश्यक आहे. या घटनेनं मला चूरचूर केलं.

"कुठल्याही नात्याचा मूलाधारच विश्वास असतो. जगण्याचा तो एक महत्त्वाचा धागा असतो. या दोन्ही गोष्टी भंगून गेल्या तर जगायला आधार कुठला?

"या घटनेनंतर सातव्या दिवशी बायको तळ्यातल्या खोल डोहात मरून गेली. मुलांना मोठं करायचं असेल तर मला जगणं आवश्यक होतं. मग जगायला मी कुठला आधार घेऊ? माणसाकडून जे गमावलेलं असतं, तेच पुन्हा जुळवून घ्यायचा त्याचा प्रयत्न असतो ना! सत्य हाच माझ्या जगण्याचा परमआधार झाला. असा आघात झाला नसता तर मी सत्याची कास सोडली असती, असा याचा अर्थ नाही. आपल्यात जे नाही, ते नव्यानं सुरू करून तेच आयुष्याचं ध्येय बनवणं शक्य नाही. नियंत्या, खऱ्या-खोट्याची मीमांसा करणं हा माझा उद्देश नाही."

"नंतर तू तिला काय विचारलंस?" संपूर्ण भावरहित, तरीही तेवढ्याच अधिकारवाणीनं विचारलं. चढ-उताराशिवायची ती वाणी नियंत्याची असल्याचं प्रेतात्म्याच्या लक्षात आलं.

"काहीही विचारलं नाही. पैसे घेतले आणि मळ्यात निघून गेलो. माझ्या निराशेचं आणि मनोवेदनेचं वर्णन मला करायचं नाही. संध्याकाळी घरी येताना मात्र माझं मन घट्ट झालं होतं. पंधरा वर्षांची सीता स्वयंपाक करत होती. तिनं सांगितलं, पंधरा दिवसांतच अम्माला पुन्हा शिवायचं नाही! तीही विटाळशीच्या बसायच्या कोपऱ्यात बसली होती. मी तिकडं पाहिलं नाही. मुलगा हासनला शिकत होता. पाच वर्षांची धाकटी मुलगी शेजाऱ्यांच्या घरी खेळत-वावरत होती.

"असेच दोन दिवस गेले, तीन-चार-पाच-सहा-सात दिवस गेले. विटाळशीनं चौथ्या दिवशी तळ्यावर जाऊन अंघोळ करून यायला पाहिजे. पण ती गेली नाही. मुलीनं वाढलेल्यातलं अर्धं जेवून बाकीचं टाकून द्यायची. तरीही मी तिला काहीच विचारलं नाही. माझ्या दृष्टीनं तिला काही विचारायचं शिल्लक राहिलं नव्हतं. मग काय बोलणार? मी तिला एकही अपशब्द उच्चारला नाही. तिच्या समोरच उभा राहिलो नाही.

"सातवा दिवसही गेला. आठवा दिवस उजाडला. पहाटेच सीतेला तिनं आपण तळ्यात अंघोळ करून येत असल्याचं सांगितलं आणि घराबाहेर पडली. दिवस उजाडायच्या वेळी चार-पाच जण धावत आले आणि त्यांनी सांगितलं, तुमची बायको त्या खडकापाशी अंघोळ करायला गेली होती; बुडून मरण पावली.

"तेव्हा माझ्या मनात प्रश्न उभा राहिला, तिच्या मृत्यूला मीच कारणीभूत तर

नाही? ती असं काहीतरी करेल, हे माझ्या डोक्यातच आलं नव्हतं. मी माझ्याच वेदनेत आणि चिंतनात गढून गेलो होतो. नंतर विचार केला, तिच्याविषयी भलं-बुरं बोलून मुलांच्या मनातलं तिचं स्थान गढूळ करून काय होणार आहे? ते नष्ट करायचा मला काय अधिकार?

"त्यातूनच सत्य हे जसं जीवनाचा आधार बनलं, तसंच मौन ही जगण्याची रीत बनली."

"सावित्रीनं मंजय्याशी लग्न करायचा हट्ट धरला, तेव्हा सगळं सांगून टाकायचा निर्धार तुझ्या मनात आला होता?" चित्रगुप्तांचा आवाज मध्येच प्रवेश करता झाला.

"होय. आला होता. सावित्री हट्टी मुलगी. मंजय्याविषयी सगळं ठाऊक असतानाही तिनं त्याच्याशीच लग्न करायचा हट्ट धरला. तिला पुन्हा पुन्हा सांगून काही उपयोग होत नव्हता. तिच्या आईशी काय घडलं, ते सांगून लग्न चुकवता आलं असतं. पण तसं केलं असतं तर तिला आणि रामकृष्णला केवढा धक्का बसला असता! बारा वर्षांपूर्वी मरण पावलेल्या त्यांच्या आईविषयीचा त्यांच्या मनातला आदरभाव नष्ट करणं योग्य ठरेल काय?

"या प्रश्नानं मला फार छळलं. विचार केला, मंजय्याशी लग्न करून तिचं आयुष्य बरबाद झालं तर ते तिचं नशीब! पण हे सांगायला नको, असा निर्धार केला. सत्य लपवून ठेवणं हेही एक प्रकारचं मानसिक बंधनच, हे तेव्हा लक्षात आलं नाही."

एवढं सांगून प्रेतात्मा अबोल झाला. पुढं एखादा प्रश्न येईल म्हणून तो वाट पाहू लागला. थोड्या शांततेनंतर नियंत्याचा आवाज आला,

"तुला अजून काहीतरी सांगायचं आहे. सांगून मोकळा हो!"

"दोन गोष्टी. आत्महत्येनं समस्या संपेल, असं वाटल्यामुळे मी ती केली. जिवंत असणारे नंतर कुठंही जाऊ शकतील. हवं ते करू शकतील. आत्महत्या करणाऱ्याचं मन केवळ एकाच दुर्दैवी घटनेपाशी अडकून पडलेलं असतं. माझंही तेव्हा तसंच झालं असावं, हे माझ्या आता कुठं लक्षात येतं. प्रभू! माझी बायको आपल्या मुलाच्या वयाच्या मंजय्याच्या मोहात का पडली, या प्रश्नाचाही मी नंतर विचार केला. तेव्हा मला यावरचं कुठलंच उत्तर सापडलं नाही, सुचलं नाही! आताही समजत नाही. मिळालं, तर मला या प्रश्नाचं उत्तर हवं आहे. तू मला भूलोकात जाऊन सगळ्यांच्या मनात शिरायची संधी दिलीस. तीही इथंच आहे. कुठल्या स्थितीत आहे, हे मला ठाऊक नाही. पण तुला तेही ठाऊक आहे. ती तशी का वागली, हे तूच मला सांग."

"ठीक आहे. जानकीच्या प्रेतात्म्यालाच इथं बोलावून घेतो. तू स्वतःच तिला तुझा प्रश्न विचार."

हे या प्रेतात्म्याला फारसं रुचलं नाही. ते त्यानं मौनातून दर्शवलं.

"का? समजून घ्यायची इच्छा नाही?"

"प्रभू! माझा चेहरा बघणं अशक्य झालं म्हणून तीस वर्षांपूर्वी तिनं आत्महत्या केली! धर्मशास्त्र सांगतं, यमलोक ही शिक्षा भोगण्याची जागा आहे! आतापर्यंत ती बरीच शिक्षा भोगून तळमळली असेल! इथं पुन्हा माझ्यासमोर उभं राहणं म्हणजे आजवर भोगलेल्या शिक्षांपेक्षा अतिउग्र शिक्षा होईल. तिला शिक्षा करणं, हे कदाचित तुमचं कर्तव्यही असेल. पण त्यासाठी मला का साधन करता?"

"तुझी ही समजूत चुकीची आहे. एकाला शिक्षा करण्यासाठी दुसऱ्याचा वापर करणं, ही मनुष्यप्राण्याची पद्धत! धर्मलोकात प्रत्येक जण आपापल्या शिक्षेला जबाबदार असतो. कुणाचा वापर करायचा प्रश्नच नाही. आपापल्या सुखालाही ते स्वत:च जबाबदार असतात. लोखंडी कावळे, उकळत्या तेलाची कढई, धगधगती जमीन या सगळ्या मनुष्यस्वभावानुसार केलेल्या पुराणकल्पना आहेत. तुला समजून घ्यायचं आहे, तर तू स्वत: तिचं म्हणणं ऐक. तू तिला दिसणार नाहीस. तू इथं आहेस, हेही तिला समजणार नाही. मान्य आहे?"

"ही माझ्यावर कृपाच होईल!"

या संवादानंतर प्रेतात्म्याला स्थलांतरित झाल्याचा अनुभव आला. स्थान, अंतराळ, आकाश-सगळंच वेगळं असल्याचा अनुभव आल्यामुळे या स्थलांतरामुळे त्याचा गोंधळ उडाला नाही. त्याच्या दृष्टीच्या परिघात एक प्रेतात्मा आला. अंगुष्ठाच्या आकाराची, नाक-कान-चेहरा किंवा इतर कुठला अवयव नसलेली वायूसारखी तरल वस्तू. ते जे काही होतं, ते आपणहोऊन आलं की ते अस्तित्व केवळ आपल्यालाच जाणवतंय, हे परमेश्वरय्याच्या प्रेतात्म्याला समजलं नाही.

नव्यानं आलेल्या प्रेतात्म्याला नियंत्याच्या आवाजानं विचारलं, "मागच्या जीवनापासून तू दीर्घ काळ दूर आहेस. शिक्षाही अनुभवली आहेस. एक गोष्ट समजून घेण्यासाठी तुला बोलावण्यात आलं आहे. चित्रगुप्ताऐवजी तूच उत्तर देशील काय?"

"हो!"

"तेव्हा तुझं नाव जानकम्मा होतं. मृत्यूसमयी वय पस्तीस. तीन मुलं. मंजय्या नावाच्या, मुलाच्या वयाच्या व्यक्तीबरोबर कामसंबंध. हे का केलंस? तुझ्या कामभावनेचं शमन करायचं तुझ्या पतीचं सामर्थ्य नव्हतं का?"

या प्रश्नावर लगेच उत्तर आलं नाही. पुन्हा नियंत्याच्या आवाजानं आदेश सोडला, "सगळं चित्रगुप्ताकडून समजू शकेल. समजून घेतलं आहे. एवढ्या काळानंतर तरी तू सत्य सांगायच्या मन:स्थितीला आहेस काय याची परीक्षा घेण्यासाठी हे विचारत आहे. बोल!"

"यमधर्मा! मनुष्यलोकाच्या न्यायाधीशानं विचारलं असतं, तर मी त्याला कदाचित होकारार्थी उत्तर दिलं असतं. त्याद्वारे अनुकंपाही मिळवली असती. पण इथं तसं सांगण्यात अर्थ नाही. माझा पती मला सुख देण्यासाठी समर्थ होता. माझं त्याच्यावर प्रेमही होतं. त्याचंही माझ्यावर तितकंच प्रेम आहे हे मला ठाऊक होतं."

"तरीही मंजय्याशी संबंध ठेवायची का इच्छा झाली?"

"याचं उत्तर तुलाही ठाऊक आहे. पण यावरचं उत्तर तूही देऊ शकणार नाहीस. त्या वयापर्यंत मंजूनं दहा-पंधरा बायकांचा उपभोग घेतला होता. माझ्या घरीही यायचा आणि मनमोहक गप्पा मारत मलाही रमवायचा. मी मनाशीच ठरवलं होतं, हा माझ्या थोरल्या मुलीसाठी, सीतेसाठी उत्तम वर आहे पण मार्ग चुकलेला असल्यामुळे तो विचार करायला नको!"

"मग काय झालं?"

"कारणं सांगत राहिले, तर स्वतःचं समर्थन केल्यासारखं होईल. त्यामुळे काय घडलं, ते सांगते. गावच्या तळ्यावर कपडे धुवायला जात होते. एक दिवस नेहमीच्या जागी कपडे धुणाऱ्या बायकांची गर्दी होती. मला जागा नव्हती. त्यामुळे थोड्या अंतरावर असलेल्या त्या उंटाच्या आकाराच्या खडकापाशी गेले. पाय घसरला तर खालच्या बाजूला खोल डोह आहे, हे ठाऊक होतं. पण मला काही अंघोळीसाठी पाण्यात उतरायचं नव्हतं. मला ते जमलं. त्यानंतर मला कपडे धुण्यासाठी त्याच जागेचं आकर्षण वाटू लागलं. इथं इतरांचं साबणाचं पाणी अंगावर पडायचंही कारण नव्हतं. एक दिवस त्या जागी माझ्यापुरती मी कपडे धुण्यात मग्न झाले होते. तेव्हा मंजय्या पोहत पोहत तिथं आला. पाण्याच्या हलक्या लाटांमध्ये एक सुंदर पुरुषदेह एखाद्या स्वप्नासारखा दिसत होता. तो देह इतका आकर्षक होता की मंजय्याची ओळख पटायला काही क्षण जावे लागले.

"तो जवळ आला. या खडकावर चढायचा त्यानं प्रयत्न केला. पकड न सापडल्यामुळे तो पुन्हा पाण्यात घसरून पडला. हे खरंच घडलं की तसं त्यानं नाटक केलं कोण जाणे! त्यानं मदतीसाठी माझ्याकडे हात पसरला. दमलोय, असंही म्हणाला. वर उन्हाचा तडाखा वाढला होता. दया येऊन मी त्याचा हात धरला. माझ्या हाताचा आधार घेऊन तो हलकेच खडकावर चढला. चढल्यावरही त्यानं माझा हात सोडला नाही. मी प्रयत्न केला, पण त्याची पकड घट्ट होती. हात न सोडता म्हणाला, 'तुम्ही सोडलं तर मी कुठं जाऊ?' मला राग आला. मी रागानं हात सोडवायचा प्रयत्न केला. त्यानं हात सोडला नाही. एकदा नजरेनं मला आरपार पाहिलं आणि म्हणाला, 'आता आपण एकमेकांचा हात धरलाय! आता सोडतो. कुणीतरी पाहायला नको!' आणि हसत हसत पुन्हा पाण्यात पडला. थोडं अंतर गेल्यावर पुन्हा वळून माझ्याकडे बघितलं. मला तेव्हाही त्याचा राग आला होता.

मी तेव्हा पुन्हा ठरवलं, अशा माणसाला मी माझी मुलगी कधीच देणार नाही! कपड्यांचे पिळे घेऊन मी घरी आले. दिवसभर माझा त्यानं दाबलेला हात दुखत होता. त्याला दुसऱ्या हातानं मी पुन्हा पुन्हा दाबून बघत होते.

"दुसऱ्या दिवशी पुन्हा त्याच खडकापाशी जायचं नाही, असं मी पक्कं ठरवलं. तरीही मनातून त्या जागेचा, तिथल्या पारदर्शक पाण्याचा मोह पुन्हा पुन्हा आकर्षित करत राहिला. न राहावून मी त्या जागी गेले. आज जर हा आला तर त्याला चांगला धडा शिकवायचा, असं ठरवलं. पण तो आला नाही. धुणं संपलं तरी आला नाही. अजून आला नाही, का आला नसेल, या अपेक्षेनं मी त्याची वाट पाहत होते. पुन्हा त्या पाण्यात दिसलेला त्याचा बांधेसूद देह आठवत होता. नियंत्या! म्हणजे माझी तेव्हा काय अवस्था झाली होती, हे तुझ्या लक्षात आलं असेल.

"तिसऱ्या दिवशी तो तसाच पोहत आला. तसाच हात पुढे केला. मी त्याला रागावले. पण हलकेच. आणखी कुणाला ऐकू येणार नाही इतक्या हलक्या आवाजात. तो म्हणाला, 'दमलोय मी! लवकर हात द्या. उशीर करू नका.' मी हात देऊन त्याला वर घेतलं. नियंत्या! त्या क्षणी मनात उसळलेल्या लाटांच्या कल्लोळाचं इथं वर्णन नको. नंतरही दोनदा तो तसाच तिथं आला. तसाच हाताचा आधार घेऊन चढला. नंतर एक दिवस दुपारी तीन वाजता घरीच आला. त्या वेळी घरात कुणी नसतं, हे त्यालाही ठाऊक होतं. मला भीती वाटली. मी विरोध केला, विनवलं; पण स्त्रीचं मन ओळखायची त्याची शक्ती प्रचंडच. म्हणाला, 'मनं एक झाल्यावर उगाच का विरोध करता?' मी पुढाकार घेतला नाही. पण त्याला अडवायचं सामर्थ्यही माझ्यात नव्हतं. त्या क्षणापर्यंत मी पूर्णपणे पतीची होते. पण त्या क्षणी माझ्या मनावर माझा ताबा राहिला नाही.

"नंतरचा तो संपूर्ण दिवस अतिशय मनोवेदनेत गेला. पण त्यानंतर तो येत राहिला. मी पती-मुलंबाळं असलेली गृहिणी होते. याच्याबरोबरच्या माझ्या संबंधांना कुठलं रूप मिळणार आहे, हे मला समजत नव्हतं. त्याचबरोबर त्याचा अव्हेर करणंही मला जमत नव्हतं. माझी संकल्पशक्ती-विचारशक्ती-भावनात्मक शक्ती उल्लंघून मी त्याच्याबरोबर असहायपणे रत होत होते. नंतर मन हताश होत होत आणखी दुर्बल होत होतं."

"म्हणजे तू पतीचा त्याग करून मंजय्याशी विवाहबद्ध व्हायचा निर्णय घेतलास काय?"

"ते कसं शक्य होतं? माझं वय काय आणि मंजूचं वय काय! तशी निघून गेले, तर माझ्या मुलांचं भविष्य काय? याचं भान मला होतं. माझ्या हातात एवढंच होतं; शक्य ती संधी बघून मंजूशी रत होणं! हा एकदा निर्णय झाल्यावर मग

दुपारच्या वेळी भेटायची आम्ही दोघांनीही व्यवस्था करून घेतली. नियंत्या! माझ्या मनात एवढी प्रचंड आस कुणी निर्माण केली? ज्यानं ही भूक निर्माण केली, त्याची या बाबतीत काहीच जबाबदारी नाही का?''

त्याच वेळी तिथं आणखी एक प्रेतात्मा दाखल झाल्याचं जाणवलं. त्या दोन्ही प्रेतात्म्यांची परस्परांशी ओळख पटली. त्यानं आधीच्या प्रेतात्म्याला विचारलं, ''जानकम्मा! इथं आहात काय?''

''मंजू! तू? माझ्याशी असा का परक्यासारखा वागतोस? ''

''बरं. तू इथं आहेस का?''

''तू कसा इथे आलास? काय झालं होतं तुला?''

''तुलाच शोधत आलोय! त्या दिवशी तुझा नवरा अकस्मात आला म्हणून मला पळून जावं लागलं. नाहीतर त्यांनी शेजाऱ्यापाजाऱ्यांना हाका मारून प्रकरण वाढवलं असतं. म्हणून मी पळून गेलो. तू मला न सांगता का तळ्यात बुडालीस? मी किती कष्टी झालो! तुझ्या विरहात जळत राहिलो. अखेर त्या जगालाच विटलो. निदान इथं तरी तू भेटशील, असा विचार करून इथं निघून आलो.''

''मंजू! तुझा माझ्यावर किती जीव आहे, हे मला ठाऊक आहे. माझ्यासाठी तू सर्वस्वाचा त्याग करशील, हेही मला ठाऊक होतं. माझ्या कानात तू कितीतरी वेळा हे सांगितलं होतंस! ते आठवत असताना जे दुःख होतं, ते या यमलोकातल्या दुःखापेक्षा कितीतरी पटीनं जास्त असतं!'' असं म्हणत पहिला प्रेतात्मा विव्हळत लोळण घेऊ लागला. त्याचं रोदन सुरू झालं.

आणखी एक आवाज ऐकू आला, ''हा संपूर्ण खोटं बोलत आहे!'' आवाज ठाम असला तरी त्यात विनीत भाव पुरेपूर भरले होते. हा चित्रगुप्तांचा आवाज असल्याचं पहिल्या प्रेतात्म्याच्या लक्षात आलं.

''तू हिच्यासाठी एवढा व्याकूळ होतास, तर तिच्या मुलीला फशी पाडून तिच्याशी का लग्न केलंस? जानकम्मा! यानं तुझ्या सावित्रीवरही असाच पाश टाकून तिच्याशी लग्न केलं आणि तिला सोडूनही दिलंय. आता हा संपूर्णपणे खोटं बोलतोय!''

''खरंच का तू असं केलंस?''

''चित्रगुप्तांना बाह्यघटना ठाऊक असतील! त्यांना मन कसं ठाऊक असणार? तू आत्महत्या केलीस. मी एकटा पडलो. तुलाच शोधत त्या डोहापाशी पोहत होतो. जिथं आपण एकमेकांचा हात पहिल्यांदा हातात घेतला, तिथंच सावित्री दिसली! थेट तुझंच रूप! तिळमात्र फरक नाही! डोहात बुडालेली माझी जानकी पुन्हा साकार होऊन माझ्यापुढे उभी राहिली, असंच वाटलं तेव्हा मला! म्हणून तिच्याशी लग्न केलं. नंतर समजलं, ती तू नाहीस! बाह्य रूपावर मी भाळलो होतो.

दुसरं लक्षात आलं, एकदा जानकीशी संग केल्यावर सावित्रीचा सहवास असह्य होऊ लागला. म्हणून मी तिला सोडलं. तुझ्याच ध्यानात असल्यामुळे मी तिला सोडलं!''

आधीचा प्रेतात्मा आणखी दुःखी होऊन, तसंच समाधानानं आणखी विव्हळू लागला.

''हा पूर्णपणे खोटं बोलतोय!'' पुन्हा चित्रगुप्तांचा आवाज.

''इथे चित्रगुप्तांचं म्हणणंच सत्य मानलं जातं.'' नियंत्याच्या आवाजानं निर्णय दिला.

''न्यायपीठानं माझ्या निवेदनाचा विचार करावा.'' मंजय्याच्या प्रेतात्म्यानं विनयानं लोळण घेत सांगितलं.

''मनुष्यलोकातही व्यवसाय म्हणून साक्ष देणाऱ्या साक्षीदारावर विश्वास ठेवला जात नाही! तू तर एखाद्या व्यावसायिक साक्षीदारासारखं बोलतो आहेस.''

''जर इथेही माझं ऐकलं जाणार नसेल, तर माझ्यासारख्या निरपराध्याला कुठे आणि कसा न्याय मिळणार?''

काही क्षण सगळे आवाज थांबले. निःशब्द वातावरण पसरलं. नंतर नियंत्याचा आवाज ऐकू आला, ''त्याला जाऊ दे. तुमचं म्हणणं पुढे चालू दे.''

''प्रभू! खून झाल्यामुळे हा इथं आलाय, ही बाह्यघटना आहे. खरी तर ही आत्महत्या आहे.''

''आत्महत्या करण्याइतका मी कधीच भेकड नव्हतो.'' पुन्हा मंजय्याच्या प्रेतात्म्यानं विरोध केला.

तिकडे लक्ष न देता चित्रगुप्तांचा आवाज ऐकू आला, ''सरोजाक्षी नावाच्या व्यक्तीच्या घरातून बाहेर पडल्यावर याचं संपूर्ण व्यक्तित्व अपमानित झालं होतं. त्याच वेळी आपलं शिश्न कातरून टाकायला पाहिजे, असा त्यानं स्वतःच्या मनाशी उच्चार केला होता. कारण त्याचं क्रिया-तत्त्व आणि अहंकाराचं तेच स्थान होतं. तीन दिवसांनंतर लक्कू नावाच्या एका स्त्रीनं त्याच्या विचाराला कार्यरूपात परिवर्तित केलं. एवढंच! आत्महत्येचं आणखी एक लक्षण आहे. याच्या मळ्यात कुठलेही नर-मादी गेले तरी ते लगेच माजावर येतात, त्या भावनेमुळे त्यांची कामवासना अनावर होते, असा विश्वास गावकऱ्यांमध्ये पसरत चाललाय. सत्यप्पा नावाच्या एका माणसानं बेवारस स्त्रियांसाठी तिथं एक पुनर्वसन-केंद्र स्थापन करायचा प्रयत्न केला. पण तिथंही हाच अनुभव आला. तिथं काम करायला येणाऱ्या पुरुषांच्या बाबतीतही हेच घडतंय. ज्या पुरुषांत ही शक्ती कमी आहे किंवा अजिबात नाही, तेही रात्रीच्या वेळी या मळ्यात येतात. एखाद्या गोष्टीचा उद्घोष करणं, हे आत्महत्येचं एक ध्येय असतं. त्या बाबतीत याच्याइतकं कुणीच यशस्वी

झालेलं नाही. मनाचा संकल्प आणि त्या नंतरच्या परिणामाचा विचार करून याच्या मृत्यूला आत्महत्याच मानली जावी!..''

अजूनही चित्रगुप्तांचं बोलणं सुरूच होतं. तेवढ्यात दृश्य बदलल्यासारखं झालं. पहिला प्रेतात्मा एव्हाना अदृश्य झाला होता. आता नंतर आलेलाही अदृश्य झाला. आता तिथं परमेश्वरय्याचा प्रेतात्मा तेवढाच होता. श्रम आणि क्रम झळकून एकमेकांना छेद देऊन नाहीसे झाले होते. परमेश्वरय्याच्या प्रेतात्म्याला बधिरता आली होती. थोड्या वेळानंतर त्यानं विचारलं,

''प्रभू! असत्याचं मूळ कोणतं? त्याला अंतच नाही की काय?''

◆

उत्तरकांड

सीतेचा अनुभव आणि चिंतनाच्या दृष्टीनं मांडलेली रामकथा

डॉ. एस. एल. भैरप्पा

अनुवाद
उमा वि. कुलकर्णी

चाळीस वर्षांपूर्वी 'पर्व'मध्ये द्रौपदी-कुंती-गांधारी यांचं चित्रण करणाऱ्या भैरप्पांनी इथे रामकथा, सीतेच्या अनुभव आणि चिंतनाच्या दृष्टीनं मांडली आहे. मूळ वाल्मीकी रामायणात सीता परित्यागही उत्तरकांडात येतो.

'पक्ष्यांच्या जोडीतल्या एकाला मारून त्यांच्यामध्ये विरह निर्माण झाल्यानंतर मनात निर्माण झालेली वेदना व्यक्त करण्यासाठी मी राम-सीतेच्या जीवनाचा आधार घेतला. निदान हे तरी सुखान्त करायची माझी आस होती; पण ते शक्य झालं नाही. कवीला काहीही शक्य आहे हे खरं नाही, याचं वैफल्य मनाला ग्रासून टाकत आहे.'
असं म्हणत वाल्मीकी महर्षी शोकसागरात बुडून गेले.'